ஸ்ரீமத் பாகவத புராணம்

ராஜி ரகுநாதன்

ஸ்ரீமத் பாகவத புராணம்
- ராஜி ரகுநாதன் ©

சுவாசம் பதிப்பகம்

Srimad Bhagavata Puraanam
by Raji Raghunathan ©

ISBN: 978-81-19550-94-4
Title Number: Swasam 174

First edition: Aug 2024

Published by:
Swasam Pathippagam,
An imprint of Swasam Publications Private Limited,
52/2, Near B.S Mahal,
Ponmar,
Chennai, Tamil Nadu – 600127
Email: swasam.publications@gmail.com

Printed by: Adyar Students Xerox, Chennai – 600 002

To buy the book: Swasam Bookart - +91-8148066645
Website: https://www.swasambookart.com/

Copyright © Swasam Pathippagam - All rights reserved.

No part of this publication may be reproduced, distributed, or transmitted in any form or by any means, including photocopying, recording, or any other electronic or mechanical methods, without prior written permission of the publisher, except in the case of brief quotations embodied in reviews and certain other non-commercial uses permitted by copyright law.

உள்ளே...

பிரார்த்தனை	5
முன்னுரை	7
முதல் ஸ்கந்தம்	17
பாகவதம் தோன்றிய பின்னணி	24
இரண்டாம் ஸ்கந்தம்	37
மூன்றாம் ஸ்கந்தம்	46
நான்காம் ஸ்கந்தம்	66
ஐந்தாம் ஸ்கந்தம்	84
ப்ரியவிரதர் சரித்திரம்	84
ஆறாம் ஸ்கந்தம்	96
பிராயச்சித்தம்	96
ஏழாம் ஸ்கந்தம்	111
ப்ரஹ்லாத சரித்திரம்	111
எட்டாம் ஸ்கந்தம்	125
ஒன்பதாம் ஸ்கந்தம்	144
பத்தாம் ஸ்கந்தம்	164
பத்தாம் ஸ்கந்தம் பிற்பகுதி	217
பதினோராம் ஸ்கந்தம்	266
பன்னிரண்டாம் ஸ்கந்தம்	290

பிரார்த்தனை

‘சுக்லாம் பரதரம் விஷ்ணும் ஸஸிவர்ணம் சதுர்புஜம்
ப்ரஸன்ன வதனம் த்யாயேத் சர்வ விக்நோபஸாந்தயே.

குருர் ப்ரம்மா குருர் விஷ்ணு: குருர் தேவோ மஹேஸ்வர:
குருஸ் ஸாக்ஷாத் பரம் ப்ரஹ்ம தஸ்மை ஸ்ரீ குரவே நம:

நாராயணம் நமஸ்க்ருத்ய நரம் சைவ நரோத்தமம்
தேவீம் சரஸ்வதீம் வ்யாஸம் ததோ ஜய முதீரயேத்.
நமோ பகவதே துப்யம் வாசுதேவாய தீமஹி
ப்ரத்யும்னாய அனிருத்தாய நம: ஸங்கர்ஷணாய ச.

ஓம் நமோ பகவதே வாசுதேவாய
ஓம் நமோ பகவதே வ்யாஸ தேவாய.
வ்யாஸாய விஷ்ணு ரூபாய வியாஸ ரூபாய விஷ்ணவே
நமோவைப்ரம்ம நிதயே வாஸிஷ்டாய நமோ நம:

நமோஸ்துதே வியாஸ விஸால புத்தே
புல்லார விந்தாயத பத்ர நேத்ர
ஏன த்வயா பாரத தைல பூர்ண:
ப்ரஜ்வாலிதோ ஞான மய: பிரதீப:

வ்யாஸம் வஸிஷ்ட நப்தாரம் ஸக்தே பௌத்ரம கல்மஷம்
பராஸராத்மஜம் வந்தே ஸுக தாதம் தபோ நிதிம்.

க்ருஷ்ணாய வாஸுதேவாய தேவகீநந்தனாயச
நந்தகோப குமாராய கோவிந்தாய நமோ நம:

ஸ்ரீ க்ருஷ்ண கோவிந்த ஹரே முராரே
ஹே நாத நாராயண வாசுதேவா.

அச்சுதம் கேசவம் ராம நாராயணம்
க்ருஷ்ண தாமோதரம் வாசுதேவம் பஜே.

ஸ்ரீதரம் மாதவம் கோபிகா வல்லபம்
ஜானகீ நாயகம் ராமசந்த்ரம் பஜே.
கோவிந்த ஜய ஜய கோபால ஜய ஜய
ராதா ரமண ஹரி கோவிந்த ஜய ஜய.

ஸ்ரீ க்ருஷ்ணாய துப்யம் நம:
கிருஷ்ணா நாராயணா முகுந்தா
மாதவா ஸ்ரீஹரி கோவிந்தா.
ஹரி: ஓம்.'

முன்னுரை

பரமாத்மாவை அடையும் வழியைக் கூறும் விஞ்ஞானத்தின் பெயர் பாகவதம். பாகவதம் பன்னிரண்டு ஸ்கந்தங்கள் என்னும் உள்ளடக்கங்களும், பதினெட்டாயிரம் ஸ்லோகங்களும் கொண்டது. இதில் ஒரு சுலோகத்தைச் சிறிது கேட்டாலே நம் வாழ்க்கை மேன்மையடையும் என்பது இதன் சிறப்பு. மனிதனைத் தூய்மை செய்வதில் பாகவதம் அற்புதமாக உதவி புரிகிறது.

சுலோகம்

'நிகம கல்பதரோர்களிதம் பலம் ஸுகமுகாத்
அம்ருதத்ரவ ஸம்யுதம்
பிபத பாகவதம் ரஸமாலயம் முஹுரஹோ
ரஸிகா: புவி பாவுகா:'

பொருள்

வேதம் ஒரு கற்பக மரம். அதன் பழம் பாகவதம். அதனை ஒரு கிளி (சுக முனிவர்) கடித்தது. பழம் கீழே விழுந்தது. கேட்பதைச் சிந்திக்கக்கூடிய ரசிகர்களே! பாகவதம் என்னும் பழத்தின் ரசத்தை அருந்துங்கள். இவ்வாறு முதல் அத்தியாயத்திலேயே நம்மைப் பாகவதம் அழைக்கிறது.

பாகவதம் என்பது கடைப்பிடிக்கவேண்டிய தர்மம். அதனை நாராயணன் நாரதருக்கு உபதேசித்தார். நாரதர் வியாசருக்குப் போதித்தார். வியாசர் அதனை விஸ்தாரமான நூலாக இயற்றினார். சுக யோகீந்திரர் அதனைக் கற்று பரீட்சித் மகாராஜாவுக்குப் போதித்தார்.

வியாசரின் குழப்பம்

வியாச முனிவர் வேதங்களைப் பகுத்து, மகாபாரதத்தை எழுதி, புராணங்களை எல்லாம் இயற்றியும் திருப்தியின்றி, 'மக்களுக்குச் செய்யவேண்டிய சேவையில் ஏதோ குறைவாகச் செய்துள்ளேன்' என்று கவலையோடு இருந்தபோது, நாரத முனிவர் வந்து 'பக்தியைப் பிரதானமாகக்கொண்ட ஒரு நூலை இயற்றுங்கள்' என்று கேட்டுக் கொண்டதற்கிணங்க வியாச முனிவர் படைத்த இலக்கியமே ஸ்ரீமத் பாகவத புராணம்.

பாகவதம் என்ன கூறுகிறது?

பாகவதத்தின் பன்னிரண்டு ஸ்கந்தங்களில் முதல் இரண்டு ஸ்கந்தங்கள் பகவானின் தத்துவத்தை விளக்குகின்றன. மூன்றாம் ஸ்கந்தத்தில் தத்துவத்தோடு, ஆதி வராஹ அவதாரமும் கபிலாவதாரமும் கூறப்படுகிறது. நான்காம் ஸ்கந்தம் முதல் ஒன்பதாம் ஸ்கந்தம் வரை பகவானின் இதர அவதாரக் கதைகளும் பக்தர்களை அருளிய விதமும் பற்றியது. பத்தாவது ஸ்கந்தத்திலிருந்து கிருஷ்ணரின் கதை கூறப்படுகிறது. 'முதல் ஒன்பது ஸ்கந்தங்களைக் காதால் கேட்டு மனதில் நிரப்பினால்தான் கிருஷ்ணர் கதையைக் கேட்பதற்கான தகுதி பிறக்கும்' என்று சுக பிரம்மம் பரீட்சித்திடம் கூறுகிறார்.

பகவான் என்றால் யார், சாதனை எவ்வாறு செய்யவேண்டும், சாதனை செய்த மகாத்மாக்களின் வாழ்க்கை என்ன... பகவான் தொடர்பான விஞ்ஞானமான இம்மூன்றையும் கூறுவதே பாகவதம்.

பாகவதத்தில் இரண்டு அம்சங்கள் உள்ளன. ஒன்று மகிமை. இரண்டாவது ஞானம். கதையைக் கேட்கும்போதே அது தாக்கத்தை ஏற்படுத்தி எப்படிப்பட்டவருக்கும் அவரிடம் உள்ள பாப அழுக்குகளைத் துலக்கி சுத்தமாக்குகிறது. பாகவதத்தின் சில சம்பவங்களைக் கூறி அதற்கு என்ன பலன் என்று அங்கங்கே சுக யோகீந்திரர் பரீட்சித்திடம் விளக்கியுள்ளார். இந்தப் பலஸ்ருதி அதாவது பலன்கள், சுக பிரம்மத்திற்கும் தேவையில்லை. பரீட்சித்துக்கும் தேவையில்லை. பின் எதற்காகக் கூறினார்?

உதாரணத்திற்குத் துருவச் சரித்திரம் செவிமடுத்தால் எப்படிப்பட்ட காரியத்திலும் வெற்றி பெற முடியும், மேன்மையடைய முடியும் என்கிறார். சில பகுதிகளைக்

கேட்பதால் உடற்பிணியும், பிறவிப் பிணியும் நீங்கும் என்கிறார். சில பகுதிகளைக் கேட்பதால் தீர்க்காயுள் கிடைக்கும் என்று கூறுவதைக் காணமுடிகிறது. இவற்றை நமக்காகவே கூறுகிறார் சுக பிரம்மம்.

இத்தகைய மகிமைகள் யாருக்குக் கிடைக்கும்? சிரத்தையோடு கேட்பவருக்கு ஒவ்வொரு கதையும் தன் மகிமையைச் செய்துகொண்டே செல்லும். இது மேலோட்டமான நிலை. சற்று உள்ளே ஆழ்ந்து படித்தாலோ கேட்டாலோ ஞானம் பிறக்கும். அது இறுதியில் மோட்சத்தையே அருளும். இதுவே உண்மையான பலன். ஞானத்தோடு இணைந்திருப்பவர் சுக பிரம்மம். பரீட்சித் மகாராஜாவுக்கு அத்தகைய இணைப்பை ஏற்படுத்தினார். முக்தி பெற்றார் மகாராஜா. இது அடுத்த நிலை.

நாம் எந்த நோக்கத்தோடு கேட்கிறோம், எந்த நிலைக்குத் தயாராக உள்ளோம் என்பதை நாம்தான் தீர்மானிக்கவேண்டும். பரீட்சித் மன்னன், முனிகுமாரன் அளித்த சாபத்தைப் பற்றி அறிந்தான். திரும்பச் சாபம் கொடுப்பதற்கான தவ சக்தி நிறைந்தவனாக இருந்தும், பரீட்சித் தன் தவற்றை உணர்ந்தான். ஏழு நாள்களில் உடனடியாக மோட்சம் பெறுவதற்கான வழியைத் தேடினான். உண்மையான தாகமிருந்ததால் பரீட்சித் மோட்சச் சாதனைக்கான உபாயத்தைத் தேடினான். பரீட்சித் குருவைத் தேடவில்லை, குருவே அவனைத் தேடி வந்தார். ஏழே நாள்களில் முக்தியடைந்தான் மன்னன். பகவான் நம்மை உய்விக்க எண்ணினால், நாம் அதற்குத் தயாராக இருந்தால் குருவைப் பரமாத்மா அனுப்பி வைப்பார். பரமாத்மாவை அடைய வேண்டுமென்று சங்கல்பம் செய்து, அதே தியானமாக அமர்ந்திருந்தபோது, பரமாத்மாவே பரீட்சித்திடம் சுக பிரம்மத்தைக் குருவாக அனுப்பி வைத்தார்.

சுக பிரம்மம், பரீட்சித் மகாராஜாவுக்குப் பாகவதத் தர்மத்தைப் பல்வேறு கதைகள் வடிவில் விவரிக்கிறார். பாகவதத் தர்மத்தை நமக்குப் புரிய வைப்பவை கதைகள். இதில் கதைகளே முக்கியத்துவம் பெற்றவை என்று கூறுவதற்கில்லை. கதைகளின் பிரயோஜனம் பாகவதத் தர்மம். பக்தர்கள் பகவானை எவ்வாறு அணுகினர், பகவான் எவ்வாறு பக்தர்களுக்கு அருளினார், இவ்விரண்டையும் விவரிப்பது பாகவதம். புராணங்கள் தெரிவிக்கும்

சங்கேதங்களைக் கவனிக்காமல் கதையில் மட்டுமே மனதைச் செலுத்தினால் வீண் கேள்விகள் உதயமாகும்.

ஏழு நாள்களில் மோட்சம் கிடைக்குமா?

ஆன்மிகச் சாதனைக்கு ஆயிரம் ஆண்டு ஆயுள்கூடப் போதாது. எத்தனை பிறவிகள் எடுத்தாலும் மோட்சம் கிடைப்பது அரிது. 'நாளையிலிருந்து சாதனை செய்வோம்' என்று ஒத்திப் போடுவது மனிதனின் இயல்பு. வாழ்நாள் முழுவதும் சாதனையில் கழித்தாலும் பரமாத்மாவை அடைவது கடினம். நீர் தாழ் மட்டங்களை நோக்கிப் பாய்வது எத்தனை இயல்பானதோ மனித மனம் வெளி உலகியல் சுகங்களின்பாற்படுவதும் அத்தனை இயல்பானது. மனதை அடக்கி மடை திருப்பி பரமாத்மாவின் பக்கம் செலுத்துவது அத்தனை கடினமானது. தொழில்நுட்ப உதவியோடு நீரை மேல் நோக்கிச் செலுத்தலாம். அதேபோல் வெளி உலகை நோக்கி ஓடும் மனதை குரு உபதேசம் என்ற உபாயத்தின் மூலம் பரமாத்மாவின் பக்கம் செலுத்த முடியும்.

பாகவதம் கூறுவது என்ன?

முதல் ஸ்கந்தம் முதல் ஸ்லோகத்திலேயே பரமாத்மாவின் சொரூபமும் நம் கடமை என்ன என்பதும் கூறப்படுகிறது. இரண்டாம் ஸ்லோகத்தில் பாகவத நூலின் பயன் விளக்கப்படுகிறது. முதல் ஸ்லோகத்தைச் சரியாகப் புரிந்துகொண்டால் பரமாத்மா என்றால் யார் என்பது புரிந்து போகும். பகவானை எதற்காகத் தியானம் செய்யவேண்டும் என்று இரண்டாம் ஸ்லோகம் கூறுகிறது. பகவானை நாடுவதைத் தவிர நாம் உய்வடைவதற்கு வேறு வழியே கிடையாது. துயரத்திலிருந்து விடுபடவேண்டும் என்றாலும், சுகம் கிடைக்கவேண்டுமானாலும், இகம், பரம், பரமார்த்தம் எதுவாக இருந்தாலும் பகவானைச் சரணம் அடைவதைத் தவிர வேறு மார்க்கம் இல்லை.

நமக்கு மகாவிஷ்ணுவின் பத்து அவதாரங்கள்தானே தெரியும். பாகவதத்தில் சூத பௌராணிகர் இருபத்திரண்டு அவதாரங்களைப் பற்றிக் கூறுகிறார். பிரம்மதேவர் நாரதரிடம் இருபத்தாறுக்கும் மேற்பட்ட லீலாவதாரங்களைப் பற்றிக் கூறுகிறார். பாகவதத்தில் பகவானைப் பற்றிய கதைகளோடு பக்தர்கள் பற்றிய கதைகளும் உள்ளன. ஒவ்வொரு பக்தரின் கதையும் நமக்கு ஒவ்வொரு பாடம் புகட்டுகிறது. கஜேந்திர மோட்சம், ப்ரஹ்லாத சரித்திரம் போன்ற கதைகளைக் கேட்டு அவற்றின் மூலம் நாம் கற்கவேண்டியவை நிறைய உள்ளன. அவை வெறும் கதைகளல்ல. விலங்கானாலும்கூட

யானை எவ்வாறு உய்வடைந்தது, சிறுவனான ப்ரஹ்லாதன் எவ்வாறு கரை சேர்ந்தான் என்று விவரித்து பாகவதம் நம்மை உறக்கத்திலிருந்து எழுப்புகிறது. 'மனிதனாகப் பிறந்தும் பக்தியைச் சாதிக்கவில்லை எனில் நீயும் ஒரு விலங்கே' என்று கஜேந்திரன் கூறுவதுபோல் உள்ளது கஜேந்திர மோட்சம் கதை. பாகவதத்தின் ஒவ்வொரு கதையும் சுவையாக இருக்கும்.

'ஜன்மாத்யஸ்ய...' என்று தொடங்கும் பிரம்ம சூத்திரத்தின் முதல் சூத்திரமே பாகவதத்தின் முதல் வாக்கியமாக உள்ளது. பிரம்மசூத்திரமே பாகவதம். இது வேறு, அது வேறு அல்ல. பிரம்ம சூத்திரம், பகவத் கீதை, உபநிஷத்துகள் மூன்றும் எதை எடுத்துரைக்கின்றனவோ அதனைக் கதை வடிவில் விளக்க வந்ததே பாகவதம். படிப்பவருக்கும் கேட்பவருக்கும் ஞானத்தை அளிக்கிறது பாகவதம். காயத்ரி மந்திரம் எந்தப் பரமாத்மாவைக் குறிக்கிறதோ அந்தப் பரமாத்மாவையே பாகவதமும் எடுத்துரைக்கிறது.

பாகவதம் என்றால் என்ன?

பகவானைப் பற்றிய ஞானமே பாகவதம். பகவான் யார் என்பதை நமக்குத் தெரியச் செய்வதும், பகவானோடு நமக்கு இணைபிரியாத இணைப்பை ஏற்படுத்துவதும் பாகவதத்தின் நோக்கம். பாகவதம் என்றால் பரமாத்மாவைச் சேர்ந்தது என்று பொருள். பரமாத்மாவோடு தொடர்புடைய விஷயங்களைக் கொண்டது பாகவதம். பரமாத்மாவின் தத்துவம், நாமம், ரூபம், குணம், லீலை, வைபவங்கள் போன்றவற்றை விளக்குவது. பாகவதர்கள் என்றால் பரமாத்மாவிடம் பக்தி கொண்டவர்கள் என்று பொருள். பரமாத்மாவிடம் பக்தி கொள்ளும்வரை அவர்களுக்குத் தனித்தனிப் பெயரும் உருவமும் உண்டு. பகவானோடு தொடர்புகொண்டபின் அனைவரும் பாகவதர்களே. எப்போதும் பரமாத்மாவைத் தவிர வேறு எந்தச் சிந்தனையும் இல்லாதவர்கள். பகவானைச் சேர்ந்தவர்கள் பாகவதர்கள். பகவான் என்னுடையவன் என்று நினைப்பவர் பக்தர். அதுவே பின்னர், நான் பகவானுடையவன் என்றும் நானும் பகவானும் ஒன்றே என்றும் ஆகிறது.

இரண்டாவது ஸ்கந்தம் ஒன்பதாம் அத்தியாயத்தில் 'சதுர் ஸ்லோகி பாகவதம்' என்று நான்கு சுலோகங்கள் உள்ளன. பரமாத்மா பிரம்மாவுக்கு உபதேசித்தது. அதில் ஞானத்தையும் அதை அடையும் முறையையும் விவரிக்கிறார். அனுபவத்திற்கு உதவும் ஞான விஞ்ஞானம் அது.

பாகவத சப்தாஹம்

பாகவத சப்தாஹம் என்றால் கேட்பவரும் சொல்பவரும் நியமத்தோடு ஏழு நாள்கள் தினமும் இரு வேளையும் பாகவதம் படித்து, ஸ்ரவணம் செய்து, இரவு அதனையே மனனம் செய்து, ஏழு நாள்களும் அதுவே வாழ்க்கையாக வாழ்வது.

ஏழு நாள்களில் சொல்வது ராஜஸ ஸ்ரவணம் எனப்படும். சாத்விக ஸ்ரவணம் என்றால் இருபத்தொரு நாள்கள் கதை சொல்வது. ஆனால் சுகபிரம்மம் ராஜஸ சப்தாஹம்தான் செய்தார். ஏனெனில் பரீட்சித்துக்குச் சாத்விக ஸ்ரவணம் செய்வதற்கு நேரமில்லை. ஏழே நாள்களில் பரீட்சித் மரணிக்க வேண்டி இருந்ததால் ராஜஸ ஸ்ரவணத்தை மிகவும் தீவிரமாகச் செய்தார்.

பூமியில் பிறந்த யாவரும் ஏழு நாள்களில் மரணமடைய வேண்டியவர்களே. ஞாயிறு, திங்கள், செவ்வாய், புதன், வியாழன், வெள்ளி, சனி என்று ஏழு நாள்கள்தானே உள்ளன? ‘நான் உயர்ந்தவன், பணக்காரன், படித்தவன். நான் எட்டாவது நாள் மரணமடைவேன்’ என்றால், நடக்காது. எட்டாவது நாள் என்பது இல்லை. யாராயிருந்தாலும் ஏழு நாள்களில் மரணம் நிகழவேண்டும். நமக்கும் பரீட்சித்தைப்போல மோட்சச் சாம்ராஜ்யத்தை அடையும் தீவிரம் இருந்தால் உய்வடையலாம்.

வியாசர்

வியாசர் சந்திர வம்சத்தை வர்ணித்து மகாபாரதத்தைப் படைத்தார். வால்மீகி சூரிய வம்சத்தை வர்ணித்து ராமாயணம் படைத்தார். சூரியனும் சந்திரனும் பகலும் இரவுமாக இருப்பதால் அது ஒரு நாளாகிறது. படைப்புலகிற்குச் சூரியனும் சந்திரனும் போன்றவர்கள் வியாசரும் வால்மீகியும். இவர்கள் இருவரையும் வணங்கிவிட்டே அறிஞர்கள் எழுத்தையோ பேச்சையோ தொடங்குவது சம்பிரதாயம். தத்துவத்தை மட்டும் கூறினால் மக்களுக்குச் சுவைக்காது என்பதால் கதையாகக் கூறுவதன் வழியே மக்களுக்கு அளிக்கவேண்டிய செய்திகளை அளிக்கிறார் முனிவர்.

பாகவதத்தைக் கேட்பதால் எப்படிப்பட்ட பக்தி ஏற்படும்?

பாகவதத்தைக் கேட்பதால் ஞான வைராக்கியத்தோடு சேர்ந்த பக்தி கிடைக்கும். ஞானம் என்றால் வேதாந்த

விசாரணை என்பதல்ல. ஞானம் என்றால் பகவானை அனுபவிப்பது என்று பொருள். பகவானின் அனுபவம் கிடைப்பதே முடிந்த முடிவு. ஞானம் என்றால் இங்குப் புத்திக்கூர்மையல்ல. பகவானை அறிந்துகொள்வதே ஞானம். பகவானைப் பற்றிய புரிதல் வைராக்கியத்தை அளிக்கிறது. ஞானம், வைராக்கியம் இரண்டோடும் கூடிய பக்தி புஷ்டியான பக்தி. அப்படிப்பட்ட பக்தி ஏற்பட வேண்டுமென்றால் பாகவதத்தைச் சரணடைவதைத் தவிர வேறு மார்க்கம் இல்லை.

புலமை

பாகவதம் என்றால் வெறும் கதைகளின் தொகுப்பு அல்ல. ஞானத்தை அளிப்பது பாகவதத் தர்மம். கஜேந்திரன் கூப்பிட்டவுடன் மகாவிஷ்ணு இருந்தது இருந்தபடி கிளம்பி வந்தார். இதுதான் பாகவதம் என்று பிரமைப்படக் கூடாது. பாகவதம் பாண்டித்தியத்திற்கு உரைகல் போன்றது. 'பாகவதத்தை நன்றாகச் சொல்லத் தெரிந்துவிட்டால் அவரை மகா பண்டிதர் என்று கூறிவிடலாம்' என்று கூறுவது வழக்கம். பக்தியோடுதான் பாகவதத்தை உரைப்பதோ கேட்பதோ நிகழ வேண்டுமே தவிர இலக்கணத்தாலோ பொழிப்புரையாலோ தெரிந்துகொள்ள முடியாது என்பது மூத்தோர் கூற்று. புலமைக் கர்வம் எதுவும் பக்தியின்முன் நிற்க இயலாது. எத்தனை புலமை இருந்தாலும் பக்தி இல்லாவிட்டால் வீண். பக்தியே எல்லாவற்றையும் விடச் சிறந்த தகுதி. பக்தியோடு கூடிய புலமையே பாகவதம் சொல்வதற்கோ கேட்பதற்கோ முதன்மையான தகுதி என்பது சான்றோரின் முடிவு. புலமையின் பிரயோஜனம் என்ன, சபையில் மரியாதை பெறுவதா? அல்ல. பிரம்ம ஞானமே புலமையின் பயன். இலக்கை அடையும்வரை படகு தேவை. அதுபோல் மோட்சம் என்னும் இலக்கை அடைந்தவுடன் புலமை அமைதி பெறுகிறது.

சைதன்ய மகாபிரபு, 'எத்தனை பிறவி எடுத்தாலும் எனக்குப் புலமை தேவையில்லை, பக்தி ஒன்றே போதும்' என்றார். 'ந தனம் ந ஜனம் ந சுந்தரி மம ஜந்மனி ஜன்மநீஸ்வரே பவதாத் பக்திர் அஹைதுகி த்வயி' என்கிறார். காரணமில்லாத பக்தி, சலனமில்லாத பக்திவேண்டும் என்று கேட்கிறார். பாகவதத் தர்மம் என்பது ஒன்றுதான். ஆனால் பக்தர்கள் எவ்வாறு பகவானை நாடி, பிடித்துக் கொண்டார்கள் என்பதை விளக்குகையில் கதைகள் விரிகின்றன.

பாகவத மகிமை

நூல்கள் யாருக்குப் புரிய வரும், தேவையானவருக்குப் புரியும் அல்லவா... கரை சேரவேண்டும் என்ற தவிப்போடு அமர்பவருக்குப் பாகவதம் நன்றாகப் புரியும். மோட்சத்தையே அளிக்கக்கூடிய பாகவதம் வேறு எதைத்தான் கொடுக்காது.

பாகவதத்தைப் பரீட்சித்துக்குக் கூறியவர் அத்வைத ஸித்தி பெற்ற ஜீவன்முக்தரான சுக யோகீந்திரர். பாகவதத்திற்கு மற்றுமொரு பெயர் பரமஹம்ச சம்ஹிதை. சன்னியாசிகளாலும் சிரத்தையோடு கேட்கப்படுவது பாகவதம். பிரம்ம சிந்தனையே இதில் முழுவதும் விரவி உள்ளது. பாகவதத்திற்கு மோட்சச் சாஸ்திரம் என்ற பெயரும் உள்ளது.

முதலில் பாகவத மகிமையைக் கூறிவிட்டு பாகவதத்திற்குள் நுழைவோம். எதற்கு முதலில் மாகாத்மியம் சொல்ல வேண்டுமென்றால், மகிமையைக் கேட்டால் சிரத்தை ஏற்படும். இதனைக் கேட்பதன் மூலம் நாம் உய்வடைவோம் என்ற திடமான நம்பிக்கை ஏற்படும். சாஸ்திர வாக்கியத்தின் மீதும் குரு வாக்கியத்தின் மீதும் ஏற்படும் நம்பிக்கைக்குச் சிரத்தை என்று பெயர்.

மிகப் பெரும் நோய்களோ மிகக் கடினமான கிரக தோஷங்களோ இருந்தால் பாகவதத்தைக் கேட்பதன் மூலம் நீங்கும். ஏனென்றால் மீண்டும் மீண்டும் இதில் விஷ்ணு கதை கூறப்படுகிறது. அனேக யக்ஞங்கள் செய்தாலொழிய நீங்காத பாவங்கள் பல நம்மிடம் உள்ளன. கலியுகத்தில் யக்ஞம் செய்யும் வாய்ப்புகள் குறைவு. அநேகமாக இல்லை என்றே கூறலாம். யக்ஞ சொரூபனான விஷ்ணுவின் அவதாரக் கதைகளைக் கூறினாலும் கேட்டாலும் அனேக யக்ஞங்கள் செய்த பலன் கிடைக்கும். இது ஒரு கதா யக்ஞம். பாகவத கதா ஸ்ரவணம் எல்லா யக்ஞங்களையும் விட உயர்ந்தது. துயரத்திற்குக் காரணமான பாவங்களைப் போக்கக்கூடியது.

ஜோதிடச் சாஸ்திரத்தில் ஒவ்வொரு கிரகத்தோடும், நாராயணனின் ஒவ்வொரு திவ்ய அவதாரத்திற்கு உள்ள தொடர்பு கூறப்படுகிறது. அதனால் பாகவதக் கதை ஸ்ரவணம் ஜாதகத்தில் உள்ள கிரக தோஷங்களையெல்லாம் போக்கிவிடும்.

பாகவத கதா யக்ஞம் நடைபெறும் இடம் ஆயிரக்கணக்கான யக்ஞங்கள் நிகழ்ந்த நைமிசாரண்யத்திற்கு ஒப்பானது. பல

பிறவிகளில் புண்ணியம் செய்தவர்களுக்கே பாகவதம் கேட்கும் வாய்ப்பு கிடைக்கும். பாகவத புராணம், சிரத்தையோடு கேட்பவருக்கும் பக்தி உள்ளவருக்கும் தவறாமல் மோட்சச் சாம்ராஜ்ஜியத்தை இன்றளவும் அளிக்கக்கூடியது. பாகவதத்தைக் கேட்டுக் கொண்டிருந்தால் நம்மை அறியாமலே பல பலன்கள் நம்மை வந்தடையும்.

பாகவதத்தை ஏன் படிக்கவேண்டும்?

தர்மத்தைக் கடைப்பிடிக்கவேண்டும் என்று கூறுவதைக் கேட்கிறோம். ஆனால் தர்மத்தோடு கூடிய கர்ம மார்க்கத்தில் முழுமையாக ஈடுபட முடிகிறதா? பல தடைகள் ஏற்படுகின்றன. மனித எல்லையில் எத்தனை முயன்றாலும் உலகில் அனுகூலமான சூழல் நிலவுவதில்லை. தேசம், காலம், சூழல் எல்லாம் அனுகூலமாக இருப்பது என்பது ஐயத்தோடு கூடியது. சரி, வேதாந்தத்தின் பக்கம் செல்வோம் என்றால் அதற்கு அகண்டமான வைராக்கியம் தேவை. எது நிலையானது, எது நிலையற்றது என்ற விவேகம்வேண்டும். இந்தப் புரிதல் ஏற்படுவது மிகக் கடினம். ஞான மார்க்கமும் கர்ம மார்க்கமும் அத்தனை கடினமாக இருக்கையில் நாம் உய்வடைவது எங்ஙனம்? பகவானிடம் பக்தி கொள்வதன் மூலம் உய்வடையலாம் என்று எடுத்துரைப்பதே பாகவதம்.

பக்தி என்றால் என்ன?

பகவானிடம் ஏற்படும் ப்ரீத்தியே பக்தி. அன்புடன் இறைவனை நாடினால், செய்ய முடிந்தவரையில் செயல்களைச் செய்தாலும், செய்ய வேண்டியதை எல்லாம் செய்த பலனைக் கொடுப்பார் பரமாத்மா. இறுதியில் ஞானத்தை ஏற்படுத்தி முக்தியை அருளுவார்.

கலியுகத்தில் பக்தி மார்க்கமே சிறந்தது. யக்ஞம் போன்ற கர்மாக்களைச் செய்வதற்கான காலம் அல்ல இது. வேதாந்தத்திற்கான மன நிலையும் யாரிடமும் இல்லை. நாமே வைராக்கியம் நிறைந்தவர் என்று ஒவ்வொருவரும் பிரமையில் இருக்கும் காலம். அதனால் பாகவதக் கதையைக் கேட்பதே மிகச் சிறந்த உபாயம். பாகவதத்தில் ஒவ்வொரு கதையும் ஒவ்வொரு உபதேசம். கதைகள் மூலமாகச் சாதகனுக்குத் தேவையான பல கருத்துகளைக் கூறுகிறார் சுகபிரம்மம். பகவத்கீதை பகவான் கூறிய சொற்கள். அது போதனை. பாகவதம் பகவான் செய்த லீலை. இது சரித்திரம். அங்குச் சொன்னதையே இங்குச் செய்தார். இங்குச் செய்ததையே அங்குச் சொன்னார். ஞான

வைராக்கியத்தோடு கூடிய பக்தி சாமானியமானதல்ல. 'தெலியலேது ராமா பக்தி மார்கமு' என்கிறார் தியாகராஜர். முதலில் பக்தியைப் பெறுவதற்காகப் பாகவதத்தைப் படிக்கவேண்டும். அடுத்து பக்தியோடு பாகவதத்தைப் பாராயணம் செய்யவேண்டும்.

பாகவதம் எவ்வாறு உற்பத்தியானது, எப்படி அவதரித்தது என்பதில் பாகவதத்தின் மர்மம் முழுவதும் அடங்கியுள்ளது. கதைகளும் உபகதைகளும் மிக அதிகக் கதை மாந்தர்களுமாகப் பக்தியைப் பிரதானமாகக்கொண்ட பாகவத மகா புராணத்திற்குள் நுழைவோம். வாருங்கள்.

ஸ்ரீமத் பாகவதம்

முதல் ஸ்கந்தம்

பரம்பொருள் வணக்கம்

பரமாத்மா, பிரபஞ்சத்தைப் படைத்து வளர்த்து லயமாக்குகிறார். எல்லாம் அறிந்த சர்வக்ஞரான பரமாத்மா, சுயம் பிரகாசராகத் தனக்குத்தானே பிரகாசிக்கிறார். பிரம்மாவுக்கு வேத விஞ்ஞானத்தை அருளிய பரம்பொருளைப் பற்றி, சிறந்த சாஸ்திர அறிஞர்கள்கூட தெளிவாகக் கூறுவதற்குச் சாமர்த்தியம் அற்றவர்கள். முக்குணங்களான அக்னி, நீர், பிருத்வியோடு கூடிய இந்தப் பிரபஞ்சம் பரமாத்மாவின் அருளால் ஒளி வீசுகிறது. யாருடைய அருளால் மட்டுமே மாயையைத் தாண்ட முடியுமோ அத்தகைய பரமாத்மாவைத் தியானம் செய்கிறோம்.

பாகவத நூலின் பயன்

ஸ்ரீமன் நாராயணனால் கபடமில்லாத இந்தப் பாகவதத் தர்மம் முதலில் உபதேசிக்கப்பட்டது. அழியாததும் நலன் அளிப்பதும் தூய்மையானதுமான இந்தச் சிறந்த தர்மத்தை அசூயை இல்லாத நன்மக்கள் மட்டுமே அறிவார்கள். இது மூன்று தாபங்களையும் அகற்றுகிறது. இதை விட உயர்ந்தது வேறில்லை. பாகவதத்தைச் சிரத்தையோடு கேட்கும் ஆர்வம் கொண்டவர்கள் புண்ணியம் செய்தவர்கள். அவர்களுடைய இதயத்தில் பரமாத்மா உடனே வந்து நிலையாக அமர்ந்துகொள்கிறார்.

பாகவத நூலின் சிறப்பு

வேதம் ஒரு கற்பக மரம். அதன் பழம் பாகவதம். அதனை ஒரு கிளி (சுக முனிவர்) கடித்தது. பழம் நழுவி விழுந்தது. கேட்பதைச் சிந்திக்கக்கூடிய ரசிகர்களே! பாகவதம் என்னும் பழத்தின் ரசத்தை அருந்துங்கள்.

ரிஷிகளின் கேள்வி

நைமிசாரண்யத்தில் சௌனகர் முதலான முனிவர்கள், ஆயிரம் ஆண்டுகள் செய்யக்கூடிய சத்ர யாகம் செய்தனர். ஒரு காலை நேரத்தில் அவர்கள் சூத பௌராணிகரை வணங்கித் தங்கள் மன விருப்பத்தை எடுத்துக் கூறினர்.

“சூத மகா முனிவரே, மனதுக்கு இனியவரே, நீண்ட ஆயுள் படைத்தவரே, குருமார்கள் மிகவும் ரகசியமான விஷயத்தையும் பிரியமான சீடர்களுக்கு உபதேசிப்பார்கள் அல்லவா. நீங்கள் மகாபாரதம் முதலான இதிகாசங்களையும் புராணங்களையும் தர்மச் சாத்திரங்களையும் எங்களுக்கு உபதேசித்துள்ளீர்கள். கலியுகமானது தர்மச் செயல் செய்வதில் மனிதர்களைக் குழப்பத்தில் ஆழ்த்துகிறது. எந்தச் செயலைக் கடைப்பிடித்தால் மனிதர்கள் உய்வடைவார்கள் என்பதை எங்களுக்கு விரைவில் கூறுங்கள்” என்று விண்ணப்பித்தார்கள்.

வியாசர் கூறினார் –

சௌனகர் முதலான முனிவர்களின் கேள்வியால் மகிழ்ந்த ரோமஹர்ஷணர் என்ற முனிவரின் புதல்வரான சூத மாமுனிவர் பதில் கூறத் தொடங்கினார்.

சூத பௌராணிகரின் பதில் -

“பாகவதத் தர்மத்தைக் கடைப்பிடித்தால் மோட்சம் அடையலாம்” என்று முனிவர்களின் கேள்விக்குப் பதிலுரைத்த சூத பௌராணிகர், பாகவத ரிஷியான சுக யோகீந்திரரை வணங்கினார்.

சுக யோகீந்திரர்

வியாசரின் புதல்வர் சுக யோகீந்திரர். அவர் எல்லாச் செயல்களையும் துறந்து பரப்பிரம்ம ஞானத்தோடு நடந்து சென்றபோது வியாசர், பாசம் மேலிட, “மகனே” என்று அழைத்தார். வனத்தில் இருந்த மரங்கள் எல்லாம் அதற்குப் பதில் அளித்தன. அனைத்து உயிர்களிலும் சைதன்யமாக

உள்ள பரமாத்மாவோடு ஒன்றிணைந்த பிரம்மஞானியாக சுகபிரம்மம் இருந்ததால், மரங்கள் பதில் கூறின.

இன்னொரு சமயம், யௌவன வயதில் இருந்த சுக பிரம்மம் திகம்பரராக ஆற்றங்கரையில் நடந்து சென்றபோது ஆற்றில் நீராடிக் கொண்டிருந்த அப்சரஸ் பெண்கள் வெட்கமடையவில்லை. ஆனால் வியாசர் சென்றபோது வெட்கத்தால் ஆடைகளை எடுத்து அணிந்துகொண்டனர். "ஏன் இப்படி" என்று வியாசர் கேட்டபோது, "வயதாகியும் உங்கள் மனதில் ஆண் பெண் என்ற வேறுபாடு உள்ளது. உமது புதல்வர் சுக யோகி ஒருமித்த மனதோடு ஞானத்தில் திளைப்பவர். அவருக்கு ஆண் பெண் என்ற வேறுபாடு கிடையாது" என்று பதிலளித்தனர்.

'வியாசப் பகவான், மங்களங்களை அளிக்கக்கூடியதும் விஸ்தாரமானதுமான ஸ்ரீமத் பாகவதம் என்ற இந்தப் புராணத்தை உலக நன்மைக்காகச் செய்தார். வேதங்கள், இதிகாசங்கள் இவற்றிலிருந்து கடைந்தெடுத்த சாரமான பாகவதத்தை ஆத்ம ஞானிகளில் சிறந்தவரான சுக யோகிக்கு வியாச மகரிஷி கற்பித்தார். புராதனமான ரகசியச் சாஸ்திரம் பாகவதம். இது பிரம்ம வித்யையைக் குறிப்பிடுகிறது. பரமாத்மாவிடமிருந்து வேறல்லாதவரான சுக முனிவர் கருணையால் கங்கைக் கரையில் மகரிஷிகளால் சூழப்பட்டிருந்த பரீட்சித் என்ற அரசனுக்காக இதனைக் கூறினார். அத்தகைய வியாசரின் புதல்வரைச் சரணடைகிறேன்' என்று கூறி சூத முனிவர் தொடங்குகிறார்.

சூத பௌராணிகர் பாகவதத்தைத் தொடங்கினார் -

"ஸ்ரீமன் நாராயணனையும் மனித அவதாரமான ஸ்ரீகிருஷ்ண பரமாத்மாவையும் சரஸ்வதி தேவியையும் வியாசப் பகவானையும் வணங்கிய பிறகு வெற்றியைக் கொடுக்கும் பாகவதத்தைச் சொல்லத் தொடங்குகிறேன்.

சுய அனுபவமான பிரம்மானுபவம் பாகவதத்தில் உரைக்கப்படுகிறது. வேதங்களனைத்தின் சாரமும் அதுவே. ஒன்றேயான பிரம்ம ஞானம் இதில் கூறப்படுகிறது. இது வித்யா தீபம். இதன்மூலம் அஞ்ஞான இருளிலிருந்து நீங்கிவிடலாம். வாசுதேவனிடத்தில் செலுத்தப்படும் பக்தியால் இதயத்தில் மகிழ்ச்சி ஏற்படுகிறது. எந்தச் செயல் பகவானிடம் பக்தியை ஏற்படுத்துமோ அதுவே உயர்ந்த செயல். அதுவே பாகவதத் தர்மம். ஸ்வதர்மத்தைச் செய்வதால் பக்தியில் தடைகள் நீங்கும். சாஸ்திரம்

கூறிய தர்மத்தைக் கடைப்பிடித்து வந்தால் அது சிறிது சிறிதாகப் பகவானிடத்தில் சலனமற்ற பக்தியை அருளுகிறது. பக்தி யோகமானது, வைராக்கியத்தையும் தர்க்கங்களுக்கு அப்பாற்பட்ட ஞானத்தையும் அளிக்கிறது. அந்த ஞானத்தால் மோட்சம் கிட்டுகிறது. அப்படிப்பட்ட கருத்துகளைத் தெரிவிப்பதே பாகவத நூல். எத்தகைய செயல்களைக் கடைப்பிடித்தாலும் அவை பரமாத்மாவிடம் அன்பை ஏற்படுத்தாதபோது அவை வெறும் உடல் சிரமமும் பயனற்ற செயல்களுமே. செயல்களின் பிரயோஜனம் இறை பக்தியே. சாஸ்திரச் சம்பந்தமான செயல்களைப் பகவானின் கட்டளையாக ஏற்றுக் கடைப்பிடித்தால் சித்தம் நிர்மலமாகி பகவானிடம் அன்பு ஏற்படும்.

பாகவதம் மோட்சத்திற்குப் பயன்படும் நூல் மட்டுமல்ல. வாழ்க்கை முறை எப்படி இருக்கவேண்டும் என்பதையும் கூறுகிறது. தர்மம், அர்த்தம், காமம், மோட்சம் என்ற நான்கும் புருஷார்த்தங்கள். தர்மச் செயல்கள் மோட்சச் சாதனைக்குப் பயன்படவேண்டும். அர்த்தம் அதாவது பொருள், செல்வம் போன்றவை தர்மச் செயல்களுக்குப் பயன்படவேண்டும். செல்வத்தின் பயன் காமம் அல்ல. தர்மத்தோடு செல்வத்தைச் சம்பாதித்து தர்மத்திற்காக அதனைச் செலவிடவேண்டும். காமத்தின் பிரயோஜனம் புலன்களைத் திருப்தி செய்வது அல்ல. காமம் அதாவது விருப்பங்கள், வாழ்க்கைப் பயணத்திற்காகப் பயன்படவேண்டும். வாழ்க்கைப் பயணம் பரப்பிரம்ம தத்துவத்தைச் சிந்தனை செய்து அறிந்து உய்வடைவதற்குப் பயன்படவேண்டும்.

பரப்பிரம்மத்திற்கு பிரம்மம், பரமாத்மா, பகவான் என்று மூன்று பெயர்கள் உண்டு என்று உபநிஷத்துகள் குறிப்பிடுகின்றன. பகவானான வாசுதேவரிடத்தில் பக்தி யோகம் ஏற்படுவதே தர்மச் செயல்களுக்கான பயன். அனைத்துயிர்களிலும் வசித்து சைதன்யமாகப் பிரகாசிப்பவர் வாசுதேவர். சிரத்தையுள்ளவர்கள் பகவானான வாசுதேவரைப் பற்றிக் கேட்டு, மனனம் செய்து, அவர் மீதே புத்தியை நிறுத்தி உய்வடைவர்.”

பகவானிடம் பக்தி

புண்ணிய தீர்த்தங்களைத் தரிசிப்பது, நன் மக்களுக்கு சிசுருஷை செய்வது, சத்சங்கத்தில் இருப்பது, சிரத்தையோடு

பகவானின் கதையைக் கேட்பது போன்றவற்றால் சித்தம் தூய்மையடையும். மனதில் உள்ள அழுக்குகள் நீங்கும். பகவான் மீது பக்தி வளரும். பரமாத்மாவின் ஞானம் முழுமையாகக் கிடைத்து முக்தி பெறுவர்.

வாசுதேவனே தவத்தின் பலன்

‘சகல வேதங்களின் சாரம் வாசுதேவன். யக்ஞச் செயல்கள், தர்மச் செயல்கள், யோகம், கர்மாக்கள் அனைத்தின் பயனும் வாசுதேவனை அடைவதே. அதை மீறிய கதி இல்லை. அதைத் தவிர வேறு தவம் இல்லை. ஒன்றேயான பரம்பொருள் லீலாவதாரங்கள் எடுத்து உலகமனைத்தையும் பாதுகாக்கிறார்’ என்று சூத பௌராணிகர் சௌனகாதி முனிவர்களிடம் எடுத்துரைத்தார்.

பகவானின் விராட் சொரூபம்

பரந்தாமத்தில் பள்ளிகொண்டு யோகநித்திரையில் இருக்கும் வாசுதேவனின் நாபிக் கமலத்திலிருந்து பிரம்மா உண்டானார். பகவான் தன் சங்கல்பத்தால் எல்லையற்ற பாதங்கள், புஜங்கள், தலைகள் போன்றவற்றோடு விராட் சொரூபனாக வெளிப்பட்டார். விஸ்வத்தில் சகல உயிர்களின் உடலிலும் பகவானே இருப்பதால் அவர் விராட் சொரூபமாக அறியப்படுகிறார். இது அனைத்து அவதாரங்களுக்கும் நிதி. குறைவில்லாத விதை வடிவம். எல்லா அவதாரங்களும் இந்த விராட் புருஷ சொரூபத்திலிருந்து வருகின்றன.

மகாவிஷ்ணுவின் 22 அவதாரங்கள்

1. மகாவிஷ்ணுவின் முதல் அவதாரம் கௌமார சர்கம். அதாவது பிரம்மாவின் மானசப் புத்திரர்களான சனகர், சனந்தனர், சனாதனர், சனத்குமாரர் ஆகியோர்
2. யக்ஞ வராகச் சொரூபம்
3. நாரதர்
4. நர நாராயணர் எனப்படும் ரிஷிகள்
5. சாங்க்ய யோகத்தைப் போதித்த கபிலாச்சாரியார்
6. ப்ரஹ்லாதன், அலர்க்கன் ஆகியோருக்குத் தத்துவச் சாஸ்திரத்தை உபதேசித்த தத்தாத்ரேயர்
7. ருசி பிரஜாபதிக்கும் ஆகூதிக்கும் பிறந்த சுயக்ஞர்

8. நாபி என்ற மகாராஜாவுக்கும் மேரு தேவிக்கும் தோன்றிய ரிஷபர்
9. ப்ருது சக்கரவர்த்தி
10. மத்ஸ்ய அவதாரம்
11. கூர்மாவதாரம்
12. தன்வந்திரி
13. மோகினி அவதாரம்
14. நரசிம்மாவதாரம்
15. வாமனர்
16. பரசுராமர்
17. வியாசர்
18. ராமர்
19. பலராமர்
20. கிருஷ்ணர்
21. பௌத்தர் (ஆசிரியர் குறிப்பு – இவர் கௌதம புத்தர் அல்ல. அசுரர்களை மயக்குவதற்காக மகாவிஷ்ணு எடுத்த அம்சாவதாரம்)
22. கல்கி அவதாரம். கலியுக முடிவில் அரசர் யாவரும் கொள்ளைக்காரர்களாக ஆகிய அளவில் விஷ்ணுயசஸ் என்பவருக்கு மகனாகத் தோன்றுவார்.

அம்சாவதாரம், கலாவதாரம் என்று இன்னும் நிறைய அவதாரங்கள் உள்ளன. ஏகம் அநேகமானது. வற்றாத பெரிய ஏரியில் உள்ள நல்ல தண்ணீர் ஆயிரக்கணக்கான கிளை வாய்க்கால்களாகப் பாய்ந்து பல்வேறு வயல்களை விளையச் செய்வதுபோல விஷ்ணுவின் அவதாரங்கள் கணக்கிலடங்காதவை.

'க்ருஷ்ணஸ்து பகவான் ஸ்வயம்' – எத்தனை அவதாரங்கள் இருந்தாலும் கிருஷ்ணாவதாரம் மட்டும் பரமாத்மாவே இறங்கி வந்து லீலை நடத்திய முழுமையான அவதாரம்.

பலன் — யாரொருவர் காலையும் மாலையும் தூய்மையாய் பகவானின் இந்த அவதாரங்களைப் பற்றி பக்தியோடு சிந்தனை செய்கிறாரோ அவர் துன்பங்களிலிருந்து விடுபடுகிறார்.

வேதச் சொரூபம்

பாகவதம் வேதச் சொரூபம். இது உத்தம ஸ்லோகனின் வரலாறு. யாரைப் போற்றினால் மேன்மை அடைவோமோ அவரே உத்தம ஸ்லோகர். புண்ணிய ஸ்லோகர். புகழ்வதற்கு அவரை விட உயர்ந்தவர் யாரும் இல்லை. அவருடைய சரித்திரமே பாகவதம்.

"விஸ்தாரமான இந்தப் பாகவதத்தை வியாச முனிவர் உலக நலனுக்காகப் படைத்தார். அதனை ஆத்ம ஞானிகளில் சிறந்தவரான சுக பிரம்மத்திற்குக் கற்பித்தார். உடலைத் துறப்பதற்காகக் கங்கைக் கரையில் மகரிஷிகளால் சூழப்பட்டிருந்த பரீட்சித்துக்குச் சுக யோகி பாகவதத்தை உபதேசித்தார். கலியுகத்தில் பாகவதம் என்ற சூரியன் உதித்தது. அந்தச் சபையில் சூத பௌராணிகனான நானும் இருந்தேன். சுக பிரம்மத்திடமிருந்து கேட்டறிந்த பாகவதத்தை உங்களுக்குச் சொல்கிறேன்" என்று நைமிசாரண்யத்தில் சௌனகர் முதலான முனிவர்களிடம் சூத மாமுனிவர் கூறினார்.

பாகவதம் தோன்றிய பின்னணி

வியாசருக்கு நேர்ந்த வருத்தம்

துவாபர யுகம் ஏற்பட்டபோது, பராசர முனிவருக்கு சத்தியவதியிடம் ஸ்ரீஹரியின் கலாவதாரமாக வியாசர் தோன்றினார். வியாசர் வேதங்களை நான்காகப் பகுத்தார். அவற்றை பைலர், சுமந்தர், ஜைமினி, வைசம்பாயனர் என்ற நான்கு சீடர்களுக்கும் போதித்தார். மகாபாரதத்தைப் படைத்து வைசம்பாயனருக்குப் போதித்தார். புராணங்களைப் படைத்து அவற்றைச் சூத பௌராணிகருக்கு உபதேசித்தார்.

இத்தனை செய்த பிறகும் ஏதோ குறை இருப்பதுபோல் வருந்தினார் வியாசர். தான் பிறவி எடுத்த பயனை அடையாததுபோல் வேதனையுற்றார். 'இன்னும் முழுமையான படைப்பைச் செய்யவில்லை. அது என்ன என்று புரியவில்லையே' என்று வருத்தத்தில் இருந்தார். ஒரு சமயம் சரஸ்வதி நதிக்கரை ஆசிரமத்தில் தனிமையில் அமர்ந்து சிந்தனையில் ஆழ்ந்திருந்தபோது நாரதர் அங்கு வந்தார்.

நாரத முனிவரின் முற்பிறவி

"வியாச மகரிஷி, நீர் எழுதவேண்டியதை இன்னும் எழுதவில்லை. அதுவே உம் அதிருப்திக்குக் காரணம்" என்றார் நாரதர்.

"நீர் இதுவரை தர்மச் செயல்கள் பலவற்றைப் பற்றிக் கூறியுள்ளீர். அவற்றில் சிறிது விஷ்ணு கதையும் உள்ளது. அவ்வாறின்றி முழுமையாக விஷ்ணுவைப் போற்றிப் புகழும் நூல் இயற்றுங்கள்.

எத்தனை தர்மங்களைச் செய்தாலும் பகவத் குணங்களைக் கீர்த்தனை செய்யாவிட்டாலோ, பகவானோடு தொடர்பு கொள்ளாவிட்டாலோ அனைத்தும் வீணே. பகவானை நாடி இறுகப் பிடித்துக்கொண்டால் இந்த அதிருப்தி ஏற்படாது. அவரே நீர் செய்யவேண்டிய கடமைகளை உம்மைக்கொண்டு செய்விப்பார். பக்திக்கு அத்தனை சக்தி உள்ளது. வாசுதேவரின் சொரூபமும் மகிமையும் அதில் வர்ணிக்கப்படட்டும். அதுவே பகவத் ஞானம். பாகவதத் தர்மம். அதனை எழுதுங்கள்" என்றார் நாரதர்.

"இதனை எனக்கு என் தந்தை பிரம்மா அளித்தார். அதனை நான் உமக்குச் சொல்கின்றேன். என் தந்தையான பிரம்மாவுக்கு சாட்சாத் நாராயணனே உபதேசித்தார்" என்று உரைத்த நாரதர், தன் சொந்த வரலாற்றைக் கூறத் தொடங்கினார்.

"பாகவதத் தர்மத்தின் மகிமை சாமானியமானது அல்ல. அதனைச் சிறிது கடைப்பிடித்தாலும் அது தவறாமல் பலிக்கும். இந்தப் பிறவியில் இல்லாவிட்டாலும் இறுதியில் பலிக்கும். அதற்கு என்னுடைய வாழ்க்கையே சான்று. பாகவதத் தர்மத்தைக் கடைப்பிடிப்பதற்கு மிகச் சாமானியன்கூட அருகதை உடையவனே. என்னை ஜீவன் முக்தனாக ஆக்கிய என்னுடைய முந்தைய பிறவியைப் பற்றிக் கூறுகிறேன் கேட்பீராக.

பூர்வ கல்பம் ஒன்றில் என் முற்பிறவியில் நான் ஒரு சாதாரணப் பணிப்பெண்ணின் புதல்வன். என் தந்தை என் சிறு வயதிலேயே மரணம் அடைந்தார். முனிவர்களுக்குப் பணிவிடை செய்யும் பாக்கியம் எங்களுக்குக் கிடைத்தது. மகா யோகிகளும், பாகவதத் தர்மத்தில் உத்தமர்களான யதீஸ்வரர்களும் சாதுர் மாஸ்ய விரதம் கடைப்பிடிப்பார்கள். அவர்கள் மழைக்காலங்களில் அலையாமல் ஓரிடத்தில் நான்கு மாதக் காலம் தங்குவார்கள். அவர்களுக்குப் பணிவிடை செய்ய என் தாய் நியமிக்கப்பட்டாள். சிறுவனான நானும் என் அம்மாவுடன் சேர்ந்து பணிவிடை செய்தேன். அந்தச் சமயத்தில் அவர்கள் உண்டு மீதி இருந்த உணவை நான் உண்டேன். அதன் காரணமாக என் மனம் பண்பட்டது. நான் சிறு குழந்தையாக இருந்தாலும் அவர்களருகில் அமர்ந்து அவர்கள் கூறும் பகவானைப் பற்றிய விஷயங்களைக் கேட்டேன். எனக்கு மிகவும் ஆனந்தம் ஏற்பட்டது. ஏனென்றால் அவர்கள் சாப்பிட்டு மீதி உணவைச் சாப்பிட்டதால் என் மனதில் ரஜோ குணம்,

தமோ குணம் இரண்டையும் நீக்கக்கூடிய பக்தி ஏற்பட்டது. பகவானைப் பற்றிய விஷயங்களின் மேல் ருசி ஏற்பட்டது. மழைக்காலம் முடிந்து அவர்கள் சென்றபோது எனக்கு அழுகை வந்தது. வாய்விட்டு அழுதேன். அவர்களின் பிரிவை என்னால் தாங்க முடியவில்லை. என் பாக்கியத்தால் அவர்கள் அன்போடு எனக்குப் பகவானின் தத்துவத்தை எடுத்துரைத்தார்கள். மந்திர உபதேசம் அளித்தார்கள். அவர்களின் அனுக்கிரகத்தால் எப்போதும் பரமாத்மாவின் சிந்தனையில் நாள்களைக் கழித்தேன். என் தாயார் பாம்புக் கடியால் மரணம் அடைந்தாள். இருந்த ஒரு பந்தமும் விலகியது. புனிதத் தலங்களில் சஞ்சரித்து பாகவதத் தர்மத்தை மேற்கொண்டு வாழ்ந்தேன். நியமத்தோடு பக்திச் சாதனையைக் குருமார்கள் கூறிய வழியில் மேற்கொண்டேன்.

அப்போது ஒரு விந்தை நேர்ந்தது. ஓர் அரச மரத்தடியில் அமர்ந்து நான் தியானம் செய்து கொண்டிருந்தேன். என் இதயத்தில் பகவானுடைய திவ்ய மங்களச் சொரூபம் பிரகாசித்தது, அற்புதமான வடிவம். நாராயணனின் தரிசனம் கிடைத்ததும் உடல் சிலிர்த்து, ஆனந்தக் கண்ணீர் வந்தது. அடுத்த கணம் அவர் மறைந்து போனார். என் துயரம் அதிகமானது. பரமாத்மாவின் தரிசனத்திற்காக என் தாபம் இன்னும் அதிகமானது. மூர்ச்சை அடைந்தேன். நிலத்தில் விழுந்து புரண்டேன்.

ஒரு மதுரமான குரல் கேட்டது. ‘உன் சாதனையை அதிகமாக்குவதற்காகவே உனக்குத் தென்பட்டு உடனே மறைந்தேன். பக்தர்களுக்குப் பகவானைத் தவிர யார் இருக்கிறார்? ஒரே ஒரு பிறவியில் செய்த சாதனை என்னை அடையப் போதாது. என்னிடத்தில் வைக்கப்பட்ட விருப்பத்தால் அனைத்து ஆசைகளையும் சாதகன் துறக்கிறான். நீ பல பிறவிகளில் செய்த புண்ணியத்தால் இந்தப் பிறவியில் உனக்கு என் தரிசனம் கிடைத்தது. என்னை நினைத்து தவச் சாதனை செய்’ என்றார் பகவான்.

அதன் பிறகு அவரையே நினைத்து அவர் கூறியதையே தியானம் செய்து சாதனை புரிந்தேன். என் மீதி வாழ்வைக் கழித்து உடலை உதிர்த்தேன். அதன்பிறகு நான் சகுணப் பிரம்மலோகத்தைச் சென்றடைந்தேன். சாதனையின் தூய்மையும் உபாசனையும் என்னை அங்கு இட்டுச் சென்றன. அங்கிருந்தபோது மகா கல்பத்தின் முடிவில் பரமாத்மாவோடு ஐக்கியமானேன். இதற்கு கிரம முக்தி என்று பெயர். அதன்பின் பகவானின் சங்கல்பத்தால்

இப்போது நாரத முனிவர் வடிவில் தோன்றியுள்ளேன். இது என் வரலாறு. பரமாத்மாவைப் பற்றிய கதையால், பாகவதத் தர்மத்தால் உய்வடையலாம் என்பதில் ஐயமில்லை. என்னை உதாரணமாகக் காட்டுகிறேன். பகவானால் அளிக்கப்பட்ட இந்த மஹதி என்ற வீணையை மீட்டியபடி நாராயணனின் கதையை கானம் செய்துகொண்டு மூன்று உலகங்களிலும் சஞ்சரித்துக் கொண்டிருக்கிறேன். இந்தப் பாகவதத் தர்மத்தை விஸ்தாரமாக எழுதிப் பரவச் செய்யுங்கள்" என்று கூறி நாரதர் வியாச முனிவரிடம் விடைபெற்றுச் சென்றார்.

"அதன் பிறகு வியாச முனிவர் என்ன செய்தார்?" என்று சௌனகாதி முனிவர்கள் சூத பௌராணிகரிடம் கேட்டனர். சூத முனிவர் பதில் கூறினார்.

வியாசர் பாகவதம் எழுதத் தொடங்குதல்

"புனிதமான இமயமலைப் பகுதியில் பதரிகாஸ்ரமத்தின் அருகாமையில் சரஸ்வதி நதி தீரத்தில் சம்யாப்ராசம் எனப்படும் வியாசரின் ஆசிரமம் உள்ளது. அங்கு நாரதர் கூறிச் சென்றதைக் கிரகித்து கிழக்கு முனையாகத் தர்ப்பையைப் பரப்பி அமர்ந்து ஆசமனமும் தியானமும் செய்து பாகவதத் தர்மத்தை நூலாக இயற்றினார் வியாச மகரிஷி. அதனைத் தன் புதல்வரான சுக யோகீந்திரருக்குக் கற்பித்தார். பாகவதக் கதையின் தோற்றம் இவ்விதம் நிகழ்ந்தது. சுக யோகீந்திரர் பரீட்சித்திற்குப் பாகவதக் கதை சொன்னதன் பின்னணியை இப்போது கூறுகிறேன்" என்று சூத பௌராணிகர் கூறத் தொடங்கினர்.

பரீட்சித்தைக் காத்தது

உப பாண்டவர்கள் அஸ்வத்தாமனால் வதைக்கப்பட்டார்கள். அப்போது அபிமன்யுவின் மனைவி உத்தரை கர்ப்பவதியாக இருந்தாள். அவள் வயிற்றில் தாங்க முடியாத எரிச்சல் மூண்டது. கிருஷ்ண பரமாத்மா துவாரகைக்குத் திரும்ப இருந்தபோது உத்தரை கிருஷ்ணரிடம் கூறி அழுதாள்.

"தேவ தேவா, உலகுக்கெல்லாம் அதிபதியே, பகவான் ஸ்ரீ கிருஷ்ணா, என் கர்ப்பத்தைக் காப்பாயாக. பழுக்கக் காய்ச்சப்பட்ட இரும்பு அம்பு ஒன்று என்னைத் துன்புறுத்துகிறது. பரஸ்பரம் ஒருவருக்கொருவர் எதிரிகளான இந்தக் காலத்தில் உன்னைத் தவிர வேறொரு கதி இல்லை" என்றாள் உத்தரை.

'பாண்டவ வம்சத்தை நிர்மூலம் செய்வேன்' என்று சங்கல்பம் செய்து அஸ்வத்தாமன் விடுத்த அஸ்திரம் உத்தரையின்

கருவில் வளரும் சிசுவைத் துன்புறுத்தியது. கிருஷ்ண பரமாத்மா தன் மாயையால் கருவில் இருந்த சிசுவைக் கவசம்போல் காத்தார். உத்தரை தன் வயிற்றில் வெப்பம் நீங்கியதை உணர்ந்து ஆறுதலடைந்தாள். வீண் போகாத பிரம்மாஸ்திரம் கிருஷ்ண பரமாத்மாவின் சக்ராயுதத்தால் சக்தியிழந்து ஒடுங்கியது. பாண்டவர்களைக் காப்பாற்றி, புறப்பட ஆயத்தமாக இருந்த வாசுதேவனை சாத்வியான குந்தி தேவி அழகான துதிகளால் துதித்தாள்.

குந்தி துதி

"ஸ்ரீ கிருஷ்ணா, வசுதேவரின் புதல்வனே, தேவகியின் குழந்தையே, நந்தகோபரின் குமாரனே, கோவிந்தா உனக்கு வந்தனம். எங்களுக்கு ஆபத்து நேரும் போதெல்லாம் உன் தரிசனத்தைப் பெறுகிறோம். இந்த நன்றியை நான் மறவேன். ஆபத்திலிருந்து உன் கருணையால் நாங்கள் காப்பாற்றப்படுகிறோம். உன்னை நினைத்த உடனே வந்து அருளுகிறாய். அதனால் எனக்கு எப்போதும் கஷ்டங்களைத் தருவாயாக. உன்னை நினைக்கச் செய்யும் ஆபத்துகள்கூட சம்பத்துகளே. உன்னை நினைப்பதே எங்களுக்குப் பிரதானமானது. மீண்டும் பிறவியைக் கொடுக்காத தரிசனம் உன்னுடையது. உன்னுடைய தரிசனத்தை மீண்டும் மீண்டும் அளிக்கும் சந்தர்ப்பங்கள் ஆபத்துகளைக் கொண்டுவந்தாலும் அவற்றை நான் வரவேற்கிறேன். அதன் பயன் பரமாத்மாவின் தரிசனமே.

ஸ்ரீ கிருஷ்ணா, அர்ஜுனனின் தோழா, யது குல திலகா, லோகேஸ்வரா, யோகீஸ்வரா, கோவிந்தா, பூமிக்குத் துரோகம் செய்யும் அசுரர்களான மூங்கில்களை எரிப்பவனே, யாவருக்கும் குருவானவனே, பகவானே உனக்கு நமஸ்காரம்" என்று போற்றித் துதித்தாள்.

குந்தியிடம் விடைபெற்று ஸ்ரீகிருஷ்ணர் உத்தராயணப் புண்ணிய காலத்திற்காக அம்புப் படுக்கையில் காத்திருந்த பீஷ்மரிடம் தர்மராஜனை அழைத்துச் சென்று தர்மங்களைப் போதிக்க வேண்டினார்.

பீஷ்மர் ஸ்துதி

மகரிஷிகள் பலர் பீஷ்மரைச் சுற்றிலும் அமர்ந்திருந்தார்கள். அதுவரை கிருஷ்ணப் பரமாத்மாவின் தியானத்திலிருந்த பீஷ்மர், கிருஷ்ணர் நேரில் வந்ததும் கண்களைத் திறந்து பார்த்தார். ஒருநிலைப்பட்ட மனதோடு பரமாத்மாவை

நோக்கி மகிழ்ந்தார். அம்புகள் குத்திய வலி அவருக்குச் சிறிதும் தெரியவில்லை. கிருஷ்ணரின் கருணை நிறைந்த பார்வைபட்டதால் மனம் புலன்களிடம் செல்லாமல் பரமாத்மாவோடு இணைந்திருந்தது. அந்த நிலையில் பகவானைத் துதித்தார். உலக விஷயங்களை மறந்து மனதைப் பரமாத்மாவின் முகத்தில் நிறுத்தி அனைத்துப் பாவங்களையும் நாசம் செய்பவரான ஸ்ரீஹரியைப் போற்றினார் பீஷ்மர்.

"அர்ஜுனனின் தோழனான கிருஷ்ணப் பரமாத்மாவின் மேல் என் விருப்பம் நிலையாக விளங்கட்டும். மூவுலகங்களையும் மகிழ்விக்கும் திவ்ய மங்களச் சொரூபம் நீல நிற ஒளியோடு பிரகாசிக்கிறது. சூரியகாந்தி போன்ற பீதாம்பர வஸ்திரம் அசைய அர்ஜுனனுடைய ரதத்தை நடத்தும் பரமாத்மாவுக்கு நமஸ்காரம். ஸ்ரீகிருஷ்ணர் குதிரைகளை நடத்தும்போது அதன் குளம்படியிலிருந்து பறந்து வந்த தூசி அவருடைய முன்நெற்றியில் படியும் சுருள் கேசத்தில் படிந்து பிரகாசத்தோடு விளங்குகிறது. சிறு வியர்வை நெற்றியில் துளிர்த்துள்ளது. அத்தகைய திவ்ய மங்களச் சொரூபம் என் இதயத்தில் நிறைந்திருக்கவேண்டும்.

'உனக்கு வெற்றியை அருளுகிறேன்' என்று அர்ஜுனனிடம் கூறி, நான் விடும் பாணங்கள் தாக்கியபோதும் சகித்துக்கொண்டு ரதத்தை நடத்திய பரமாத்மாவுக்கு நமஸ்காரம். போரில் கிருஷ்ணரை எவ்வாறு பார்த்தேனோ அதையே தியானம் செய்து உள்ளத்தில் முத்திரை பதித்துக்கொண்டேன். இன்று அம்புப் படுக்கையிலும் அதையே நினைக்கிறேன். ரதத்தை நடத்திய உன் உருவம் மட்டுமல்ல; ஒரு முறை நான் அம்பு மழை பொழிந்தபோது எனக்குப் புத்தி கூறுவதற்காக ரதத்திலிருந்து குதித்து ஒரு ரதச் சக்கரத்தைக் கையில் பிடித்து ஓடி வந்த அந்தக் காட்சியை மறக்க முடியுமா? ஸ்ரீகிருஷ்ணா, உன்னைச் சுதர்சனம் பிடித்த விஷ்ணுவாகவே கண்டேன். என் மனதில் முத்திரை பதித்த உன் ரூபங்களையே தியானித்துக் கொண்டிருக்கிறேன். உயிர்கள் எத்தனை இருந்தாலும் அனைவரிலும் பிரகாசிக்கும் ஏகச் சொரூபம் நீ. ஒரே சூரியன் முழு உலகிற்கும் ஒளியைத் தருவது போலவே அதுவும் சத்தியம்" என்று துதித்தார் பீஷ்மர்.

பீஷ்மரின் முக்தி

பின்னர் ஸ்ரீகிருஷ்ணரின் வேண்டுகோளுக்கு இணங்க தர்மராஜனுக்குப் பலவிதத் தர்மங்களை உபதேசித்து

தர்மப் போதனை செய்த பீஷ்மர் வாசுதேவரிடத்தில் தன் ஆத்மாவை ஒன்றுபடச் செய்து முக்தி அடைந்தார்.

ஸ்ரீகிருஷ்ணர் புறப்பட்டார்

அஸ்தினாபுரத்தில் அனைத்தும் சரிவர நடைபெற்று வந்ததால் ஸ்ரீகிருஷ்ணர் புறப்பட்டார்.

துவாரகையைச் சென்றடைந்த ஸ்ரீகிருஷ்ணரை நகர மக்கள் கோலாகலமாக வரவேற்றனர். ஸ்ரீகிருஷ்ணரின் வரவால் தாய் தந்தை, மனைவியர், சுற்றத்தார் அனைவரும் ஆனந்தக் களிப்புற்றனர்.

பரீட்சித் பிறந்தான்

தர்மபுத்திரர் தர்மத்தோடு அரசாண்டு வந்தார். நாடு செழித்தது. உத்தரைக்குப் புதல்வன் பிறந்தான். அவனுக்கு முதலில் விஷ்ணுராதன் என்று பெயரிட்டனர். பிறந்ததிலிருந்து யாரையோ தேடின அவன் கண்கள். ‘என்னைக் கருப்பையில் காப்பாற்றிய அந்த நீல வண்ணத் தெய்வம் எங்கே’ என்று பரிட்சையாகத் தேடிக் கொண்டிருந்ததால் குழந்தைக்கு பரீட்சித் என்று பெயரிட்டனர். அச்சிறுவன் வளர்ந்து பெரியவனானான்.

விதுரர் வந்தார்

‘மகாபாரதப் போரில் பங்குபெற மாட்டேன்’ என்று தீர்த்த யாத்திரைக்குச் சென்றிருந்த விதுரர் திரும்பி வந்தார். இன்னமும் வைராக்கியம் வராத திருதராஷ்டிரனிடம் விரக்தியை எடுத்துக் கூறினார். ஒருநாள் இரவு, காந்தாரியையும் திருதராஷ்டிரனையும் அழைத்துக்கொண்டு விதுரர் தவம் செய்வதற்காக வடக்கு நோக்கி இமயமலைக்குச் சென்றார். அவர்களைக் காணாமல் கவலை கொண்ட தர்மருக்கு நாரதரும் தும்புருவும் வந்து அவர்கள் சிறிது நாள்களில் நற்கதி அடைவர் என்று ஆறுதல் கூறித் தேற்றினர்.

ஸ்ரீகிருஷ்ணர் மறைந்தார்

ஸ்ரீகிருஷ்ணருடன் சிறிது காலம் தங்கியிருந்து வரவேண்டும் என்று விரும்பி அர்ஜுனன் துவாரகைக்குச் சென்றிருந்தான். அவன் சென்று பல மாதங்கள் ஆகியும் திரும்பி வராததால் தர்மர் கவலை கொண்டார். பல அபசகுனங்கள் தோன்றின. அது குறித்து தர்மபுத்திரர் பீமனோடு பேசிக்கொண்டிருந்தபோது சோகம் படர்ந்த முகத்தோடு

அர்ஜுனன் வந்தான். அவன் கண்களில் கண்ணீர் பெருகிக் கொண்டிருந்தது.

"அண்ணா, என் உயிர்த்தோழர், நம் தெய்வம், ஸ்ரீகிருஷ்ணர் உலகிலிருந்து மறைந்துவிட்டார். அவரால்தான் நாம் இத்தனை சிரமங்களையும் கடந்து வந்தோம். அவர் போன பிறகு நம் பலம், ஆற்றல் எல்லாம் நம்மைவிட்டு நீங்கிவிட்டன. ஸ்ரீகிருஷ்ணரின் பதினாறாயிரம் தேவியர்களைக் காப்பாற்ற இயலாமல் போனேன். ஒரு முனிவரின் சாபத்தால் யாதவர்கள் ஒருவரையொருவர் அடித்துக்கொண்டு யாதவ குலமே அழிந்துவிட்டது" என்று கூறினான் அர்ஜுனன்.

பாண்டவர்களின் இறுதி யாத்திரை

கிருஷ்ணரின் மறைவுக்குப் பிறகு கலி வருவதை அறிந்து பாண்டவர்கள், தாங்களும் இவ்வுலகைவிட்டு நீங்கவேண்டிய காலம் வந்துவிட்டது என்று உணர்ந்தனர். மகா பிரஸ்தானம் என்ற தம் இறுதி யாத்திரைக்கு ஆயத்தமானார்கள். கலியின் தாக்கம் தம் புத்தியிலும் தோன்றத் தொடங்கியதால் அதைத் தாள முடியாமல் பாண்டவர்கள் கிளம்பிச் சென்றார்கள். ராஜ்யப் பொறுப்பைப் பேரனான பரீட்சித்திடம் ஒப்படைத்தார்கள்.

வாசுதேவனின் திருவடித் தாமரைகளே தங்களுக்குச் சரணமென்பதை அறிந்து அவரை பரிசுத்தமான மனதால் தியானித்து உத்தம கதியை அடைந்தனர். திரௌபதியும் வாசுதேவனிடத்தில் பக்தியுடையவளாய் பகவானைச் சென்றடைந்தாள். விதுரரும் பிரபாச தீர்த்தத்தில் ஸ்ரீ வாசுதேவனையே தியானித்து தன்னை அழைத்துச் செல்ல வந்த பித்ருக்களோடு தன் அதிகார ஸ்தானத்தை அடைந்தார்.

பலன்

ஸ்ரீவாசுதேவருடைய அன்பிற்குப் பாத்திரமான பாண்டவர்களின் பரிசுத்தமும் மங்களமுமான இந்த மோட்சக் காதையைச் சிரத்தையோடு கேட்பவர் பகவானிடத்தில் பக்தியைப் பெற்று மோட்சத்தை அடைவார்.

பரீட்சித் ஆட்சியில் கலி

சூத முனிவர், "பரீட்சித் கலியைக் கட்டுப்படுத்தினான்" என்று கூறினார். சௌனகாதி முனிவர்கள், "என்ன

காரணத்தால் பரீட்சித் கலியைக் கட்டுப்படுத்தினான்?" என்று கேட்டனர்.

சூத முனிவர் பதிலுரைத்தார் –

"பரீட்சித் மகாராஜா அரசாண்ட காலத்தில் கலிகாலம் வந்திருந்தது. கலியை அடக்குவதற்காக ஒருமுறை தேச யாத்திரைக்குச் சென்றான் பரீட்சித். அரசன் என்பவன் காலத்திற்குக் காரணம் ஆகிறான். கலியின் ஆதிக்கம் இல்லாமல் தன் ராஜ்யத்தில் தர்மத்தை நிலை நிறுத்துவதற்காகக் கலி தோஷங்கள் தென்படும் இடங்களைத் தேடினான்.

பூமாதேவியும் தர்மத் தேவதையும்

அவ்வாறு செல்கையில் ஒரு காட்டுப் பகுதியில் ஒரு வியப்பான காட்சியைப் பார்த்தான். ஒரு மெலிந்த பசுமாடு தென்பட்டது. அது கண்ணீர்விட்டு அழுதது. அதன் அருகில் ஒரு ரிஷபம் நின்றிருந்தது. பசுவுக்கு ஆறுதல் அளிப்பதுபோல் காளை பேசியது. அவையிரண்டும் உரையாடுவதை பரீட்சித் செவிமடுத்தான்.

"ஏன் வருத்தமாக உள்ளாய்? முன்பெல்லாம் உற்சாகமாக இருப்பாயே. முகம் வாடிப் போய் வேதனையில் இருப்பதற்கு என்ன காரணம்? கலி பிரவேசித்தது என்பதாலா, தர்மம் மதிக்கப்படவில்லை என்பதாலா, துஷ்டர்கள் அரசராவார் என்பதாலா? நேற்றுவரை நடமாடிய கிருஷ்ண பரமாத்மா தன் பாதங்களை உன் மேலிருந்து நீக்கிவிட்டார் என்று அவர் பிரிவால் வேதனை அடைகிறாயா?" என்று கேட்டது காளை வடிவில் இருந்த தர்மத் தேவதை.

பசுவின் வடிவத்தில் இருந்த பூமாதேவி பதிலளித்தது –

"ஆமாம். நீ கூறிய காரணங்கள் உண்மையே. கிருஷ்ண பரமாத்மா என் மேலிருந்து பாதங்களை எடுக்கும்வரை கலி பிரவேசிக்கவில்லை. கிருஷ்ணரைப் பிரிந்திருப்பதை என்னால் தாள முடியவில்லை. கிருஷ்ணர் முப்பத்தாறு நல்ல குணங்களோடு கூடியவர். அவை தவிர இன்னும் நிறைய நற்குணங்கள் கிருஷ்ணரிடம் உள்ளன. அனந்தக் கல்யாண திவ்யக் குணங்களைக் கொண்டவர் பரமாத்மா. அவர் நிர்குண பக்திமான போதிலும் அவதாரம் எடுத்து வரும்போது திவ்யக் குணங்களோடு வருகிறார். பிரக்ருதியைத் தன் கட்டுப்பாட்டில் வைக்கக்கூடிய தெய்விகமான குணங்கள் அவை. சத்தியம், தூய்மை,

சாந்தி, பொறுமை, தியாகம், திருப்தி, கபடமின்மை, மன அடக்கம், புலனடக்கம், தவம், சமபுத்தி, கஷ்டத்தைச் சகித்துக்கொள்ளும் இயல்பு, பகிர்முகமான வெளி வேலைகளிலிருந்து நீங்குவது, உள்நோக்கு முகமாக ஆவது, சாஸ்திர ஞானத்தின் அனுபவம், வைராக்கியம், ஐஸ்வரியம், வீரம், தேஜஸ், சாமர்த்தியம், நினைவாற்றல், சுதந்திரம், நுட்பம், பிரகாசம், தைரியம், மென்மை, அதிசயத் திறமை, பணிவு, சீலம், சாகசம், கம்பீரம், நிச்சயத்தன்மை, சாஸ்திரம் மற்றும் குரு வாக்கியத்தின் மீது அசையாத நம்பிக்கையான ஆஸ்திகம், கீர்த்தி, கௌரவம், அகங்காரமின்மை போன்ற அனைத்து நற்குணங்களும் கொண்டவர் பகவான்" என்று உரைத்த கோமாதா மேலும் கூறினாள்.

"தேவதைகள், ரிஷிகள், பூமி, தர்மதேவதை, ஞானி, பித்ரு தேவதைகள் மற்றும் அனைத்து மனிதர்களுக்கும் ஸ்ரீகிருஷ்ணர் இல்லாவிட்டால் ஆபத்து நேரும் என்ற கவலை ஏற்பட்டது. அற்பர்களும் அதர்மர்களும் அதிகாரத்திற்காக அலையும் காலம் வரும். தர்மம் வழி தவறும். உனக்கும் எனக்கும் வலிமை குறையும். ஸ்ரீகிருஷ்ணரின் பாத ஸ்பரிசத்தால் மகிழ்ந்தேன். அவருடைய பாதங்கள் எப்படி இருக்கும் தெரியுமா?" என்று கோமாதா வடிவில் இருந்த பூமாதா எண்ணிப் பார்க்கிறாள்.

"திவ்ய விஷ்ணு பாதச் சின்னங்களோடு கூடியவை அவை. தாமரை, வஜ்ராயுதம், அங்குசம், கொடி போன்ற சின்னங்கள் கொண்ட அந்தப் பாதங்கள் இனி என் மீது படாதே என்ற துயரத்தால் வருந்துகிறேன். என்னைச் சமாதானப்படுத்துகிறாயே தவிர நீயும் நொண்டிக்கொண்டு துயரப்படுகிறாய். உனக்கு என்னவாயிற்று?" என்று கேட்டது பசு.

"என் மூன்று பாதங்கள் பலமிழந்துவிட்டன. இருப்பது சத்தியம் என்ற ஒரு கால்தான்" என்றது காளை.

அவையிரண்டும் அவ்வாறு பேசிக் கொண்டிருந்தபோது ஒரு கீழான மனிதன் பல ஆபரணங்கள் அணிந்து அரச மரியாதைகளோடு அங்கு வந்தான். காலால் காளையை உதைத்தான். கலியானவன், தர்மத்தைக் காலால் உதைத்தான். பூமி பலவீனமாக வருந்தியது. அதைப் பார்த்த பரீட்சித் வில்லைப் பூட்டினான்.

"என் அரச பரிபாலனத்தில் பசுவைத் துன்புறுத்தினால் மன்னிக்கமாட்டேன். தண்டிப்பேன். இம்சிக்கக் கூடாத விலங்கு பசு" என்றான்.

அரசனைப் பார்த்து நடுநடுங்கினான் கலிபுருஷன். அரசனுடைய காலில் விழுந்து மன்னிப்பு வேண்டினான்.

"மன்னா, இது எனக்கு இடப்பட்ட காலம். நான் வராமல் இருக்க முடியாது. இது இறைவனின் ஆணை" என்றான் கலி.

"தெய்வ பக்தியும் யாக யக்ஞங்களும் நிறைந்திருக்கும் என் அரசாட்சியில் நீ இருக்கக்கூடாது" என்றான் பரீட்சித்.

"எனக்கு ஏதாவது இடத்தைக் காட்டுங்கள். அங்குத் தங்குகிறேன்" என்றான் கலி.

"சூதாட்டம், மது, பெண் மோகம், பிராணி ஹிம்சை இருக்கும் இடங்களில் நீ இரு" என்று கூறினான் பரீட்சித்.

"இன்னும் சில இடங்களைக் காட்டுங்கள்" என்றான் கலி.

"பொய், கர்வம், காமம், அகங்காரம், வஞ்சனை முதலிய ரஜோகுணங்கள் இருக்கும் இடங்களில் இரு" என்றான்.

"சரி" என்று தலை குனிந்து சென்றான் கலி.

பரீட்சித் தர்மமாகிய காளை இழந்திருந்த தவம், தூய்மை, தயை என்ற மூன்று கால்களையும் மீட்டுக் கொடுத்து சத்தியத்தோடு சேர்த்து வைத்தான். பூமியையும் ஆறுதல் கூறி வளப்படுத்திய பரீட்சித், திருப்தியோடு தன் தலைநகரைச் சென்றடைந்தான்.

பரீட்சித் செய்த தவறு

நல்லவிதமாக ஆட்சி செய்து வந்தான் பரீட்சித். ஒரு முறை கொடிய விலங்குகள் கிராமங்களைத் தாக்கியபோது அவற்றை வேட்டையாடக் காட்டுக்குச் சென்றான். இடையில் தாகம் எடுத்ததால் ஒரு மகரிஷியின் ஆசிரமத்தைக் கண்டு அங்குச் சென்றான். அங்கு சமீக முனிவர் தியானத்தில் ஆழ்ந்திருந்தார். "தாகம் எடுக்கிறது. குடிக்கத் தண்ணீர்வேண்டும்" என்று கேட்டான். சமாதி நிலையில் தியானம் செய்துகொண்டிருந்த முனிவர் பதில் எதுவும் கூறவில்லை. கலியின் தாக்கத்தால் அரசனுக்குக் கோபம் வந்தது. அங்குக் கிடந்த இறந்த பாம்பை எடுத்து அவர் மேல் வீசிவிட்டுச் சென்றான்.

முனிகுமாரனின் சாபம்

முனிவரின் புதல்வன் சிருங்கி அதனைத் தெரிந்துகொண்டு, "யார் இந்த வேலையைச் செய்தானோ அவன்

ஏழு நாள்களில் தட்சகன் என்னும் பாம்பு கடித்து மரணமடைவான்" என்று சபித்தான்.

தியானத்திலிருந்து வெளிவந்த சமீக முனிவர் புதல்வனின் செயலை அறிந்து வருந்தினார். "தவறு செய்துவிட்டாய். எத்தகைய சிறந்த அரசன் பரீட்சித். நாம் இன்று இங்கு அமர்ந்து அமைதியாக ஆன்மிகச் சாதனை செய்ய முடிகிறது என்றால் அதற்குப் பாதுகாப்பு அளிக்கும் அரசன் பரீட்சித்தே காரணம். அவரவர் தர்மத்தை அவரவர் கடைப்பிடிப்பதற்கு ஏற்ற சூழ்நிலையை ஏற்படுத்திக் கொடுத்து அரசன் பரிபாலனம் செய்கிறான். அசுரர்களும் அதர்மர்களும் நம்மைத் தொல்லை செய்யாமல் காக்கிறான். முனிவர்கள் தவ சக்தியைப் பாதுகாத்துக் கொள்ளவேண்டும். வார்த்தைகளை வீசக் கூடாது. நீ உடனே சென்று அவனிடம் இந்தச் செய்தியைத் தெரிவிக்கவேண்டும். மன்னன், மரண காலம் நெருங்கிவிட்டது என்று அறிந்து செய்யவேண்டிய கடமைகளைச் செய்து முடிப்பான்" என்றார் முனிவர்.

மோட்ச உபாயம்

ஏற்கெனவே செய்த தவறுக்காகப் பச்சாதாபத்தில் இருந்த பரீட்சித் ஏழு நாள்களில் மரணிக்கும் செய்தியை அறிந்ததும், செய்த தவற்றுக்கு மேலும் வெட்கினான். ஆனால் திரும்பச் சபிக்கவில்லை. மரண முகூர்த்தத்தை அறிந்தான். அவனுக்கு விஷ்ணுராதன் என்று இன்னொரு பெயர் உண்டு. அதாவது விஷ்ணுவை அடைந்தவன் என்று. 'வாழ்நாள் முழுவதும் சாதனையில் செலவழித்தாலும் பரமாத்மாவை அடைவது கடினம். ஏழே நாள்களில் நான் எவ்வாறு சாதிப்பேன்' என்று கவலையில் தவித்தான் பரீட்சித். உடனடியாகத் தன் மகன் ஜனமேஜயனிடம் அரசாட்சியை ஒப்படைத்தான்.

'இன்று பாம்புக் கடியிலிருந்து தப்பித்துக்கொண்டாலும் உண்மையில் இறப்பிலிருந்து யார்தான் தப்பிக்க முடியும்? ஆயுளை நீடிக்க இயலுமே தவிரத் தவிர்க்க இயலாதல்லவா? இருக்கும் நேரத்தைப் பயன்படுத்திக் கொள்ளவேண்டும்' என்று பரீட்சித் தீர்மானித்தான்.

மரணத்தை வரவேற்கும் பிராயோபவேசத்தைச் செய்யத் தீர்மானித்தான். அதாவது உண்ணாவிரதம் இருந்து உயிர் விடத் துணிந்தான். புனிதக் கங்கை நதி தீரத்திற்குச் சென்றான். கிழக்கு முகமாகத் தர்ப்பையைப் பரப்பி அதன் மீதமர்ந்து பகவானை நினைத்தான். ஏழு நாள்களில் மோட்சம் பெறுவதற்கான உபாயத்தைத் தேடினான்.

நாரதர், வசிஷ்டர் போன்ற முனிவர்கள் அவனைச் சுற்றிலும் அமர்ந்தனர். அவர்களை வணங்கி, "ஒரே வாரத்தில் நான் உய்வடையும் உபாயம் கூறுங்கள்" என்று வேண்டினான். யோக மார்க்கத்தைக் கடைப்பிடித்து தியானத்தில் ஆழ்ந்தான். அங்கு மௌனம் நிலவியது.

சுக யோகியின் வருகை

அப்போது வந்தார் பதினாறு வயது இளைஞர் ஒருவர். ஒளிமயமான உடல். பார்வை உலகியலாக இல்லை. பரமாத்மாவிடம் லயித்திருந்தார். புன்னகை தவழும் முகம். கண்களில் கருணை. பார்ப்பதற்குப் பைத்தியம் போலும், சிறுவன் போலும் காணப்பட்டார். உடல் பற்றிய எண்ணம் சிறிதுமின்றி ஆனந்தப் பரவசத்தில் ஆழ்ந்திருந்தார். அவர் முகத்தில் பிரம்ம தேஜஸ் ஒளிர்ந்தது. சிறுவர்களும் பெண்களும் அவர் பின்னால் ஓடி வந்தனர். பரீட்சித் அவர்களைத் தடுத்து விரட்டினான். அவதூதரிடம் மன்னிக்கும்படி வேண்டினான். திகம்பர நிலையில் அங்கு வந்து சேர்ந்த அந்த இளைஞரின் பாதங்களில் விழுந்து வணங்கினான். இப்படிப்பட்ட மகாத்மாவைக் காண்பதே அரிது. அப்படிப்பட்டவர் என்னைத் தேடி வந்துள்ளாரே என்றான் பரீட்சித். அவர் பார்வை பட்டதுமே பரீட்சித்துக்கு நம்பிக்கை பிறந்தது. அவரை அமர வைத்தான்.

"பிரம்ம ரிஷி, பசுமாட்டிடம் பால் கறக்கும் நேரம்கூட அவதூதரான தாங்கள் நிற்க மாட்டீரே. தாங்கள் இங்கு அமர்ந்தது என் அதிர்ஷ்டம்" என்றான் பரீட்சித்.

மகா யோகீஸ்வரரான சுக பிரம்மத்திடம் பரீட்சித் பிரார்த்தனை செய்தான். "சுவாமி, மரணத்தை நோக்கிச் செல்லும் மனிதன் செய்யவேண்டியது எது?" என்று கைகூப்பி அடக்கத்துடன் கேட்டான்.

சுக பிரம்மம் பதில் கூறினார்.

முதல் ஸ்கந்தம் நிறைவுற்றது.

இரண்டாம் ஸ்கந்தம்

சுக யோகி பரீட்சித்துக்கு நம்பிக்கை ஊட்டினார்

"பரீட்சித் மன்னா, உன் கேள்வி மிகச் சிறந்தது. மரணத்தை எதிர்பார்க்கும் மனிதன் ஓங்காரத்தை ஜபம் செய்துகொண்டு பிராணாயாமத்தால் மனதைக் குவித்து பகவானுடைய திவ்ய மங்கள ரூபத்தைத் தியானம் செய்யவேண்டும்.

ராஜேந்திரா, பாகவதம் என்ற புராணம் வேதத்திற்குச் சமமானது. இதனை என் தந்தையான வியாச முனிவரிடமிருந்து கற்றேன். இதுவே மோட்சத்தை விரும்புபவர்களுக்கும் ஞானிகளுக்கும் பலத்தைக் கொடுப்பது. நீ புருஷோத்தமனின் கருணைக்குப் பாத்திரமானவன். இதனை உனக்குச் சொல்கிறேன்" என்றார் சுக யோகி.

பரீட்சித்தின் உண்மையான தவிப்பைப் பார்த்து, சுக யோகீந்திரர் கூறினார், "உய்வடையவேண்டும் என்ற உறுதி எழவேண்டுமே தவிர, அதற்கு ஒரு முகூர்த்தக் காலம் போதாதா என்ன. உனக்கு ஒரு கதை சொல்கிறேன்.

கட்வாங்கனின் கதை

கட்வாங்கன் என்று ஒரு ராஜரிஷி இருந்தார். தன் ஆயுளின் முடிவுக் காலத்தை அறிந்ததும் ஒரு முகூர்த்தக் காலத்தில் அனைத்தையும் துறந்து ஸ்ரீஹரியைச் சரணடைந்து மோட்சத்தைத் தேடிக் கொண்டார். ஒரு முகூர்த்தக் காலத்திலேயே கட்வாங்கன் உய்வடைந்தபோது உனக்கு ஏழு நாள்கள் உள்ளன" என்றார் சுக யோகி.

பரமாத்ம தியானம்

"பகவான் ஒருவரே பரம சத்யம் என்று தெரிந்துகொண்டு உலகியல் விஷயங்கள் தாற்காலிகமாக உண்மைபோல் தோன்றினாலும் அவை உண்மையல்ல, மித்யை என்று உணர்வதே பாகவதத் தர்மம். அரசே, சத்திய வஸ்துவான பரமாத்மாவின் மீது உலகியல் விஷயங்கள் மூடி மறைப்பதால் மனித மனம் அதில் ஐக்கியமாகிறது. அதனை இயக்கி, அதற்கு ஆதாரமாக இருந்தும் அதோடு ஒட்டாமல் அதற்கு அதீதமாக இருக்கும் பரமாத்மாவைப் பற்றி நிரந்தரம் சிந்தனை செய்யவேண்டும். அசத்தியமான உலகத்தைப் பற்றி நினைக்காமல் சத்தியமான பரமாத்மாவைப் பற்றி சிந்தனை செய். ஏழு நாள்களும் உனக்குச் சத்திய வஸ்துவைப் பற்றியே கூறுவேன். பரமாத்மாவைப் பற்றி சிந்தனை செய்வதே ஆற்றவேண்டிய சாதனை" என்று உரைத்தார் சுகப்பிரம்மம்.

விராட் சொரூபம்

"இந்தப் பிரபஞ்சம் யாருடைய சரீரத்தில் காணப்படுகிறதோ, அந்தப் பகவானுடைய உடல் ஸ்தூலமானவற்றை விட ஸ்தூலமானது. பதினான்கு உலகங்களும் பகவானின் தேகமாக உள்ளன. பூமி அவருக்கு இடுப்பாக உள்ளது. புவர் லோகம் அவருக்கு நாபியாகவும் சொர்க்கலோகம் அவருக்கு இதயமாகவும் சத்திய லோகம் தலையாகவும் உள்ளன. இந்திரன் முதலான தேவர்கள் அவருக்குக் கைகளாகவும் திசைகள் அவருக்குக் காதுகளாகவும் அச்வினி தேவதைகள் நாசியாகவும் ஜொலிக்கும் அக்னி வாயாகவும் உள்ளன. அந்தரிக்ஷம் இரண்டு கண்களாகவும் இரவும் பகலும் கண்ணிமைகளாகவும் ஜலம் இரண்டு கன்னங்களாகவும் உள்ளன. என்றும் அழிவில்லாத பகவானுக்கு உலகை மயக்கும் மாயையானது புன்னகையாகவும் அவருடைய கடைக்கண் பார்வை முடிவற்ற சிருஷ்டியாகவும் உள்ளன.

நிலம், நீர், நெருப்பு, காற்று, வானம், மஹத் என்னும் புத்தி, அஹங்காரம் என்ற ஏழு ஆவரணங்களோடு கூடிய உடலைக் கொண்டவர் என்று பகவானின் விஸ்வரூபத்தைத் தியானிக்கவேண்டும். சில யோகிகள் தம் இதயம் என்னும் ஆகாயத்தில் கட்டைவிரல் அளவுள்ளவராக நான்கு கரங்களில் தாமரை, சங்கு, சக்கரம், கதாயுதம் ஆகியவற்றைத் தாங்கிய வடிவமாகப் பரமாத்மாவைத் தியானிப்பர்.

புன்னகையுடன் கூடிய தாமரைக் கண்கள், மஞ்சள் பட்டாடை, ரத்தினங்கள் பிரகாசிக்கும் கிரீடம், தோள்வளை,

குண்டலங்கள், யோகிகளின் இதய ஆலயத்தில் விளங்கும் துளிர் போன்ற மென்மையான பாதங்கள், ஸ்ரீதேவியை அடையாளமாகக் கொண்ட ஸ்ரீவத்சம், கௌஸ்துப மணி, வனமாலையோடு கூடியவராக விளங்கும் பூரணச் சொரூபத்தை மனக்கண்ணால் தரிசித்துக்கொண்டே தியானிக்கவேண்டும்" என்று விளக்கினார் சுகப்பிரம்மம்.

தெய்வங்களின் உபாசனை

அதன் பிறகு சுக யோகீந்திரர், எந்தெந்தப் பலனைப் பெற எந்தெந்தத் தெய்வத்தை உபாசனை செய்யவேண்டும் என்று எடுத்துரைக்கிறார்.

"அறிவின் ஒளியைப் பெற பிரம்மாவையும் புலன்களில் வலிமை பெற இந்திரனையும் பிள்ளைப் பேற்றுக்காக தக்ஷன் முதலான பிரஜாபதிகளையும் வழிபடவேண்டும். செல்வம் பெற ஸ்ரீதேவியையும் தேஜஸ் பெற அக்னியையும் வீரியத்தைப் பெறப் பதினொரு ருத்திரர்களையும் வணங்கவேண்டும். உணவைப் பெற அதிதியையும் சுவர்க்கத்தை விரும்புபவன் பன்னிரண்டு ஆதித்தியர்களையும் அரசாள விரும்புபவன் விஸ்வேதேவர்களையும் ஜனங்களை வசமாக்கிப் புகழடைய சாத்யர்களையும் பூஜை செய்யவேண்டும். தீர்க்காயுள் பெற அஸ்வினி தேவர்களையும் உடல் பலம் பெற பூமா தேவியையும் அழகான உருவம் பெறக் கந்தர்வர்களையும் பெண் சுகத்திற்கு ஊர்வசி என்ற அப்சரஸையும் சர்வாதிகாரம் பெற பிரம்மாவையும் பூஜை செய்யவேண்டும். புகழை விரும்புபவன் யக்ய சொரூபியான விஷ்ணுவையும் பணக் குவியலை விரும்புபவன் வருணனையும் கலைகளை விரும்புபவன் பரமேஸ்வரனையும் தம்பதிகள் அன்புடன் இணைந்திருக்க உமாதேவியையும் பூஜிக்கவேண்டும்."

இவ்விதம் பலவற்றைக் கூறிய சுக யோகீந்திரர், "மனத்தெளிவின் காரணமாக விஷயங்களின் மேல் பற்றற்ற நிலை ஏற்படும். அவ்விதம் உண்டான பக்தி யோகத்தின் மூலம் ஹரி கதைகளைக் கேட்டு ஆனந்தம் பெற்று ஹரியையே வணங்குகிறான் பக்தன்" என்று உரைக்கிறார்.

தவளையின் நாக்கு

சௌனகர் கூறினார், "சூத மாமுனிவரே, மகாவிஷ்ணுவின் சொரூபத்தைப் பார்க்காத கண்கள் மயில் தோகையிலிருக்கும் கண்கள் போன்றவையே. ஹரி கதையைக் கேட்காத காதுகள் வெறும் ஓட்டைகளே. பகவானுடைய நாமத்தை

உச்சரிக்காத நாக்குகள் தவளையின் நாக்குகளே. முகுந்தனை வணங்காத தலை வெறும் சுமையே. ஸ்ரீஹரியின் கோவில்களுக்குச் செல்லாத கால்கள் மரக்கட்டைகளே. ஸ்ரீஹரியின் பாத தூளியை ஒரு பொழுதாவது தலையில் ஏற்காதவன் பிணமே. ஸ்ரீஹரியின் பாதங்களில் இருக்கும் துளசியின் சுகந்தத்தை நுகராதவன் மூச்சு விடுவதால் என்ன பயன்? ஹரியின் திருநாமங்களைக் கேட்டும் மாறாதவனின் மனம் கல்லே. பகவானை நினைக்காத நாளெல்லாம் வீணே. ஹரி நாமத்தைக் கேட்டதுமே உடல் ரோமங்களில் சிலிர்ப்பு ஏற்படுகிறது. பாகவதர்களில் உத்தமனான பரீட்சித்திடம் சுக யோகீந்திரர் இன்னும் எதை உபதேசித்தாரோ அதை எமக்குக் கூறுங்கள்" என்று கேட்டார் சௌனகர்.

ஜகத் சிருஷ்டி

சூத முனிவர் பதிலளித்தார், "பரீட்சித் ராஜன், ஜகத் சிருஷ்டியைப் பற்றிக் கேட்டான். தோஷமற்ற ஹே சுகப்பிரம்ம ரிஷியே, மனதாலும் நினைக்க முடியாத இந்தப் பிரபஞ்சத்தைச் சர்வேஸ்வரன் எவ்வாறு படைக்கிறார்? எவ்வாறு ரட்சிக்கிறார்? எவ்வாறு சம்ஹாரம் செய்கிறார்?" என்று கேட்டான்.

சுக முனிவர் பகவானைத் துதித்துப் பதிலளிக்கத் தொடங்கினார். "நிர்குண பக்திமான பிரம்மம் சத்துவம், ராஜஸம், தாமஸம் என்ற மூன்று குணங்களோடு கூடிய மாயையின் சக்தியால் பிரபஞ்சத்தைத் தோற்றுவித்து, காப்பாற்றி, சம்ஹாரமும் செய்கிறார். ஒரு சிலந்தி தனக்குள்ளே இருந்து வலையை வெளிக்கொணர்ந்து பின் இழுத்துக் கொள்வதைப்போல பரமாத்மா தன் மாயையால் பிரபஞ்சத்தைப் படைத்து, காத்து, பின் தன்னுள்ளே ஒடுங்க வைக்கிறார்."

லீலாவதாரங்கள்

அதன்பின், பரமாத்மாவின் அவதாரங்களைப் பற்றிக் கூறி, 'பகவானின் லீலாவதாரங்கள் எண்ணற்றவை' என்று பிரம்மதேவர் நாரதரிடம் விவரித்தார் என்று சுக யோகி பரீட்சித்திடம் கூறினார்.

இருபத்திரண்டு அவதாரங்களோடு, ருசி பிரஜாபதிக்குத் தக்ஷிணை என்ற மனைவியிடம் பிறந்த ஸுயமர்கள் என்ற தேவர்கள், துருவனுக்குத் தரிசனமளித்த மகா விஷ்ணு, ஹயக்ரீவ அவதாரம், கஜேந்திரனுக்கு மோட்சமளித்த ஹரியவதாரம், ஹம்சாவதாரம் ஆகியவற்றை விவரித்தார்.

மேலும் 'தப, தப' என்று தனக்குக் காதில் விழுந்தது என்று கூறி, தவம் என்பதையும் நாராயணனின் ஓர் அவதாரமாக விவரிக்கும் பிரம்மதேவர், தன்னையும் நாராயணனின் அவதாரமாகக் கூறுகிறார். அதோடு தர்மம், பிரஜாபதிகள், ஹரன், யக்ஞம், ரிஷிகள், தேவர்கள், மகாராஜாக்கள் என்று இந்தச் சிருஷ்டியை நிலைபெறச்செய்யும் பொறுப்பை ஏற்ற அனைவரும் நாராயணனின் அவதாரங்களே என்கிறார் பிரம்ம தேவர். அதோடு சர்ப்பங்கள், கோபம்கொள்ளும் பிராணிகள், அசுரர்கள், அதர்மம் என்ற எல்லாமே விஷ்ணுவின் மாய அவதாரங்கள். படைத்தல், காத்தல், அழித்தல் என்ற முத்தொழிலுக்கும் உதவுபவர்கள் அனைவரும் பகவானின் அவதாரங்களே. விஷ்ணுவின் அவதாரங்களை யாராலும் கணக்கிட இயலாது. ஆயிரம் முகம் கொண்ட ஆதிசேஷனால்கூட இயலாது என்று பிரம்மதேவர் நாரதரிடம் கூறினார்.

"பரீட்சித் அரசே, இந்த அவதாரங்கள் மூலம் பகவானின் குணம், ரூபம், லீலை, மகிமை, தத்துவம் ஆகியவை விளக்கப்படுகின்றன. இந்த அவதாரக் கதைகளை எப்போதும் மனனம் செய்து கொண்டிருந்தால் அந்தத் தத்துவத்தின் இனிமையோடு இணைந்திருப்பாய். அதுவே பிறவியை உய்வடையச் செய்யும் மார்க்கம். பகவானின் லீலையை மனனம் செய்வதும் நாமத்தை ஸ்மரணம் செய்வதும் ரூபத்தைத் தியானம் செய்வதும் தத்துவத்தைச் சிந்தனை செய்வதும் பயனளிக்கிறது. இதனை இறுகப் பிடித்துக் கொள். இதுவே பாகவதத் தர்மம்" என்று கூறிய சுக முனிவர் பாகவதத்தைச் சுருக்கமாக எடுத்துரைத்தார்.

சுருக்கமான பாகவதம்

"பரீட்சித் மன்னா, முதலில் நாராயணன் பிரம்மாவுக்கு பாகவதத்தை உபதேசித்தார். அதையே இப்போது நான் உனக்குக் கூறுகிறேன் கேள்.

சிருஷ்டியின் ஆரம்பத்தில் பரமாத்மா முதலில் பிரம்மாவைப் படைத்தார். பிரம்மாவின் மூலம் பிரபஞ்சத்தைப் படைத்தார் நாராயணன். பிரம்மாவிடம் சிருஷ்டியைத் தொடங்கச் சொன்னபோது பிரம்மா, 'தான் மோகத்திற்கு வசமாகக் கூடாது' என்று பிரார்த்தனை செய்தார். நாராயணன் தரிசனமளித்து 'நான் அளிக்கும் ஞானத்தை உள்ளத்தில் இருத்தி பணிபுரி. அது உன்னைப் பந்தத்திற்கு உள்ளாக்காது' என்றார்.

பாகவத ஞானத்தை மனதில் இருத்துபவருக்குச் சத்திய வஸ்து பரமாத்மாவே என்பது புலனாகும். மீதி உள்ளவை அவரால் நடப்பவையே தவிர, நாம் செய்வது எதுவுமில்லை என்பது தெரியவரும்."

ஸ்ரீமன் நாராயணன் பிரம்மாவுக்கு உபதேசித்த நான்கு சுலோகங்கள் – சதுர் ஸ்லோகி பாகவதம் —

"ஓ பிரம்ம தேவா, நான் இப்போது ஞானத்தை எடுத்துக் கூறப்போகிறேன். இது விஞ்ஞானத்தோடு கூடிய ஞானம். நான் கூறும் ஞானம் அனுபவத்திற்கு வந்தால் அது விஞ்ஞானம். ரகசியமான அந்த ஞானத்தை உன் அனுபவத்திற்கு வரும் விதமாகச் சாதனை செய்யக்கூடிய செயல்முறையோடு போதிக்கிறேன். இதனைப் பெற்றுக் கொள். இதன்மூலம் நான் யார், எப்படிப்பட்டவன் என்ற என்னைப் பற்றிய யதார்த்தச் சொரூபம் உனக்கு விளங்கும். நான் யார், என் இருப்பு என்ன, என் ரூபம் என்ன, என் குணங்கள் என்ன, என் செயல்கள் என்ன... இவையனைத்தும் என் அருளால் உனக்கு விளங்கும்."

முதல் சுலோகம்

"சிருஷ்டிக்கு முன்பாக நான் மட்டுமே இருந்தேன். வேறொரு பொருள் இல்லை. அநேகம் இல்லை. ஏகமே இருந்தது. என்னைத் தவிர சத் (காரியம்), அசத் (காரணம்), பரம் (பிரகிருதி) எதுவுமில்லை. காரியம், காரணம், பிரகிருதி இம்மூன்றுக்கும் முன்பு நான் இருந்தேன். அதன் பின்னரும் நானே இருக்கிறேன். படைப்பு தொடங்குவதற்கு முன்னரும் பின்னரும்கூட நான் இருக்கிறேன். சிருஷ்டி அழிந்தபின் மீதியிருப்பதும் நான் மட்டுமே. சிருஷ்டிக்குமுன், சிருஷ்டிக்குள், சிருஷ்டி அழிந்தபின் மூன்று நிலைகளிலும் இருப்பது சாஸ்வத வஸ்துவான அஹம் என்னும் நானே."

இரண்டாவது சுலோகம்

"பரமாத்மா எப்போதும் உள்ள வஸ்து. பிரபஞ்சம் அவருக்குப்பின் வந்தது. பிரபஞ்சம் முழுவதும் பரமாத்மா நிறைந்திருந்தாலும் பரமாத்மாவை ஜீவர்கள் அறிவதில்லை. இல்லாதது இருப்பதுபோல் தோன்றுவதும், இருப்பது இல்லாததுபோல் தோன்றுவதும் அஞ்ஞானம். அதுவே என் மாயை. இதை மனதில்கொண்டு சத்திய வஸ்துவான என்னை விசாரணையால் அறிந்து கொள்."

மூன்றாவது சுலோகம்

"பிரபஞ்சத்தில் உள்ள அனைத்திலும் இருக்கும் நான் எதிலும் ஒட்டாமல் இருக்கிறேன். சிருஷ்டியைச் செய்தபின் அதில் பிரவேசித்தேன் என்பது எத்தனை உண்மையோ, பிரவேசிக்கவில்லை என்பதும் உண்மை. பொருட்களைக்கொண்டு அவை மட்டுமே இருப்பதாக நினைக்கிறாய். பொருட்களை நீக்கு. எங்கும் நிறைந்த பரமாத்மாவாக என்னைக் காண்பாய். எல்லாம் பரமாத்மாவே என்ற உணர்வோடு பணி செய்தால், மோகத்தில் ஆழமாட்டாய்."

நான்காவது சுலோகம்

"சிருஷ்டி முழுவதும் பரமாத்மாவே என்பது உடன்பாட்டு வழிமுறை. உடல்களால் வேறுபாடு காணப்படுவதால் பரமாத்மா இல்லை என்பது எதிர்மறை வழிமுறை. சித் என்னும் வஸ்துவாக அனைத்திலும் வியாபித்து உள்ளேன் என்பதை அறிந்துகொள். பிரபஞ்சத்தில் இருப்பது பரமாத்மாவின் சைதன்யமே. அது தவிர வேறாகத் தெரிவதெல்லாம் மாயை. எங்குமுள்ள பரமாத்மாவை உடன்பாடு, எதிர்மறை என்னும் இரு வழிகளாலும் அறிந்து கொள்.

ஓ பிரம்ம தேவா, உன் புத்தியை இந்தச் சத்தியத்தில் ஸ்திரமாக நிறுத்து. இந்த ஞானத்தை நிலையாகப் பெற்றுவிட்டால் எத்தனை கல்பங்கள் தோன்றினாலும் அவற்றில் எத்தனை மாற்றங்கள் ஏற்பட்டாலும் நானே செய்பவன் என்ற அஞ்ஞானத்தில் சிக்கி மோகத்தில் ஆழ மாட்டாய்" என்று பிரம்மதேவரிடம் நாராயணன் எடுத்துரைத்தார்.

"ஓ பரீட்சித் அரசே, இதனை உபதேசமாகப் பெற்ற பிரம்மா மகிழ்ந்தார். அந்த ஞானம் வரிசையாக நாரதர் மூலம் வியாசருக்குக் கிடைத்தது. இந்த நான்கு சுலோகங்களையே வியாசர் பதினெட்டாயிரம் சுலோகங்களாக விரிவுபடுத்தினார்" என்றார் சுக யோகி.

அடுத்து சுகப்பிரம்மம், பாகவதத்தில் கூறப்படும் தத்துவங்களின் உற்பத்தி குறித்து பரீட்சித் மன்னனுக்கு எடுத்துரைத்தார்.

பத்து விதத் தத்துவங்கள்

சர்கம், விசர்கம், ஸ்தானம், போஷணம், ஊதி, மன்வந்தரம், ஈசானுகதா, நிரோதம், முக்தி, ஆஸ்ரயம் என்பவையே அவை.

இவற்றில் ஆஸ்ரயம் என்னும் தத்துவமான பரமாத்மாவை அடையும் பொருட்டே மற்ற ஒன்பதின் இயல்புகளைத் துதிகளாலும் கதைகளாலும் சான்றோர் வர்ணிக்கிறார்கள்.

சர்கம் — முதன்முதலில் பரமாத்மா பஞ்ச பூதங்கள், இந்திரியங்கள் போன்றவற்றைப் படைத்தது.

விசர்கம் - பரமாத்மா, பிரம்மாவிடம் படைப்புத் தொழிலை ஒப்படைத்தபின், பரமாத்மா கொடுத்த சக்தியால் பிரம்மா படைத்த சிருஷ்டியின் பெயர் விசர்கம்.

ஸ்தானம் - பரமாத்மா, தானே அவதாரம் செய்து உலகை ஒழுங்குபடுத்துகிறார். சிருஷ்டியில் ஏதாவது குறைகளோ, தர்மத்திற்குத் தீங்கோ ஏற்பட்டால் அதனைச் சரிசெய்து தர்மத்தை நிலைபெறச் செய்து காப்பாற்றுவது ஸ்தானம்.

போஷணம் - பக்தர்களிடம் பகவான் காட்டும் அருள். பகவானை ஆஸ்ரயித்து, சரணடைந்து தர்மத்தைக் கடைப்பிடிக்கும் சாதகர்களை ஆதரித்து அருளுவது போஷணம்.

ஊதி - கர்மத்தினால் ஏற்படும் ஊழ்வினைகள். ஜீவர்களின் பூர்வக் கர்ம வாசனையைக்கொண்டு பிரபஞ்சத்தைப் பகவான் இயக்குகிறார். அதுவே ஊதி.

மன்வந்தரம் - மன்வந்தரங்களில் கடைப்பிடிக்கப்படும் தர்மம். பல்வேறு மனுக்களின் காலங்களில் நடந்த கதைகள் மன்வந்தரம்.

ஈசானுகதா - பகவானின் அவதாரக் கதைகளும் பக்தர்களின் வரலாறுகளும். பகவான் பல்வேறு லீலாவதாரங்கள் எடுத்துச் செய்த செயல்களுக்கு ஈசானுகதா என்று பெயர். இதில் பகவானின் கதையும் அடங்கும். பாகவதர்களின் கதையும் அடங்கும்.

நிரோதம் - பகவான் யோகநித்திரை செய்யும்போது ஜீவர்கள் தம் சூட்சும வடிவில் அவரிடம் ஒடுங்குவது. பிரபஞ்சம் தொடர்ந்து இயங்கியபின் எடுக்கும் ஓய்வு நிரோதம். கர்ம பீஜங்களை உள்ளே வைத்து லயம் செய்கிறார் பகவான்.

முக்தி - பிறவித் தளையிலிருந்து விடுபட்டு ஜீவர்கள் பிரம்ம சொரூபமாக இருப்பது. தகுதியுள்ள ஞானிகளுக்கு அருளும் முக்தி இது. கண்ணில் தென்படும் ஜகத்தினைக் காணாமல் அதற்கு ஆதாரமாக இருந்தும் சாதாரணமாகத் தென்படாத பரமாத்மாவைத் தெரிந்துகொள்பவர்கள் ஞானிகள்.

அவர்களுக்கு மட்டுமே அருளப்படுவது முக்தி. அவர்கள் கர்ம பீஜத்தால் மீண்டும் பிறக்க மாட்டார்கள்.

ஆஸ்ரயம் – எவரிடமிருந்து படைப்பும் லயமும் தோன்றியதோ அந்தப் பரமாத்மாவே புகலிடம் என்றறிவது. மேற்சொன்ன ஒன்பதுக்கும் ஆதாரமானது ஆஸ்ரயம் என்ற தத்துவம்.

இந்தப் பத்தாவது அம்சத்தைத் தெளிவாகப் புரிந்துகொள்ள வேண்டுமென்றால் மேற்சொன்ன ஒன்பது குறித்தும் அறியவேண்டும்.

சிருஷ்டி ஆரம்பமானது

பகவான் அளித்த ஞானத்தின் உதவியால் பிரம்மதேவர் படைப்புத் தொழிலைத் தொடங்கினார். தன்னிடமிருந்து உருவான பிரபஞ்சம் தன் சக்தியால் உருவானதல்ல என்று உணர்ந்தார். தேவர்களைப் படைத்தார். பதினான்கு புவனங்கள் ஏற்பட்டன. அந்த லோகங்கள் அனைத்திலும் பரமாத்மாவின் சைதன்யமே தரிசனமளித்தது. அதுவே விராட்புருஷ சொரூபம் என்றார் சுகப்பிரம்மம்.

இரண்டாம் ஸ்கந்தம் நிறைவு

மூன்றாம் ஸ்கந்தம்

"ஹே சூத மஹாமுனி, உறவினர்களைவிட்டு புண்ணிய க்ஷேத்திரங்களுக்குச் சென்ற விதுரரிடம் மைத்ரேய முனிவர் சிருஷ்டி ரகசியங்கள் பற்றிக் கூறிய விளக்கம் என்ன என்பதை அறிய ஆவலாக உள்ளோம்" என்று சௌனக முனிவர் கேட்டார்.

"பரீட்சித் அரசனும் இதையே சுக யோகியிடம் கேட்டான். அதனை உங்களுக்குக் கூறுகிறேன்" என்றார் சூத மஹா முனிவர்.

விதுரர் உத்தவர் சந்திப்பு

சுக யோகி கூறினார், "பரீட்சித் மன்னா, புண்ணிய தீர்த்தங்களை நாடிச் சென்ற விதுரர் யமுனை நதி தீரத்தில் உத்தவரைச் சந்தித்தார். அவர் மூலம் பிரியமானவர்களின் மறைவு பற்றி அறிந்து வருந்தினார். சோகத்தை ஞானத்தால் போக்கிக்கொண்ட விதுரர், 'உத்தவரே, ஆத்ம ஞான ரகசியத்தை உம்மிடம் விளக்கிக் கூறினாரே கிருஷ்ண பரமாத்மா, அதனை நீர் எனக்குக் கூறவேண்டும்' என்று வேண்டினார்."

"விதுரரே, நீர் தத்துவ ஞான உபதேசத்தை மைத்ரேயரிடமிருந்து பெற வேண்டியவராக உள்ளீர். ஏனென்றால் மைத்ரேயரை அவ்விதம் உமக்குப் போதிக்கும்படி பகவான் கட்டளையிட்டுள்ளார்" என்று கூறிவிட்டு உத்தவர் அங்கிருந்து பதரிகாசிரமத்தை அடைந்து சமாதி நிலையில் பகவானைத் தியானித்தார்.

விதுரர் மைத்ரேயர் சந்திப்பு

விதுரர் அங்கிருந்து புறப்பட்டு மைத்ரேய மாமுனிவர் இருந்த கங்கை நதிக் கரையைச் சென்றடைந்தார்.

"மைத்ரேய மாமுனிவரே, மலரிலிருந்து வண்டானது தேனைக் கிரகிப்பதுபோல பகவானின் சிருஷ்டி ரகசியத்தின் சாரத்தை எனக்கு அருள்வீராக" என்று வேண்டினார் விதுரர்.

மைத்ரேயர் கூறிய சிருஷ்டி ரகசியம்

"ஹே விதுரரே, படைத்தல், காத்தல், அழித்தல் என்பவற்றை யோக மாயையால் நடத்தும் பகவானின் லீலைகளை உமக்கு வர்ணிக்கிறேன். ஏகமாக உள்ள பரமாத்மா தன் இச்சா சக்தியால், சத்துவம், ராஜஸம், தாமஸம் என்ற முக்குணங்களோடு கூடி அனேகமாகத் தோற்றமளிக்கிறார். காலத்தையே காரணமாக உடைய பரமாத்மா தன்னைத்தவிரப் படைப்பதற்கு வேறெதுவும் இல்லாததால் விளையாட்டாகத் தன்னையே பிரபஞ்சமாகப் படைத்தார். பரமாத்மாவின் படைப்பில் பிரபஞ்சச் சிருஷ்டி, தேவ சிருஷ்டி என்று இரண்டு விதம்."

ஒன்பது வகைப் பிரபஞ்சச் சிருஷ்டிகள்

"பிரபஞ்சம் இப்போது எப்படி உள்ளதோ அப்படியேதான் முன்னரும் இருந்தது. இனியும் இப்படித்தான் இருக்கும். பிரபஞ்ச ஸ்ருஷ்டிகள் ஒன்பது வகை."

1. குணங்களின் ஏற்றத்தாழ்வால் ஏற்படும் படைப்பு மஹத் எனப்படும் புத்தி தத்துவம். இது சத்துவம், ராஜஸம் என்ற இரண்டு குணங்களிலிருந்து பிறந்தது.

2. மஹத்தோடு தாமஸ குணம் சேர்ந்து அஹங்காரம் பிறந்தது.

3. பஞ்ச பூத திரவியங்களை உண்டாக்கும் தன்மாத்திரைகள் மூன்றாவது படைப்பு.

4. பஞ்ச ஞானேந்திரியங்களும் பஞ்ச கர்மேந்திரியங்களும் நான்காவதாகப் பிறந்தன.

5. புலன்களின் அதிஷ்டான தேவதைகளின் படைப்பு ஐந்தாவது. இது மனோமயமானது.

6. தமஸ் அல்லது அஞ்ஞானத்தின் படைப்பு ஆறாவது.

7. வனஸ்பதி, மூலிகை, கொடி, மரம், மூங்கில், வீருதம்* என்ற ஆறுவகை தாவரச் சிருஷ்டி ஏழாவது படைப்பு. இவை வேர் மூலம் சாரத்தைக் கிரகித்து வளர்பவை.

8. பறவைகள், விலங்குகள் எனப்படும் திர்யக் பிறவிகள், அதாவது குறுக்காக வளரும் விலங்குகள் எட்டாவது படைப்பு. இவற்றில் இருபத்தெட்டு பிரிவுகள் உள்ளன.

9. மனிதப் பிறவி ஒன்பதாவது படைப்பு. இவர்கள் ஒரே இனம். இவர்களுடைய உணவு கீழ்நோக்கிச் செலுத்தப்படும். இவர்கள் ரஜோகுணம் மேலோங்கியவர்களாய், செயல்களே பிரதானமாக வாழ்பவர்கள். துயரத்தையும் சுகமெனக் கருதுபவர்கள்.

எட்டு வகைத் தேவ சிருஷ்டிகள்

தேவ சிருஷ்டி எட்டு வகையானது. தேவர், அசுரர், பித்ரு, கந்தர்வர்-அப்சரஸ்—சித்தர்கள், யக்ஷர்-ராட்சசர்—சாரணர், பூத—பிரேத—பிசாசுகள், வித்யாதரர், கிங்கரர் ஆகியோர்.

இவ்விதம் பிரம்ம தேவரால் படைப்புத் தொழில் இயற்றப்பட்டது. ஆகாயத்திற்குச் சப்தம் என்ற ஒரே ஒரு குணமும் காற்றுக்குச் சப்தம், ஸ்பரிசம் என்ற இரண்டு குணங்களும் ஒளிக்குச் சப்தம், ஸ்பரிசம், ரூபம் என்று மூன்று குணங்களும் ஜலத்திற்கு ரசம் என்பதோடு சேர்ந்து நான்கு குணங்களும் பூமிக்கு வாசனை என்பதோடு சேர்ந்து ஐந்து குணங்களும் உண்டாயின.

பிரபஞ்சத்தில் அஞ்ஞானத்தைப் படைத்தார் பிரம்மதேவர்

முதலில் பிரம்மதேவர் அஞ்ஞானத்தின் வடிவங்களான தாமஸ குணம், உடலே நான் என்ற மோஹம், போகங்களின் மேல் ஆசை, ஆசை நிறைவேறாவிட்டால் கோபம், உடல் மரணமடைந்தால் தானே மரணமடைந்ததாக எண்ணுதல் என்ற ஐந்து வித அவித்யைகளைப் படைத்தார். பின் தன் படைப்பை எண்ணித் தானே வெட்கி, பகவானைத் தியானித்து தூய்மையான மனதால் வேறு பல சிருஷ்டிகளைச் செய்தார்.

---

* வனஸ்பதி (பூக்காமல் காய்க்கின்ற மரங்கள்), மூலிகை (காய் பழுத்தால் மடிகின்றவை), கொடி (உயர ஏறிப்படரும் இயல்புடையவை), மரம் (பூத்துக் காய்க்கின்றவை), மூங்கில் (பட்டையில் பலமுடையவை), வீருதம் (கொடிகளே ஆனாலும் கடினமாக இருப்பதால் உயர ஏறிப் படராதவை) என்ற ஆறுவகை தாவரச் சிருஷ்டிகள்.

பிரம்ம மானசப் புத்திரர்கள்

பிரம்மாவின் மனதால் உற்பத்தி செய்யப்பட்ட சனகர், சனந்தனர், சனத் குமாரர், சனத் சுஜாதர் என்ற மானச புத்திரர்கள் முதலில் தோன்றினர். அப்போது பிரம்மதேவர் பரமாத்மாவோடு ஐக்கியமான மன நிலையில் இருந்தார். அந்த ஸ்திதியிலிருந்து உற்பத்தியானவர்கள் அவர்கள். பரமாத்மாவைத் தவிர வேறெதுவும் அவர்களுக்குத் தேவையில்லை.

அவர்களிடம் பிரம்மதேவர், “படைப்புத் தொழிலைச் செய்யும் பொறுப்பைப் பகவான் என்னிடம் ஒப்படைத்தார். நீங்கள் அதற்கு உதவுங்கள். பிள்ளைகளை உற்பத்தி செய்யுங்கள்” என்றார். ஆனால் அவர்கள் “தமக்குப் பிரவிருத்தி மார்க்கத்தில் விருப்பமில்லை” என்றனர்.

அதனால் பிரம்மா கோபம்கொண்டு, “என் பேச்சைக் கேளாததால், நீங்கள் எப்போதும் ஐந்து வயது பாலகனாகவே இருப்பீர்கள்” என்றார்.

“எங்களுக்கு உடலே நான் என்ற எண்ணம் இல்லாதபோது எத்தனை வயதானால் என்ன” என்று கூறிவிட்டு அவர்கள் மோட்சத்தை விரும்பி ஆன்மிகச் சாதனை செய்யச் சென்றனர். பிரம்மா கோபம் கொண்டார். அப்போது அவருடைய புருவங்களின் இடையிலிருந்து ருத்ரர் தோன்றினார்.

பிரம்மாவின் உடலிலிருந்து பிறந்த பத்து ரிஷிகள்

அதன் பிறகு பிரம்மா தன் உடல் அங்கங்களிலிருந்து மரீசி, அத்ரி, அங்கீரசர், புலஸ்தியர், புலகர், க்ரது, பிருகு, வசிஷ்டர், தக்ஷர், நாரதர் என்ற பத்துப் புதல்வர்களைப் பெற்றார்.

பிரம்மதேவருடைய மடியிலிருந்து நாரதர், கட்டை விரலில் இருந்து தக்ஷர், பிராணனில் இருந்து வசிஷ்டர், தோளில் இருந்து பிருகு, கையில் இருந்து க்ரது, நாபியில் இருந்து புலகர், காதுகளில் இருந்து புலஸ்தியர், முகத்தில் இருந்து அங்கீரசர், கண்ணில் இருந்து அத்ரி, மனதில் இருந்து மரீசி உண்டானார்கள். பிரம்மதேவரின் நிழலில் இருந்து கர்தமர் தோன்றினார்.

தர்மம் பிரம்மதேவரின் வலது ஸ்தனத்திலிருந்தும், அதர்மம் பிருஷ்ட பாகத்திலிருந்தும் தோன்றின. மனதிலிருந்து காமம், புருவத்திலிருந்து கோபம், கீழ் உதட்டிலிருந்து லோபம், வாயிலிருந்து வாக்கு, ஆண் குறியிலிருந்து சமுத்திரங்கள்,

அபானத் துவாரத்திலிருந்து பாபத்திற்கு இருப்பிடமான நிர்ருதி உண்டாயின. இவ்வாறு பிரம்மதேவரின் மனதிலிருந்தும் உடலிலிருந்தும் பிரபஞ்சம் உற்பத்தியானது.

மானுட இனத்தின் தோற்ற வரலாறு

பின்னர் பிரம்மாவின் உடலிலிருந்து ஒரு மிதுனச் சிருஷ்டியாக சதரூபை, ஸ்வாயம்புவ மனு இருவரும் தோன்றினர். அவர்கள் இருவரும் தம்பதிகள் என்றார் பிரம்ம தேவர். "நாங்கள் தங்களுக்கு என்ன பணிவிடை செய்யவேண்டும்?" என்று இருவரும் கேட்டபோது, "தவம் செய்யுங்கள்" என்றார் பிரம்மா.

"ஒருநிலைப்பட்ட மனதோடு உயர்ந்த பரம்பொருளை நினைக்கும் முயற்சியே தவம். எனக்கு முதன் முதலில் நீரிலிருந்து தப தப என்ற ஒலி காதில் விழுந்தது. அதனைப் பரமாத்மாவின் ஆணையாக ஏற்று தவம் செய்தேன். அதனால் எனக்குச் சிருஷ்டி செய்யும் ஞானம் ஏற்பட்டது. அதனால் உனக்கும் அதையே கூறுகிறேன். சந்ததிகளை உற்பத்தி செய்து பூமியில் பல விதச் சிருஷ்டிகளை விஸ்தரிக்கச் செய். தர்ம மார்க்கத்தால் பூமியை பரிபாலன் செய்து யக்ய, யாகங்களால் நாராயணனை வழிபடு" என்று பிரம்மதேவர் ஸ்வாயம்புவ மனுவுக்குக் கட்டளையிட்டார்.

பூமியைக் காணவில்லை

முதலில் ஸ்வாயம்புவ மனு தவம் செய்தார். அதன் மூலம் கிடைத்த சக்தியைக்கொண்டு பிரஜைகளை உற்பத்தி செய்ய எண்ணம் கொண்டார். ஆனால் அவருக்குப் பூமி கண்ணில் படவில்லை. மீண்டும் தந்தையான பிரம்மதேவரிடம் வந்தார். பிரம்மாவும் பூமியைத் தேடினார். எல்லா உயிர்களுக்கும் இருப்பிடமான பூமி பிரளய ஜலத்தில் மூழ்கியிருந்தது. நீரால் சூழப்பட்ட பூமி பாதாளத்தை அடைந்துவிட்டது. 'எவ்விதம் பூமியை உயரக் கொண்டுவருவேன்?' என்று வெகுநேரம் சிந்தித்தார் பிரம்மா. 'இதில் நான் செய்யத் தகுந்தது என்ன இருக்கிறது. யாருடைய இதயத்திலிருந்து நான் உண்டானேனோ அந்த ஈஸ்வரன் செய்யட்டும்' என்று பகவானைத் தியானித்தார்.

ஆதி வராஹ மூர்த்தியின் அவதாரக் காட்சி

பிரம்மதேவர் பிராணாயாமத்தால் பரப்பிரம்மத்தைத் தியானித்தார். அவரது நாசித் துவாரத்திலிருந்து கட்டை விரல் அளவில் ஒளிமயமான உருவம் ஒன்று வெளிவந்தது.

அதுவே வராஹ மூர்த்தி. அந்தச் சிறிய பன்றிக் குட்டியைப் பிரம்மதேவர் வியப்போடு பார்த்தார். தன்னில் அந்தர்யாமியாக இருக்கும் பரமாத்மாவே அந்த வடிவில் வந்துள்ளார் என்பதை அறிந்து நமஸ்காரம் செய்தார். பார்த்துக் கொண்டிருக்கும்போதே வராஹம் வளர்ந்தது. ஆகாயத்தைத் தொடுமளவிற்கு வளர்ந்து மதயானைபோல் பெரிதாகியது. தபோலோகத்திலும் சத்ய லோகத்திலும் வசிப்பவர்களான மரீசி முதலான மகரிஷிகள், சனத் குமாரர்கள், ஸ்வாயம்புவ மனு எல்லோரும் அந்தத் திவ்ய சொரூபத்தை வியந்து பார்த்தார்கள். அவர்களுக்கு திவ்ய திருஷ்டியால் அதன் உண்மை வடிவம் தெரிந்தது. யக்ஞ புருஷரான பகவானே, வராஹ வடிவில் வந்துள்ளதை அறிந்தார்கள். மாயை வடிவான அந்த யக்ஞ வராஹ சுவாமியை வணங்கினார்கள்.

மகரிஷிகளையும் பிரம்மதேவரையும் ஆனந்தத்தில் ஆழ்த்தும் விதமாகப் பெரிதாகக் கர்ஜனை செய்தார் வராஹ மூர்த்தி. சத்திய லோகமெங்கும் அது எதிரொலித்தது.

வராஹ சுவாமியின் சொரூப வர்ணனை

கடினமான அவயவங்களோடிருந்த வராஹ சுவாமி தன் வாலை மேலே தூக்கி கழுத்தை அசைத்து பிடரி மயிர்களை உதறி அசைத்து ஆகாயத்தில் சற்று நேரம் சஞ்சரித்தார். மூக்கினால் பூமியின் இருப்பிடத்தை முகர்ந்து பார்த்தார். அந்தச் சொரூபத்தை மகரிஷிகள் வேதங்களால் துதி செய்தனர்.

பூமியைக் கவர்ந்து சென்ற ஹிரண்யாட்சன்

பூமியைக் கவர்ந்து சென்ற ஹிரண்யாட்சன் அதனைப் பாதாளத்தில் மறைத்தான். கையில் கதாயுதத்தை எடுத்துக்கொண்டு, 'யாருடன் போர் புரியலாம்' என்று அலைந்தான். பூமியில் சிருஷ்டி தொடங்கப்படாத காலம் அது. எங்கும் ஜலமே பிரதானமாக வியாபித்திருந்தது. ஆழமானதும் பயங்கரச் சப்தத்தோடு கூடியதுமான சமுத்திரத்தில் மதம் பிடித்த யானைபோல் இறங்கிய ஹிரண்யாட்சன் ஜலத்தின் அதிதேவதையான வருணனோடு போர் புரிய நினைத்து வருணனின் தலைநகரான விபாவரிக்குச் சென்று வருணனைப் போருக்கு அழைத்தான்.

வருணன் அசுரனிடம், "என்னை விட உயர்ந்தவர் நாராயணன். அவர் நீரில் சயனித்திருப்பவர். அவரிடம் செல்" என்றான்.

நாராயணனைத் தேடிச் சென்ற அரக்கனுக்கு நாரதர் எதிர்ப்பட்டார். “விஷ்ணு எங்குள்ளார் என்று தேடுகிறேன்” என்றான் அசுரன்.

“நீ பூமியை எங்கு ஒளித்து வைத்தாயோ, விஷ்ணு அங்குச் சென்றுள்ளார்” என்று பதிலளித்தார் நாரதர்.

பூமியைக் காத்தருளிய வராஹ சுவாமி

தன் கூரான குளம்புகளால் ஜலத்தைப் பிளந்து ரசாதலத்தின்* ஆழத்தில் மறைத்து வைக்கப்பட்டிருந்த ஜீவர்களுக்கு இருப்பிடமான பூமியைத் தன் கோரைப் பற்களின் இடையில் வைத்து எடுத்து வந்துகொண்டிருந்தார் வராஹ சுவாமி. ‘ரகசியமாக எங்கோ சென்றுவிட்டாரே’ என்று பார்த்துக்கொண்டிருந்த தேவர்களுக்கு வராஹ சுவாமி தென்பட்டார். தேவர்களும் பிரம்மாவும் அவர் மேல் பூமாரிப் பொழிந்தனர்.

ஹிரண்யாட்சனும் சுவாமியைப் பார்த்தான். “இது ஜலத்தில் சஞ்சரிக்கின்ற பன்றி” என்று சிரித்தான். “நீயா விஷ்ணு?” என்று வினவினான். “ஹே முட்டாளே, நீ மாயாவி அல்லவா? பூமியைவிட்டு விடு” என்று உறுமினான்.

ஜலத்திலேயே கதாயுதத்துடன் அவரை வழிமறித்தான் ஹிரண்யாட்சன். கடுமையான யுத்தம் நிகழ்ந்தது. பூமாதேவி அஞ்சுவதைக் கவனித்த வராஹ சுவாமி, அவளை ஜலத்தின் மேல் ஓரிடத்தில் பாதுகாப்பாக வைத்துவிட்டு, அசுரனுடன் யுத்தம் புரிந்தார். நீண்ட நேரம் கடுமையான போர் நிகழ்ந்தது. இருவரும் ஒருவரையொருவர் கதாயுதத்தால் மோதிக்கொண்டனர். சந்தியா சமயம் நெருங்கினால் அசுரர்களுக்குப் பலம் கூடும் என்பதால், பிரம்மதேவர் யுத்தத்தைப் பூர்த்தி செய்யும்படி சுவாமியைப் பிரார்த்தனை செய்தார். தீவிரமான போரின் முடிவில் சுவாமி உயரக்

---

* **பாம்புகளின் உலகம். பிரம்மாண்டத்தைச் சில உலகங்களாகப் பிரித்துக் கூறுவர். இவை விராட் புருஷனின் உடல் உறுப்புகள் என்று வர்ணித்தார்கள். மொத்தம் 14 உலகங்கள். மேலே உள்ளவை ஊர்த்துவலோகங்கள். கீழே உள்ளவை அதோலோகங்கள். மேலுலகங்கள் — பூலோகம், புவர்லோகம், சுவர்லோகம் மகர்லோகம், ஜனோலோகம், தபோலோகம், சத்தியலோகம். கீழ் உலகங்கள் ஏழு — அதலம், சுதலம், விதலம், தலாதலம், மகாதலம், ரசாதலம், பாதாளம். பாதாளத்தில் ராட்சசர்கள் வசிப்பார்கள். ரசாதலத்தில் கத்ருவாவின் புதல்வர்களான பாம்புகள் வசிக்கும்.**

குதித்து அசுரனைத் தாடையில் கதையால் அடித்தார். அசுரனை அடித்த கதை கீழே சுழன்று விழுந்தது. பகவான் சக்ராயுதத்தை ஸ்மரித்தார். அசுரன் எறிந்த சூலத்தைச் சுதர்சன சக்கரம் தூள் தூளாக்கியது. மாயப் போர் புரிந்த அசுரன், சுவாமியின் மார்பில் முஷ்டியால் குத்திவிட்டுக் காணாமல் போனான். மீண்டும் வெளிப்பட்ட அசுரனைப் பகவான் கையினால் செவுளில் ஓங்கி அறைந்தார். பகவானால் விளையாட்டாக அடிக்கப்பட்ட அசுரன் கண் பிதுங்கிச் சிதறிய உடலோடு அடியற்ற மரம்போல் விழுந்தான்.

ரத்தம் பூசப்பட்ட முகத்தோடு வெளுத்த பற்களின் நுனியில் பூமியை உயர்த்திப் பிடித்து மேலே வந்த வராஹ சுவாமியைப் பிரம்மா முதலானவர்கள் வணங்கித் துதித்தனர். வராஹ சுவாமி நீரிலிருந்து மேலே வந்து உடலை உதறினார். அவருடைய ஜடையின் நுனியால் வாரியிறைக்கப்பட்ட நீர் அங்கிருந்தவர் அனைவர் மீதும் தெளித்தது.

யக்ஞ வராஹ சுவாமி ஸ்துதி

'ஹே பகவான், யக்ஞ ரக்ஷகரான உமக்கு மங்களம் உண்டாகட்டும். தோல்வியில்லாத உமக்கு நமஸ்காரம். நீர் வேதச் சொரூபமான உடலைக் கொண்டவர். உம் ரோமக் கூட்டத்தில் யக்ஞங்கள் மறைந்துள்ளன. யக்ஞ சொரூபம் உம்முடையது. பாவம் செய்தவர்கள் உம்மைத் தரிசிக்க இயலாது. உம் தோலில் காயத்ரி முதலான சந்தஸ்ஸுகள், ரோமங்களில் தர்ப்பை, கண்களில் ஆஜ்யம் எனப்படும் ஹோம திரவியமான நெய் உள்ளது. ஹோதா, உத்காதா, ஆத்வர்யர், பிரம்மா எனப்படும் ருத்விக்குகளின் சமுதாயமும் அவர்கள் செய்யும் செயல்களும் உம் பாதங்களில் உள்ளன. யக்ஞ அவயவங்களாலான வராஹ ரூபம் உம்முடையது. உம் நாக்கு அக்னி சொரூபம்.

யக்ஞத்தால் சித்த சுத்தியும் லோகக் க்ஷேமமும் ஏற்படுகின்றன. யக்ஞத்தில் மந்திரம், தேவதை, திரவியம் இம்மூன்றும் முக்கியமானவை. இந்த மூன்றும் உம் சொரூபங்கள். வைராக்கியத்தோடும் பக்தியோடும் மன அடக்கத்தோடும் யார் சாதனை செய்வாரோ அவருக்கு அனுபவத்திற்கு வரும் பிரம்ம ஞான சொரூபம் நீர். எதன் மூலம் முக்தி கிடைக்குமோ அதுவே வித்யை. அத்தகு வித்யா குருவான உமக்கு நமஸ்காரம்' என்று வராஹ சுவாமியை வர்ணித்துப் போற்றினர் மகரிஷிகள்.

'ஹே பகவான், உன் பிடரி மயிர் நுனியிலிருந்து எங்கள் மேல் தெளித்த மங்களகரமான நீர்த் திவலைகளால் நாங்கள் அனைவரும் பவித்திரமானோம்' என்று மகிழ்ந்து துதித்தனர் முனிவர்கள். பூமியைக் காத்தருளிய சுவாமி அதனை அதனிடத்தில் வைத்துவிட்டு வைகுண்டத்தை அடைந்தார்.

பலன்

யக்ஞ வராஹ சுவாமியின் இந்த அவதாரக் காதையைக் காதால் கேட்டாலும் மனதால் நினைத்தாலும் பல யக்ஞங்கள் செய்த பலன் கிடைக்கும். புண்ணியமளிக்கும் இந்தக் காதை தனம், கீர்த்தி, ஆயுள் அனைத்தையும் அருளி, கோரிக்கைகளை ஈடேற்றும். இகவுலகில் அனைத்தையும் பெற்று மரணித்தபின் நாராயணனைச் சேர்வர்.

ஆண் பெண் சேர்க்கையால் மனிதச் சிருஷ்டி

மனிதச் சிருஷ்டிக்குத் தேவையான பூமி கிடைத்தவுடன் ஸ்வாயம்புவ மனுவும் சதரூபையும் பிரம்மதேவரிடம் விடைபெற்றுக்கொண்டு திரும்பினர். அவர்கள் மூலம் ஆண் பெண் சேர்க்கையினால் மனித இனம் விருத்தியடைந்தது. மனுவுக்கும் சதரூபைக்கும் ப்ரியவிரதன், உத்தானபாதன் என்ற புதல்வர்களும், ஆஹுதி, தேவாஹுதி, பிரசூதி என்ற பெண்களும் பிறந்தனர். ஆஹுதியை ருசி என்ற பிரஜாபதிக்கும், தேவாஹுதியை கர்தமருக்கும், பிரசூதியைத் தக்ஷனுக்கும் விவாஹம் செய்து கொடுத்தார். அவர்களுடைய சந்ததியரால் உலகம் நிரம்பியது.

விதுரர் மைத்ரேயரிடம் கேட்டார்

"முனிவர் பெருமானே, யக்ய மூர்த்தியான ஸ்ரீஹரியால் முதல் அசுரனான ஹிரண்யாட்சன் கொல்லப்பட்டான் என்று நீர் சொல்லக் கேட்டேன். விளையாட்டாகத் தன் தெற்றுப்பல் நுனியில் பூமியைத் தாங்கி வந்துகொண்டிருந்த வராஹ சுவாமியோடு ஹிரண்யாட்சன் எதனால் யுத்தம் புரிந்தான்?"

திதி தேவிக்கு அசுரப் புதல்வர்கள்

மைத்ரேயர் கூறினார், "மரீசியின் புதல்வரான கஸ்யபருக்கும் தக்ஷப் பிரஜாபதியின் புதல்வியான திதி தேவிக்கும் திருமணம் நடந்தது. ஒருநாள் அந்தி மயங்கும் வேளையில் அக்னிஹோத்திர பூஜை செய்துவிட்டு பகவான் நாராயணனைத் தியானித்துக்கொண்டு அமர்ந்திருந்த

கஸ்யபரிடம் வந்த திதி தேவி காம வாஞ்சையுடன் சேர விரும்பினாள்.

‘திதி தேவி, சந்தியா காலத்தில் பரமேஸ்வரன் பூத கணங்கள் சூழ, விருஷப வாகனத்திலேறி சஞ்சரிப்பார். முக்கண்களால் அனைவரையும் கவனிப்பார். புனிதமான இந்தப் பிரதோஷக் காலத்தில் ருத்ரனை அவமதிக்கக் கூடாது. இரவுவரை பொறுத்திரு’ என்று கஸ்யபர் மனைவிக்கு எடுத்துரைத்தார்.

கணவரால் நல்லவிதமாக அறிவுறுத்தப்பட்டும், அவள் கேட்காமல் அவருடைய ஆடையைப் பிடித்திழுத்தாள். அவரும் வேறு வழியின்றி அவளைத் திருப்திப்படுத்தினார். பின்னர் அவர் ஸ்நானம் செய்து பிரணவத்தை உச்சரித்து தியானத்தில் ஆழ்ந்தார்.

திதி தேவி, தான் செய்த செயலுக்கு வருந்தி, கணவரிடம் வந்து, ‘ருத்ரன் என் கர்ப்பத்தைத் துன்புறுத்தாமல் இருக்கவேண்டும்’ என்று வேண்டிக்கொண்டாள்.

‘துஷ்டப் பெண்ணே, உனக்கு இரு துஷ்டர்கள் புதல்வர்களாகப் பிறப்பார்கள். விஷ்ணுவால் மரணம் எய்துவார்கள். ஆனால் உன் புதல்வர்களில் ஒருவனின் புதல்வன் சாதுக்களுக்குப் பிரியமானவனாக பரம் பாகவதனாகப் புகழ் பெறுவான்’ என்று கஸ்யபர் சொன்னதைக் கேட்டுத் திதி மனந்தேறி மகிழ்ச்சியடைந்தாள்.

தன் புதல்வர்களால் தேவர்களுக்குத் தீங்கு விளையும் என்றஞ்சி நூறாண்டுக் காலம் கருவைச் சுமந்தாள் திதி தேவி. அதனால் சூரியனும் தேவர்களும் ஒளியிழந்தனர். எல்லாத் திசைகளிலும் இருள் கவிந்த நிலையைக் கண்டு அஞ்சி பிரம்மதேவரிடம் சென்று முறையிட்டனர். பிரம்மதேவர் அதற்கான காரணத்தை அவர்களிடம் விவரித்தார்.”

பிரம்மா கூறினார் –

‘சனகர், சனந்தனர், சனாதனர், சனத்குமாரர் என்ற நால்வரும் உங்களுக்கு முன்பாகப் பிறந்த என் மானச புதல்வர்கள். உலகியல் பற்று இல்லாதவர்கள். ஒரு முறை அவர்கள் பகவானைத் தரிசனம் செய்வதற்காக வைகுண்டத்திற்குச் சென்றனர். எங்கும் ஹரி நாம சங்கீர்த்தனத்தைக் கந்தர்வர்கள் பாடிக் கொண்டிருந்தனர்.

ஜய, விஜயர்களுக்கு சாபம்

வைகுண்டத்தின் ஆறு வாயில்களைத் தாண்டியபின் ஏழாவது வாயிலில் ஜயன், விஜயன் என்ற இரண்டு

தேவர்கள் கையில் கதாயுதத்தோடு காவலுக்கு நின்றிருந்தனர். ஆடையின்றி ஐந்து வயதுக் குழந்தையைப் போலிருந்த ஆத்ம யோகிகளான சனகாதி முனிவர்களைக் கண்டதும், பிரம்பைக்கொண்டு மேற்கொண்டு செல்லவிடாமல் தடுத்தனர்.

'உருவத்தைப் பார்த்து வேறுபாடு கருதும் நீங்கள் வைகுண்டத்தில் இருக்கத் தகுதியற்றவர்கள். பூலோகத்தில் சென்று பிறப்பீர்கள்' என்று ஜய, விஜயர்களைச் சபித்தனர் முனிவர்கள்.

உடனே அந்த வைகுண்டத் துவார பாலகர்கள் முனிவர்களின் பாதங்களைப் பணிந்து மன்னிப்பு வேண்டினர். உடனடியாக அங்கு ஸ்ரீதேவியுடன் பரந்தாமன் தரிசனம் அளித்தார். பரமனைப் பார்த்த முனிவர்கள் மகிழ்ந்து வணங்கித் துதித்தனர்.

பகவான் கூறினார் –

'முனிவர்களே, எனது பணியாட்களால் உமக்கு நேர்ந்த அவமதிப்பை நானே செய்ததாகக் கருதி மன்னிப்புக் கோருகிறேன். இவ்விருவரும் உடனடியாக அசுரப் பிறவியை அடைந்து எந்நேரமும் என்னை வெறுத்து அதன் மூலம் என்னைத் தியானம் செய்து விரைவில் என்னிருப்பிடம் சேர்வார்கள்' என்று பகவான் கூறியருளி சனகாதி முனிவர்களை ஆசீர்வதித்தார். முனிவர்கள் பகவானை வலம் வந்து நமஸ்கரித்து விடைபெற்றுத் திரும்பிச் சென்றனர்.

மைத்ரேயர் விதுரரிடம் கூறினார் -

"சாபத்திற்குள்ளான அந்த இரு வைகுண்ட வாயிற்காவலர்களே திதியின் கருவில் வளர்ந்து வருகிறார்கள். அவர்களால் உலகிற்குக் கேடு விளையப் போகிறது. அதனால்தான் இருள் கவிந்துள்ளது" என்று பிரம்மதேவர் கூறியதைக் கேட்டு தேவர்கள் திரும்பிச் சென்றனர்.

ஹிரண்யாட்சனும் ஹிரண்யகசிபுவும்

"நூறாண்டுகளுக்குப் பின் திதி இரட்டைக் குழந்தைகளைப் பெற்றெடுத்தாள். உலகில் பல தீயச் சகுனங்கள் தோன்றின. உலகில் தோன்றிய முதல் அசுரர்களான அவர்கள் கருங்கல்போல பெரிய சரீரங்களோடு மலைபோல் வளர்ந்தார்கள். கஸ்யபர் அவர்களுக்கு ஹிரண்யாட்சன் என்றும் ஹிரண்யகசிபு என்றும் பெயரிட்டார். இந்த

ஹிரண்யாட்சனையே பகவான் வராஹ அவதாரம் எடுத்து வதைத்தார்" என்று மைத்ரேயர் விதுரருக்கு விவரித்தார்.

கர்தம பிரஜாபதி

"முனிவர்களில் சிறந்த மைத்ரேய மகாமுனி, ஸ்வாயம்புவ மனுவின் வம்சத்தைக் கூறுங்கள்" என்று கேட்ட விதுரரிடம் மைத்ரேயர் விவரித்தார்.

"விதுரரே, உத்தமப் பிரஜைகளை உற்பத்தி செய்யும்படி நாராயணன் இட்ட கட்டளையைப் பிரம்மதேவர் ஏற்று, மனுக்கள், பிரஜாபதிகள், மகரிஷிகள் ஆகியோரைத் தன் உடலின் பகுதிகளிலிருந்து உற்பத்தி செய்தார். அவர்களுள் பிரம்மதேவரின் நிழலிலிருந்து தோன்றியவர் கர்தம மகரிஷி. இவர் பிரஜாபதியும்கூட. கிரியாயோகம் எனப்படும் வேதங்கள் கூறும் செயல்களால் ஸ்ரீஹரியைத் துதித்துத் தவமியற்றும்படி பிரம்மதேவர் கர்தமரிடம் உத்தரவிட்டார். பிரசன்னமான சித்தத்துடன் சரஸ்வதி நதிக்கரையில் பத்தாயிரம் ஆண்டுகள் தவமியற்றினார் கர்தம மகரிஷி.

கிருத யுகத்தின் ஆரம்பத்தில் கர்தமரின் தவத்திற்கு மகிழ்ந்து புண்டரீகாக்ஷனான நாராயணன் தரிசனமளித்தார். 'சப்த பிரம்ம வபு' என்று போற்றப்படும் வேதச் சொரூபமாகக் காட்சி தந்த பகவானை கர்தம பிரஜாபதி பூமியில் விழுந்து வணங்கினார்.

பகவானின் சொரூப வர்ணனை

ரஜோகுண மலினமற்ற நிர்மலமான தேகம். சூரியனைப் போன்ற பிரகாசம். வெள்ளைத் தாமரை மாலையணிந்து சதுர் புஜங்களில் சங்கு, சக்கரம், கதை, பத்மம் ஏந்தி கிரீடம், குண்டலங்களோடு பிரகாசமாகக் கருடன் மீதேறி வந்தார் பகவான்.

சுவாமியைப் பார்த்து ஆனந்தப் பரவசத்தோடு துதித்தார் கர்தமர். 'கர்மப் பலனுக்கு அதீதமாக உள்ள மோட்சத்தையே அளிக்கக்கூடிய உன்னிடம் அற்பமான கோரிக்கை கோருகிறோம்' என்றார் முனிவர்.

கபடமில்லாத கர்தமரின் துதியால் மகிழ்ந்த பரமனின் கண்களிலிருந்து ஆனந்தக் கண்ணீர் வடிந்தது. பகவானின் கண்ணீர்த் துளி விழுந்த இடம் பிந்துசரோவரம் என்ற சரஸ்ஸாக மாறியது. சரஸ்வதி நதி அதோடு கலந்தது. மங்களகரமான அமிர்த ஜலத்தைக் கொண்டது

பிந்துசரோவரம். மகரிஷிகள் எப்போதும் அந்தத் தீர்த்தத்தைச் சேவித்து வந்தனர்.

பகவான் கூறினார் -

'முனி சிரேஷ்டரே, லோக ரக்ஷணைக்காக என்னால் நியமிக்கப்பட்டவர்கள் பிரஜாபதிகள். நீர் நன்மக்களைப் பெறுவீர். அதற்குத் தகுந்த யோக்கியமான பத்தினி உம்மைத் தேடி வருவாள். நீர் சுத்தமான அந்தகரணம் கொண்டவர். என் உத்தரவைக் கடைப்பிடித்து நற்செயல் புரிந்து ப்ரவிருத்தி மார்க்கத்தை மேற்கொண்டு, அதன் பலனை எனக்கு அர்ப்பணியுங்கள். எங்கும் நானே நிறைந்துள்ளேன் என்ற உணர்வோடு சகல ஜீவர்களிடமும் தயையுடன் நடந்துகொள்ளுங்கள். நீர் விரும்பும் மோட்சத்தை அளிப்பதற்காக நானே உம்மிடம் அம்சாவதாரமாகப் பிறந்து சாங்கிய சாஸ்திரத்தை உபதேசிப்பேன்' என்று வரமளித்து மறைந்தார் பகவான்.

தேவாஹூதி

கர்தமர் பிந்துசரோவரத்தில் பகவான் குறிப்பிட்ட காலத்திற்காகக் காத்திருந்தார். நாரதரின் அறிவுரைப்படி ஸ்வாயம்புவ மனு தன் புதல்வி தேவாஹூதியை அழைத்துக்கொண்டு மனைவி சதரூபையோடு ரதத்தில் கர்தமரிடம் வந்தார்.

ஸ்வாயம்புவ மனு, சர்வ அலங்காரங்கள் நிறைந்த தன் கன்னிகையைப் பணிவோடு கர்தம முனிவருக்கு அளித்து ஏற்றுக்கொள்ளும்படி பிரார்த்தனை செய்தார். கர்தமர் ஒரு நிபந்தனையோடு அவளை ஏற்கச் சம்மதித்தார். 'குழந்தைகள் பிறக்கும்வரை இந்தக் கன்னிகையோடு இல்லறத்தில் கழிப்பேன். அதன் பிறகு பரமஹம்ச சந்நியாச தர்மத்தைப் பின்பற்ற விரும்புகிறேன்' என்றார். மனுவும் சதரூபையும் தேவாஹூதியும் அதற்கு அங்கீகாரம் தெரிவித்தனர்.

பகவான் கூறியிருந்தபடி கர்தமர் அவளை மணம் புரிந்து இல்லறத் தர்மத்தை ஏற்றார். தேவாஹூதி தன் அலங்காரங்கள் அனைத்தையும் துறந்து கணவருக்கு ஏற்ற மரவுரி தரித்து அவருடைய தவத்திற்கு உகந்த பணிவிடைகளைச் செய்துவந்தாள். தவத்தில் ஈடுபட்ட கணவருக்குச் சேவை செய்வதும் ஒரு தவமே. கர்தமரின் உடல் தவத்தால் மெலிந்தது. அவர் சேவையில் ஈடுபட்ட தேவாஹூதியும் உடல் மெலிந்தாள்.

ஒருநாள் மனைவியைப் பார்த்து, 'தர்மத்துக்குட்பட்ட ஆசைகள் ஏற்படுவதில் தவறொன்றுமில்லை. உனக்குச் சுகங்களை அனுபவிக்கவேண்டும் என்று உள்ளத்தில் கோரிக்கை உள்ளதை நானறிவேன். அவற்றை நிறைவேற்றுவது கணவனாக என் கடமை. என் தவ வலிமையால் செல்வத்தைப் படைக்கிறேன்' என்றார் கர்தமர்.

அற்புதமான ஒரு விமானத்தை உருவாக்கினார் கர்தமர். தன்னை அழகான இளைஞனாக உருமாற்றிக்கொண்டார். மனைவியை சர்வாலங்காரங்களோடு கூடிய செழிப்பான இளம் பெண்ணாக மாற்றினார். எல்லா உலகங்களிலும் சஞ்சரிக்கக்கூடிய அந்த விமானத்தில் அமர்ந்து அந்தந்த லோகங்களுக்குரிய அற்புதமான சுக, சௌக்கியங்களை அவர்கள் இருவரும் அனுபவித்தனர். வித்யாதரர், கந்தவர், அப்சரஸ் போன்றோர் இவர்களுக்குச் சேவை செய்தனர். பொறுமையோடு கணவருக்குச் செய்த சேவையின் பலனாக தேவாஹூதி போகங்களை அனுபவித்தாள். உத்தமமான சந்தானங்களைப் பெற்றாள்.

ஒன்பது பெண்கள் பிறந்தனர். அவர்கள் அனைவரும் அழகோடும் தாமரை மலர் போன்ற சுகந்தத்தோடும் விளங்கினர். அவர்களைத் தகுதியான ஒன்பது ரிஷிகளுக்கு மணம் செய்வித்தனர். கலை என்ற மகளை மரீசி முனிவருக்கும் அனசூயாவை அத்ரி முனிவருக்கும் சிரத்தையை அங்கீரசருக்கும் புலஸ்தியருக்கு ஹவிர்புக் என்ற மகளையும் புலஹருக்கு கதி என்பவளையும் க்ரது முனிவருக்கு க்ரியை என்ற மகளையும் பிருகுவுக்கு க்யாதியையும் வசிஷ்டருக்கு அருந்ததியையும் அதர்வா என்பவருக்கு சாந்தி என்ற மகளையும் விவாஹம் செய்து கொடுத்தார். அவர்கள் மூலம் மேலும் சிறந்த மக்கள் பிறந்து மனித இனம் சிறப்பாக விஸ்தாரமானது.

இல்லறத்தை ஏற்று பிரம்மதேவரின் கட்டளையை நிறைவேற்றிய திருப்தியை அடைந்தார் கர்தமர். மனைவியிடம், 'போகங்களை இவ்விதமாகவே அனுபவிப்பாயாக. பரமஹம்சருக்கு உசிதமான தர்மத்தை ஏற்றுத் துறவறம் மேற்கொள்ள எனக்கு அனுமதி கொடு. இனி நிவ்ருத்தி மார்க்கத்தில் பயணிக்க விரும்புகிறேன்' என்றார்.

தேவாஹூதி பொங்கிவரும் கண்ணீரை அடக்கிக்கொண்டு தலை குனிந்தவளாய், 'நமக்குப் புதல்வன் ஒருவன்

உருவாகட்டும்' என்ற விருப்பத்தைக் கூறியபின் அற்புதமான சொற்களைச் சொன்னாள்.

'போகம் அனுபவித்ததுபோதும். நானும் யோகத்தைக் கடைப்பிடிக்க விரும்புகிறேன். உம்மைப் போன்ற ஞானியைக் கணவராகப் பெற்ற பின்னரும் நான் வெறும் சுகத்தையே அனுபவிக்க எண்ணினால் என்னை விட துரதிருஷ்டசாலி வேறு யாரும் இருக்கமாட்டார். எந்த ஞானத்தால் பரமாத்மாவை அடைய முடியுமோ அந்த ஞானத்தை எனக்கு உபதேசம் செய்யுங்கள். இதுவரை தர்மத்துக்குட்பட்ட போகங்களை அனுபவித்தேன். வைராக்கியம் ஏற்படாவிட்டாலோ பகவானிடம் பக்தி ஏற்படாவிட்டாலோ நான் உயிரோடிருந்தும் இறந்ததற்குச் சமம் அல்லவா? எனக்கு இப்போது வைராக்கியம் உண்டாயிற்று. பக்தியை ஏற்படுத்தும் ஞானத்தை எனக்குப் போதனை செய்யுங்கள்' என்று கேட்டாள்.

கர்தமர் கூறினார் –

'குற்றமற்றவளே, வருந்தாதே. பகவான் விரைவில் உன் கருவில் உதிக்கப் போகிறான். உன்னால் ஆராதிக்கப்படும் பகவான் உனக்கு உபதேசம் செய்வான்' என்றார் கர்தமர்.

கபிலாவதாரம்

கபிலபகவான் அவதாரமெடுத்தபோது கர்தம பிரஜாபதியின் ஆசிரமத்தில் நிர்மலமான சூழல் நிலவியது. தேவர்கள் பூமாரிப் பொழிந்தனர். திசைகள் தெளிந்தன. நீர் நிலைகளும் உயிரினங்களின் மனதும் நிர்மலமானது. பிரம்ம தேவர், மரீசி முதலிய ரிஷிகளுடன் சரஸ்வதி நதியால் சூழப்பட்ட கர்தமரின் ஆசிரமத்தை வந்தடைந்தார். அனைவரும் அவதாரம் செய்த பரப்பிரம்ம மூர்த்திக்கு நமஸ்காரம் செய்தனர்.

பிரம்ம தேவர் தேவாஹூதியிடம், 'மனுவின் புதல்வியே, கைடப அசுரனைக் கொன்ற பகவான் உன்னிடத்தில் அவதரித்திருக்கிறார். அஞ்ஞானத்தை வேருடன் அறுப்பதற்குப் பூமியில் சஞ்சரிக்கப் போகிறார்' என்று கூறிவிட்டு உலகங்களைச் சிருஷ்டித்த பிரம்மதேவர் சனத் குமாரர்களோடும், நாரதரோடும் ஹம்ச வாகனத்தில் ஏறி சத்திய லோகத்திற்குச் சென்றார்.

கர்தமர் கபிலரைத் துதிக்கிறார் -

கர்தம மகரிஷி, தமக்குப் புதல்வனாக அவதரித்த கபிலரைத் தனிமையில் அணுகித் துதி செய்தார். 'சுதந்திரமான சக்தி

கொண்டவர் நீர். ப்ரகிருதியே முக்கியமானது அதைவிட மேலானவர் புருஷன். அவனுக்கும் மேலே உள்ளவர் பரமன். மூன்றாக விவகார நிலையில் கூறப்பட்ட போதிலும் மூன்றாகவும் வெளிப்பட்டவர் பரமன் ஒருவரே. அப்படிப்பட்ட கபிலரைச் சரணடைகிறேன். உலகில் ஞானத்திற்கு முக்கியத்துவம் அளிப்பதற்காகத் தனக்குத் தானாக வெளிப்பட்ட கபிலப் பகவானைச் சரணடைகிறேன். பிரபஞ்ச அனுபவமிருக்கும்வரை ஆத்மானுபவம் தெரிய வராது. ஆத்மானுபூதி கிடைத்த பின்னர் பிரபஞ்ச அனுபூதி ஆத்மானுபூதியில் ஐக்கியமாகி ஆத்மானுபூதியே மீதமிருக்கும். அதுவே காலச் சொரூபம். அத்தகைய கபிலருக்கு நமஸ்காரம்' என்று துதித்தார். 'பகவானான நீர் என் இல்லத்தில் அவதரித்ததால் தேவ, பித்ரு, மனுஷ்ய கடன்களிலிருந்து நான் விடுபட்டவனாகிறேன். அதனால் நான் நிவ்ருத்தி மார்க்கத்தில் சன்யாசம் ஏற்றுச் செல்ல அனுமதிக்கவேண்டும்' என்று கபிலரிடம் அனுமதி கோரினார்.

கபிலப் பகவான் கூறினார் –

'முனிவரே, தங்களுக்குப் புத்திரனாக அவதரிப்பேன் என்று கூறிய வாக்கை உண்மையாக்கினேன். சூட்சுமமான ஆத்ம ஞானம் வெகு காலமாகவே மறைந்துவிட்டது. அதை மீண்டும் வளர்க்கவே நான் உடலெடுத்துள்ளேன் என்பதை அறிவீராக. என்னிடம் நிலையான பக்திகொண்டு சம்சாரப் பந்தத்திலிருந்து விமுக்தி அடைவீராக. சர்வ ஜீவர்களின் இதய ஆகாசத்திலும் ஆத்மச் சொரூபமாக நிறைந்திருக்கும் என்னிடம் ஸ்திரமான புத்தி கொண்டிருப்பீராக. தாயாருக்கு வினைத் தொடர்பை வேரோடு அறுக்கும் ஆன்மிகக் கல்வியை உபதேசிக்கப் போகிறேன். அதன் மூலம் அவள் சம்சாரப் பயத்தைத் தாண்டி பரமானந்தத்தை அடையப் போகிறாள்.'

இவ்விதம் கபிலரால் அனுமதிக்கப்பட்ட கர்தமர் விருப்பு, வெறுப்பு அனைத்தையும் துறந்து எல்லாவற்றிலும் சம புத்தியோடு பகவானிடம் பக்தி செய்து முக்தியடைந்தார்.

கபிலர், தேவாஹூதி உரையாடல் -

தந்தை தவம் புரியக் காட்டுக்குச் சென்றபின் தாயாரின் விருப்பத்தை நிறைவேற்றுவதற்காக பிந்துசரஸ்ஸிலேயே வசித்தார் கபிலப் பகவான். தாயார் தேவாஹூதி கபிலரைச் சரணடைந்தாள். நமஸ்காரம் செய்து உய்வடையும்

மார்க்கத்தை உபதேசிக்கும்படி பிரார்த்தனை செய்தாள். கபிலர் தாயான தேவாஹூதிக்கு உபதேசம் செய்தார்.

கபிலக் கீதை

'அம்மா, இயற்கையான இயல்புகளின் பிடியிலிருந்து விடுபடுவதற்கு உதவும் தத்துவத்தை உனக்கு உபதேசம் செய்கிறேன். ஜீவனின் இயல்புகள் யாருடைய கட்டுப்பாட்டில் உள்ளனவோ, யார் அவற்றுக்கு அப்பாற்பட்டு உள்ளாரோ அவரே பரமாத்மா. ஐந்து தன்மாத்திரைகள், பஞ்ச பூதங்கள், பஞ்ச ஞானேந்திரியங்கள், பஞ்ச கர்மேந்திரியங்கள், மனம், புத்தி, அகங்காரம், சித்தம் எனப்படும் நான்கு என்று பிரபஞ்சம் உருவாவதற்கான அடிப்படைப் பதார்த்தங்கள் இருபத்து நான்கு. காலம் என்பது இருபத்தைந்தாவது தத்துவம்.

அம்மா, பிரக்ருதியில் பரமாத்மாவை எவ்வாறு தரிசிப்பது என்று போதிக்கிறேன். கேட்பாயாக. உன் உடல் இருபத்தைந்து தத்துவங்களால் ஆனது. பிரபஞ்சமும் அதே போன்றது. இத்தனை தத்துவங்களுக்கும் ஆதாரமாகவும் அடைக்கலமாகவும் இருப்பவர் சைதன்யத்தை அளிக்கும் பகவான். அவரை தத்துவ விசாரணை மூலமும் யோகத்தைக் கடைப்பிடிப்பதன் மூலமும் தெரிந்து கொள். அஷ்டாங்க யோகத்தைக் கடைப்பிடிப்பதால் மனக் கட்டுப்பாடு ஏற்படும்.

ஹே ஸதி, மனதையும் உடலையும் தூய்மைப்படுத்துவதற்கு யமம், நியமம் போன்றவையும் மனதை நிலைநிறுத்துவதற்கு ஆசனம், பிராணாயாமம், பிரத்யாகாரம் போன்றவையும் பயன்படுகின்றன. மனதை வெளிப்பார்வையிலிருந்து உட்பார்வைக்குத் திருப்பி பகவானிடம் நிறுத்தும் முயற்சிக்குத் தாரணை பயன்படும். அப்படி ஒருமுகப்பட்டால் அதுவே தியானம். தியானத்தில் நிலைபெற்றால் அதுவே சமாதி.

ஹே மனுவின் பெண்ணே, பரமாத்மாவை எவ்வாறு தியானிப்பது என்று விவரிக்கிறேன். கேட்பாயாக. பரமாத்மா நிர்குண பக்திமாக இருக்கும்போது நிராகாரச் சொரூபம். அதனைத் தியானிப்பது ஒருவகை வழிமுறை. சகுண, சாகார வடிவங்களை ஆராதிப்பது மற்றொரு வழிமுறை. சுவாமியின் திவ்ய மங்கள விக்ரகத்தைத் தியானம் செய்து அவருடைய பாதம் முதல் முகம் வரையும், சிரம் முதல் பாதம் வரையும் தியானம் செய்யவேண்டும். இறுதியில் மலர்ச்சியான அவருடைய வதனத்தில் மனதை

நிறுத்தவேண்டும். முதலில் விஷ்ணு மூர்த்தியைத் தியானம் செய். பின்னர் மூர்த்தியைவிட்டு விட்டு விஷ்ணுவைத் தியானம் செய். பக்தியில் சகுணப் பக்தி, நிர்குண பக்தி பக்தி என்று இருவகை. நிர்குண பக்தி பக்தி எப்போதும் ஒரே விதம்தான். ஸகுண பக்தியில் தாமஸ பக்தி, ராஜஸ பக்தி, சாத்விகப் பக்தி என்று மூன்று வகை.

தாமஸ பக்தனின் வழிபாட்டு முறையில் வேறுபாட்டுக் கண்ணோட்டமும் ஹிம்சையும் ஆடம்பரமும் பொறாமையும் இருக்கும்.

ராஜஸ பக்தன் எப்போதும் உலகியல் விருப்பத்தோடு புகழுக்காகவும் செல்வத்திற்காகவும் வழிபாடு செய்வான்.

சாத்விகப் பக்தன் பரமாத்மாவின் அருள்வேண்டும் என்ற எண்ணத்தோடும் கர்ம வினைகள் தீர்வதற்கும் பகவானின் ப்ரீதிக்காகவும் தன் கடமையாக வழிபாடு செய்வான்.

ஹே சாத்வி, சாத்விகப் பக்தி உள்ளத் தூய்மையை ஏற்படுத்தி நிர்குண பக்தி பக்திக்கு வழிவகுக்கும். சாத்விகப் பக்தி செய்துவந்தால் எந்தப் பரமாத்மாவைப் பக்தியோடு உபாசனை செய்கிறானோ அந்தப் பரமாத்மாவைப் பற்றி எந்த விஷயத்தைக் கேட்டாலும் கூறினாலும் நினைத்தாலும் மனம் உடனே அங்குத் தங்குதடையின்றி ஈர்க்கப்படும். கங்கை நதி சமுத்திரத்தை நோக்கிப் பாய்வதைப்போல இயல்பாக இறைவன்பால் ஈர்க்கப்படுவான். நிர்குண பக்தி பக்தியான பராபக்திக்கும் வேதாந்த ஞானத்திற்கும் வேறுபாடில்லை.

அம்மா, நிர்குண பக்தி பக்தி ஏற்பட என்ன செய்யவேண்டும் என்று கூறுகிறேன். கேட்பாயாக. சத் புருஷர்களைச் சரணடைவதும் சத்ஸங்கத்தில் இருப்பதும் முக்கியமான தகுதிகள்.

சத்புருஷர் யார்

பொறுமையைக் கடைப்பிடிப்பவர், தர்மத்தின் வழி நடப்பவர், நிரந்தரம் பரப்பிரம்ம சிந்தனையில் இருப்பவர், களங்கமற்ற வரலாறு உடையவர், பகவானின் சிந்தனையில் ஆனந்தமடைபவர், எதுவுமே தேவையில்லாதவர், பிரம்மத்தோடு தாதாத்மியம் அடைந்தவர் சத் புருஷர் எனப்படுவார். அவர்களுடைய சத்சங்கமும் உபதேசமும் சாத்விகப் பக்தனுக்கு நிர்குண பக்தி பக்தியை ஏற்படுத்தும். நிர்குண பக்தி யோகமே மோக்ஷம் என்று கூறப்படுகிறது.

ஸ்வதர்மத்தை மேற்கொண்டு சாஸ்திரம் கூறிய செயல்களைச் செய்து, ஹிம்சை செய்யாமல் வாழ்ந்து, கிரியா யோகத்தைக் கடைப்பிடித்து, மகாத்மாக்களைச் சரணடைந்து, அவர்களுடைய அருளைப் பெற்று, என்னிடம் மனதை நிறுத்திச் செய்யும் ஒவ்வொரு செயலையும் எனக்கு அர்ப்பணி.

அனைத்து உயிர்களிடமும் சினேக பாவனையோடு வாழ். அனைவரிலும் நானே இருப்பதை அறிந்து யாரையும் வெறுக்காமல் இருக்கவேண்டும். யாரை துவேஷ உணர்வோடு பார்த்தாலும் என்னை வெறுப்பதற்குச் சமம். பிறரைத் துவேஷிப்பவன் அமைதியைப் பெறமாட்டான். அத்தகையவன் எத்தனை திரவியங்களால் பூஜை செய்தாலும் நான் திருப்தியடைய மாட்டேன்.

வெறும் குடும்ப போஷணையை மட்டும் செய்துகொண்டு வாழ்பவர்கள் அப்போதைக்குச் சுகத்தை அனுபவிப்பதுபோல் தோன்றினாலும் அவை துன்பத்தை அளிப்பவையே. பூமியிலேயே சுவர்க்கமும் நரகமும் உள்ளன. மனிதன், இன்பம் என்று நினைத்து துன்பத்திற்குத் துன்பத்தையே பதிலாகப் பெறுகிறான். அதர்மியாகவும் கருமியாகவும் சேர்த்து வைத்து இறைவனை நினையாமல் இருப்பவன் முதுமையடைந்து அவமானப்படுகிறான். பிற உயிரினங்களுக்குத் தீங்கு செய்து எந்த உடலை வளர்த்தானோ அதனை உகுத்தபின் செய்த பாவங்களின் வினையையே கட்டுச் சோற்று மூட்டையாகக்கொண்டு நரகத்திற்குப் பயணமாகிறான். மீண்டும் மீண்டும் நரகமும் பிறப்பும் அடைகிறான்.

அம்மா, நிர்குணமான ஞான யோகமே என்னிடத்தில் பக்தியை இயல்பாகக்கொண்ட யோகம். உதாரணமாக பாலுக்கு வெண்மை நிறம், குளிர்ச்சி, இனிப்பு என்ற மூன்று குணங்களும் உண்டு. இவற்றில் வெளுப்பாக இருப்பதைக் கண்களாலும், குளிர்ச்சியாக இருப்பதை ஸ்பரிசத்தாலும் இனிப்பாக இருப்பதை நாவாலும் அறிவதுபோல, பல்வேறு சாஸ்திரங்கள் மூலம் வேறுவேறாகத் தெரிந்துகொள்ளும் பரமாத்மா ஒருவரே என்று உணர்ந்துகொண்டு பரப்பிரம்மத்திடம் நிஷ்டையோடு விளங்குவாயாக' என்று போதித்தார்.

மைத்ரேயர் கூறினார் –

"இவ்விதம் கபிலாசாரியாரின் உபதேசத்தைக் கேட்ட அவருடைய தாயும் கர்தமருடைய மனைவியுமான

தேவாஹூதி மோகத்தின் திரை நீங்கியவளாகக் கபிலரைத் துதித்து வணங்கினாள். உடனடியாகச் சாதனையில் இறங்கினாள். பிரம்மத்தில் நிலைபெற்றாள்."

தேவாஹூதிக்கு ஜீவன் முக்தி

'அம்மா, யாரையாவது சரணடைந்து ஆத்ம ஞானம் பெறும் நிலையை நீ கடந்துவிட்டாய். உனக்கு ஆத்மானுபூதி கிடைத்துவிட்டது. உன்னிடம் ஆத்மாவாக விளங்கும் என்னிடம் அசையாத பக்தி உனக்கு ஏற்பட்டுவிட்டதால் நான் புறப்படுகிறேன்' என்று கூறிய கபிலர் தாயிடம் விடைபெற்றார்.

தேவாஹூதி பரப்பிரம்மத்திடம் லயித்த மதியோடு விளங்கினாள். அவளுக்கு வித்தியாதர கன்னிகைகள் பணிவிடை செய்தபோதிலும் அவள் உடலின் நினைவு இன்றி பரமாத்மாவிடம் திடமான பக்திகொண்டு இறுதியில் உடலைத் துறந்து பரமாத்மாவோடு ஐக்கியமானாள்.

மகா யோகியும் சர்வக்ஞனுமான கபிலர் ஈசானியத் திசை நோக்கிச் சென்றார். சாங்கியாச்சாரியாரான கபிலர் முதலில் ஞானத்தை வேண்டிய தன் தாயாருக்கு ஞானத்தை உபதேசித்தார். பிரம்ம வித்யையை எடுத்துரைத்தார். பிரபஞ்சத்தை உய்வித்தார்.

கர்தமரின் அந்த சித்தாஸ்ரமம் பவித்திரமானது. பிந்து சரோவரத்தில் சரஸ்வதி நதி அந்தர்வாகினியாக ஓடுகிறது.

பலன்

கபிலரின் இந்த உபதேசங்களைச் சிரத்தையுடன் கேட்டுக் கடைப்பிடிப்பவர் பகவானின் பாதக் கமலத்தை அடைவர்.

மூன்றாம் ஸ்கந்தம் நிறைவு

நான்காம் ஸ்கந்தம்

தத்தாத்ரேய அவதாரம்

விதுரரிடம் மைத்ரேயர் மேலும் கூறினார், "ஸ்வாயம்புவ மனுவுக்கும் சதரூபைக்கும் ஆஹூதி, தேவாஹூதி, பிரசூதி என்று மூன்று புதல்விகளும் ப்ரியவிரதன், உத்தான பாதன் என்று இரண்டு புதல்வர்களும் உண்டு. தேவாஹூதியை கர்தம பிரஜாபதி மணந்தார். அவர்களுக்கு ஒன்பது புதல்வியரும் கபிலர் என்ற புதல்வரும் பிறந்தனர். கபிலரின் வரலாற்றை விரிவாகப் பார்த்தோம். ஒன்பது புதல்வியரையும் பிரம்ம ரிஷிகளுக்குத் திருமணம் செய்வித்தார் கர்தமர்.

அவர்களுள் அனசூயை என்ற புதல்வியை அத்ரி மகரிஷி திருமணம் செய்தார். பிரம்ம தேவரின் உத்தரவுப்படி பிரஜைகளை உற்பத்தி செய்வதற்குமுன் அத்ரி மகரிஷி தவத்தில் ஈடுபட்டார். ஒற்றைக்காலில் நின்று தவம் செய்தபோது சிவன், விஷ்ணு, பிரம்மா மூவரும் தரிசனம் அளித்தனர். அத்ரி முனிவர் அந்த மும்மூர்த்திகளையும் வணங்கித் துதித்தார். மும்மூர்த்திகளும், 'எங்களின் அம்சமாகப் புகழ்பெற்ற புதல்வர்கள் பிறப்பார்கள்' என்று வரமளித்தனர். அதன்படி தத்தர், துர்வாசர், சோமர் என்ற மூன்று புதல்வர்கள் தோன்றினர்.

நர, நாராயண அவதாரம்

ஸ்வாயம்புவ மனுவின் புதல்வி பிரசூதியை தக்ஷ பிரஜாபதி மணந்தார். தக்ஷ பிரஜாபதிக்கும் பிரசூதிக்கும் பதினாறு பெண்கள் பிறந்தனர். அவர்களுள் ஸ்வாஹா என்ற புதல்வியை அக்னி

தேவனுக்கும், சதீதேவி என்ற புதல்வியை மகாதேவருக்கும் மணமுடித்தார். பதின்மூன்று புதல்விகளைத் தர்மர் என்பவருக்கு மணமுடித்தார். அவர்களுள் மூர்த்தி என்ற பெண்ணுக்கும் தர்மருக்கும் அசாதாரணமான தவ வலிமைகொண்ட நரன், நாராயணன் என்ற இரு முனிவர்கள் அவதரித்தனர். இவர்கள் தவத்திற்கான அவதாரங்கள்.

இவர்கள் பிறந்தபோது உலகம் முழுவதும் செழிப்புற்று மகிழ்ந்தது. தேவர்கள் துதி செய்தனர். நரன், நாராயணன் என்ற இரண்டு மகரிஷிகளும் கந்தமாதன மலைக்குச் சென்றனர். பகவான் விஷ்ணுவின் அம்சமான அவ்விருவரும் பூமியின் பாரத்தைத் தீர்ப்பதற்காக யது வம்சம், குருவம்சம் இவற்றை விளங்க வைக்கும் கண்ணனாகவும் அர்ஜுனனாகவும் வந்தனர்.

தக்ஷ யக்ஞம்

சதீதேவியை மகாதேவருக்கு மணமுடித்த தக்ஷ பிரஜாபதி குற்றமற்ற சிவபெருமானிடம் விரோதம் கொண்டார். அதனால் தந்தையான தக்ஷ பிரஜாபதி மீது கோபம்கொண்டு யோகாக்னியில் உயிரைப் போக்கிக்கொண்டாள் சதீதேவி.

காரணம் என்னவென்றால், ஒருமுறை பிரஜாபதிகள் செய்த சத்திர யாக மண்டபத்திற்குள் தக்ஷ பிரஜாபதி நுழைந்தபோது மகாதேவர் மரியாதை நிமித்தம் எழுந்திருக்கவில்லை என்ற கோபத்தால் சிவபிரானை நிந்தித்து அவமதித்தார். யார் தடுத்தும் கேளாமல் 'தேவர்களின் ஆராதனையில் சிவனுக்கு பாகம் இல்லாமல் போகட்டும்' என்று சபித்தார். அதனால் கோபம்கொண்ட நந்தீஸ்வர், 'தக்ஷன் ஆட்டுத்தலை உடையவனாக ஆகட்டும்' என்று சபித்ததோடு தக்ஷனை ஆதரித்த அந்தணர்களை வயிற்றுப் பிழைப்புக்காக கற்ற வித்யையைப் பயன்படுத்தும் யாசகர்களாகும்படி சபித்தார். அதனைக் கேட்டு பிருகு முனிவர் வருந்தினார். அதன்பிறகு தக்ஷன் மீண்டும் வாஜபேய யாகம் செய்தபோது சிவபிரானை அழைக்கவில்லை. அழையாமல் சென்ற மகளைத் தக்ஷன் கடுஞ்சொல் பேசி அவமதித்தார். அதனால் சதீதேவி அக்னியில் தன்னை மாய்த்துக்கொண்டாள்.

சதீ தேவி உயிரை மாய்த்துக்கொண்டாள்

மஞ்சள் பட்டாடை உடுத்திய சதீதேவி, 'தக்ஷனிடமிருந்து உண்டான உடலை விடப் போகிறேன்' என்று கூறிவிட்டு யாக சாலையில் வடக்குப் பக்கமாகப் பூமியில் அமர்ந்தாள்.

நீரைத் தொட்டு கண்ணை மூடிக்கொண்டு யோக மார்க்கத்தில் ஆழ்ந்தாள். மௌனமாக அசைவற்று அமர்ந்து பிராணன், அபானன் இரண்டு வாயுக்களையும் தொப்புளில் சமமாக நிலைநிறுத்தி, தொப்புளிலிருந்து உதான வாயுவை மேலெழுப்பி இதயத்தில் புத்தியுடன் நிறுத்தி, இதயத்திலிருந்து உதானனைக் கழுத்து வழியாகப் புருவங்களின் நடுவில் கொண்டுவந்தாள். மன உறுதியோடு உடலில் யோக அக்னியை மூட்டினாள். உலக குருவான தன் கணவர் சிவபெருமானின் திருவடித் தாமரைகளைத் தவிர வேறு ஒன்றையும் நினைக்கவில்லை. உடனே சமாதியில் உண்டான அக்னியால் அவளது உடல் மாசு நீங்கியதாக விளங்கிற்று.

வீரபத்திரர்

சினம்கொண்ட சிவபிரானிடமிருந்து வீரபத்திரர் தோன்றினார். வீரபத்திரர், ஆட்டை வெட்டுவது போல் தக்ஷனின் தலையை வெட்டி அக்னியில் வீசி எறிந்தார். மன்னிப்பு வேண்டிய தக்ஷனுக்குப் பிரம்மதேவரின் பிரார்த்தனையின்படி அருள் புரிந்தார் பரமசிவன். சதீதேவி ஹிமவானுக்கும் மேனா தேவிக்கும் புதல்வியாக பார்வதியாகப் பிறந்து சிவனை மணந்தாள்” என்று மைத்ரேயர் விதுரருக்கு விளக்கமாக எடுத்துரைத்தார்.

பலன்

பரமேஸ்வரனின் அருளைக் கூறும் இந்த தக்ஷ யக்ய விருத்தாந்தம் மிகப் புனிதமானது. கேட்பவருக்குக் கீர்த்தியும் ஆயுளும் புண்ணியமும் பெருகும்.

துருவச் சரித்திரம்

ஸ்வாயம்புவ மனுவின் மனைவி சதரூபை. அவர்களுக்கு ப்ரியவ்ருதர், உத்தானபாதர் என்று இரு புதல்வர்கள். உத்தானபாதருக்கு சுநீதி, சுருசி என்று இரு மனைவியர். சுருசி உத்தானபாதருக்குப் பிரியமான மனைவியாக இருந்தாள். சுருசியின் புதல்வன் பெயர் உத்தமன். சுநீதியின் புதல்வன் பெயர் துருவன்.

ஒருநாள் சிம்மாசனத்தின் மீது உத்தானபாத மகாராஜா அமர்ந்திருந்தபோது அவர் மடியில் உத்தமன் அமர்ந்திருந்தான். அவனை அரசர் கொஞ்சிக் கொண்டிருந்தார். அதைப் பார்த்த துருவன் தானும் தந்தையின் மடியில் அமர விரும்பி அருகில் வந்தான்.

சின்ன ராணி சுருசி பார்த்துக் கொண்டிருந்ததால் அரசன் துருவனை அருகில் சேர்க்கவில்லை. அதே நேரம் சுருசி துருவனைக் கையைப் பிடித்து இழுத்தாள். அரசனான உத்தானபாதன் பக்கத்திலிருந்தபோதே கடுமையான சொற்களால் மாற்றாந்தாயான சுருசி துருவனை நிந்தித்தாள்.

"நீ ராஜாவின் சிம்மாசனத்தில் அமரும் தகுதியற்றவன். ஏனென்றால் நீ என் வயிற்றில் பிறக்கவில்லை. பகவானின் அருளால் என் வயிற்றில் பிறந்திருந்தால் உனக்கும் அரசரின் மடியில் அமரும் வாய்ப்பு இருக்கும்" என்றாள்.

தந்தை மௌனம் வகித்தார். பாலகனான துருவன் கோபமும் துக்கமும் மேலிட நேராகத் தன் தாய் சுநீதியிடம் சென்று அழுதான். அவள் குமாரனை மடியில் அமர்த்திக்கொண்டு 'என்ன நடந்தது' என்று கேட்டாள்.

"சிற்றன்னை என்னை அவமதித்தாள்" என்றான் துருவன்.

"அவள் கூறியது உண்மையே. நீ அதிருஷ்டம் இல்லாதவன் என்பதால்தான் என் வயிற்றில் பிறந்தாய். பகவானை வழிபட்டிருந்தால் உனக்கும் சிம்மாசனம் ஏறும் தகுதி கிடைத்திருக்கும். யார் எதைப் பெற்றாலும் பரம்பொருளின் அருள் இருந்தால்தான் கிட்டும். உன் தந்தை சிம்மாசனத்தில் அமர்ந்திருப்பது அவர் செய்த நாராயண வழிபாட்டால்தான். உன் தாத்தா ஸ்வாயம்புவமனு நாராயணனின் அருளால்தான் மனுவானார். அவருடைய தந்தை பிரம்மதேவர் நாராயணனின் அருளால்தான் பிரம்ம பதவியைப் பெற்றார். பல வித யக்ஞங்கள் செய்து அதன் மூலம் நாராயணனைத் திருப்தி செய்து உன் தாத்தாவும் தந்தையும் உயர்ந்த இடத்தை அடைந்தார்கள். அதே மார்க்கத்தில் நீயும் செல். எல்லோரும் ஐஸ்வர்யத்தின் பின்னால் செல்வர். ஐஸ்வர்யத்தின் தாயான லக்ஷ்மி தேவியோ நாராயணனை அண்டி இருப்பாள். நீ நாராயணனைச் சரணடை. உனக்கு அகண்ட ஐஸ்வர்யம் கிடைக்கும்" என்றாள் சுநீதி.

நாரதரின் உபதேசம்

அதைக் கேட்ட ஐந்து வயதுப் பாலகனான துருவன் விஷ்ணுவின் அருளைப் பெற எண்ணி வீட்டைவிட்டுக் கிளம்பினான். எதிர் வந்த நாரதர், பாவங்களைத் தீர்க்கும் தம் கைகளால் சிறுவன் துருவனின் தலையை வருடி, ஆச்சரியத்தோடு கூறினார், "க்ஷத்திரியர்களின் பௌருஷம்

மிகவும் திடமானது. சன்மானம் அவமானம் இரண்டும் இந்த வயதில் உனக்குப் புரியாது. இதனைப் பெரிய அவமதிப்பாக நினைத்து சிறுவயதினர் செய்யக்கூடாத செயலைச் செய்யாதே. விளையாட வேண்டிய வயது உன்னுடையது. புரிந்துகொள்ளும் சக்தி உனக்கிருந்தால் இதைக் கேள். மானம், அவமானம் என்பவை முன்வினைப் பயனால் ஏற்படுபவை. இது விதியால் நிர்ணயம் செய்யப்பட்டது. நீயோ ஸ்ரீஹரியை வழிபடுவதற்காகப் புறப்பட்டாய். அது அத்தனை சுலபமல்ல. ஹரியைப் பிடிப்பது கடினம். அறிந்துகொள்வது இன்னும் கடினம். முனிவர்கள் தனிமையில் தீவிரச் சாதனை செய்தும், யோக சமாதியாலும்கூட எந்தப் பகவானைத் தரிசிக்க இயலாதோ அவரை நீ அறிந்துகொள்ள முயல்வது வியப்பாக உள்ளது. ஒருவேளை உனக்கு உண்மையாகவே விஷ்ணுவைச் சரணடைய வேண்டுமென்றால் சிறிது காலம் காத்திரு. உன் வயது அதற்குப் போதாது. நீ பெரியவனானபின் உனக்குச் சரியான மங்களகரமான காலம் வரும்போது முயற்சி செய்" என்றார் நாரதர்.

"நீங்கள் என்னிடம் பொறுமையைப் போதிக்கிறீர்கள். அவமானம் நேர்ந்ததற்காக ஆத்திரப்படாதே என்கிறீர்கள். ஆனால் இந்த உபதேசம் என்னைப் போன்ற சிறுவனின் கற்பனைக்குக்கூட எட்டாதது. என் மனநிலைக்குச் சன்மானத்தையும் அவமானத்தையும் சமமாகப் பார்க்கும் அறிவுரை ஏற்புடையதல்ல. நான் க்ஷத்திரியன். நான் இன்னும் கல்வியோ பயிற்சியோ முடிக்கவில்லை. என்னுடைய ஒரே நோக்கம், என் தந்தையும் தாத்தாவும் பெறாத உன்னத நிலையை அடைவதே. எனக்கு நீர் தென்பட்டீர். நீர் சாமானியமானவர் அல்ல. உங்களைப் போன்ற சத்புருஷர்களின் தரிசனம் வீண் போகாது. நீர் பிரம்மதேவரின் உடலிலிருந்து தோன்றியவர். நாராயணனின் அம்சாவதாரம். வீணையை மீட்டியபடி ஹரிகதா கானம் செய்து லோகமெங்கும் சூரியனைப்போலச் சஞ்சரிக்கிறீர்கள். நீரே என் குரு. எனக்கு அருளுங்கள்" என்று வேண்டினான் துருவன்.

சாதனை உபாயம்

நாரதர் கருணையோடு துருவனுக்கு உபதேசம் செய்தார். "உன் தாயார் உனக்குக் கூறிய உபாயம் உனக்குச் சுபத்தை உண்டாக்கும். முதலில் விஷ்ணு தத்துவத்தைக் கூறுகிறேன் கேள். தர்மம் அர்த்தம் காமம் மோட்சம் இந்த நான்கில் எது

வேண்டுமென்றாலும் ஸ்ரீஹரியின் பாதத்தைச் சரணடைவதே உபாயம். யமுனா நதிக்கரையில் மதுவனத்திற்குச் சென்று சாதனை செய். அங்கு ஸ்ரீஹரி எப்போதும் இருப்பார். மங்களகரமான யமுனை நதியில் மூன்று வேளையும் நீராடிச் சரியான ஆசனம் அமைத்துக்கொண்டு யோகாசனத்தில் அமர்ந்து பூரகம், ரேசகம், கும்பகம் என்னும் பிராணாயாமத்தால் நான் உபதேசிக்கும் பிரணவ மந்திரத்தை உச்சரித்து தியானம் செய். மூச்சைக் கட்டுப்படுத்திச் செய்யும் பிராணாயாமத்தால் மனதின் சஞ்சலம் மறையும்" என்று கூறிய நாரதர் பகவானின் ரூபத்தை எவ்விதம் தியானம் செய்யவேண்டும் என்று துருவனுக்கு விவரித்தார்.

பகவானின் ரூப தியானம்

"நம்மிடம் மகிழ்வாக இருக்கும் பகவானைத் தியானிக்கவேண்டும். அழகான ஆனந்தமான கண்கள், அழகான மூக்கு, அழகிய புருவங்கள், திவ்ய சுந்தரச் சொரூபம், யௌவனம், அழகிய ஆபரணங்கள், சிவந்த இதழ்களில் வெள்ளைப் புன்னகையோடு கருணையே வடிவாக உள்ள பகவானை நினைத்து தியானம் செய். ஸ்ரீவத்சம், நீலமேகப் பிரகாசம், வனமாலை, சங்கு சக்கரம், கதை, பத்மம், கிரீடம், குண்டலம், கேயூரம் பீதாம்பரம், சிவந்த பாதங்களில் ஒளி வீசும் நகங்கள் என்று இவ்வாறாக வாத்சல்யத்தோடு நம்மைப் பார்த்து அருள் புரியும் பரமாத்மாவின் சொரூபத்தைத் தியானம் செய். உனக்கு நன்மை விளையும். ஆனந்தம் ஏற்படும். தியானம் செய்யும்போது நான் கூறும் மந்திரத்தை ஜபம் செய். இரவும் பகலுமாக ஏழு நாள்கள் தீட்சையாக ஜபம் செய். மனம் பரமானந்தத்தால் நிறைந்து அதிலிருந்து நழுவாது.

அரச குமாரா, முக்கரணங்களால் செய்யும் யக்ஞம், திரவியத்தால் செய்வது, வாக்கால் செய்வது, மானசிக யக்ஞம் என்று மூன்று வகை. சுவாமியின் விக்கிரகத்தை ஏற்பாடு செய்துகொண்டு பகவானை வழிபடவேண்டும். அந்தந்த காலத்தில் அந்தந்த இடத்தில் எது கிடைக்குமோ அதைக்கொண்டு வழிபடு" என்று விளக்கிய நாரதர், 'ஓம் நமோ பகவதே வாசுதேவாய' என்ற வாசுதேவ துவாதசாக்ஷரி மந்திரத்தைத் துருவனுக்கு உபதேசம் செய்தார்.

"மந்திரத்தின் மூலம் அந்த விக்ரஹத்தைச் சக்தியோடு கூடியதாகச் செய்து அதனை நிர்மலமான யமுனை நதியின்

ஜலத்தால் அபிஷேகம் செய்து வனத்தில் கிடைக்கும் பழம், கிழங்கு, இலை, தளிர்கள், துளசி போன்றவற்றால் அர்ச்சனை செய்து வழிபடு. பேச்சைக் கட்டுப்படுத்து. வனத்தில் கிடைக்கும் சாத்விகப் பதார்த்தங்களை மட்டுமே மிதமாகப் புசி. இவ்விதம் இருந்து சுவாமியின் திவ்ய லீலைகளை ஸ்மரணை செய்து திவ்ய சொரூபத்தைத் தியானம் செய்து மந்திரத்தை ஜபம் செய்து கொண்டிரு. நீ இவ்வாறு வழிபட்டால் பகவான் மகிழ்ந்து தர்மம், அர்த்தம், காமம், மோட்சம் இவற்றில் எது நமக்குத் தேவையோ அதனை அருளுவார்" என்றார்.

உடனே ராஜகுமாரனான துருவன் நாரத குருவை வலம் வந்து சாஷ்டாங்க நமஸ்காரம் செய்து, "குருதேவா, என் சாதனை தங்குதடையின்றி நடை பெறும்படி ஆசி கூறுங்கள்" என்று வேண்டினான். நாரதர் ஆசிகூறி அனுப்பினார். மதுவனத்தை அடைந்து துருவன் சாதனை செய்யத் தொடங்கினான்.

நாரதர் உத்தானபாதரிடம் சென்றார். அரண்மனையில் அரசன் துயரத்தோடு அழுது கொண்டிருந்தான். "காரணம் என்ன?" என்று கேட்டார் நாரதர்.

"என் துயரத்திற்கு நானே காரணம். நான் மனைவியால் தோற்கடிக்கப்பட்டேன். அவளுக்குப் பயந்து மகனை அரவணைக்கவில்லை. அதன் பலனாக அவன் வீட்டைவிட்டுச் சென்றுவிட்டான். அதனால் துயரமாக இருக்கிறேன்" என்றார்.

"ராஜா, அவன் பகவானால் பாதுகாக்கப்படுபவன். உனக்கு வருத்தம் வேண்டாம். அவன் மூலம் உனக்குக் கீர்த்தி ஏற்படும். உன் வம்சமே அவனால் உய்வடையப் போகிறது" என்று மன்னனைச் சமாதானப்படுத்திவிட்டு நாரதர் கிளம்பிச் சென்றார்.

துருவனின் தவம்

மதுவனத்தில் துருவன் சாதனை செய்யத் தொடங்கினான். அந்தச் சாதனை எத்தனை கடினமானதென்றால், உணவைச் சிறிது சிறிதாகத் துறந்தான். உடலில் உயிர் நிலைபெறுவதற்காக மட்டுமே மூன்று நாள்களுக்கு ஒருமுறை விளாம்பழமும் இலந்தைப் பழமும் உண்டான். ஒரு மாதக் காலம் ஹரியை இவ்விதம் வழிபட்டான். அடுத்த மாதம் ஆறு நாள்களுக்கு ஒருமுறை தானாகவே உதிர்ந்த

இலைகளையும் புல்லையும் ஏற்று ஒருமித்த மனதோடும் விடாமுயற்சியோடும் கடினமான தவம் புரிந்தான். மூன்றாம் மாதம் இவற்றையே ஒன்பது நாள்களுக்கு ஒருமுறை ஏற்றான். நான்காம் மாதம் காற்றையே உணவாகக் கொண்டான். அதாவது பிராணாயாமத்தின் மூலம் சுவாசத்தை வென்று பகவானைத் தாரணை செய்தான். ஐந்தாம் மாதம் சுவாசத்தைக் கட்டுப்படுத்தி சரீரத்தை ஸ்தாணு போல் நிற்க வைத்தான். பரமாத்மாவிடம் ஒருமித்த தியானத்தால் உடலை அசையாமல் நிலை நிறுத்தினான். ஒரு காலில் நின்றான். வலது காலின் கட்டை விரல் மேல் அசையாமல் நின்றான்.

மனதை அனைத்துப் புறங்களில் இருந்தும் உள்ளிழுத்து அந்தரங்கத்தில் வைத்தான். மனம் புலன்களின் மூலம் வெளி உலகிற்குச் செல்லவில்லை. அந்தர்முகமாக ஹிருதயத்திற்குள் சென்ற மனம், பகவானின் சொரூபத்தைத் தியானித்து வேறெதையும் பார்க்கவில்லை. சிறுவனான துருவன் கால் விரலில் நின்று தவம் புரிந்தபோது அதன் பாரத்தைப் பூமியால் தாங்க முடியவில்லை. மூவுலகும் ஸ்தம்பித்தன. வாயு நிறுத்தப்பட்டது போன்ற சூழல் உருவானது. எதனால் இவ்வாறு நேர்ந்தது என்று அறிந்த தேவர்கள் நேராக விஷ்ணு பகவானிடம் சென்று, நிலைமை இவ்விதம் உள்ளது. நீர் துருவனுக்கு அருள் புரியவேண்டும் என்று பிரார்த்தனை செய்தனர்.

பகவான் நாராயணன் துருவனின் எதிரில் தோன்றினார். பரமாத்மா எதிரில் தென்பட்டதும், அதுவரை ஹிருதயத்தில் தியானித்து இதயத் தாமரையில் மேகக் கூட்டங்களின் இடையில் மின்னல்போல் பிரகாசித்த சொரூபத்தைப் பார்த்திருந்தவனுக்கு அந்தச் சொரூபம் மறைந்து போனது. உள்ளே சுவாமியின் ரூபம் மறைந்ததும் வெளிப் பார்வையால் சுவாமியைப் பார்த்து வியந்தான். அதுவரை அசையாமல் இருந்த துருவனின் உடல் சலனம் பெற்றது. பகவானுக்குச் சாஷ்டாங்க நமஸ்காரம் செய்தான். உடனே எழுந்து பகவானைக் கண்டு மீண்டும் கட்டைபோல் விழுந்து சாஷ்டாங்க நமஸ்காரம் செய்தான். பகவானின் சொரூபத்தைப் பார்த்ததும் கண்கள் ஆனந்தக் கண்ணீர் வடித்தன. தந்தையைப் பல காலம் கழித்துச் சந்தித்த மகனைப்போல அழுதான். சுவாமியை அணைத்துக்கொண்டு முத்தமிடுவது போலிருந்தது துருவனின் பார்வை. இரு கைகளையும் கூப்பி அழுதபடி நிற்கும் துருவனைப்

பார்த்து அவன் தன்னைத் துதிக்க நினைப்பதையும் அதன் வகையறியாமல் இருப்பதையும் உணர்ந்து கருணையோடு தன் கையிலிருந்த வேத மயமான சங்கினால் அவனைக் கன்னத்தில் தொட்டார். உடனே துருவனின் உள்ளே இருந்த வேதனையும் அனுபூதியும் ஸ்லோகமாக வெளிப்பட்டது. துருவன் பன்னிரண்டு ஸ்லோகங்களால் துதித்தான்

துருவன் செய்த ஸ்தோத்திரம்

'இப்போதுவரை என்னால் பேச முடியவில்லை. யார் என்னுள் புகுந்து உறங்கும் என் வாக்கை சைதன்யம் பெறச் செய்தாரோ பஞ்சேந்திரியங்களுக்கும் பிராணனுக்கும் யார் சைதன்யத்தை அளிக்கிறாரோ அந்தப் பரம புருஷனான உனக்கு நமஸ்காரம். தீனர்களுக்கு உறவான பகவானே, ஆத்ம ரூபமாக இருக்கும் உறக்கத்திலிருந்து எழுப்பி இந்திரியங்களைத் தூண்டிவிடுகிறாய். செய்நன்றி அறிந்தவர் உன்னை எவ்வாறு மறப்பர். உன்னைப் பற்றி தியானித்தாலும் மகாத்மாக்கள் உன்னைப்பற்றி கானம் செய்வதைக் கேட்டாலும் கிடைக்கும் ஆனந்தம் யோகிகள் வர்ணிக்கும் பிரம்மானந்தத்தில்கூட கிடைக்காது. யார் உன் பாத பத்மங்களில் ஐக்கியமாவாரோ அவர் வெளி உலகமான குடும்பம், உறவு இவற்றை மறந்து போவதில் வியப்பென்ன. அப்படிப்பட்ட பக்தி எனக்கு நிரந்தரம் கிடைக்கட்டும்' என்று துருவன் துதித்தான்.

பகவானின் அருள்

அதைக் கேட்ட பகவான், "திட உறுதிகொண்ட ராஜ குமாரா, நீ எதிரியின் தொல்லையின்றிப் பரிபூரண ஆயுளோடு ஆட்சி செய்வாய். உன் பூர்வ புண்ணியப் பலனால் பூமியில் அனுபவிக்க வேண்டிய போகங்களை அனுபவித்து புண்ணியத்தைத் தொலை. நான் யக்ஞ சொரூபன். நீ தெய்விக யக்ஞங்களைச் செய்து உன் முந்தைய பாபங்களைத் தொலை. அவ்விதம் பூமியை முப்பத்தாறாயிரம் ஆண்டுகள் ஆண்ட பிறகு துருவ மண்டலத்தை அடைவாய்" என்று கிரம முக்தியை அருளிவிட்டு நாராயணன் மறைந்தார்

துருவனின் ஆட்சி

துருவன் நகரத்திற்குத் திரும்பி வந்தான். சிறப்பான வரவேற்பைப் பெற்றான். அவனை அவமதித்த சிற்றன்னையே அவனைப் புகழ்ந்தாள். தம்பி உத்தமன் 'அண்ணா' என்று வரவேற்றான். தந்தை 'மகனே' என்றழைத்து சிம்மாசனத்தில் அமர்த்தினார். துருவன் சிறப்பாக ஆட்சிபுரிந்து வந்தான்.

யக்ஷர்களோடு யுத்தம்

ஒருமுறை உத்தமன் வேட்டைக்குச் சென்று ஹிமாலயத்தில் சஞ்சரித்தபோது அங்கிருந்த யக்ஷர்களோடு சண்டையிட்டு யக்ஷர்களால் கொல்லப்பட்டான். பழிவாங்கும் உணர்வோடு துருவன் அங்குச் சென்று யக்ஷர்களோடு போரிட்டான். தீவிரமான போரில் யக்ஷர்கள் தோல்வியடைந்தனர். குபேரன் அங்கு வந்து துருவனின் வீரத்தைப் பார்த்து வியந்தான். தாத்தா ஸ்வாயம்புவ மனுவும் அங்கு வந்தார்.

"துருவா, நீ உயர்ந்த க்ஷத்திரியன். அது மட்டுமல்ல நீ சிறந்த பக்தனும்கூட. உனக்கு துவேஷமோ பழிவாங்கும் உணர்வோ இருக்கக்கூடாது. போரை நிறுத்து" என்றார். உடனே 'சரி' என்று பணிந்து போரை நிறுத்தினான். குபேரன் மகிழ்ந்து, "வரம் கேள்" என்றான். கை கூப்பிய துருவன், "எனக்கு நாராயணனிடம் அசையாத பக்தி நிலைபெறும்படி அருளுங்கள்" என்று பிரார்த்தித்தான். குபேரன் மகிழ்ந்து வரமருளினான். மனுவும் மனமகிழ்ந்து பேரனை ஆசீர்வதித்தார்.

துருவன் அனேக யாக, யக்ஞங்கள் செய்து பரமாத்மாவைத் துதித்தான். ஒரு முறை பரமாத்மாவை நினைத்து தியானத்தில் தன்மயமானான். திவ்ய விமானம் வந்தது. நந்தன், சுனந்தன் என்ற விஷ்ணு தூதர்கள் வந்தனர். துருவன் அவர்களை வணங்கினான். "திவ்யமான துருவ மண்டலத்திற்கு வாருங்கள்" என்றனர்.

'நான் இந்த நிலைக்கு வந்ததற்குக் காரணம் என் தாயார். அவளுக்கு சத்கதி கிடைக்காமல் நான் எவ்வாறு செல்வேன்' என்று நினைத்தான் துருவன். அவன் எண்ணத்தை உணர்ந்த விஷ்ணு தூதர்கள், "உன்னைப் போன்ற நல்ல புத்திரனைப் பெற்ற உன் தாய் உனக்கும் முன்னதாகவே விமானத்தில் தேவ மார்க்கத்தில் செல்கிறாள் பார்" என்றனர். தன் தாய் சுநீதியைப் பார்த்து மகிழ்ந்த துருவன் துருவப் பதத்தை அடைந்தான்.

பலன்

யார் சிரத்தையாகக் காலையும் மாலையும் மங்களகரமான இந்த வரலாற்றை கானம் செய்வார்களோ, கேட்பார்களோ அவர்கள் செல்வம், புகழ், ஆயுள், புண்ணியம், சுவர்க்கம், நிரந்தர ஆனந்தம் ஆகியவற்றைப் பெறுவர். இருக்கும் நிலையிலிருந்து உயர்ந்த நிலையை அடைவர். பாவத்திலிருந்து விடுபடுவர். கடவுளை உணர்வர்.

வேனன் சரித்திரம்

துருவனுக்குப் பிறகு அனேகத் தலைமுறைகள் கடந்தன. அங்க ராஜனின் சிறப்பான ஆட்சி நடந்தது. மனைவி பெயர் சுநீதா. அவர்களுக்கு நீண்ட நாள் கழித்து ஒரு புதல்வன் பிறந்தான். அவன் பெயர் வேனன். அவன் தீயவர் சிநேகத்தால் திருடனானான். அக்கிரமங்களில் ஈடுபட்டான். அவனைத் திருத்தவேண்டும் என்று தந்தை முயன்றார். முடியவில்லை. ‘இவன் பிறக்காமலே இருந்திருக்கலாம்’ என்று நினைத்தார். நிராசையோடு விரக்தியடைந்து நாட்டைத் துறந்தார்.

ரிஷிகள் ஒன்று கூடி, அங்கராஜாவின் மனைவி சுநீதாவிடம் சென்று பிரார்த்தனை செய்து ‘அரசன் இல்லாவிட்டால் தேசம் அராஜகமாகிவிடும்’ என்று கூறி வேனனை அரசனாக்கினர்.

துஷ்ட அரசனான வேனன் மக்கள் நிதியை சுயநலத்திற்கு உபயோகித்தான். யாகங்களை நிறுத்தினான். முனிவர்கள் ஒன்று கூடி ஆலோசனை செய்து, வேனனிடம் சென்றனர்

“மன்னா, நீ தவறான வழியில் செல்கிறாய். உன் மூதாதையர் பிரஜைகளைத் தம் சொந்தப் பிள்ளைகளைப்போல் நடத்தினர். உன் தந்தையும் தாத்தாவும் கடைப்பிடித்த தர்ம வழியில் அரசாளுவாயாக. அரசன் தீய அமைச்சர்களிடமிருந்தும் திருடர்களிடமிருந்தும் மக்களைப் பாதுகாக்கவேண்டும். அவர்களைப் பீடிக்காமல் தர்ம வழியில் வரி வசூலிக்கவேண்டும். சூரியன் பூமியிலிருந்து நீரை எடுப்பது தெரியாமல் உறிஞ்சி, மழையாகப் பொழிவதுபோல வசூலித்த வரியைவிட அதிகமாக மக்களுக்கு நலப் பணிகளைச் செய்யவேண்டும்” என்று அறிவுரை கூறினர்.

ஆனால் வேனன் அட்டகாசமாகச் சிரித்து, “நான் அரசன். உங்களை யார் கேட்டது? தெய்வம் என்று யாருமில்லை. என்னையே வழிபடுங்கள்” என்றான்.

முனிவர்கள் வருந்தினர். ‘அருகதை இல்லாதவனை அரசனாக்கினோம். இவனை நாம் தண்டிக்கவேண்டும். மக்களால் வெறுக்கப்படும் இந்த அரசன் பாதி இறந்ததற்குச் சமம்’ என்று எண்ணி ஹுங்காரம் செய்தனர். அந்தக் கோபத்தின் ஒலியால் வேனன் மரணமடைந்தான். மனம் வருந்திய தாய் சுநீதா தன் மந்திரச் சக்தியால் வேனனுடைய உடலைப் பாதுகாத்தாள்.

மீண்டும் அரசனில்லாத நிலை ஏற்பட்டது. ரிஷிகள் சுநீதாவிடம் சென்று, “நீ மறைத்து வைத்த உன் புதல்வனின் உடலை எங்களிடம் ஒப்படை. அவனுடைய புத்தி கெட்டதாக இருந்தாலும். உடல் உத்தமமான மனுவின் வம்சத்தில் உதித்தது. அவனுடைய உடலிலிருந்து விஞ்ஞான முறையில் ஒரு புதல்வனை உற்பத்தி செய்வோம்” என்றனர்.

முதலில் அவனுடைய தொடையைக் கடைந்தனர். அதிலிருந்து கறுத்த ஆணுருவம் ஒன்று வெளிப்பட்டது. வேனனுடைய கொடிய பாவத்தின் வடிவமாகத் தோன்றிய நிஷீதா என்ற பண்பாடற்ற அவனை விரட்டிவிட்டனர். அவனுடைய சந்ததியினர் காடுகளிலும் மலைகளிலும் வசிக்கும் நிஷிதர்களாயினர். மீண்டும் ரிஷிகள் வேனனுடைய கைகளைக் கடைந்தபோது அதிலிருந்து திவ்ய சொரூபத்தோடு ஆணும் பெண்ணுமாக இரு உருவங்கள் தோன்றின.

ப்ருது சரித்திரம்

அந்த ஆண் மகாவிஷ்ணு அம்சத்தோடு பிறந்த ப்ருது சக்கரவர்த்தி. அந்தப் பெண் மகாலட்சுமியின் அம்சத்தோடு பிறந்த அர்ச்சிஸ். லட்சுமி நாராயண அம்சமே இந்த மிதுன உற்பத்தி என்று அறிந்த முனிவர்கள் இருவரையும் தம்பதிகள் என்றனர். முனிவர்கள் ப்ருது சக்கரவர்த்திக்குப் பட்டம் கட்டினர். பட்டாபிஷேகத்திற்குப் பிரம்மதேவர் வருகை தந்தார். ப்ருது தர்ம வழியில் சிறப்பாக அரசாண்டார். வேனனின் ஆட்சியால் சீர்கெட்டிருந்த நிர்வாகத்தைச் சீர்திருத்தினார். யாக, யக்ஞங்கள் நடந்தன.

ஆனால் மக்கள் துயரத்தோடு ப்ருதுவிடம் வந்தனர். “நிலத்திலிருந்து எங்களுக்குத் தானியங்களும் மூலிகைகளும் கிடைப்பதில்லை. வயலை உழுது விவசாயம் செய்தாலும் பூமாதா எங்களுக்குப் பலன் கொடுப்பதில்லை” என்று முறையிட்டனர்.

ப்ருது சக்கரவர்த்தி உடனே வில்லைக் கையிலேந்தி பூமிக்கு ஆணையிடப் புறப்பட்டார். பூமாதேவி பசுமாட்டின் உருவெடுத்து அவருடைய பாணத்திலிருந்து தப்பித்துக்கொள்ள ஓடினாள்.

“நில். உன்னைத் தண்டிப்பதற்கு வந்தேன். விவசாயம் செய்த பயிருக்கு விளைச்சலை அளிக்கவேண்டும். ஆனால் நீ கொடுக்கவில்லை. உன்னைத் தண்டிக்கும் அதிகாரம் அரசனான எனக்கு உள்ளது” என்றார் அரசர்.

“இத்தனை காலம் உன் தந்தை என்னைப் பாழாக்கினான். அதனால் நான் தரிசாகிவிட்டேன். நீ பொறுமை வகிக்கவேண்டும். உண்மையறிந்த முனிவர்களால் இகலோகத்திலும் பரலோகத்திலும் உயிரினங்களுக்கு மேன்மை கிடைப்பதற்கு உபாயங்கள் வகுக்கப்பட்டன. ஒவ்வொருவரும் அந்த மார்க்கத்தில் நிலையாகச் சிரத்தையோடு பயணித்தால்தான் நலன் விளையும். தர்ம வழியைப் பின்பற்றாதவன் இஷ்டம் வந்தாற்போல் அறிவின்றி அனர்த்தத்தைச் செய்கிறான். நியம நிஷ்டையில்லாமல் நடந்துகொள்ளும் அசத்துகளால் என்னிடமிருந்து உற்பத்தியாகும் மூலிகைகளும் தானியங்களும் உண்ணப்பட்டன. அதனால் நான் ஔஷதிகளைக் கொடுக்கும் சக்தியை இழந்துவிட்டேன். நீ செய்யத் தொடங்கிய யாகங்களால் நான் செழிப்பாகி வருகிறேன். என்னிடம் நீ பலனைக் கறந்துகொள். கன்றுக்குட்டியும் பால் கறப்பதற்குப் பாத்திரமும் தயாராக உள்ளதா” என்று கேட்டாள் பசுவின் வடிவில் இருந்த பூமாதேவி.

இங்கு ஸ்வாயம்புவ மனுவே கன்றுக்குட்டியாக வந்தார். ப்ருது மகாராஜாவின் கைகளே பாத்திரம். ஸ்வாயம்புவ மனு என்பது தர்மச் சொரூபம். தர்மமே கன்றானது. சுய முயற்சியான உழைப்பால் பூமியிலிருந்து பயிர்ச் செல்வங்களைப் பெற்றார் ப்ருது மகாராஜா. பின்னர் அனைவரையும் அழைத்து “நீங்களும் வேண்டியதைக் கறந்துகொள்ளுங்கள்” என்றார். ரிஷிகள் குருவான பிரகஸ்பதியைக் கன்றாக்கி, வாக்கு செவி மனம் என்னும் புலன்களைப் பாத்திரமாக்கி வேதங்களைப் பாலாகக் கறந்துகொண்டார்கள். தேவர்கள் இந்திரனைக் கன்றாக்கித் தங்கப் பாத்திரத்தில் அமிர்தத்தைக் கறந்துகொண்டார்கள். இங்குத் தங்கப் பாத்திரம் என்பது சூரியன். கந்தர்வர்கள், பித்ரு தேவதைகள் என்றிவ்வாறு அனைவரும் பூமியைக் காமதேனுவாகவும் தங்கள் ஸ்வதர்மத்தைக் கன்றாகவும்கொண்டு தத்தம் நிலைகளாகிய பாத்திரத்தில் தமக்குத் தேவையானவற்றைக் கறந்துகொண்டார்கள்.

ப்ருத்வி

இவ்விதம் ப்ருது சக்கரவர்த்தி இயற்கைச் சூழலைப் பாதுகாத்தபடி பூமியைச் சமதளமாக்கி கிராமம், நகரம் போன்றவற்றின் சரியான அமைப்பை உருவாக்கினார். அதனால் பூமி விஸ்தரிக்கப்பட்டது. விஞ்ஞான ரீதியான ஆட்சி அமைப்பிற்கு முன்னோடியாக விளங்கினார் ப்ருது

சக்கரவர்த்தி. அன்போடு அனைத்தும் அளித்த பூமியைத் தன் மகளாகக் கருதினார். அதனால் பூமிக்கு ப்ருத்வி என்ற பெயர் ஏற்பட்டது. அதன் பின்னர் ப்ருது மகாராஜா சரஸ்வதி நதிக்கரையில் அசுவமேத யாகம் செய்தார். மகாவிஷ்ணு தரிசனமளித்து 'என்னவேண்டும்' என்று கேட்டபோது, "தங்களுடைய சரித்திரம் என்னும் அமிர்த கானத்தைக் கேட்பதற்குப் பத்தாயிரம் காதுகள்வேண்டும்" என்று கேட்டார்.

"உன் மக்களுக்குத் தர்மத்தைப் போதித்து ஆட்சிபுரி. அதன்பின் உனக்குத் தெய்விக நிலை கிட்டும்" என்று கூறி ஆசி வழங்கினார் பகவான்.

தம் பிரஜைகளிடம் ப்ருது சக்கரவர்த்தி, 'உங்கள் தொழிலைச் செய்தபடி முக்கரணத் தூய்மையோடும் பகவானிடம் அர்ப்பணப் புத்தியோடும் வாழ்ந்து உய்வடையுங்கள்' என்று போதித்தார். தம் ஐந்து புதல்வர்களிடம் அரசாட்சியை ஒப்படைத்துவிட்டு மனைவியுடன் வனத்திற்குத் தவம் புரியச் சென்றார். புலன்களை அடக்கிச் சிறப்பான தவம் இயற்றினார். பின்னர் பரந்தாமத்தை அடைந்தார் ப்ருது சக்கரவர்த்தி.

பலன்

மிகவும் புனிதமான ப்ருதுவின் சரிதத்தை ஊக்கத்தோடு படிப்பவரும் கேட்பவரும் ப்ருதுவின் ஸ்தானத்தை அடைவர். செல்வம், புகழ், பிள்ளைப்பேறு, தலைமைப் பண்பு, நீண்ட ஆயுள் பெற்று நான்கு புருஷார்த்தங்களையும் அடைவர்.

மஹாத்மாவான ப்ருது சக்கரவர்த்தியின் சரித்திரம் நிறைவு.

பிராசீன பர்ஹிஸ்

ப்ருது சக்கரவர்த்தியின் புதல்வன் அந்தர்தானன். அவனுடைய புதல்வன் ஹரிதானன். அவனுடைய புதல்வனான பர்ஹிஷதன் மிகப் பெருமை வாய்ந்தவன். கர்ம காண்டத்திலும் யோக வித்யையிலும் சாமர்த்தியம் வாய்ந்தவன். பர்ஹிஷதன் அனேக யக்ஞங்கள் செய்தான். பூமி முழுவதும் தர்ப்பையைப் பரப்பி யாகம் செய்வதற்கு அமர்ந்தாற்போலவே இருந்தது அவன் செயல். அதனால் அவனுக்கு பிராசீன பர்ஹிஸ் என்று பெயர் உண்டாயிற்று.

ப்ரசேதஸர்கள்

பர்ஹிஸுக்கு பத்துப் புதல்வர்கள். அவர்களுக்கு ப்ரசேதஸர்கள் என்று பெயர். அவர்கள் நாரத முனிவரின்

அறிவுரையை ஏற்று வனத்தில் தவம் புரிந்தபோது மகாதேவர் தரிசனமளித்து பகவானின் தத்துவத்தைப் போதித்தார். அது ருத்ர கீதை என்ற பெயரில் புகழ் பெற்றது.

பிராசீன பர்ஹிஸ் நிரந்தரம் கர்மாக்களின் மீதே ஆர்வம்கொண்ட மன நிலையில் இருந்தான். அவரிடம் நாரதர் வந்தார்.

"அரசே, கர்மாக்களையே செய்துகொண்டிருந்தால் பரமத் தத்துவத்தை உம்மால் அறிய இயலாது. ராஜன், நீ இந்தச் செயல்களைச் செய்து எதைப் பெற விரும்புகிறாய்? துயரம் நீங்கி சுகம் பெறுவதற்காக மனிதன் செயல்களில் ஈடுபடுகிறான். ஆனால் அது சரியான மார்க்கமல்ல. நீ யக்ஞங்களில் பலியிடும் விலங்குகள் படும் வேதனை உன்னை மேலும் தண்டனைக்கு ஆளாக்கும். வீண் செயல்கள் நிரம்பிய இல்லற வாழ்வில் மனைவி, குடும்பம், புதல்வர்கள் செல்வம் என்று அவற்றையே புருஷார்த்தமாக நினைக்கும் மூடன் சம்சாரத்தில் சிக்கி பரம மோட்சத்தைப் பெறமாட்டான். யாகங்களில் கொன்ற எண்ணற்ற விலங்குகள் தம் கூர்மையான கொம்புகளால் உம்மைக் கொல்வதற்கு எதிர்பார்த்திருக்கின்றன" என்றார்.

"மகரிஷி, எனக்குத் தெளிவான ஞானத்தை உபதேசித்தருளுங்கள்" என்று பிராசீன பர்ஹிஸ் நாரதரை வணங்கி வேண்டினான். ஆன்மிகத் தத்துவப் போதகரான நாரதர் பழமையான கதை ஒன்றைக் கூறினார். அதுவே புரஞ்சனோபாக்கியானம் என்ற புகழ்பெற்ற உருவகக் கதை.

புரஞ்சனோபாக்கியானம்

புரஞ்சனன் என்று ஓர் அரசன் இருந்தான். அவனுக்கு அவிஞ்ஞாதன் என்று ஒரு சிறந்த நண்பர் இருந்தார். அவிஞ்ஞாதனுடைய செயல்களை யாரும் அறியமுடியாது.

தனக்குத் தகுந்த இருப்பிடத்தைத் தேடி புரஞ்சனன் இமயமலையின் தென் அடிவாரத்திலிருந்த ஒன்பது வாயில்களோடு கூடிய ஒரு பட்டணத்திற்கு வந்தான். அது அழகாக அலங்கரிக்கப்பட்டு, பிரகாரங்கள், பூங்காக்கள், ஜன்னல்கள், தோரணங்கள், இல்லங்களோடு கூடியதாக இருந்தது. நகரில் இருந்த அழகான பூந்தோட்டத்தில் சஞ்சரித்த ஓர் அழகிய இளம் பெண்ணைக் கண்டான். அவளைப் பார்த்து மோகம் கொண்டான். அவளைச் சுற்றியிருந்த பரிவாரம் அவனுக்கு ஆச்சரியத்தை

ஏற்படுத்தியது. அவளுக்குப் பத்துப் பேர் பணியாட்கள். சிலர் இளம் பெண்கள். அவளுக்கு முன்பாக ஓர் ஐந்து தலைப் பாம்பு நடந்து சென்றது.

புரஞ்சனன் அவளை நெருங்கி, "நீ சாட்சாத் மகாலட்சுமி போல் உள்ளாய். தேவலோகத்துப் பெண் போலுள்ள நீ யார்? இவர்கள் யார்?" என்று கேட்டான்.

"நாங்கள் யாரென்று எங்களுக்கே தெரியாது. எனக்கும் என் பரிவாரத்திற்கும் எங்கள் பெற்றோர் யார் என்று தெரியாது. கோத்திரம் தெரியாது. பெயரும் தெரியாது. நான் இப்போது இங்கு இருப்பது மட்டுமே எனக்குத் தெரியும். என் வீடு எது, இந்த நகரத்தை யார் படைத்தார் என்பதெதுவும் தெரியாது. என்னையும் இந்த நகரத்தையும் இந்தச் சர்ப்பம் பாதுகாக்கிறது. இவர்கள் என் நண்பர்கள். இந்தப் பெண்கள் என் தோழிகள். நீ என்னிடம் மோகம் கொண்டாய். உன் விருப்பத்தை நிறைவேற்றுகிறேன். உன்னைத் திருமணம் செய்துகொள்கிறேன்" என்று அவள் பதில் கூறினாள்.

அவ்விதம் அந்தப் பட்டணத்தில் புகுந்து புரஞ்சனனும் புரஞ்சனியும் நூறு ஆண்டுகள் சுகமாக இன்புற்று வாழ்ந்தனர். புரஞ்சனன், மனைவியின் விருப்பங்களை நிறைவேற்றுவதில் காலம் கடத்தினான். குடும்பத்துக்காகவே வாழ்ந்து முதுமை அடைந்தான். அந்த நகரத்தைத் தாக்குவதற்கு சண்டவேகன் என்ற கந்தர்வ அரசன் வந்தான். அவனோடு ஆண்களும் பெண்களுமாகக் கறுப்பும் வெளுப்புமாக 365 வீரர்கள் வந்தனர். அவர்களோடு போராடிச் சோர்ந்து போன பாம்பு, பட்டணத்தைவிட்டு நீங்கியது. பட்டணம் பஞ்ச பூதங்களால் அழிந்தது. மனம் கலங்கிய புரஞ்சனன் மரண காலத்திலும் மனைவியையே நினைத்திருந்தான்.

மறுபிறவியில் புரஞ்சனன், விதர்ப்ப நாட்டு அரசனுக்கு விதர்பி என்ற புதல்வியாகப் பிறந்தான். மலயத்துவஜ பாண்டியன் விதர்பியை மணந்துகொண்டான். அவர்களுக்கு ஒரு புதல்வியும் ஏழு புதல்வர்களும் பிறந்தனர். மகளை அகஸ்திய முனிவருக்கு திருமணம் செய்வித்தனர். ஏழு புதல்வர்களும் திராவிடத் தேசத்தை ஆண்டார்கள். அவர்கள் ஒவ்வொருவருக்கும் கோடி புதல்வர்கள் உண்டாயினர்.

ராஜரிஷியான மலயத்துவஜ பாண்டியன், ராஜ்ஜியத்தைப் புதல்வர்களுக்கு அளித்துவிட்டு பகவானை நினைத்து தவம் செய்ய வனத்திற்குச் சென்றான். சந்திரனைப் பின்தொடரும் வெண்ணிலாவைப் போல விதர்பியும் உடன் சென்றாள்.

உணவை நீக்கி விரதத்தால் இளைத்து பகவானை வழிபடும் கணவனுக்குப் பணிவிடை புரிந்தாள். புத்தியைப் பரமாத்மாவிடம் நிலைநிறுத்திய மலயத்வஜன் மகா சமாதியடைந்தான். துயரமடைந்த விதர்பி கணவனோடு உடன்கட்டை ஏறத் தயாரானாள்.

அந்த நேரத்தில் புரஞ்சனனுக்குத் தோழனாக இருந்த அவிஞ்ஞாதன் அங்கு வந்து சேர்ந்தார்.

"ஓ புரஞ்சன மன்னா...' என்று அழைத்து விதர்பியை நன் மொழியால் தேற்றினார். "நீ விதர்பியும் அல்ல. இந்த வீரன் உன் கணவனுமல்ல. ஒன்பது வாயில் கொண்ட நகரத்தில் புரஞ்சனியை மணம் புரிந்த புரஞ்சனனும் அல்ல. நீ ஹம்சம். நாமிருவரும் ஹம்சங்கள். நீ என்னிலிருந்து வேறுபட்டவன் அல்ல. ஞானிகளின் பார்வையில் நாமிருவரும் ஒன்றே. ஒரே மனிதன் தன்னைக் கண்களால் நேராகவும் கண்ணாடியில் வேறாகவும் காண்பது போன்றதே நமக்குள் காணப்படும் வேறுபாடு" என்று அறிவுறுத்தி சுயச் சொரூப ஞானத்தை ஏற்படுத்தியவுடன் அந்த ஹம்சம் மகிழ்ந்து தன் நண்பனான ஹம்சம் எழுப்பிவிடவே விழித்தெழுந்து மறதியைவிட்டு அவரோடு சேர்ந்தது' என்று நாரதர் புரஞ்சனோபாக்கியத்தை பிராசீன பர்ஹிஸிடம் கூறினார்.

பிராசீன பர்ஹிஸ் நாரதரிடம், "நாரத பகவானே, தங்களுடைய சொற்கள் மறைமுகமாக உள்ளன. நீங்கள் கூறிய ஆத்யாத்ம தத்துவத்தைக் கர்மாக்களில் மூழ்கிக் கிடக்கிற என்னால் அறிய முடியவில்லை" என்றான்.

நாரதர் புரஞ்சனோபாக்கியத்தின் உருவகங்களை விடுவித்தார். "புரஞ்சனன் ஜீவன். புரஞ்சனி புத்தி. பத்து நண்பர்கள் என்பது ஐந்து ஞானேந்திரியங்களும் ஐந்து கர்மேந்திரியங்களும். பட்டணத்தின் வாயில்கள் என்பது உடலின் ஒன்பது துவாரங்கள். ஐந்து தலைப் பாம்பு பிராணச் சொரூபம். தேகமே ரதம். சண்டவேகன் என்பது காலம். 365 என்பது பகலும் இரவுமான நாள்கள்" என்று நாரதர் ஜீவ, ஈஸ்வர சொரூபத்தை விவரித்தார்.

பசியினால் பீடிக்கப்பட்ட நாய் எவ்வாறு வீடுதோறும் அலைந்து அடியோ அல்லது உணவோ பெறுகிறதோ அதேபோல் காம வசப்பட்ட ஜீவன் உயர்ந்ததும் தாழ்ந்ததுமான வழிகளில் அலைந்து தனக்கு விதித்த இன்ப துன்பங்களை அடைகிறான். பெரிய பளுவைத் தலையில் சுமக்கும் மனிதன் தோளில் மாற்றிக்கொள்வது போன்றதுதான் எல்லாப் பரிகாரங்களும்.

'ஹரியை எது திருப்திப்படுத்துமோ அதுவே நல்ல செயல். எதனால் பகவானின் நினைவு ஏற்படுமோ அதுவே அறிவு. பக்தி இயல்பு கொண்ட ஜீவனுக்குப் பரமாத்மா தானாகவே வந்து சுயச் சொரூப ஞானத்தை அளித்துத் தன்னோடு ஐக்கியம் செய்து கொள்வார்' என்று உபதேசித்துவிட்டு நாரதர் சித்தலோகம் சென்றார்.

பிராசீன பர்ஹிஸ் நாட்டைப் புதல்வர்களுக்கு அளித்துவிட்டு தவம் செய்யக் கபில முனிவரின் ஆசிரமத்திற்குச் சென்றான். பற்றுகளைத் துறந்து ஒருமுகப்பட்ட மனதுடையவனாய் பகவானின் பாதக் கமலங்களைப் பக்தியுடன் நினைத்து அவருடன் இரண்டறக் கலந்தான்.

ஸ்ரீ சுக பிரம்மம் கூறினார் –

"பரீட்சித் அரசனே, மைத்ரேயர் கூறிய வரலாற்றைக் கேட்டு பக்தி மேலிட ஆனந்தக் கண்ணீர் உகுத்தவராய் வணங்கி விடைபெற்ற விதுரர் ஹஸ்தினாபுரம் சென்றார்."

பலன்

'யாரொருவர் பகவானிடம் மனதைச் செலுத்தி அரசர்களுடைய இந்தச் சரிதத்தைக் கேட்பாரோ அவர் நீண்ட ஆயுளும் செல்வமும் நற்கதியும் மேன்மையும் அடைவார்' என்றார் சுக பிரம்மம்.

நான்காம் ஸ்கந்தம் நிறைவடைந்தது.

ஐந்தாம் ஸ்கந்தம்

ப்ரியவிரதர் சரித்திரம்

ஸ்ரீ சுக பிரம்மம் கூறினார் -

"பரீட்சித் மன்னா, ஸ்வாயம்புவ மனுவின் புதல்வர் உத்தானபாதரின் வம்சத்தை இதுவரை பார்த்தோம். இப்போது அவருடைய சகோதரர் ப்ரியவிரதருடைய வம்சத்தைப் பார்ப்போம்.

ப்ரியவிரதர் நாரதரிடமிருந்து ஞானோபதேசத்தைப் பெற்றார். அவருக்கு உலகியல் வாழ்வில் விருப்பம் இல்லை. தந்தையான ஸ்வாயம்புவ மனு பிரஜாபதியாக ராஜ்ய பாரத்தை ஏற்கச் சொன்னதை மறுத்து கந்தமாதன பர்வதத்தை அடைந்து தவத்தில் ஈடுபட்டார். முக்குணங்களின் வடிவமான படைப்பை விரிவுபடுத்த எண்ணிய பிரம்மதேவர் அங்கு வந்து ப்ரியவிரதருக்கு உபதேசம் செய்தார். அப்போது நாரதரும் அங்கு வந்து சேர்ந்தார்."

பிரம்மா கூறினார் –

"ப்ரியவிரதா, ஜீவன் முக்தனாக இருந்தாலும் மனிதன் பிராரப்த கர்மாவை அனுபவித்துத் தீரவேண்டும். நீயோ பரந்தாமனுடைய சரணாரவிந்தக் கோட்டையில் இருந்துகொண்டு ஆறுவிதப் பகைவர்களையும் வென்றவன். இல்லறத்தில் ஈடுபட்டு பகவானால் விதிக்கப்பட்ட சுகங்களை அனுபவித்த பின்னர் பற்றுகளை ஒழித்து ஆத்ம நிஷ்டையில் இருப்பாயாக" என்றார்.

ஸ்ரீ சுக பிரம்மம் கூறினார் –

“மூவுலகுக்கும் குருவான பிரம்மதேவரின் உபதேசத்தை ஏற்று ‘அப்படியே ஆகட்டும்’ என்றார் மகா பாகவதரான ப்ரியவிரதர். பிறகு பிரஜாபதியான விஸ்வகர்மாவின் மகள் பர்ஹிஸ்மதியை மணம் புரிந்தார். அவர்களுக்கு மகா யோகிகளான அக்னீதரர் முதலான பத்துப் புதல்வர்களும் ஊர்ஜஸ்வதி என்ற புதல்வியும் தோன்றினர். புதல்வர்களில் மூவர் சிறுவயதிலேயே பரமஹம்ச ஆஸ்ரமத்தைக் கடைப்பிடித்தனர். ஜம்புத்வீபம் முதலான ஏழு த்வீபங்களுக்கும் ஏழு புதல்வர்களை அதிபதியாக்கினார் ப்ரியவிரதர். ஊர்ஜஸ்வதியை சுக்ராசாரியாருக்கு மணமுடித்தார். அவர்களுக்கு தேவயானி என்ற மகள் பிறந்தாள். ப்ரியவிரதருக்கு இன்னொரு மனைவியிடத்தில் உத்தமன், தாமசன், ரைவதன் என்று மூன்று புதல்வர்கள் பிறந்தனர். அவர்கள் மன்வந்தர அதிபதிகளானார்கள். பின்னர் வைராக்கியம் நிறைந்தவராய் நாரதர் காட்டிய வழியில் தவமியற்றச் சென்றார்.

அக்னீதரர் சரிதம்

ப்ரியவிரதரின் புதல்வரான அக்னீதரர் ஜம்புத்வீப வாசிகளான பிரஜைகளைத் தன் சொந்தக் குழந்தைகளைப்போல் தர்மத்துடன் பேணினார். பிரம்மதேவர் அனுப்பிய பூர்வசித்தி என்ற அப்சரஸ் பெண்ணை மணந்தார். அவர்களுக்கு நாபி முதலான ஒன்பது புதல்வர்கள் பிறந்தனர்.

ரிஷபதேவர் சரிதம்

நாபியும், மேரு என்ற மனைவியும் பிள்ளைப்பேற்றை வேண்டி யாகங்கள் செய்தனர். அவர்களுக்குப் பகவானே ரிஷபதேவர் என்ற யோகீஸ்வரராக அவதரித்தார். அவர் இல்லற தர்மத்தை ஏற்று, அஜநாப வர்ஷத்தை ஆண்டு, இந்திரன் அளித்த ஜயந்தி தேவி என்ற பெண்ணை மணந்து, நூறு புத்திரர்களைப் பெற்றார். அவர்களுள் மூத்தவரும் சிறந்த யோகியுமான பரதர் என்பவரின் பெயரால் அஜநாப வர்ஷம் என்று பெயர்கொண்ட தேசம் பாரத வர்ஷம் என்ற பெயரால் அழைக்கப்படுகிறது.

ரிஷப தேவர், தம் நூறு புதல்வர்களில் மூத்தவரும், பரமப் பாகவதருமான பரதருக்கு பட்டாபிஷேகம் செய்து அவரைப் பின்பற்றி நடக்கும்படி புத்திரர்களுக்கு அறிவுரை கூறி, ஞான வைராக்கியத்தோடு பரமஹம்ச ஆஸ்ரம

தர்மத்தை அனுஷ்டித்து அவதூதராக வெளிக் கிளம்பினார். ஆசைகளற்று ஆத்மானுபவத்தில் நின்ற ரிஷபதேவரை வணங்கி ஸ்ரீசுகபிரம்மம் அடுத்து, பரதரின் சரிதத்தைப் பரீட்சித்துக்குக் கூறினார்.

ஜட பரதரின் சரித்திரம்

மகா பாகவதரான பரதர் பூமியைப் பரிபாலிக்கவேண்டும் என்ற பகவானின் சங்கல்பத்தை உணர்ந்தவராக விஸ்வரூபரின் மகளான பஞ்சஜனியை மணந்தார். அவர்களுக்கு ஐந்து புதல்வர்கள் பிறந்தனர்.

பரதர் நல்ல அரசனாகத் தர்மத்தோடு பிரஜைகளை ஒரு தகப்பனைப்போல் காத்தார். யக்ஞங்களைப் பக்தியோடு சிறப்பாகச் செய்தார். யக்ஞம் செய்வதால் ஏற்படும் பலன் கண்ணுக்குத் தெரியாது. அது அபூர்வம் எனப்படுகிறது. பலன் மீது பற்றில்லாமல் பகவானுக்கு அர்ப்பணம் செய்யும் திறன் கொண்டவர் பரதர். புத்திக் கூர்மையால் விருப்பு, வெறுப்பு என்னும் மலங்களை நீக்கிக்கொண்டார். ஒவ்வொரு தேவதைக்கும் யக்ஞத்தில் ஆஹுதி அளிக்கும்போது அந்தந்த தேவதைகளை நாராயணனின் இந்திரியங்களாக நினைத்து விராட் புருஷனாக பகவானைத் தியானம் செய்தார். அவ்விதம் தூய்மையான இதயத்தோடு கர்மாக்களைச் செய்ததால் அந்தக்கரணத்தில் நிரந்தரம் பரமாத்மாவின் சொரூபத்தைத் தியானிக்க அவரால் முடிந்தது. அதன் மூலம் உயர்ந்த பக்தி நிலையை அடைந்தார் பரதர்.

உயர்ந்த பக்தி நிலை

தன் புதல்வர்களிடம் ராஜ்ஜியத்தை ஒப்படைத்த பரதர், வானப்பிரஸ்த ஆஸ்ரமத்தைக் கடைப்பிடிப்பதற்காக சக்ர நதி எனப்படும் கண்டகி நதி தீரத்தில் அமைந்த புலஹாஸ்ரமத்தை வந்தடைந்தார். மலர்களால் பகவானை வழிபட்டு கனிகளும் கிழங்குகளும் சமர்ப்பித்து மான் தோலாடை உடுத்தி மூன்று வேளையும் நீராடியதால் பழுப்பு நிறம் கொண்ட ஜடை முடியோடு விளங்கினார். நிரந்தரம் தவத்தால் பரமாத்மாவை உபாசனை செய்தார். சூரியோதயக் காலத்தில் சுவர்ணம்போல் ஒளி வீசுகின்ற புருஷோத்தமனான பகவானைச் சூரிய காயத்ரி மந்திரத்தால் துதித்தார்.

'சைதன்ய சொரூபனும் சிருஷ்டி ஸ்திதி லயத்திற்குக் காரணமான சைதன்ய மூர்த்தியும் அஞ்ஞானத்திற்கு

அப்பாற்பட்டவனுமான பரப்பிரம்மத்தைச் சரணடைகிறேன். சூரிய மண்டலத்தில் சாட்சி ரூபமாக இருந்து சகல உயிரினங்களையும் இயக்குகிற சுவாமியை நான் உபாசிக்கிறேன்.' இவ்விதம் உபாசனை செய்து சூரிய மண்டலத்திலிருக்கும் ஹிரண்மய புருஷனை அனுபவத்தில் உணரும் உயர்ந்த நிலையைப் பெற்றார் பரதர்.

மான்குட்டி மீது பற்றுதல்

அவ்வாறு இருக்கையில் பரதர், ஒருநாள் கண்டகி நதியில் நீராடி தினசரி கடமைகளை முடித்து கரையில் அமர்ந்து பிரணவ ஜபம் செய்யத் தொடங்கினார். இரண்டு மணி நேரம் கடந்தது. கருவுற்றிருந்த ஒரு மான் நீரருந்த வந்தது. அப்போது திடீரென்று காட்டிலிருந்து சிம்மநாதம் கேட்டது. அதைக் கேட்டு அஞ்சிய மான் நதியைத் தாண்ட எண்ணி ஒரு குதி குதித்தது. பயத்தால் கீழே விழுந்து, ஒரு குட்டியை ஈன்றுவிட்டு மரணமடைந்தது. நீரில் அடித்துச் செல்லப்பட்ட அந்த மான் குட்டியைக் காப்பாற்றுவதற்காக அனுதாபத்தோடு அதைக் கையிலெடுத்தார் ராஜரிஷியான பரதர். தாயில்லாத அந்தக் குட்டியைக் கருணையோடு ஆசிரமத்திற்கு எடுத்து வந்து வளர்க்க முற்பட்டார். தினமும் யக்ஞம் தியானம் அரச்சனை செய்து பகவானை நிரந்தரம் நினைப்பதில் நிலைத்திருந்த பரதருக்கு இப்போது புதிதாக வேறு வேலை வந்தது. மான் குட்டியை வளர்ப்பது, கொஞ்சுவது, பாலூட்டுவது என்று அதன் நினைவாகவே இருந்தார். சில நாள்கள் கழிந்தபின் முழுவதும் அந்த மான் குட்டியே கதி என்று கிடந்தார். மானைப் பார்க்காவிட்டால் துயரமடைந்தார். மானோடு விளையாடி மகிழ்ந்ததை நினைவுபடுத்திக்கொள்வார். ஏதாவது ஆபத்து நேருமோ என்று பயந்து அதனைத் தூக்கி வைத்துக்கொள்வார்.

'சரணடைந்தவரை மறுப்பது தவறு என்பதால் இதை என் கடமையாகச் செய்கிறேன்' என்று தன்னைச் சமாதானப்படுத்திக் கொண்டார். மான் குட்டி வெளியில் சென்று திரும்பிவரத் தாமதமானால் புலி தின்றுவிட்டதோ என்று அஞ்சுவார். மானைக் கட்டி வைத்துவிட்டு ஜபம் செய்ய அமர்வார். நடுவில் கண் திறந்து அதைப் பார்த்துக்கொள்வார். சிலமுறை பாதியில் எழுந்து வந்து மான் நலமாக இருக்கிறதா இல்லையா என்று பார்ப்பார். மான் தென்படாவிட்டால் செல்வத்தைப் பறிகொடுத்த கஞ்சனைப்போலத் துன்புறுவார். அது நலமாக வீடு திரும்பினால் நிம்மதியடைவார். பகவான் மானைக்

காப்பாற்றட்டும் என்பதே அவருடைய பிரார்த்தனையாக இருந்தது. அவருடைய தர்ப்பாசனத்தை மான் அவ்வப்போது கடித்துவிடும். அவருக்குக் கோபம் வரும். அது வருந்தி ஒரு மூலையில் சென்று அமரும். அப்போது அந்த மான் புலன்களைக் கட்டுப்படுத்தி அமர்ந்திருக்கும் ரிஷி குமாரனைப் போலிருக்கிறது என்று நினைத்துக்கொள்வார். அந்த மான் நடப்பதால் பூமி புண்ணியம் செய்தது என்று எண்ணுவார். இரவில் மான் திரும்பி வராவிட்டால் சந்திரன் என் மானைக் காப்பாற்றட்டும் என்று நினைப்பார்.

பரோபகாரம் செய்ய முன்வந்து தன்னலத்தையே விட்டுவிட்டார் பரதர். தன்னையும் தன் நித்திய கர்மானுஷ்டத்தையும் மறந்தார். சிறிது சிறிதாக மான் குட்டி மீதிருந்த மோகத்தால் யமம், நியமம், தூய்மை, ஈஸ்வர பூஜை முதலான நித்ய கர்மாக்கள் ஒவ்வொன்றாக அவரைவிட்டு நீங்கின.

'அதனிடம் நான் கோபமாக இருந்தால் அது என்னிடம் வந்து கொம்பால் என்னை மிருதுவாக உராய்ந்து கொடுக்குமே' என்று அதன் பிரிவினால் மானையே நினைத்துக்கொண்டிருந்த பரதரிடம், எலி வளையில் பாம்பு நுழைவதைப்போல மரணம் சமீபித்தது. பிராரப்த கர்மா மான் வடிவில் வந்து யோகத்திலிருந்த பரதரைத் திசை திருப்பியது. மரணத்திற்கு முன்பாகப் பரதருக்கு ஏற்பட்ட பாசம் இது. மானையே நிரந்தரம் நினைத்திருந்ததால் அடுத்த பிறவியில் மானாகவே பிறந்தார்.

மானாகப் பிறந்த பரதர்

முற்பிறவியில் செய்த இறைவழிபாட்டின் மகிமையால் முன் ஜென்ம நினைவு அந்த மான் வடிவப் பிறவியில் இருந்தது. 'இத்தனை தூரம் பக்தி யோக சாதனையில் முன்னேறிவிட்டு, ஒரு மான் குட்டியிடம் பற்று வைத்தேனே' என்று வருந்தி மான் பிறவி எடுத்த பரதர் பச்சாதாபப்பட்டார். 'இனி யாருடனும் சேரக் கூடாது' என்று தீர்மானித்தார். 'தீரர்களான முனிவர்களின் மார்க்கத்திலிருந்து நழுவி விழுந்தேனே' கூட்டுறவு மிகக் கெடுதல் என்றெண்ணிப் பிற மான்களோடு சேராமல் முற்பிறவியில் தான் தவம் செய்த அதே புலஹாஸ்ரமத்திற்குச் சென்று பிறரறியாமல் சஞ்சரித்தார். அங்கேயே மான் பிறவியை நீத்தார்.

அடுத்த பிறவி ஜட பரதர்

அடுத்த பிறவியில் அங்கீரச வம்சத்தைச் சேர்ந்த ஓர் அந்தணருக்கு மகனாகப் பிறந்தார். அந்த அந்தணருக்கு

இரு மனைவிகள். முதல் மனைவிக்கு ஒன்பது புதல்வர்கள் பிறந்தனர். இளைய மனைவிக்கு ஒரு மகனும் மகளுமாக இரட்டையர் பிறந்தனர். அந்த மகனே ஜட பரதர்.

ஜட பரதருக்குத் தன்னுடைய முற்பிறவிகள் இரண்டும் நினைவிருந்தன. 'தேகம் நானல்ல' என்ற உணர்வோடு ஜீவன் முக்தராக சுயச் சொரூப ஞானத்தோடு விளங்கினார். ஆனால் பார்ப்பவர்களுக்கு அவ்வாறு தோற்றமளிக்கவில்லை. யார் கூப்பிட்டாலும் பதில் சொல்லாததால் இவரைச் செவிடன் என்று நினைத்தனர். திட்டினாலும் அடித்தாலும் எதிர்வினை ஆற்றாததால் ஜடம் என்று நினைத்தனர். எது செய்தாலும் நகராமல் இருந்ததால் பைத்தியம் என்றனர்.

தந்தை, உபநயனம் செய்து வேதக் கல்வி கற்றுத் தர முயன்றார். ஆனால் இவர் மந்திரங்களைச் சரியாக உச்சரிக்கவில்லை. வருந்திய தந்தை கவலையால் உயிர் துறந்தார். மகனையும் மகளையும் மூத்தாளிடம் ஒப்படைத்து பரதரின் தாயும் மரணித்தாள். பெரியன்னையின் புதல்வர்களாலும் இவரைச் சரிசெய்ய இயலவில்லை. எதற்கும் உதவாதவன் என்று தீர்மானித்து கடினமான வேலைகளை இவருக்கு அளித்தனர். ஜடபரதர் ஆரோக்கியமான நல்ல பலமான உடல் பெற்றிருந்தார். அண்ணன்களுக்குக் கொஞ்சம் நிலம் இருந்ததால் இவரை வயல் வேலைகளுக்குப் பயன்படுத்தினர். ஊரில் யார் என்ன வேலை சொன்னாலும் செய்வார். யார் எது கொடுத்தாலும் உண்பார். ருசியா இல்லையா அற்பமா அதிகமா என்று எதையும் பார்க்காமல் பசிக்கு உண்பார். நொய்க் கஞ்சியோ, புண்ணாக்கோ, காந்திப் போன உணவோ, மக்கிப் போன தானியமோ, பசித்தபோது யார் எது கொடுத்தாலும் சாப்பிடுவார்.

ஜீவன் முக்தரான பரதர் உடலெடுத்துப் பிராரப்தத்தை அனுபவித்தாலும் அதில் ஒட்டாமலே இருந்தார். அழுக்கால் பிரகாசிக்காத மாணிக்கத்தைப்போல வெளிப்படையாகத் தெரியாத பிரம்ம தேஜஸ் உடையவராக விளங்கினார். அவரை மிருகம், பைத்தியம், ஜடம், செவிடன் என்று அழைத்தனர். குளிர், வெப்பம், மழை எதுவாக இருந்தாலும் கவலைப்படாமல் அலைந்து கொண்டிருப்பார். கல் மேல் படுப்பார். உடலில் மண் ஒட்டும். கவலைப்படமாட்டார். சாக்கை உடம்பில் ஆடையாகச் சுற்றிக்கொள்வார். 'பிறவிதான் அந்தணர். ஆனால் ஒரு பிராமண கர்மாகூட செய்யவில்லை' என்று அனைவரும் நிந்தித்தனர்.

காளிக்கு பலி

அவ்வாறிருக்கையில் ஒரு திருடர் கூட்டத் தலைவன் பிள்ளைப்பேறு வேண்டி காளிக்கு நரபலி கொடுக்கத் தகுதியான ஒருவரைத் தேடிக்கொண்டிருந்தான். அவனுடைய ஆள்கள் குறைவில்லாதவராக இருந்த ஜடபரதரைக் கண்டு கயிற்றினால் கட்டித் தலைவனிடம் அழைத்துச் சென்றனர். அவன் ஜடபரதருக்கு அபிஷேகம் செய்து பலிக் கம்பத்தில் கட்டி மாலை போட்டு அமர வைத்தான். வாளை ஓங்கினான். ஜடபரதர் நிச்சலனமாக இருந்தார். அசையவில்லை. நிறுத்து என்றோ, வேண்டாம் என்றோ சொல்லவில்லை. ஆனால் பத்ரகாளிக்குப் பொறுக்க முடியாத கோபாவேசம் ஏற்பட்டது. விக்ரகத்திலிருந்து வெளிப்பட்டு அந்த வாளைப் பிடுங்கி, பலி கொடுக்க நினைத்தவர்களின் தலையைச் சீவி உன்மத்த நாட்டியம் செய்து அந்தத் தலைகளைப் பந்தாடினாள்.

ஜடபரதர் உலக விஷயங்களில் ஜடம். பரமாத்மாவின் விஷயத்தில் விழிப்பானவர். சுக துக்கங்களுக்கு அப்பாற்பட்ட ஆத்மானுபூதியில் இருப்பவர். யார் இந்த நிலையில் இருப்பாரோ, யார் பகவானைத் தவிரப் பிறவற்றை விட்டவரோ, யாருக்குப் பகையுணர்வு இல்லையோ அவரை விஷ்ணுவின் சுதர்சனம் பாதுகாக்கிறது. பத்ரகாளியின் வடிவில் வந்து சுதர்சனச் சக்கரம் ஜடபரதரைக் காப்பாற்றியது.

ஜடபரதர் பல்லக்குச் சுமந்தது

ஒருநாள் சிந்து சௌபீர ராஜ்யத்தின் அரசன் ரகூகணன் ஒரு பல்லக்கில் புறப்பட்டான். இக்ஷுமதி நதிக்கரையில் பல்லக்கு சென்றபோது சுமப்பவர் ஒருவர் குறைந்ததால் தெய்வ வசத்தால் ஜடபரதரைக் கண்டு அவரை அழைத்தனர். அவரும் பல்லக்குச் சுமக்கச் சம்மதித்தார். ஜடபரதர், தரையில் காலடி வைத்து நடக்கும்போது காலின்கீழ் எந்த உயிரினத்தையும் மிதித்து விடக்கூடாதென்று ஜாக்கிரதையாக நடந்தார்.

“பல்லக்கு ஏன் மெதுவாகச் செல்கிறது?” என்று அரசன் வினவினான்.

“புதிதாகச் சேர்ந்த இந்தத் தடியன் மெதுவாக நடக்கிறான்” என்றனர் சேவகர்கள்.

அவரைச் சாமானியன் என்று நினைத்து அரசன் ஜடபரதரிடம் பரிகாசமாகப் பேசினான். “உன்னால்

நடக்க முடியவில்லையா? பாவம் இளைத்துள்ளாய் அல்லவா. கிழவனல்லவா, தூக்க முடியவில்லையா அல்லது சாப்பிடவில்லையா?" என்று கேட்டான்.

ஜடபரதர் உடல் மீது பற்று இல்லாதவர் ஆதலால் மேலும் அதேபோலவே நடந்து சென்றார். அரசனுக்குக் கோபம் வந்தது. "அரசனாகிய என் கட்டளையை மீறி நடக்கிறாய். உனக்கு யமனைப் போல் தண்டனை அளிப்பேன்" என்றான்.

"யார் அரசன், யார் அடிமை, கர்மாவைப் பொறுத்து உடலின் பணிகள் மாறுபடுகின்றன. உனக்கு நான் என்ன செய்யவேண்டும்? என்னை நீ தண்டிக்க நினைப்பது பிசைந்ததையே மீண்டும் பிசைவது போன்றதே" என்றார் ஜடபரதர்.

அந்தப் பதிலைக் கேட்டவுடன் அரசன் பல்லக்கிலிருந்து கீழே குதித்தான். ஜடபரதரின் பாதங்களைப் பணிந்தான்.

"என்னை மன்னியுங்கள். மகாத்மாக்கள் வெளிப்படையாகத் தெரியமாட்டார்கள். உங்கள் வாக்கால் என் அஞ்ஞான முடிச்சு அவிழ்ந்தது. எம தண்டம், அக்னி, சூரியன் அஸ்திரம், சூலம், வஜ்ராயுதம் போன்ற எதற்கும் நான் அஞ்சமாட்டேன். ஆனால் பிரம்ம ஞானிக்கு என்னால் அபசாரம் நேருமோ என்று அஞ்சுவேன். கபில முனிவரின் ஆஸ்ரமத்திற்கு வேதாந்தக் கல்வி கற்பதற்காகக் கிளம்பினேன். நீர் கூறிய சொற்கள் ஆத்ம விசாரணையின் சாரமாக உள்ளது. நீர் சாமானியன் அல்ல. நான் சந்திக்கப் புறப்பட்ட கபிலாசாரியாரே உம் வடிவில் தென்படுகிறார் என்று தோன்றுகிறது" என்று துதித்தான் மன்னன்.

அரசனின் ஐயம்

"ஓ சாதுவே, ஒரு பானையில் நீர் ஊற்றி அடுப்பில் வைத்தால் நீரும் சூடாகிறது. மண்ணால் செய்யப்பட்ட பானையும் சூடாகிறது. அதேபோல் உடலில் ஆத்ம சைதன்யம் இருக்கும்போது தேகத்தோடு ஆத்மாவுக்கும் அனுபவம் வருமல்லவா? உடலுக்குத் தொடர்புடையவை ஆத்ம சைதன்யத்தோடு ஒட்டாது என்பதை எவ்வாறு அறிவது?" என்று ஜடபரதரிடம் கேட்டான் அரசன்.

ஜடபரதரின் உபதேசம்

"மன்னா, மூர்க்கனான நீ எல்லாம் தெரிந்தாற்போல் பேசாதே. உடலின் இயல்பை ஆத்ம சைதன்யத்திற்கு ஏற்றிப்

பேசுகிறாய். ஸ்தூலமும் நோயும் உடலின் குணம், சுகமும் துக்கமும் மனதின் குணம். பசியும் தாகமும் பிராணனின் குணம். ஆத்மாவின் சுபாவம் இருப்பும் சைதன்யமும். அதை உடலுக்கு இருப்பதுபோல் காட்டி உடலுக்கு ஆத்ம லட்சணம் உள்ளதாக நினைக்கிறாய். அது சரியல்ல. ஆத்ம சைதன்யம் இருப்பதால்தான் உடல் உள்ளது. உடல் இல்லாவிட்டாலும் ஆத்ம சைதன்யம் இருக்கும்" என்றார் ஜடபரதர்.

"தீன பந்துவே, ஆத்மாவை மனம் எவ்வாறு அறியும்?" என்று கேட்ட அரசனிடம் பரதர் கூறினார்.

"வீரனே, உடலோடு அடையாளப்படுத்திக்கொள்ளும் தாதாத்மியம் இருக்கும்வரை ஆத்மாவை அறிய முடியாது. நற்செயல்களைச் செய்துகொண்டு ஆத்ம சொரூபனான பரமாத்மாவைச் சரணடைந்து பக்திகொண்டால் அவரருளால் சுயச் சொரூப ஞானம் ஏற்படும்" என்று ஜடபரதர் விளக்கினார்.

"தங்கள் போதனையால் உடலே நான் என்ற அஞ்ஞானத்தை விட்டொழித்து உய்வடைந்தேன்" என்று கூறி அவர் பாதத்தைப் பணிந்து திரும்பிச் சென்றான் அரசன். ஜடபரதர் நிறைகடல்போல, புலன்களின் அசைவாகிய அலைகள் அடங்கப் பெற்றவராய் இப்பூமியில் சஞ்சரித்தார். காலகதியில் பகவத் சொரூபத்தில் லயித்து முக்தி அடைந்தார்.

பலன்

பாகவதர்கள் போற்றிக் கொண்டாடும் ராஜரிஷி பரதரின் சரித்திரத்தைக் கேட்பவரும் சொல்பவரும் மங்களம், புகழ், செல்வம், ஆயுள், சொர்க்கம், மோட்சம் அனைத்தும் பெறுவர். இந்தச் சரிதத்தை விரும்பிப் படிப்பவர் கேட்டதெல்லாம் பெறுவார்.

மிக அற்புதமான ஜடபரதர் சரிதம் நிறைவு.

பூகோள வர்ணனை

அதன் பிறகு பிரபஞ்சத்தின் பூகோள விவரங்களை வர்ணிக்கிறார் சுக யோகீந்திரர். பூமியில் எத்தனை தேசங்கள், எத்தனை தீவுகள், எத்தனை கண்டங்கள் உள்ளன என்று விவரிக்கிறார். எந்தத் தேசத்தில் பகவான் எந்த ரூபத்தில் வழிபடப்படுகிறார் என்று கூறுகிறார். சில தர்மப் பிரஷ்டர்களைத் தேசத்திலிருந்து விரட்டிவிட்டதால்

அவர்கள் அங்கங்கு மிலேச்சர்களாக நிலைபெற்றார்கள். சில தேசங்கள் பனியால் சிலகாலம் மூடப்பட்டு பின்னர் வெளிப்பட்டதால் புதுப்புது நாகரிகங்கள் அங்கு ஏற்பட்டன. அதற்குமுன் வேதக் கலாசாரமே பூமி முழுவதும் வியாபித்திருந்தது. லோகங்கள், ஆறுகள், மலைகள், நட்சத்திரங்கள், கிரகங்கள் பற்றியும் கூறுகிறார். பல்வேறு சூழ்நிலைகளை வர்ணிக்கையில் நரக லோக வர்ணனையும் எந்தப் பாவம் செய்தால் எந்த வித நரக வேதனை அனுபவிக்க வேண்டிவரும் என்பதையும் கூறுகிறார். இவற்றின் மூலம் இந்த லோகங்களை இயக்கும் பகவானின் லீலைகளை விவரிக்கிறார் சுக யோகீந்திரர். குரு, ஹிரண்மயம், சம்யகம், இலாவ்ருதம், பத்ராஸ்வம், ஹரி, கேதுமாலம், கிம்புருஷம், பாரதம் என்று ஒன்பது தேசங்களைப் பற்றி விவரிக்கிறார்.

புண்ணியம் நிரம்பிய பாரதத் தேசம், பரத வர்ஷம்

பூமியில் உள்ள ஒன்பது தேசங்களில் பாரதத் தேசமே கர்மப் பூமியாக உள்ளது. மீதி உள்ள எட்டுத் தேசங்களும் சுவர்க்கவாசிகளிடம் எஞ்சியுள்ள புண்ணியத்தை அனுபவிக்கும் பூலோகச் சொர்க்கமாக உள்ளன. ஒன்பது வர்ஷங்களிலும் வசிக்கும் மனிதர்களுக்கு அருள் புரியும் பொருட்டு நாராயணன் அங்கெல்லாம் மகிழ்ச்சியோடு விளங்குகிறார்.

புண்ணிய மலைகள்

பாரதத் தேசத்தில் பல நதிகளும் மலைகளும் உள்ளன. மலயம், மங்கள பிரஸ்தம், மைநாகம், திரிகூடம், ரிஷபம், குடகம், கொல்லகம், சஹ்யம், தேவகிரி, ரிஷ்யமுகம், ஸ்ரீசைலம் வேங்கடம், மகேந்திரம், சித்ரகூடம், வாரிதரம், விந்தியம், சுக்திமான், ரிஷகிரி, பாரியாத்ரம், துரோணம், கோவர்த்தனம், ரைவதகம், குப்பம், நீளம், குகாமுகம், இந்திரகீலம், காமகிரி இன்னும் நூறாயிரக்கணக்கான மலைகளும் அவற்றிலிருந்து உண்டாகும் எண்ணிலடங்கா நதிகளும் உள்ளன. இவற்றின் பெயர்களை மனதால் நினைத்தால்கூட புண்ணியம் பெற்று உய்வடையலாம்.

புண்ணிய நதிகள்

சந்திரவஸா, தாம்ரவர்ணி, அவடோதா, க்ருதமாலி, வைஹாயசி, காவேரி, வேணி, பயஸ்வினி, சர்க்கராவர்த்தா, துங்கபத்ரா, கிருஷ்ணா, வேண்யா, பீமாரதி, கோதாவரி,

நிர்விந்த்யா, பயோஷ்ணி, தாபி, ரேவா, சுரசா, நர்மதா, சர்மண்வதி, சிந்து, அந்தம் (பிரம்மபுத்ரம்), சோணம் இவை நதிகள். மகாநதி, வேதஸ்ம்ருதி, ரிஷிகுல்யா, த்ரிசாமா, கௌசிகீ, மந்தாகினி, யமுனா, சரஸ்வதி, த்ருஷத்வதி, கோமதி, சரயு, ரோதஸ்வதி, சப்தவதி, சுஷோமா, சதத்ரு, சந்திரபாகா, விதஸ்தா, அசிக்னி, விஸ்வா என்பவை மகா நதிகள். புண்ணிய நதிகள் பல கொண்டது பாரதத் தேசம்.

பாரதத் தேசத்தின் மகிமை

“பரீட்சித் மன்னா, பாரத வர்ஷத்தில் பிறந்த மனிதர்கள் தகுந்த கர்மாக்களைச் செய்து உத்தம கதியை அடையும் வாய்ப்புள்ளது. பல வர்ணங்களைச் சேர்ந்தவர்கள் அவரவர் ஸ்வதர்மத்தைக் கடைப்பிடித்து மோட்சம் பெறும் வாய்ப்புள்ள இடம் பாரதத் தேசம். நாராயணனை வழிபடுவதற்கான வழிமுறைகள், அஞ்ஞானத்தை விலக்கும் சாதனை, மோட்சம் அடையும் சூழல் எல்லாம் பாரத தேசத்தில்தான் உள்ளன. உய்வடைவதற்கு இதுவே சரண். தேவர்கள்கூட பவித்திரமான பூபாகமான பாரதத் தேசத்தில் பிறக்கவேண்டும் என்று விரும்புகிறார்கள்.

தேவர்களின் கானம்

எத்தனை ஆச்சரியம். பாரதத் தேசத்தில் பிறந்தவர்கள் எத்தனை புண்ணியம் செய்தவர்கள். ஸ்ரீஹரி இவர்களிடம் மகிழ்ந்து விளங்குகிறான். பாரதத்தில் மனிதர்களாகப் பிறந்தவர்கள் மோட்சம் பெறுவதற்குத் தகுந்த பிறவியை எடுத்தவர்கள். அப்படிப்பட்ட பிறவி நமக்கு வெறும் கோரிக்கையாகவே தங்கிவிட்டது. நாம் பல விரதங்கள், யக்ஞங்கள், தானங்கள் அனைத்தும் செய்தும் அற்பமான இந்தச் சுவர்க்கத்துக்கு வந்துள்ளோம். இதனால் என்ன பிரயோஜனம்? இது வெறும் புலனின்பங்களுக்குப் பயன்படுகிறதே தவிர நாராயணனின் பாதக் கமலங்களை நினைப்பதற்கு இந்தப் போக லோகம் தகுந்ததல்ல. அதற்குத் தகுந்த இடம் யோக பூமியான பாரத வர்ஷமே. இப்படிப்பட்ட திவ்ய லோகங்களில் கல்ப காலம் இருப்பதைவிடப் பாரதப் பூமியில் ஒரு கண நேரம் இருந்தால்கூடப் போதும்.

பாரதத் தேசத்தில் பிறந்த விவேகிகளும் பண்பட்டவர்களும் நிலையில்லாத உடலால் தாம் செய்யும் செயல்களை பகவானுக்கு அர்ப்பணம் செய்து மிகக் குறுகிய காலத்திலேயே பயமில்லாத மோட்சத்தை அடைகிறார்கள். பல்வேறு

கர்மாக்களையோ சாதனைகளையோ செய்து மீண்டும் பிறப்பில்லாமல் மோட்சம் பெற்று உய்வடைவதற்கான வாய்ப்பு பாரதத் தேசத்தில் பிறந்தவர்களுக்கு மட்டுமே உள்ளது. பாரதத் தேசத்தில் பிறந்தும் சாதனை செய்யாமல் இருப்பவர்கள் மீண்டும் சம்சாரத் தளையில் கட்டுண்டு பிறப்பிறப்பில் சுழல்கிறார்கள் என்று தேவர்களும் தேவதைகளும் பாரத தேசத்தைப் போற்றி கீர்த்தனை செய்கிறார்கள்."

பின்னர் ஸ்ரீ சுகபிரம்மம் பரீட்சித் ராஜனிடம் சந்திர மண்டலம், துருவ மண்டலம் அதலம் முதலான லோகங்கள், நரகம் போன்றவற்றை வர்ணித்துவிட்டு, "அரசனே, இது பகவானுடைய ஆச்சரியமான ஸ்தூல வடிவம்" என்றார்.

ஐந்தாம் ஸ்கந்தம் நிறைவு

ஆறாம் ஸ்கந்தம்

பிராயச்சித்தம்

ஸ்ரீ சுகபிரம்மம் கூறினார் -

"அரசனே, மனம், வாக்கு, உடல் என்ற முக்கரணங்களால் செய்த பாவத்திற்குக் கட்டாயம் பிராயச்சித்தம் செய்துகொள்ளவேண்டும். இல்லாவிட்டால் இறந்தபின் கொடுமையான நரக வேதனையை அனுபவிக்க வேண்டிவரும். உடல் நலம் கெடுவதற்கு முன்பே நிவாரண உபாயங்களைக் கடைப்பிடிக்கவேண்டும். நோய்க்குச் சிகிச்சை செய்துகொள்வதுபோலவே நம்மிடம் உள்ள வினைப்பயன், பாவப் பலன் எல்லாவற்றுக்கும் சிகிச்சை செய்யவேண்டும்" என்று பரீட்சித்திடம் கூறினார் சுக யோகி.

பரீட்சித் கேட்டான் -

"உண்மையில் மனிதனுக்கு எது தீமை, எது நன்மை, எது பாவம், எது புண்ணியம் என்பது உள்ளிருந்து தெரிந்துகொண்டுதான் இருக்கிறது. பிராயச்சித்தங்களைச் செய்த பின்னர் யானை குளித்தபின் மீண்டும் புழுதியைப் பூசிக்கொள்வதுபோல மீண்டும் பாவத்தையே செய்கிறான்" என்றான் பரீட்சித் மன்னன்.

சுகபிரம்மம் கூறினார் -

"அரசே, பிராயச்சித்தம், செய்த பாவத்தை நீக்குமே தவிரப் பாவம் செய்யும் இயல்பை நீக்காது.

பிராயச்சித்தமும் ஒரு செயலே. ஒரு செயலின் பலனை மற்றொரு செயல் மூலம் நீக்கிக் கொண்டிருந்தால் என்ன பயன்?

ஞான விசாரணை செய்தல் என்ற சிந்தனை மார்க்கமே உயர்ந்த பிராயச்சித்தம். 'சுத்தமான ஆத்மச் சொரூபம் நான்' என்று நிரந்தரம் சிந்தனை செய்பவர் பாவம் செய்யமாட்டார். ஆனால் ஞான விசாரணை அனைவருக்கும் சாத்தியமல்ல. அப்படிப்பட்டவர் பிராயச்சித்தம் செய்து தீரவேண்டும்.

பாவத்திலிருந்து விடுதலை பெறுவதற்காகப் பிராயச்சித்தம் செய்வது, நோய் வந்தபின் செய்துகொள்ளும் சிகிச்சை போன்றது. அதற்கு முன்பாகவே உடலுக்கு ஏற்புடைய உணவை ஏற்று, சிறந்த வாழ்க்கை முறையைக் கடைப்பிடிப்பவருக்கு நோய்த் தொல்லை இருக்காது. அதேபோல் யமம், நியமம் போன்ற விதிகளைக் கடைப்பிடிப்பவருக்குப் பாவங்களின் பாதிப்பு இருக்காது. ஏற்கெனவே இருப்பவையும் சிறிது சிறிதாகக் கரைந்து போகும். புதிதாகப் பாவம் செய்யும் எண்ணம் ஏற்படாது. எச்சரிக்கை உணர்வு இருக்கும். நியமத்தோடு கூடிய வாழ்க்கை வாழ்பவர் உண்மை ஞானத்தை அறியும் தகுதியைப் பெறுகிறார். தர்மமறிந்த தீரர்கள் புலனடக்கம், வாய்மை, தூய்மை, கொல்லாமை போன்ற தவங்களால் நெருப்பு மூங்கிற்புதரை அழிப்பதுபோல தீவினைப் பயன்களைப் போக்கடிப்பர்.

பக்தியே முக்கியம்

பக்தர்கள் வாசுதேவனைப் பக்தியோடு வழிபட்டு பாவங்களை முழுமையாக நாசனம் செய்துகொள்வர். பனியைச் சூரியன் விலக்குவதுபோல பக்தியானது பாவங்களை எரித்தழிக்கிறது.

கள் பானையைப் புனித நீரால் செய்த அபிஷேகம் சுத்தமாக்காததைப்போலவே நாராயணனிடம் பக்தி இல்லாதவர்கள் எத்தனை பிராயச்சித்தச் சடங்குகள் கடைப்பிடித்தாலும் பாவம் தொலையாது.

கிருஷ்ணப் பரமாத்மாவின் கல்யாணக் குணங்களிடம் பிரேமைகொண்டு அவருடைய பாதத் தாமரையில் யார் ஒரு தடவையாவது மனதை நிறுத்துவாரோ அவர் கனவில்கூட யமனையோ யம தூதரையோ பார்க்கமாட்டார்" என்று கூறிய சுகபிரம்மம், அஜாமிளனின் வரலாற்றைக் கூறுகிறார்.

அஜாமிளன் சரித்திரம்

"பரீட்சித் மன்னா, இதற்கு உதாரணமாக ஒரு பழைய வரலாறு உண்டு. யம தூதர்களுக்கும் விஷ்ணு தூதர்களுக்கும் இடையே நடந்த உரையாடலைக் கூறுகிறேன். கேள். இதனை எனக்கு அகஸ்திய பகவான் கூறினார்."

கன்யாகுப்ஜம் என்ற தேசத்தில் அஜாமிளன் என்ற அந்தணன் இருந்தான். அவன் ஒரு தாசியோடு கொண்ட பழக்கத்தால் பவித்திரமான நிலையிலிருந்து தாழ்ந்து அவளை மணந்து தன் நல்லொழுக்கங்களை இழந்தான். செல்வந்தர்களைச் சிறைப்பிடித்துச் செல்வத்தைப் பறிக்கும் வழிப்பறித் திருடனாக மாறினான். கொலை, கொள்ளை, வஞ்சனை போன்ற வெறுக்கத்தக்க உபாயங்களால் வாழ்க்கை நடத்தினான். உடல் தூய்மை, மனத்தூய்மை இரண்டையும் துறந்தான். அவனுக்குப் பத்துப் பிள்ளைகள் பிறந்தனர். கடைசிப் பிள்ளையின் பெயர் நாராயணன். அவன் மேல் அஜாமிளனுக்கு அன்பு அதிகம். எப்போதும் அவனையே கொஞ்சிக்கொண்டு அவன் நினைவாகவே இருந்தான்.

யம தூதர்கள்

அஜாமிளனுக்கு உடல் தளர்ந்தது. எண்பத்தெட்டு வயதானது. மரணப் படுக்கையில் கிடந்தான். மரண நேரம் நெருங்கியது. பயங்கரமான உருவத்தோடும் கையில் பாசக் கயிற்றோடும் வந்த மூன்று யமதூதர்கள் அவன் கண்களுக்குத் தென்பட்டனர். அவர்களைப் பார்த்ததும் அஜாமிளன் நடுநடுங்கினான். உடனே தொலைவில் விளையாடிக் கொண்டிருந்த மகனை, 'நாராயணா நாராயணா நாராயணா...' என்று அவசரமாக உரத்த குரலில் கூவி அழைத்தான்.

விஷ்ணு தூதர்கள்

மரண காலத்தில் ஹரி நாமஸ்மரணை நடந்த உடனே விஷ்ணு தூதர்கள் அங்குத் தோன்றினார்கள். அஜாமிளனின் சூட்சுமச் சரீரத்தைப் பாசக் கயிற்றால் இழுத்த யம தூதர்களைத் தடுத்தார்கள்.

தூதர்களிடையே உரையாடல்

"இவன் தண்டனைக்குரியவன். யமதர்மராஜனின் உத்தரவைத் தடுக்கின்ற அழகிய உருவமும் அணிகளும் அணிந்த நீங்கள் யார்?" என்று வினவினர் யமதூதர்கள்.

"தர்மத்தின் இயல்பு என்ன, இவன் என்ன தவறு செய்தான், எதற்குத் தண்டனை?" என்று கேட்டனர் விஷ்ணு தூதர்கள்.

"சகல ஜீவர்களும் செய்யும் பாவ, புண்ணியச் செயல்களுக்கும் சாட்சிகள் உண்டு. சூரியன், அக்னி, ஆகாயம், வாயு, புலன்கள், பசுக்கள், சந்திரன், சந்தியா காலங்கள், இரவு, பகல், திசைகள், நீர், பூமி, காலம், தர்மம் இவை உடல் படைத்தோருக்குச் சாட்சிகள். இவற்றால் அதர்மம் உணரப்பட்டு தண்டனை அளிக்கப்படுகிறது. உடலெடுத்தவர் செயல் புரியாமல் இருக்கமுடியாது. உலகியல் பற்றால் ஜீவனுக்கு ஏற்படும் இழிவு, பகவானிடம் கொள்ளும் பக்தியால் தீர்ந்து போகும்.

இவன் உத்தம வம்சத்தில் பிறந்தவன். சகல சாஸ்திரங்களையும் படித்தறிந்தவன். சிறந்த குணமும் நடத்தையும் கொண்டவன். பெரியவர்களை வணங்கிப் பணிவிடை செய்து நியமத்தோடு வாழ்ந்தான். புலனடக்கம், வாய்மை, மிருது சுபாவம்கொண்டு விளங்கினான்.

ஒருநாள் தந்தையின் கட்டளையால் காடு சென்று சமித்து, தர்ப்பை, பழம், பூ முதலியவற்றைச் சேகரித்துக்கொண்டு திரும்பி வருகையில் மது வெறியில் ஓர் ஆணோடு களித்திருக்கும் ஒரு பெண்ணைப் பார்த்தான். அந்தக் காட்சியால் இவனும் காம வசப்பட்டான். அவளிடம் ஏற்பட்ட மோகத்தால் பெற்றோரையும் கட்டிய மனைவியையும் கைவிட்டான். அவளைத் திருப்திப் படுத்துவதற்காகத் தவறான வழியில் சென்றான். பாவத்தைச் செய்தவனும் அதற்கான பிராயச்சித்தத்தைச் செய்யாதவனுமாகிய இவனை, யம தர்மனிடம் அழைத்துச் செல்லப் போகிறோம். அங்குத் தண்டனையால் சுத்தமாவான்" என்றனர் யம தூதர்கள்.

அவர்கள் கூறியதை மனதில் வாங்கிக்கொண்ட விஷ்ணு தூதர்கள், "பாவத்தைச் செய்தவர்களுக்கான பிராயச்சித்தம் பகவானின் நாமத்தை உச்சரிப்பதே. அதன் மூலம் அவர்களறியாமலே பகவானைப் பற்றிய எண்ணம் அவர்களிடம் உண்டாகிறது. பிராயச்சித்தம் செய்த பின்னரும் மனம் கெட்ட வழியில் செல்லக்கூடும். ஆனால் ஹரியின் நாமத்தைச் சொல்பவருடைய மனம் மீண்டும் கெட்ட வழியில் செல்லாது. இவன் இறக்கும் தறுவாயில் ஹரியின் பெயரைக் கூறியதால் இவனுக்குப் புண்ணியப் பலன்கள் வந்தன. இவனை நீங்கள் அழைத்துச்

செல்லாதீர்கள். அன்பாலோ பரிகாசத்தாலோ நட்பாலோ அவமதிப்பாலோ பழக்கத்தாலோ விஷ்ணு நாமத்தை எப்படிக் கூறினாலும் அது எல்லாப் பாவங்களையும் போக்கும். மகரிஷிகள் ஆராய்ந்து பாவங்களுக்கான பிராயச்சித்தங்களை ஏற்படுத்தினார்கள். தவம், தானம், ஜபம் போன்ற பிராயச்சித்தங்களால் பாவங்கள் அழிகின்றன. ஆனால் மனதில் பாவம் செய்யும் இயல்பு அழிவதில்லை. ஆனால் பகவானின் நாமக் கீர்த்தனையால் பாவம் செய்யும் இயல்பு முற்றிலும் அழிந்துபோகிறது. சிறந்த வீரியமுள்ள மருந்து நோயாளி அறியாமல் உட்கொண்டாலும் எவ்விதம் நோயைக் குணப்படுத்துமோ அதேபோல பகவானின் நாம மந்திரமும் பவ ரோகத்தை அழிக்கும்" என்றனர் விஷ்ணு தூதர்கள்.

சுக பிரம்மம் கூறினார் –

"பரீட்சித் மன்னா, அவர்கள் இவ்விதம் பாகவதத் தர்மத்தைச் சிறப்பாக விளக்கி அஜாமிளனை யம பாசத்திலிருந்து விடுவித்து அவனை மரணத்திலிருந்து காத்தனர். யம தூதர்கள் யமதர்ம ராஜனிடம் சென்று நடந்ததை விவரித்தனர். அஜாமிளன் விஷ்ணு தூதர்களின் தரிசனத்தால் பயம் நீங்கப் பெற்றான். அவர்களுடைய சத்சங்கத்தால் ஏற்பட்ட மனத் தூய்மையோடு அவர்களை வணங்கி அவர்களிடம் ஏதோ பேச முற்பட்டபோது அவர்கள் மறைந்தனர். தான் கண்ட அற்புதம் கனவா என்று வியந்தான் அஜாமிளன். யம தூதர்களுக்கும் விஷ்ணு தூதர்களுக்கும் இடையே நடந்த சம்பாஷணையைச் செவிமடுத்த அஜாமிளன் தான் செய்த தீய செயல்களை நினைத்து மிகுந்த பச்சாதாபமடைந்தான்.

'நான் பாவி. நல்லவர்கள் நிந்திக்கக்கூடிய வரலாறு என்னுடையது. என் வம்சத்திற்குக் களங்கம் ஏற்படுத்தினேன். உதவியற்றவரும் முதியவருமான என் பெற்றோரைக் கைவிட்டேன். அப்பாவியான பதிவிரதை என் மனைவி. அவளைக் கைவிட்டேன். நான் நன்றி கெட்டவன். நீசன். நரகத்தில் விழும் பாவங்கள் எல்லாவற்றையும் செய்தேன். நாராயணனின் கிருபையால் நரகத்தில் விழுந்து அனுபவிக்கவேண்டிய வேதனையிலிருந்து காப்பாற்றப்பட்டேன். இனி என்னை இந்த இழி செயல்களிலிருந்து விடுவித்துக்கொண்டு புலன்களை அடக்கி பகவானின் நாமத்தை உச்சரித்து மீதி உள்ள ஜீவிதத்தைச் சத்சங்கத்தில் கழிப்பேன்' என்று தீர்மானித்தான். கங்கைக்

கரையை அடைந்து அங்கு ஒரு தேவாலயத்தில் அமர்ந்து நியமத்தோடு வாழ்ந்து நாராயணனைத் தியானம் செய்து திவ்ய தேகம் பெற்று வைகுண்டத்தை அடைந்தான்.

"பரீட்சித் அரசனே, புதல்வனை அழைக்கும் விதமாகச் சாகும் தறுவாயில் ஹரி நாமத்தைச் சிரத்தையில்லாமல் உச்சரித்த அஜாமிளன் பரமபதத்தை அடைந்தான். சிரத்தையோடு ஹரி நாமத்தைச் சொல்பவரின் சிறப்பு பற்றிக் கூறவும் வேண்டுமா."

பலன்

புண்ணியமானதும் பாவத்தைப் போக்குவதுமான அஜாமிளனின் சரித்திரத்தைச் சிரத்தையுடன் கேட்பவரும் படிப்பவரும் யம பயத்தை அடையமாட்டார்கள். விஷ்ணு லோகத்தில் போற்றப்படுவார்கள்.

அஜாமிளன் சரித்திரம் நிறைவு.

இந்திரன் செய்த குற்றம்

நிறைந்த சபையில் இந்திரன் ஒரு முறை தவறு செய்தான். ருத்ரர்கள், வசுக்கள், ஆதித்தியர்கள், மருத்துக்கள், விச்வேதேவர்கள், சாத்யர்கள், ருபுக்கள், அஸ்வினி தேவதைகள், சித்தர், சாரணர், கந்தர்வர், வேதமோதும் ரிஷிகள் அனைவராலும் சூழப்பட்டு இந்திராணியோடு அமர்ந்திருந்த தேவேந்திரனுக்குக் கர்வம் ஏற்பட்டது. அங்குத் தேவர்களின் குருவான பிருஹஸ்பதி வந்தார். எழுந்து அவரை வணங்கி ஆசனமளிக்காமல் பார்த்தும் பார்க்காதது போலிருந்தான் இந்திரன்.

இவ்விதம் நேர்ந்தபோது கர்வியான இந்திரனுடைய நடத்தையின் மாறுபாட்டை அறிந்த பிருஹஸ்பதி அங்கிருந்து கிளம்பி தன் இல்லத்திற்குச் சென்றுவிட்டார். தன் தவற்றை உணர்ந்த இந்திரன் 'குருவை அவமதித்தேன். எனக்குள் அசுரக் குணமான அகம்பாவம் அந்த நேரத்தில் பிரவேசித்தது' என்று வருந்தி, மன்னிப்பு கேட்பதற்கு பிருஹஸ்பதியின் இல்லத்திற்குச் சென்றான். தேவ குரு தன் யோக சக்தியால் அவன் கண்ணில் தென்படாமல் மறைந்துபோனார். செய்வதறியாமல் அமைதியிழந்து வருந்தினான் இந்திரன்.

தேவர்களின் தோல்வி

அசுரர்களின் சக்தி அதிகரித்தது. அசுர குரு சுக்கிராச்சாரியாரின் அனுமதி பெற்று ராட்சசர்கள்

சுவர்க்கத்தின் தலைநகரமான அமராவதி மீது போர் தொடுத்தார்கள். இந்திரனும் தேவர்களும் தோற்றனர். இந்திரன் பிரம்மதேவரிடம் அடைக்கலம் புகுந்தான்.

பிரம்மா கூறினார் –

“குரு பக்தியால் அசுரர்கள் வென்றார்கள். குருவை அவமதித்ததால் நீங்கள் தோற்றீர்கள். வேதமறிந்தவர், கோவிந்தன், கோமாதா இவர்களை யார் தெய்வமாக வழிபடுவார்களோ அவர்களுக்குத் துன்பம் நேர்வதில்லை. உடனடியாக த்வஷ்டாவின் புதல்வரும் தபஸ்வியுமான விஸ்வரூபனைச் சரணடைந்து குருவாக ஏற்று அவன் தலைமையில் யக்ஞம் செய். உனக்குக் குருபலம் ஏற்படும். ஆனால் அவன் செயல்களை நீ பொறுத்துக்கொள்ளவேண்டும்” என்று பிரம்மதேவர் அறிவுரை கூறினார்.

குருவாக விஸ்வரூபன்

இந்திரன் விஸ்வரூபனிடம் சென்று வணங்கி, ‘ஆச்சார்யனாக இருந்து எங்கள் விருப்பத்தைப் பூர்த்திசெய்து வைக்கவேண்டும். குரு வேதத்தின் வடிவம். தந்தை பிரம்மாவுக்குச் சமம். அண்ணன் இந்திரனுக்கும், தாய் பூதேவிக்கும், சகோதரி கருணைக்கும், எதிர்பாராமல் வரும் அதிதி தர்மதேவதைக்கும், அறிந்த உறவினரான விருந்தாளி அக்னி தேவனுக்கும், சகல உயிர்களும் நாராயணனின் சொரூபத்திற்கும் சமம். குருவாக இருந்து தாங்கள் எங்களை ஆதரிக்கவேண்டும்’ என்று வேண்டினான்.

நாராயணக் கவசம்

‘லோகக் க்ஷேமத்திற்காக இதனை ஏற்கிறேன்’ என்று கூறிய விஸ்வரூபன் மகாவிஷ்ணுவை உபாசனை செய்து விஷ்ணு வித்யை எனப்படும் நாராயணக் கவசத்தை இந்திரனுக்கு உபதேசம் செய்தான். அதன் பிரபாவத்தால் சக்தி பெற்று அசுரர்களை எளிதாக வென்றான் இந்திரன். தேவர்கள் மீண்டும் மகிழ்ந்தனர்.

விஸ்வரூபனின் வஞ்சனை

விஸ்வரூபன் தந்தை வழியில் தேவர்களுக்கு உறவு. தாயின் வழியில் அசுரர்களுக்கு உறவு. அதனால் விஸ்வரூபன், யாகத்தில் ஹவிர் பாகம் கொடுக்கும்போது தேவர்களுக்குத் தெரியாமல் வஞ்சனையாக அசுரர்களுக்கும்

பாகம் அளித்தான். அதனால் அசுர பலம் வளர்ந்தது. விஸ்வரூபனுக்கு அன்னம் புசிக்கும் தலை, சோமபானம் அருந்தும் தலை, சுரபானம் அருந்தும் தலை என்று மூன்று தலைகள் இருந்தன. விஸ்வரூபனின் கபடத்தை அறிந்த இந்திரன் உலக நலனுக்காக விஸ்வரூபனின் தலைகளை வெட்டினான். மூன்று தலைகளும் மூன்று விதப் பறவைகளாக மாறின. இந்திரனைப் பிரம்மஹத்தி பாபம் சூழ்ந்தது. பிரம்மஹத்தி பாபத்தைத் தடுக்க வல்லமை இருந்தபோதிலும் இந்திரன், தான் செய்த தவற்றைக் கைகூப்பி ஏற்றுக்கொண்டான்.

நால்வருக்குப் பகிர்ந்த பாபம்

பிரம்மஹத்தி பாபத்தைப் பூமி, நீர், மரம், பெண் நால்வருக்கும் பிரித்துக் கொடுத்தான். பூமியில் களர் நிலமாக அந்தப் பாபம் நிலைபெற்றது. அதற்குப் பரிகாரமாக இந்திரன், பூமியில் தோண்டிய இடம் தானாகவே தூர்ந்துவிடும் வரத்தைக் கொடுத்தான். மரத்தில் பிசின் உருவமாகப் பாபம் நிலைபெற்றது. வெட்ட வெட்டத் துளிர்க்கும் வரத்தை மரத்துக்கு வழங்கினான் இந்திரன். பெண்களிடம் மாதவிடாயாகப் பாபம் தென்படுகிறது. அதற்குப் பிராயச்சித்தமாகப் பெண்களுக்குப் பிரசவக் காலம்வரை கர்ப்பம் கெடாமலே சம்யோகம் செய்யும் வரனைக் கொடுத்தான். நீரில் குமிழி நுரை உருவமாகப் பாபம் தென்படுகிறது. அதற்குப் பதிலாகத் தானே ஊறும் வரத்தைக் கொடுத்தான் இந்திரன்.

இவ்விதம் பாபத்தைப் பிரித்துக் கொடுத்துத் தூய்மையடைந்த தேவேந்திரன் மீண்டும் மூவுலகுக்கும் அதிபதியானான்.

விருத்திராசுரன்

விஸ்வரூபனின் தந்தை துவஷ்டப் பிரஜாபதிக்குப் புத்திர சோகம் ஏற்பட்டது. தன் புத்திரனைக் கொன்ற இந்திரனை வதைக்க விரும்பி, 'இந்திரனைக் கொல்லும் சத்ருவே விருத்தியடைவாயாக. தாமதம் செய்யாதே' என்று மந்திரம் கூறி ஹோமம் செய்தான். அக்னியிலிருந்து பயங்கரமான வடிவமுடைய விருத்திராசுரன் தோன்றினான். அவனால் உலகம் இருளால் சூழப்பட்டது. இந்திரனும் தேவர்களும் நாராயணனைச் சரணடைந்து, 'லக்ஷ்மி பதியான பகவான், நாராயணா, காப்பாயாக' என்று துதித்தனர். நாராயணன் ஓர் உபாயம் கூறினார்.

நாராயணன் கூறிய உபாயம்

"தவத்தால் பவித்திரமான ததீசி என்ற மகரிஷி உள்ளார். சக்தி வாய்ந்த அவருடைய எலும்புகளால் ஆயுதம் செய்து விருத்திராசுரனை வதைத்துவிடுங்கள். சுத்த பிரம்மத்தைத் தியானம் செய்பவர் ததீசி. அஸ்வினி தேவர்களுக்கு அசுவசிரஸ் என்ற பெயர் பெற்ற வித்யையை உபதேசித்தார். அதனால் அவர்கள் ஜீவன் முக்தர்களானார்கள். அதர்வண வேத நிபுணரான ததீசி, நாராயணக் கவசத்தை துவஷ்டாவுக்கு உபதேசம் செய்தார். அவன் அதை விஸ்வரூபனுக்கு உபதேசித்தான். நீங்கள் அதை அவனிடமிருந்து பெற்றீர்கள். ததீசியிடம் செல்லுங்கள். அவருடைய சரீரமே ஒரு கவசம். அவரை யாசித்து அவர் அளிக்கும் திவ்யமான அவயவத்தால் ஆயுதம் தயாரித்துப் பயன் பெறுங்கள்" என்றார் நாராயணன்.

ததீசி முனிவர்

இந்திரன் சென்று ததீசி முனிவரை வணங்கித் தன் வேண்டுகோளைத் தெரிவித்தான். ததீசி முனிவர் சிரித்துக்கொண்டே, "விஷ்ணுவே வந்து கேட்டாலும் யாராவது உடல் உறுப்பைக் கொடுப்பாரா? பிராணிகளுக்கு எல்லாவற்றையும் விடப் பிரியமானது தம் சரீரமே அல்லவா... இப்படி வந்து கேட்கிறாயே?" என்றார்.

"முனிவரே, அது சாமானியர்களின் விஷயத்தில் சரி. லோகக் க்ஷேமமே வாழ்க்கையாகக்கொண்ட தாங்கள், உயிரினங்களிடம் கருணையும் அன்பும் இயல்பாக உள்ளவர். எங்களுக்கு அருள் புரியுங்கள்" என்று வேண்டினான்.

"நீங்கள் கூறும் தர்மம் பற்றிக் கேட்க வேண்டுமென்று சொன்னேனே தவிர எனக்கு உடல் மீது பற்று இல்லை. இதோ உடலைத் துறக்கிறேன். லோகப் பாலகர்களான தேவர்களே, யார் நிலையில்லாத உடலால் தர்மத்தையும் புகழையும் தேடிக்கொள்ளவில்லையோ அவனைப் பார்த்து மரங்கள்கூட வருத்தம் கொள்ளும். என் உடலை மகிழ்ச்சியாகத் தருகிறேன்" என்றார் ததீசி.

வஜ்ராயுதம்

கர்மப் பந்தங்கள் நீங்கிய அந்த ஜீவன்முக்தர் சித்தத்தை ஒருமுகப்படுத்தி பரமாத்மாவிடம் ஜீவனைக் கலக்கச் செய்து உடலை நீத்தார். இந்திரன், ததீசி மகரிஷியின் முக்கிய எலும்புகளைக்கொண்டு தேவர்களின் தச்சனான

விஸ்வகர்மா செய்து கொடுத்த வஜ்ராயுதத்தைக் கையில் தாங்கி விருத்திராசுரனுடன் போருக்குச் சென்றான். இந்தப் பயங்கரமான போர் முதல் சதுர்யுகத்தில் திரேதாயுகத்தின் ஆரம்பத்தில் நர்மதை நதிக்கரையில் நிகழ்ந்தது.

இந்திரன் விருத்திராசுரன் உரையாடல்

ஐராவதம் மீதமர்ந்து இந்திரன் வஜ்ராயுதத்தைக் கையில் ஏந்திப் போர் புரிந்தான். வஜ்ராயுதத்தால் இந்திரன் தாக்கியபோது நமூசி, சம்பரன், அம்பரன் முதலான அசுரர்கள் சிதறி ஓடினர். அவர்களை ஒன்று கூட்ட விருத்திராசுரன் மிகவும் சிரமப்பட்டான். விருத்திராசுரனும் இந்திரனும் நேருக்கு நேராக மோதினர். கோர யுத்தம் நடந்தது. அசுரனின் தாக்குதலால் இந்திரன் ஐராவதத்தோடு சேர்ந்து கீழே விழுந்தான்.

"இந்திரா, நீ வஜ்ராயுதத்தைக் கையில் எடு. நான் காத்திருக்கிறேன். வஜ்ரத்தை என் மேல் செலுத்து" என்று கூறியவன் பகவானைத் துதிக்க ஆரம்பித்தான்.

"தேவேந்திரா, விஷ்ணுவின் அருள் யாரிடம் இருக்குமோ அவரே வெல்வார். நாராயணன் இருக்குமிடத்தில் வெற்றி, லக்ஷ்மி, நற்குணங்கள் எல்லாம் இருக்கும். என் மனதை சங்கர்ஷணின் பாதக் கமலங்களில் நிறுத்தி வைப்பேன்" என்றான் அசுரன்.

அசுரனின் நாராயணத் துதி

"நாராயணா, ஸ்ரீஹரி, எனக்கு மீண்டும் பிறவி இருந்தால், உன்னுடைய தாசனுக்கும் தாசனாக நான் பிறக்கவேண்டும். என் மனம், பிராண நாதனான உன் குணங்களையே நினைக்கட்டும். என் வாக்கு உன்னையே போற்றட்டும். என் உடல் உன்னையே வழிபடட்டும். இந்திர பதவி, பிரம்ம பதவி, துருவ ஸ்தானம், சொர்க்கம், சக்கரவர்த்தி பதவி எதுவும் எனக்கு வேண்டாம். அணிமாதி யோக சித்திகளும் வேண்டாம். உன்னைத் தவிர வேறு எதுவும் எனக்கு வேண்டாம். உன் தரிசனத்திற்காக ஏங்குகிறேன். உன் பிரிவை என்னால் தாங்க முடியவில்லை. எனக்குத் தரிசனம் கொடு. இறக்கை முளைக்காத பறவைகள் கூட்டில் இருக்கும்போது தாய்ப் பறவைக்காக எப்படி ஏங்குமோ அதுபோல் உன்னைப் பார்க்க வேண்டுமென்று நானும் ஏங்குகிறேன். பசியோடு இருக்கும் கன்று தாய்ப் பசுவுக்காகத் தவிப்பது போலவும் கணவனைக் காணத் தவிக்கும் பதிவிரதையான

மனைவி போலவும் தவிக்கிறேன்" என்று விருத்திராசுரன் போர்க்களத்தில் ஸ்ரீஹரியைத் துதித்தான்.

இந்திரன் கூறினான், "அரக்கனே, நீ எல்லா விதத்திலும் பகவானுடைய பக்தனாக விளங்குகிறாய். ஆச்சரியமாக உள்ளது."

சுக பிரம்மம் கூறினர் –

"பரீட்சித் மன்னா, சிறந்த வீரர்களும், பராக்கிரமம் நிறைந்தவர்களுமான இந்திரனும் விருத்திராசுரனும் இவ்வாறு பேசிக்கொண்டே போர் புரிந்தனர்."

விருத்திராசுர வதை

இந்திரனின் வஜ்ராயுதத்தால் அடிபட்டு விருத்திராசுரன் இரு கரங்களும் வெட்டுண்டு ஆகாயத்திலிருந்து வீழ்ந்த மலைபோல் காணப்பட்டான். கைகளின்றிப் பூமி அதிரும்படி நடந்து வந்த அசுரன், பெரும் வாயைத் திறந்து வாகனத்தோடு சேர்த்து இந்திரனை விழுங்கிவிட்டான். வஜ்ராயுதத்தால் அசுரனின் வயிற்றைக் கிழித்து வெளியில் வந்த இந்திரன் அசுரனின் தலையைச் சீவினான். விருத்திராசுரன் இறந்து விழுந்தான். எல்லோரும் பார்த்துக் கொண்டிருக்கும்போதே விருத்திரனின் உடலிலிருந்து கிளம்பிய ஆத்ம ஜோதி உலகைக் கடந்து பரஞ்சோதியோடு கலந்தது. தேவர்கள் பூமாரிப் பொழிந்தனர்.

மீண்டும் பிரம்மஹத்தி பாபம்

விருத்திராசுரன் மாண்டதும் மூவுலகும் மகிழ்ந்தது. ஆனால் இந்திரன் மகிழவில்லை. ஏனெனில் அவனை மீண்டும் பிரம்மஹத்தி பாபம் சூழ்ந்தது. மீண்டும் இந்திரப் பதவியில் நிலைக்க இயலாத நிலை வந்தது. தேவர்கள் இந்திரனிடம், "உன் பாவம் தீரும் விதமாக விஷ்ணுவுக்குப் பிரீதியாக யாகம் செய்வோம்" என்றனர்.

பிரம்மஹத்தி பாபம், முதிய ஸ்திரீ வடிவில் நரைத்த விரிந்த தலையோடு இருமிக்கொண்டு மீன் வாடை வீச, 'நில் நில்' என்று கத்திக்கொண்டு இந்திரனைத் துரத்தியது. இந்திரன் ஆகாயத்தில் கிளம்பி எல்லாத் திசைகளிலும் ஓடி முடிவில் மானசரோவரில் தாமரைப் பூவின் தண்டில் சூட்சும வடிவில் மறைந்து யார் கண்ணிலும் படாமல் ஆயிரம் ஆண்டுகள் வசித்தான். அங்கு அவனை மகாலட்சுமி காத்தாள். அதுவரை தேவலோகத்தை நஹுஷன்

ஆண்டான். பதவித் திமிரால் அறிவிழந்து இந்திராணியிடம் வம்பு செய்து பாம்புப் பிறவி எடுத்தான் நஹுஷன்.

தேவர்கள் செய்த சத்திய நாராயணரின் வழிபாட்டால் இந்திரனின் பிரம்மஹத்தி தோஷம் வலிமை இழந்தது. மரீசி முதலான முனிவர்கள் செய்த அசுவமேத யாகத்தால் மீண்டும் இந்திரன் மூவுலக அதிபதியானான்.

பலன்

இந்திரனைப் பற்றிய இந்த வரலாற்றைப் படித்தும், கேட்டும் வருபவர் புத்திக்கூர்மை, செல்வம், புகழ், வெற்றி, பகையொழிதல், பாவம் நீங்குதல், தீர்க்காயுள் ஆகியவற்றைப் பெறுவர்.

விருத்திராசுரனின் முற்பிறவி

"மகரிஷி, ரஜோ குணமும் தமோ குணமும் இயல்பாகக்கொண்ட விருத்திராசுரனுக்கு ஸ்ரீஹரியிடத்தில் பக்தி எவ்விதம் ஏற்பட்டது?" என்று கேட்டான் பரீட்சித்.

ஸ்ரீ சுக பிரம்மம் கூறினார் -

"மன்னா, விருத்திராசுரன் முற்பிறவியில் சித்ரகேது என்ற அரசனாக, விஷ்ணு பக்தனாகச் சிறந்து விளங்கினான். அங்கீரச மகரிஷியின் அருளால் ஒரு மனைவியிடம் அவனுக்கு ஒரு பிள்ளை பிறந்தது. மீதி மனைவியர் அந்தக் குழந்தையைக் கொன்றுவிட்டனர். 'ரிஷியின் அனுக்கிரகம் வீணாயிற்றே' என்று அரசன் துயரமடைந்து கலங்கியபோது அங்கீரசர் நாரதரோடு அங்கு வந்தார். புதல்வன் இறந்தது குறித்து அவர்களிடம் சொல்லிப் புலம்பினான் சித்ரகேது."

"பகவானிடம் பக்திகொண்ட விவேகி, வந்து போகும் உறவுகளுக்காகத் துயரப்படமாட்டான்" என்றார் அங்கீரச முனிவர்.

"அரசனே, உனக்கு ஓர் உண்மையைக் காட்டுகிறேன்" என்றார் நாரத முனிவர். மரணித்த பிள்ளையின் சூட்சும உடலை அரசனுக்குக் காண்பித்தார்.

"இந்த உடலில் மீண்டும் புகுவாயா?" என்று பிள்ளையிடம் கேட்டார்.

"முனிவரே, இந்த உடலோடு என் பந்தம் நீங்கிவிட்டது" என்றது சிசு.

"உன் பெற்றோர் உனக்காக அழுகின்றனர்" என்றார் நாரதர்.

"இந்த உடலே நானில்லாதபோது எனக்குப் பெற்றோர் ஏது? இது போன்ற பெற்றோர் பலரைப் பார்த்துவிட்டேன்" என்று கூறிவிட்டு சிசுவின் சூட்சும ரூபம் மறைந்து போனது.

அதைக் கேட்டதும் அரசனுக்கு விவேகம் உதித்தது. உடல் நிரந்தரமல்ல என்று சித்ரகேது அரசன் உணர்ந்தான். குழந்தையின் உடலுக்கு விதிப்படி செய்யவேண்டிய அந்திமக் கிரியைகளைச் செய்தான்.

சங்கர்ஷண மகா மந்த்ரம்

சித்ரகேது மகாராஜாவுக்கு நாரதர்,

'நமஸ்துப்யம் பகவதே வாசுதேவாய தீமஹி
ப்ரத்யும்னாய அனிருத்தாய நம: சங்கர்ஷணாய ச'

என்ற சங்கர்ஷண மகா மந்திரத்தை உபதேசம் செய்தார். அந்த மந்திர ஜபத்தின் பலனால் சித்ரகேது, அதே உடலோடு வித்யாதரர்களை ஆளும் சக்கரவர்த்தியானான். தினமும் பாடல், நாட்டியம் போன்ற கேளிக்கைகளை அனுபவிப்பது வித்யாதரருக்கு வழக்கம். ஆனால் அவற்றை சித்ரகேது விரும்பவில்லை. அவர்களை ஹரி கீர்த்தனை பாடச் சொன்னான். விஷ்ணு மயமாக வாழ்ந்தான்.

சிவனுக்குச் செய்த அபசாரம்

சித்ரகேது ஒரு முறை தெய்விக விமானத்தில் செல்லும்போது கைலாச மலையைப் பார்த்தான். சபையில் பார்வதி தேவியை மடியில் அமர்த்தி சிவபிரான் அணைத்திருப்பதைக் கண்டான். சுற்றிலும் ரிஷிகள், ஞானிகள், சித்தர்கள், தேவர்கள் அனைவரும் அமர்ந்திருந்தனர். விமானத்தை விட்டிறங்கிய சித்ரகேது, "வெட்கமில்லையா?" என்று சிவபிரானைப் பார்த்துக் கேட்டான். விஷ்ணு பக்தி இருந்ததே தவிர சித்ரகேதுவுக்குத் தத்துவ ஞானம் ஏற்படவில்லை. யோகீஸ்வரரான சிவபிரான் அதைக் கேட்டுச் சிறு புன்னகை புரிந்து பேசாமலிருந்துவிட்டார். சபையில் இருந்தோரும் அவரையே பின்பற்றினர். ஆனால் தேவி அதைப் பொறுக்கவில்லை.

பார்வதியின் சாபம்

"புத்தியில்லையா உனக்கு? இங்கிருப்பவர்கள் மகா ஞானிகள். சிவ பார்வதியை சாதாரண ஆண் பெண்ணாகப் பார்க்கிறாயா? இது சிருங்கார ரூபமல்ல. யோக வடிவம். வேறுபாட்டுப் புத்தியும் அகங்காரமும் கொண்டவனுக்கு

முக்தி கிடைக்காது. நீ அசுரனைப்போல் நடந்துகொண்டாய். ராட்சசனாக மாறுவாய்' என்று சபித்தாள்.

சித்ரகேது விமானத்தை விட்டிறங்கி தேவியை வணங்கி சாபத்தை ஏற்றான். 'அம்பிகையே, தேவி, எந்த உடல் எடுத்தாலும் விஷ்ணு பக்தியை மறவாமல் இருக்கும்படி என்னை மன்னித்து அருள்புரியவேண்டும்' என்று பிரார்த்தித்தான். அந்த சித்ரகேதுவே விருத்திராசுரனாகத் தோன்றி முக்தி அடைந்தான்.

பலன்

சித்ரகேதுவின் புண்ணியமான இந்தச் சரிதத்தைக் கேட்பவரும் விஷ்ணு பக்தர்களின் மகிமையை உணர்பவரும் எல்லாத் தடைகளிலிருந்தும் நீங்கி இறைவனை அடைவர். யார் காலையில் எழுந்து சிரத்தையுடன் வேறு பேச்சு பேசாமல் நாராயணனை நினைத்துக்கொண்டு இந்தக் கதையைப் படிக்கிறாரோ அவர் மிகச் சிறந்த பயனைப் பெறுவார்.

விருத்திராசுரன் சரித்திரம் நிறைவு

பின்னர் சுகபிரம்மம் பரீட்சித் அரசனுக்குச் சில தேவர்கள் மற்றும் அசுரர்களின் வம்சங்களை விவரிக்கிறார்.

மருத்கணங்கள்

"கஸ்யபர், திதி தம்பதிகளுக்கு அசுரர்கள் பிறந்தனர். அவர்கள் தேவர்களின் எதிரிகளாக விளங்கினர். ஆனால் திதி தேவியின் புதல்வர்களான நாற்பத்தொன்பது மருத்கணங்கள் மட்டும் தேவர்களுக்கு நண்பர்களாகவும் இந்திரனுக்கு அடிமையாகவும் விளங்கினர்" என்று சுக பிரம்மம் கூறியபோது, "அது எங்ஙனம்?" என்று பரீட்சித் வினவினான்.

ஸ்ரீ சுக பிரம்மம் கூறினார் –

"தன் பிள்ளைகளான ஹிரண்யகசிபு, ஹிரண்யாக்ஷன் ஆகியோரை விஷ்ணுவின் மூலம் கொன்ற இந்திரன் மீது பழி தீர்த்துக்கொள்ள விரும்பிய திதி தேவி, கணவர் கஸ்யபரிடம் இந்திரனைக் கொல்லும் புத்திரனை வேண்டினாள். அதற்கு அவர் நான் கூறும் பும்சவனம் என்ற கடுமையான விரதத்தை ஒரு வருடம் தவறாமல் கடைப்பிடித்தால் நீ விரும்பும் புதல்வன் பிறப்பான். சிறு தவறு நேர்ந்தாலும் அவன் தேவர்களுக்கு அனுகூலமாகி விடுவான் என்று கூறி,

பொய் பேசக்கூடாது, கோபம் கொள்ளக்கூடாது, பிறரைத் திட்டக்கூடாது, நீரில் இறங்கி நீராடக் கூடாது, தூய்மையாக இருக்கவேண்டும் போன்ற எளிமையாகத் தோன்றும் மிகக் கடுமையான விரதத்தின் விதிகளை விவரித்தார் கஸ்யபர்."

திதி தேவி கருத்தரித்து கணவர் கூறிய விரதத்தைக் கடைப்பிடித்து வந்தாள். அதனையறிந்த இந்திரன் சிற்றன்னைக்குச் சேவை புரிவதற்கு வந்தான். ஒருநாள் மாலை சந்தியாகாலத்தில் சோர்வு காரணமாகத் தூய்மையின்றி உறங்கினாள் திதி. இந்திரன் தன் யோக சக்தியால் திதியின் கர்ப்பத்தில் நுழைந்து வஜ்ராயுதத்தால் பொன் நிறமாக ஜொலித்த கருவை ஏழு துண்டுகளாக வெட்டினான். அழத் தொடங்கிய கருவை, 'அழாதே (மா ரோதி)' என்று கூறி மேலும் ஏழு துண்டுகளாக வெட்டினான். அந்த ஜீவன்கள் தங்களைக் கொல்லவேண்டாம் என்றும் இந்திரனைச் சகோதரனாக ஏற்பதாகவும் வேண்டினர். திதிக்கு நாற்பத்தொன்பது புதல்வர்கள் பிறந்தனர். அவள் பகவானிடம் கொண்டிருந்த பக்தியால் குழந்தைகள் இறக்கவில்லை என்று கூறினான் இந்திரன். திதி தன் தவற்றை உணர்ந்து இந்திரனை ஆசீர்வதித்தாள். அந்தப் புதல்வர்கள் மருத்துக்கள் என்ற பெயரில் இந்திரனுக்குப் பரிவாரத் தேவதைகளாகி இந்திரனுடன் சேர்ந்து தேவலோகத்திற்குச் சென்றார்கள்.

ஆறாம் ஸ்கந்தம் நிறைவு

ஏழாம் ஸ்கந்தம்

ப்ரஹ்லாத சரித்திரம்

துவார பாலகர்களின் சாபம்

“பிரம்ம சொரூபரே, பகவான் அனைவருக்கும் சமமானவர். தன்னவர், பிறர் என்ற பேதம் அவருக்குக் கிடையாது. அப்படியிருக்கையில் இந்திரனுக்காக அசுரர்களை ஏன் வதைத்தார்?” என்று பரீட்சித் சுக யோகீந்திரரைக் கேட்டான்.

ஸ்ரீ சுக பிரம்மம் கூறினார் –

“சிறந்த கேள்வி கேட்டாய். விஷ்ணுவின் லீலைகளை விவரிக்கும்போது ஆனந்தமும் ஆச்சரியமும் ஏற்படுகிறது. பிரக்ருதியானது சத்துவம், ராஜஸம், தாமஸம் என்ற முக்குணங்களால் இயங்குகிறது. மூன்றும் ஒரே நிலையில் இருக்காது. மூன்றும் ஒரே ஸ்தாயியில் இருந்தால் சிருஷ்டியே நடக்காது. எப்போதும் மூன்றில் ஒன்று அதிகமாகவும் மீதி இரண்டு குறைந்தும் வெளிப்படும்.

பரீட்சித் மன்னா, ராஜசூய யாகம் நடந்தபோது தர்மபுத்திரன் வினவியதால் நாரதர் விவரித்த சரித்திரம் ஒன்றுள்ளது. ராஜசூய யாகத்தில் சிசுபாலனை ஸ்ரீகிருஷ்ணர் சுதர்சனச் சக்கரத்தால் வதைத்தபோது அவனிடமிருந்து வெளிவந்த ஜோதி ஸ்ரீகிருஷ்ணரிடம் ஐக்கியமாவதை அனைவரும் பார்த்தனர். திகைப்போடு தர்மராஜன் நாரதரிடம் கேட்டான்.”

“நாரத முனிவரே, இது என்ன விந்தை! சிசுபாலன் முதலிலிருந்தே கிருஷ்ணரை நிந்திப்பவன். அதர்மியான அவன் பகவானுடன் சாயுஜ்ய பதவியை எவ்வாறு பெற்றான்?” என்று தர்மபுத்திரன் கேட்டான்.

தர்மபுத்திரன் அவ்வாறு கேட்டதும், நாரதர் மகிழ்ச்சியடைந்து சபையோர் கேட்டுக் கொண்டிருக்கையில் அந்த வரலாறுகளைச் சொல்லத் தொடங்கினார்.

“தர்மராஜனே, நிந்தை, புகழ்ச்சி, மரியாதை, அவமானம் போன்றவை உடலே நான் என்ற அபிமானத்தால் ஏற்படுகிறது. ஸ்ரீகிருஷ்ணர் அவற்றுக்கெல்லாம் அப்பாற்பட்டவர். அன்பாலோ, பயத்தாலோ, விரோதத்தாலோ, வெறுப்பாலோ எந்த நேரமும் பகவானை நினைப்பவன் பகவான் மயமாக ஆகிறான். பாபம் நீங்கி சுத்தமாகி பகவானை அடைகிறான். பாண்டுப் புத்திரரே, உங்கள் சிறிய தாயாரின் புதல்வர்களாகிய சிசுபாலனும், தந்தவக்த்ரனும் விஷ்ணுவின் துவார பாலகர்களாக இருந்த ஜயன் விஜயன் இருவருமாவர். சனக, சனந்தனாதி முனிவர்களின் சாபத்தால் மூன்று பிறவிகளில் அசுரர்களாகப் பிறந்தார்கள். தீவிரப் பகையின் காரணமாகத் தொடர்ச்சியாக ஸ்ரீகிருஷ்ணரைத் தியானித்தார்கள். பகவானின் சக்ராயுதத்தால் பாபம் நீங்கி சாபத்திலிருந்து விடுதலை அடைந்தார்கள். தம் பதவியை மீண்டும் பெற்றார்கள்.”

ஹிரண்யகசிபுவின் கோபம்

“மகரிஷி, அன்புக்குகந்த புதல்வன் ப்ரஹ்லாதனிடம் ஹிரண்யகசிபுவுக்குப் பகை ஏன் ஏற்பட்டது? ராட்சசப் பிறவி எடுத்தாலும் ப்ரஹ்லாதனுக்கு ஸ்ரீஹரியிடம் பக்தி எவ்வாறு ஏற்பட்டது?” என்று யுதிஷ்டிரன் நாரத முனிவரிடம் கேட்டான்.

நாரதர் கூறினார் –

“தன்னுடைய தம்பி ஹிரண்யாட்சன் வராஹ அவதாரத்தால் கொல்லப்பட்டபோது ‘விஷ்ணுவின் ரத்தத்தால் என் தம்பியைத் திருப்தியடையச் செய்வேன்’ என்று சூளுரைத்தான் ஹிரண்யகசிபு. ‘அதுவரை தவம், யாகம் செய்பவர்களை அழித்துக்கொண்டே இருங்கள்’ என்று அசுரர்களுக்கு உத்தரவிட்டான். அசுராதிபதியின் உத்தரவுப்படி ராட்சசர்கள் பூவுலகை எரித்து பிரஜைகளைத் துன்புறுத்தி வந்தார்கள். ஹிரண்யாட்சனின் இறப்புக்கு

அழுத உறவினர்களை ஹிரண்யகசிபு ஆறுதல் வார்த்தைகள் கூறிச் சமாதானப்படுத்தினான். ஆன்மா அழியாதது. உடல் மாயையின் சக்தியால் வேறு வேறு பிறவிகளை எடுக்கிறது. யாருக்கு யார் உறவு என்று அசுராதிபதி வைராக்கியம் பேசினான். அவன் வார்த்தைகளைக் கேட்ட திதி தேவி, புத்திரன் இறந்த துயரத்தை மறந்து ஆத்ம ஸ்வரூபத்தில் மனதை நிலை நிறுத்தினாள்.

ஹிரண்யகசிபுவின் கடுந்தவம்

ஹிரண்யகசிபு அசுர பலத்தைப் பெருக்கிக்கொள்ள விரும்பினான். யாராலும் வெல்ல முடியாதவனாகவும் மரணமற்றவனாகவும் வேண்டும் என்ற விருப்பத்தால் கைகளை உயரத் தூக்கி கண்களால் ஆகாயத்தைப் பார்த்து கால் கட்டை விரலால் மந்தர மலைச் சாரலில் நின்று நீண்ட காலம் கடுந்தவத்தில் ஈடுபட்டான். கறையானாலும் எறும்புகளாலும் உண்ணப்பட்டு மேகங்களால் மறைக்கப்பட்ட சூரியனைப் போலிருந்த ஹிரண்யகசிபுவைச் சிரமப்பட்டுக் கண்டுபிடித்து வியந்தார் பிரம்மதேவர்."

"கஸ்யப முனிவரின் புதல்வனே, ஈக்களால் உண்ணப்பட்ட உன் உடலில், உயிர் உன் எலும்பில் தங்கியிருக்கிறது. உன் மனோதைரியம் சிறந்தது. வரம் கேள்" என்றார்.

ஹிரண்யகசிபு கேட்ட வரம்

"பிரம்மதேவரே, உம்மால் படைக்கப்பட்ட உயிரினங்களால் எனக்கு மரணம் நேரக்கூடாது. காற்றிலோ நிலத்திலோ நீரிலோ ஆகாயத்திலோ பகலிலோ இரவிலோ அஸ்திரங்களாலோ சஸ்திரங்களாலோ வீட்டிலோ வெளியிலோ உயிருள்ளவற்றாலோ உயிரில்லாதவற்றாலோ எனக்கு மரணம் நேரக்கூடாது. யாரோடு போரிட்டாலும் நானே வெல்லவேண்டும். எல்லா மகிமைகளும் சித்திகளும் எனக்குவேண்டும்" என்றான்.

அசுரனின் கொடுங்கோலாட்சி

யாராலும் அடைய முடியாத அவன் கேட்ட வரங்களைப் பிரம்மதேவர் அவனுக்கு அளித்தார். கிடைத்த வரத்தின் பலத்தாலும் இயற்கையாக இருந்த அசுர பலத்தாலும் சகல திசைகளையும் வென்று புலனின்பங்களை அனுபவித்து சாஸ்திரம் கூறும் தர்ம வழியை மீறினான். அவனுடைய கொடுங்கோலால் அச்சமடைந்த தேவர்கள் அச்சுதனைச் சரணடைந்தனர். பகவான் ஸ்ரீஹரி தேவர்களுக்கு

அபயமளித்து, "பகையற்றவனும் மகாத்மாவுமான தன் புதல்வன் ப்ரஹ்லாதனை இவன் கொடுமைப்படுத்தும்போது நான் வந்து இவனைக் கொல்வேன். அஞ்ச வேண்டாம்" என்றார்.

ப்ரஹ்லாதன்

ஹிரண்யகசிபுவுக்கு நான்கு புதல்வர்கள். அவர்களுள் ப்ரஹ்லாதன் நற்குணங்கள் நிரம்பியவன். புலனடக்கம் கொண்டவன். ஒன்றேயான ஆத்மாவே எல்லா உயிர்களிலும் வியாபித்திருப்பதை அறிந்து நட்போடு இருப்பவன். குழந்தைப் பருவத்திலிருந்தே ஸ்ரீஹரியை மனம் ஒருமித்துச் சிந்தித்தான். எந்த நிலையிலும் விஷ்ணு பக்தியிலிருந்து விலகாமலிருந்தான். நாராயணனிடம் தெய்விகக் குணங்கள் விடாமல் இருப்பதுபோல் ப்ரஹ்லாதனிடமும் இருந்தன. நிரந்தரம் பகவானை நினைப்பதால் ப்ரஹ்லாதனுக்கு பகவானின் திவ்ய குணங்கள் எல்லாம் வந்தன. ஒரு சமயம் வைகுண்ட நாதனை எண்ணி மனம் கசிந்து அழுவான். அதே சிந்தனையால் ஆனந்தம் பொங்கச் சிரிப்பான். ஒரு சமயம் கானம் செய்வான். ஒரு சமயம் கதறுவான்.

ப்ரஹ்லாதன் கற்ற கல்வி

அவ்வாறிருந்த புதல்வனை அசுர ராஜன் ஹிரண்யகசிபு, அரச நீதி கற்பதற்காக சுக்கிராச்சாரியாரின் புதல்வர்களான சண்டன், அமர்க்கன் என்ற ஆசிரியர்களிடம் அனுப்பினான். வகுப்பில் பிற மாணவர்களோடு சேர்ந்து குருவால் கற்பிக்கப்பட்டதைப் படித்தான் ப்ரஹ்லாதன். ஆனால் அந்தக் கல்வி 'தான், பிறன்' என்ற வேறுபாட்டோடு இருந்ததால் அவை சரியானதல்ல என்று எண்ணினான்.

புதல்வனின் படிப்பு எதுவரை வந்ததென்று அறிய ஆவலோடிருந்தான் ஹிரண்யகசிபு. ஒரு முறை மகனை மடியில் இருத்தி, "நீ எதைச் சிறந்ததென்று கருதுகிறாயோ அதைக் கூறு" என்று கேட்டான்.

விஷ்ணு பக்தியே உத்தமம்

"அசுரர்களில் சிறந்த தந்தையே, நான், எனது என்ற அபிமானத்தால் வருந்தும் மனதையும் உடலையும் உடையவர்கள் குடும்பம், பிறப்பு, இறப்பு என்ற பாழுங்கிணற்றில் தத்தளிக்கிறார்கள். அதெல்லாம் பரமாத்மாவின் லீலை என்றுணர்ந்து அவற்றைத் துறந்து வனத்திற்குச் சென்று விஷ்ணுவிடம் புத்தியைச்

செலுத்துவதே உத்தமம் என்று எண்ணுகிறேன்" என்று பதிலளித்தான் ப்ரஹ்லாதன்.

அதைக் கேட்ட தந்தைக்குக் கோபம் வந்தது. 'புதல்வனின் புத்தியை யாரோ மாற்றிவிட்டார்கள்' என்றான்.

மீண்டும் ஆசிரியர்கள் ப்ரஹ்லாதனை அழைத்துச் சென்று இதமாகக் கேட்டனர். "இந்த அறிவு உனக்குப் பகைவர்களால் கொடுக்கப்பட்டதா, அல்லது இயல்பாகவே உள்ளதா?" என்று கேட்டனர்.

"இரும்பு காந்தத்திடம் எவ்விதம் ஈர்க்கப்படுமோ அவ்விதம் பரமாத்மாவிடம் என் மனம் இயல்பாக ஈர்க்கப்படுகிறது" என்றான் ப்ரஹ்லாதன்.

அதைக் கேட்ட ஆசிரியர்கள் அவனை அதட்டினர். பிரம்பைக் காட்டி மிரட்டினர். 'சந்தன வனம் போன்ற அசுரர் குலத்தில் தோன்றிய முள் மரம் போன்றவன் இவன். சந்தனக் காட்டின் வேரை அறுத்தெறியும் கோடரி போன்ற விஷ்ணுவுக்கு இவன் கைப்பிடிபோல் உதவுகிறான்' என்றனர். பின்னர் அவனுக்கு சாம, தான, பேத, தண்டம் என்ற உபாயங்களால் தாம் கற்றுத் தந்த அறம் பொருள் இன்பம் என்ற மூன்று புருஷார்த்தங்களின் அறிவும் வந்ததென்று எண்ணி அரண்மனைக்கு அழைத்துச் சென்றனர். ப்ரஹ்லாதனின் தாய் அவனை அன்போடு சீராட்டி, குளிப்பாட்டி, அலங்கரித்து அரச சபைக்கு அனுப்பி வைத்தாள்.

தன் கால்களில் விழுந்து வணங்கிய மகனை ஆசீர்வதித்துக் கொண்டாடி, இரு கைகளாலும் தூக்கி எடுத்து வெகு நேரம் ஆலிங்கனம் செய்துகொண்டு மகிழ்ந்தான் ஹிரண்யகசிபு. மடியில் அமர்த்தி உச்சிமுகர்ந்து ஆனந்தக் கண்ணீர் வடித்தான்.

ஹிரண்யகசிபு கேட்டான் –

"குழந்தாய் ப்ரஹ்லாதா, தீர்க்காயுள் உள்ளவனே, இவ்வளவு நாள் கற்றுக்கொண்டவற்றில் சிறந்ததென்று எதைக் கருதுகிறாய்?" என்று கேட்டான் ஹிரண்யகசிபு.

ப்ரஹ்லாதன் கூறினான் –

"விஷ்ணுவின் கதைகளைக் காதால் கேட்பது, கானம் செய்வது, தியானம் செய்வது, பாத சேவை செய்வது, பூஜை செய்வது, வணங்குவது, விஷ்ணுவுக்கு அனுகூலமாகப்

பணிவிடை செய்வது, விஷ்ணுவின்மேல் நட்போடு நம்பிக்கை வைப்பது, செய்த செயல்களை விஷ்ணுவுக்கு அர்ப்பணிப்பது என்ற ஒன்பது விதப் பக்தி செய்தால் அதுவே சிறந்த கல்வி என்று நான் கருதுகிறேன்" என்றான் ப்ரஹ்லாதன்.

ஹிரண்யகசிபுவின் கோபம் ஆசிரியர்கள்மேல் பாய்ந்தது. உதடு துடிக்க குரு புத்திரர்களைச் சாடினான். "மதி கெட்டவர்களே, என் எதிரியைச் சேர்ந்தவர்களான உங்களால் என் பாலகன் எனக்கு விரோதமாகச் சிந்திக்கிறான்" என்றான்.

"அசுர ராஜா, இந்திரனின் விரோதியே, இவனுக்கு நாங்கள் இவற்றைக் கற்றுத் தரவில்லை. பிற விரோதிகள் யாரும் இவனுக்கு இவற்றைக் கற்றுத் தரவில்லை. இவனுக்கு இயல்பாக உள்ள புத்தி இது" என்று ஆசிரியர்கள் பதிலளித்தனர்.

மகனைப் பார்த்துப் பொறுமையாகக் கேட்டான் அசுரன், "அமங்களத்தை நாடுபவனே, இந்தப் புத்தி உனக்கு எங்கிருந்து வந்தது?" என்றான்.

"உலக விஷயங்களில் மனதை ஈடுபடுத்துபவர்களுக்குக் கிருஷ்ணப் பக்தி பிறர் சொல்லித் தந்தாலும் வராது. குருடன் கையைப் பிடித்து இன்னொரு குருடன் நடந்தால் இருவரும் குழியில் விழுவதுபோலச் செயல்படுவர். தம்மகத்தே பரம்பொருளாய் உறையும் விஷ்ணுவை அறியமாட்டார்கள். முற்றும் துறந்த சாதுக்களின் பாதத் தூளியைச் சிரசில் ஏற்காதவரை விஷ்ணு பக்தி வராது" என்று கூறி மௌனமாக இருந்த ப்ரஹ்லாதனை, ஆத்திரத்தோடு மடியிலிருந்து கீழே தரையில் தள்ளினான் ஹிரண்யகசிபு.

ப்ரஹ்லாதனுக்குச் சித்திரவதை

"அரக்கர்களே, கொல்லத்தக்க இவன் கொல்லப்படட்டும்" என்று வீரர்களுக்கு ஆணையிட்டான். "உடலிலுள்ள நோயுற்ற அவயவத்தை வெட்டிவிட்டு உயிரைக் காப்பதுபோல் எனக்குப் பிறந்த இவனைக் கொன்று என் வம்சத்தைக் காப்பேன். இவனை இழுத்துச் சென்று கொல்லுங்கள்" என்றான். உடனே அரக்கர்கள் 'வெட்டு', 'குத்து' என்று கூச்சலிட்டுக்கொண்டு அங்கு அமர்ந்திருந்த ப்ரஹ்லாதனைச் சூலத்தால் குத்தினார்கள். பரமாத்மாவிடம் செலுத்திய மனதை உடைய ப்ரஹ்லாதனிடம் அந்த முயற்சிகள் பயனற்றவை ஆயின.

நாரதர் கூறினார் —

“தர்மப் புத்திரனே, அரக்க மன்னன் அவனைக் கொல்ல வேறு உபாயங்களைப் பிடிவாதமாகச் செய்தான். பல விதங்களிலும் சித்திரவதை செய்தான். திக் கஜங்களாலும், விஷப் பாம்புகளாலும், அபிசாரப் பிரயோகங்களாலும் புதல்வனைக் கொல்ல முயன்றான். எதுவும் பலனில்லாமல் போனது. மலைமேலிருந்து உருட்டினான். விஷம் கொடுத்துப் பார்த்தான். குழியில் தள்ளி மூடி, பட்டினி போட்டுப் பாறாங்கல்லால் மூடினான். எவ்விதம் முயன்றும் பாவமற்ற புதல்வனை அவனால் கொல்ல இயலவில்லை. பனி, நெருப்பு, காற்று, நீர் எதுவும் அவனைப் பாதிக்கவில்லை. அசுரர்கள் எத்தனை இம்சித்தாலும் ப்ரஹ்லாதன் துளியும் வருந்தவில்லை.”

‘இவன் அளவிடற்கரிய மகிமை பொருந்தியவனாக இருக்கிறான். அருகிலிருந்தபோதிலும் சிறுவனாயிருந்தாலும் விவேகம் நிறைந்தவனாக இருக்கிறான். இவன் மரணமில்லாதவன். நிச்சயமாக இவனுடைய பகையால் எனக்கு மரணம் நேரப் போகிறது’ என்று எண்ணி கவலை தோய்ந்த முகத்தோடு அமர்ந்திருந்த அசுர அரசனிடம் சண்டனும் அமர்க்கனும் வந்தார்கள்.

“அசுர ராஜனே, குரு சுக்கிராச்சாரியார் வரும்வரை இவன் பயந்து ஓடிவிடாமல் இருக்க வருணப் பாசத்தால் கட்டி வைக்கவேண்டும். பெரியவர்களின் சேவையால் இவனுக்கு நல்ல புத்தி வரும்” என்றார்கள். அசுரனும் “அப்படியே ஆகட்டும். இல்லறத் தர்மங்களையும் அரச தர்மங்களையும் இவனுக்குப் போதியுங்கள்” என்றான்.

ப்ரஹ்லாதனின் உபதேசம்

ஆசிரியர் வேறு வேலையாக வெளியில் சென்றபோது ப்ரஹ்லாதன், சக மாணவர்களை அருகில் அழைத்து நட்போடும் கருணையோடும் போதனை செய்தான். “மனிதப் பிறவி கிடைத்தற்கரிது. இளமையிலேயே பாகவதத் தர்மத்தைக் கடைப்பிடிக்கவேண்டும். இந்தத் தர்மம் எனக்கு நாரத மகரிஷியால் உபதேசிக்கப்பட்டது. பகவான் எல்லா உயிர்களிலும் ஆத்மாவாக நிறைந்திருக்கிறார். அதனால் அசுரக் குணங்களிடமிருந்து நீங்கி அன்போடும் இரக்கத்தோடும் வாழுங்கள். எங்கள் தகப்பனார் மந்தர மலைக்குத் தவத்திற்குச் சென்றிருந்தபோது என் தாய் என்னைக் கருவில் சுமந்திருந்தாள். தேவர்கள்

அசுரர்களின்மேல் படையெடுத்தார்கள். 'பிறக்கும் அசுரப் பிள்ளையால் என்ன ஆபத்து நேருமோ' என்று பயந்து, இந்திரன் பட்டத்து ராணியான என் தாயாரை அபகரித்துச் சென்றான். நாரதர் எதிர் வந்து தடுத்தார்.

'மகேந்திரா, இவள் வயிற்றில் வளரும் குழந்தை மகா பாகவதன். ஞான பக்தன். அவனை யாராலும் அழிக்க முடியாது. இவளை விட்டுவிடு' என்றார்.

இந்திரன், நாரதரின் கூற்றுக்குக் கௌரவம் அளித்து என் தாயாரை வலம் வந்து வணங்கிவிட்டு தேவலோகம் சென்றான். என் தாய் நாரத முனிவரின் ஆசிரமத்தில் பாதுகாப்பாக இருந்தாள். கருணை நிறைந்த ரிஷி என் தாயாரையும் அவள் கருவில் இருந்த என்னையும் உத்தேசித்து நிர்மலமான ஞானத்தையும், தர்மத்தின் இயல்பையும் உபதேசித்தார். நாரதரின் ஆசிரமத்தில் நான் பிறந்தேன். என் தாயார் அந்த உபதேசங்களை மறந்து போனாள். ஆனால் என்னைவிட்டு அந்த ஞானம் அகலவில்லை.

அசுரக் குமாரர்களே, கள்ளமற்ற பக்திக்கு மட்டுமே பகவான் வசப்படுவார். தானம், தவம், விரதம் எல்லாம் பக்தியில்லாவிட்டால் வெறும் வெளிவேஷமே. அவற்றால் பலனில்லை. உடலெடுத்த உயிர்கள் புலனின்பங்களின் வழிச் செல்வது இயற்கை. ஆனால் புலன்களின் சுகத்திற்கு அடிமையாகாமல் நாராயணனின் தாமரைப் பாதங்களைச் சேவித்து நலமடையுங்கள். உடல் நோய்வாய்ப்பட்டு அழியும்முன் ஆத்ம நலனைப் பற்றிய முயற்சியைச் செய்துவிடவேண்டும். மனித ஆயுள் நூறு ஆண்டுகள். அதில் ஐம்பது ஆண்டுகள் அஞ்ஞானத்தில் கழிந்துவிடுகிறது. குழந்தைப் பருவத்திலும் இளமையிலும் முதுமையிலும் துயரத்திலும், பூர்த்தி செய்ய இயலாத ஆசையிலுமாக உலகப் பற்றுள்ள மனிதன் பகவானை நினைப்பதில்லை. எல்லா உயிர்களிடமும் நிறைந்திருக்கும் பகவானைப் பக்தியோடு வழிபடுங்கள். கோவிந்தனிடம் ஏகாந்த பக்தி கொள்ளுங்கள். எங்கும் அவனையே காணுங்கள். அதுவே மனிதனாகப் பிறந்தவனுக்கு உயர்ந்த வாழ்க்கை நெறி" என்றான் ப்ரஹ்லாதன். களங்கமற்ற அந்த மாணவர்கள் அவற்றை ஏற்றனர். குருமார்கள் போதித்த பாடங்களை அவர்கள் ஏற்கவில்லை.

அவர்களுடைய ஒருமுகப்பட்ட பக்தியையும் முகத்தில் தெரிந்த ஆனந்தத்தையும் கவனித்த ஆசிரியர்கள் ஓடிச் சென்று அசுர ராஜனிடம் உள்ளது உள்ளபடிக் கூறினர்.

அசுரனின் ஆத்திரம்

தனக்குப் பிரியமில்லாத அந்தச் செய்தியையும் தன் புதல்வனின் செய்கையையும் கேட்டு அசுர ராஜனின் உடல் ஆவேசத்தால் நடுங்கியது. அசுரக் குலத்தைக் கெடுக்க வந்த மகனைக் கொன்றுவிட எண்ணினான். சுபாவமான அடக்கத்தோடு கை கூப்பி வணங்கி நின்றிருந்த ப்ரஹ்லாதனை, இயல்பாகவே கொடிய சுபாவமுள்ள அசுர அரசன், வக்கிரக் கண்களால் பார்த்துத் தீயச் சொற்களால் கடுமையாகத் திட்டினான்.

"மூடனே, என்ன தைரியம் உனக்கு? மூவுலகும் என்னைக் கண்டு அஞ்சுகின்றன. உனக்கு யார் துணை?" என்று பூமி அதிரக் கேட்டான்.

"ஓ அரசனே, உனக்கும் எனக்கும் பலமுள்ளவனுக்கும் இல்லாதவனுக்கும் யார் பலமோ, பிரம்மா போன்ற தேவர்களுக்கும் யார் பலமோ, அவரே என் பலம். எல்லாவற்றுக்கும் அப்பாற்பட்டு யார் உள்ளாரோ அவரே என் பலம். அவர் கால சொரூபன். அவரே இந்தப் பிரபஞ்சத்தைப் படைத்தும் காத்தும் அழித்தும் அருளுகிறார். நீ உன் புலன்களை அடக்காமலே திசைகளை அடக்கிவிட்டதாகப் பெருமை பேசுகிறாய். எல்லா உயிர்களையும் சமமாக நினைப்பவனுக்கு யாரும் எதிரிகள் கிடையாது" என்றான் ப்ரஹ்லாதன்.

தூணில் உள்ளான்

"மூடனே, தற்புகழ்ச்சி பேசாதே. பாக்கியம் குறைந்தவனே, என்னைத் தவிர வேறொரு தலைவன் உண்டென்றால் அவன் எங்கே உள்ளான் என்று காட்டு. அவன் எங்குமிருக்கிறான் என்றால் இதோ இந்தத் தூணில் ஏன் இல்லை?" என்று மகனிடம் இறுமாந்து பேசினான் ஹிரண்யகசிபு.

"இந்தத் தூணிலும் உள்ளானே. உனக்குத்தான் பார்க்கத் தெரியவில்லை" என்றான் புதல்வன்.

"வெறும் பேச்சு பேசும் உன் தலையை வெட்டப் போகிறேன். நீ நம்பும் உன் ஹரி வந்து உன்னைக் காப்பாற்றட்டும்" என்று கோபத்தோடு கூறிய அசுரன் பெரிய கத்தியோடு எழுந்து அந்தப் பெரிய தூணைப் பலமாக ஒரு குத்து குத்தினான்.

ஸ்ரீ நரசிம்ம அவதாரம்

தன்னுடைய பக்தனான ப்ரஹ்லாதன் 'எங்கும் உள்ளான்' என்று கூறிய வார்த்தையை உண்மையாக்குவதற்காக

அணு முதல் பிரமாண்டம்வரை எல்லா இடத்திலும் நரசிம்மரின் வடிவத்தில் பரவி இருந்தார் பரந்தாமன். சபா மண்டபத்தில் இருந்த அந்தத் தூணில் பயங்கரமான சப்தம் ஏற்பட்டது. தூண் பிளந்தது. தெய்விகத் துவனிகள் கேட்டன. தூணிலிருந்து ஆச்சரியகரமான ஜோதி சொரூபமாக ஸ்ரீநரசிம்மர் வெளிவந்தார்.

உருக்கிய தங்கம் போன்று பயங்கரமாயுள்ள கண்கள். பிரகாசிக்கும் ஜடைகள், பிடரி மயிர்களால் ஆன அகலமான முகம். மேல் நோக்கிய காதுகள். சிவந்த உதடுகள். கூரியக் கோரைப்பற்கள். வாள்போல் கூர்மையாக நீண்டு அசைந்த நாக்கு. மலைக் குகைபோலிருந்த வாய். மகா பர்வதத்தின் சரிவு போலிருந்த விசாலமான மார்பு. சகல ஆயுதங்களோடும் கூடிய எண்ணிலடங்காத கரங்கள். பிரகாசமான நகங்கள். அலங்காரத்தோடு விளங்கிய புஜங்கள். சங்கு போன்ற கழுத்து. சிறிய இடை. வெண்ணிற மலை போலிருந்த அற்புதமான சொரூபம். கைகளை அசைத்துத் தூணிலிருந்து நரசிம்மசுவாமி இறங்கி வந்தபோது அலையோடு அசையும் கடல் போலிருந்தார். அக்னியின் நாக்கு போலிருந்த பிடரியை அவர் அசைத்தபோது தேவலோகத்து விமானங்கள் ஆடின. அவருடைய கர்ஜனையால் திக் கஜங்களின் காதுகள் அதிர்ந்தன. நரசிம்மரின் நாசித் துவாரங்களில் இருந்து வந்த உஷ்ணமான மூச்சுக் காற்றில் கிரகங்களும் நட்சத்திரங்களும் தத்தளித்தன.

ஹிரண்யகசிபு சம்ஹாரம்

தூணைப் பிளந்துகொண்டு வெளிவந்த நரஹரியின் வடிவத்தைக் கண்டு அசுரன் ஆச்சரியமடைந்தான். கதாயுதத்தோடு அவரை எதிர்த்து வந்தான். ஆனால் நரசிம்மரின் தேஜஸில் தீபத்தில் விழுந்த விட்டில் பூச்சிபோல் காணாமல் போனான். நரசிம்மருடைய நகங்களின் காந்தியால் அசுரனின் கண்கள் குருடாகி விழுந்துவிடுவது போலிருந்தன. கழுகுபோல் வேகம் கொண்டவனும் கத்தியும் கேடயமும் தாங்கி இடைவிடாது மேலும் கீழுமாகப் பாய்ந்து யுத்தம் செய்பவனும் பயத்தாலும் ஹரியின் தேஜஸாலும் கண்மூடிக் கொண்டிருப்பவனுமான அசுரனை, அதிவேகமுள்ள ஸ்ரீஹரி கடுமையாகவும் உக்கிரமான சப்தத்தாலும் பயங்கரமாக அட்டகாசம் செய்துகொண்டு பாம்பு எலியைப் பிடிப்பதுபோல் பிடித்தார்.

அவனை இழுத்துச் சென்று சபா மண்டபத்தின் வாயிற்படியில் அமர்ந்து தொடையில் போட்டுக்கொண்டு

நகங்களால் அவன் மார்பை, அதிக விஷமுள்ள பாம்பைக் கருடன் கிழிப்பதுபோல், விளையாட்டாகக் கிழித்தார். அவன் இதயத்தை ஆழமாகத் தோண்டினார். அசுரனின் நரம்புகளை மாலையாக எடுத்தணிந்தார். அது சந்தியா காலம். யானையைக் கொன்ற சிங்கம்போல ரத்தத்தால் நனைக்கப்பட்ட சிவப்பான பிடரி மயிர்களும் முகமும் உடையவராகக் காணப்பட்டார் பகவான்.

இறந்த அசுரனின் உடலைக் கீழே தள்ளிவிட்டு எழுந்தார். கரங்களை உதறினார். அவற்றில் தொத்தியிருந்த அசுரனின் குடல்கள் அசைந்தன. நடந்து சென்று அசுரனின் சிம்மாசனத்தில் நரசிம்மர் அமர்ந்தார். அதிகக் கோபத்தோடும் உக்கிரமான முகத்தோடும் அமர்ந்திருந்த நரஹரியை, பிரம்மா சிவன் இந்திரன், ரிஷிகள் தேவர்கள் சித்தர்கள், பித்ருக்கள் வித்யாதரர் கந்தர்வர் அனைவரும் துதித்தனர். ஆனால் பயத்தால் யாரும் அருகில் நெருங்கிச் சேவிக்கத் துணியவில்லை.

பகவானைச் சாந்தப்படுத்தும்படி தேவர்கள் ஸ்ரீதேவியைப் பிரார்த்தித்தனர். அவளும் முன்பின் பார்த்திராத அந்த வடிவத்தைக் கண்டு அஞ்சினாள்.

ப்ரஹ்லாத வரதர்

பிரம்மதேவர் பகவானை அமைதிப்படுத்தும்படி ப்ரஹ்லாதனை ஏவினார். அந்தச் சிறந்த பாகவதன் கைகளைக் கூப்பியவண்ணம் நரசிம்மரிடம் சென்றான். தரையில் விழுந்து வணங்கும் அந்தக் குழந்தையைக் கருணையோடு பார்த்தார் பகவான். காலச் சர்ப்பத்தின் விஷத்திற்கு அஞ்சும் உயிர்களைக் காக்கும் அபயம் நிறைந்த தாமரைக் கரத்தை அவன் தலைமேல் வைத்து வருடினார். அந்த ஸ்பரிசத்தால் குழந்தைக்கு உடல் சிலிர்த்தது. ஆனந்தக் கண்ணீர் மல்க ப்ரஹ்லாதன் பகவானின் பாதத்தை மார்பில் வைத்து அணைத்துக்கொண்டான். நரசிம்மரை அன்பால் நாத்தழுதழுக்கத் துதித்தான்.

ப்ரஹ்லாத துதி

‘பகவானே, வெல்லப்படாதவரே, உன் சொரூபம் எத்தனை அழகாக உள்ளது. பயத்தையே பயமுறுத்துவதற்கு வந்த அபயச் சொரூபம் நீ. உன்னைக் கண்டு நான் அஞ்சவில்லை. சகிக்க முடியாததும் கொடியதுமான பிறப்பு இறப்பு என்னும் சம்சாரச் சக்கரத்தைப் பார்த்து அஞ்சுகிறேன்.

எளியோருக்கு இறங்குபவரே, உத்தமரே, சம்சாரப் பந்தத்தில் ஆழ்ந்திருப்பவரை மேலிருந்து கரை சேர்ப்பவரே… உக்கிர நரசிம்மா, மீண்டும் மீண்டும் மோகத்தில் ஆழாமல் எம்மைக் காத்தருள்வாயாக' என்று துதி செய்தான் ப்ரஹ்லாதன்.

நரசிம்மர் கூறினார் –

"ப்ரஹ்லாதா, மங்கள வடிவானவனே, உன்னிடம் நான் மகிழ்ந்தேன். உனக்கு விருப்பமான வரம் கேள்" என்றார் பகவான்.

ப்ரஹ்லாதன் கேட்ட வரம் —

"வரதராஜா, தாமரைக் கண்ணா, சிங்க வடிவில் தோன்றிய ஸ்ரீஹரியான உனக்கு நமஸ்காரம். கோரிக்கை உள்ளவர்கள் வரம் கோருவார்கள். எனக்குக் கோரிக்கை எதுவுமில்லை. உனக்கும் என் கோரிக்கையால் பயனில்லை. நீ என் இதயத்தில் நிறைந்திருக்கையில் எனக்கு என்ன குறை? ஆசையைத் தீர்த்துக்கொள்ளக் கடவுளை வணங்குபவன் பக்தனல்ல. வணிகன். எந்தக் கோரிக்கையும் தோன்றாத நிலையை எனக்கு வரமாக அருள். என் தந்தைக்கு சத் கதி அருளவேண்டும்" என்று பிரார்த்தனை செய்தான் பணிவே வடிவான ப்ரஹ்லாதன்.

ஸ்ரீ பகவான் கூறினார் –

"சாதுவே, பாவமற்றவனே, உத்தம பக்தனே, அசுரர் குலத்தைப் புனிதமாக்கப் பிறந்தவனே, உன் பிதா மூவேழு தலைமுறைகளுடன் புனிதமாகிவிட்டார். நீ அசுரக் குலத்தின் தலைவனாக, யாகங்களும் யக்ஞங்களும் செய்து அதன் பலனை எனக்கு அர்ப்பணம் செய். உன்னையும் என்னையும் இந்த என் அவதாரச் சரித்திரத்தையும் உன்னால் செய்யப்பட்ட இந்தத் துதியையும் கேட்பவர் சொல்பவர் எல்லோரும் கர்மத் தளையிலிருந்து விடுபடுவார்கள்" என்று கூறியருளினார்.

நாரதர் கூறினார் –

"யுதிஷ்டிர மகாராஜா, அவ்விதம் கூறிவிட்டு பிரம்மா முதலானவர் அனைவரும் பார்த்துக் கொண்டிருக்கும்போதே நரசிம்மர் மறைந்து போனார். பின்னர் பிரம்மதேவர், சுக்கிராச்சாரியாரோடு சேர்ந்து ப்ரஹ்லாதனை ராட்சசர்களின் அரசனாக்கினார். பிரம்மாவையும் தேவர்களையும் முனிவர்களையும் குல குருவையும் ப்ரஹ்லாதன் பூஜித்து அவர்களின் ஆசிகளைப் பெற்றான்.

தர்மராஜா, ப்ரஹ்லாத சரித்திரத்தில் பக்தனைப் பகவானிடம் சேர்க்கும் பாகவதத் தர்மம் சம்பூர்ணமாகக் கூறப்பட்டது. அந்த நரசிம்மரே ஸ்ரீகிருஷ்ணர். உன் பாக்கியத்தால் பரமாத்மாவே உன்னோடும் உன் தம்பிகளோடும் நண்பராகவும் உறவினராகவும் வந்து சேர்ந்துள்ளார்” என்று கூறினார் நாரதர்.

பலன்

ஆதி நாராயணனுடைய இந்த நரசிம்மாவதார லீலையையும் அசுரத் தலைவனான ஹிரண்யகசிபுவின் சம்ஹாரத்தையும் சாதுக்களில் சிறந்த ப்ரஹ்லாதனின் புண்ணிய மகிமையையும் படிப்பவரும் கேட்பவரும் பயம் நீங்கியவராக வைகுண்டத்தை எளிதாக அடைவர்.

ஸ்ரீ நரசிம்மாவதாரம் நிறைவு.

திரிபுர சம்ஹாரம்

ப்ரஹ்லாத சரித்திரத்தைத் தர்மராஜனிடம் விவரித்த நாரதர், “அரசே, முன்பு மிகப் பெரும் மாயா சக்தி படைத்த மயாசுரன் என்பவன், ருத்ர பகவானின் புகழைக் கெடுத்தபோது நாராயணன் அந்தக் கீர்த்தியை நிலைநாட்டினார்” என்று கூறினார்.

“அது குறித்துக் கூறவேண்டும் என்று கேட்ட தர்மபுத்திரனுக்கு நாரதர் விவரித்தார்” என்று சுக யோகீந்திரர் பரீட்சித்திடம் கூறினார்.

நாராயணனின் உதவியோடு தேவர்கள் அசுரர்களைப் போரில் வென்றனர். அசுரர்கள், மாயாவியான மயாசுரனைச் சரணடைந்தனர். அவன் அசுரர்களுக்குப் பறக்கும் நகரங்கள் மூன்றினைப் பொன்னாலும் வெள்ளியாலும் இரும்பாலும் தயாரித்துக் கொடுத்தான். அவற்றின் போக்குவரத்தும் பாதுகாப்பும் பரிவாரங்களும் பிறர் யூகித்து அறிய முடியாதவை. அசுரர்கள் அவற்றில் ஏறிப் பிறர் காணாமல் பறந்து சென்று தேவர்களோடு ஏற்பட்ட பகையைத் தீர்த்துக்கொள்ளத் தொடங்கினர். தேவர்கள் பரமேஸ்வரனைச் சரணடைந்தனர்.

‘அஞ்சேல்’ என்று அபயமளித்து வில்லில் அம்பு பூட்டி முப்புரங்களின் மீது அஸ்திரப் பிரயோகம் செய்தார் பரமேஸ்வரன். அவர் பொழிந்த அஸ்திர மழையில் முப்புரங்களும் காணாமல் போயின. அதிலிருந்தவர்கள்

உயிரிழந்து வீழ்ந்தனர். மாயாவியான மயன், இறந்த அசுரர்களைக் கொணர்ந்து அமிழ்தூறும் கிணற்றில் போட்டான். அசுரர்கள் பிரகாசம் நிறைந்த உடலோடு மீண்டும் உயிர்த்தெழுந்தனர்.

பரமேஸ்வரன் தம் சங்கல்பம் முழுமையடையாததால் கவலையோடிருந்தார். நாராயணன் அதற்கு ஓர் உபாயம் செய்தார். தன்னைப் பசுவாகவும் பிரம்மதேவரைக் கன்றாகவும் மாற்றிக்கொண்டு மத்தியான நேரத்தில் முப்புரங்களில் புகுந்து அந்த மாயக் கிணற்றின் அமிழ்த ரசத்தைப் பருகினார். அதோடு தன் சக்திகளால் பரமேஸ்வரனுக்குப் போர்த் தளவாடங்களையும் ஆக்கித் தந்தார். பரமசிவன், நாராயணனின் தேஜஸோடு கூடிய பாணத்தை மத்தியான நேரத்தில் அபிஜித் வேளையில் பிரயோகித்தார். முப்புரங்களும் எரிந்து அழிந்தன. தேவர்கள் பூமாரிப் பொழிந்தனர். திரிபுர சம்ஹாரம் செய்த பரமேஸ்வரன் தன் இருப்பிடமான கைலாசத்தைச் சென்றடைந்தார்.

ராஜ சூய யாகத்திற்கு வந்த நாரதர் யுதிஷ்டிரனுக்கு இவ்விதம் நாராயணனின் மகிமைகளைக் கூறிவிட்டு விடைபெற்றுச் சென்றார்.

ஏழாம் ஸ்கந்தம் நிறைவு

எட்டாம் ஸ்கந்தம்

கஜேந்திர மோட்சம்

'உயிர் துறக்கத் தயாராக இருந்த பரீட்சித், சுக யோகீந்திரரிடம் பகவானின் லீலைகளையும் அவதாரங்களையும் பற்றி மேலும் கூறும்படி கேட்டான். சுக யோகி மகிழ்ந்து, அவனைப் பாராட்டி கஜேந்திர மோட்ச வரலாற்றை விரிவாகக் கூறினார்' என்று சூத பௌராணிகர் சௌனகர் முதலான முனிவர்களிடம் கூறினார்.

கஜேந்திரன்

தாமச மன்வந்தரத்தில் நடந்த கதை இது. வெள்ளி, இரும்பு, தங்கமயமான மூன்று சிகரங்களைக் கொண்ட திரிகூடப் பர்வதம் பாற்கடலால் சூழப்பட்டிருந்தது. அதன் மலைச் சரிவில் அடர்ந்த காடுகள் இருந்தன. அவற்றில் நதிகள், தடாகங்கள் நிறைந்திருந்தன. அவற்றுள் வருண பகவானுடைய ருதுமத் என்ற தடாகமும் ஒன்று. அந்த மலைக் காடுகளில் வாழ்ந்து வந்த யானை வேந்தனான கஜேந்திரன், தன் பரிவாரங்களுடன் ஒருநாள் அந்தத் தடாகத்தில் வந்து நீரருந்தினான். பின்னர் எண்ணிலடங்காத பெண் யானைகளுடன் சேர்ந்து ஜலக்கிரீடையில் ஈடுபட்டான். அவை ஒன்றின் மீதொன்று நீரை வாரியிறைத்து விளையாடின. அப்போது அந்தத் தடாகத்தில் இருந்த ஒரு முதலை விதி வசத்தால் கஜேந்திரனின் காலைக் கவ்வியது. எதிர்பாராத அந்தத் துன்பத்தைக் கண்டு கஜராஜன் பலம் கொண்டவரை தன் காலை விடுவித்துக்கொள்ளப் பார்த்தான். மற்ற யானைகளும் உதவிக்கு வந்து மீட்க முயற்சித்து

இழுத்தும் பயனில்லாமல் போனது. பெண் யானைகள் கதறின.

அந்தப் போராட்டத்தில் ஆயிரம் ஆண்டு காலம் சென்றது. நீரில் முதலையின் பலம் அதிகரித்தது. மேலும் மேலும் நீருக்குள்ளே இழுக்கப்பட்ட யானையின் பலம் குறைந்தது. உடற்பற்று மிகுந்த அந்த யானைக்குப் பகவானைச் சரணடையவேண்டும் என்ற நற்புத்தி உதித்தது. காலச் சர்ப்பத்திடம் அஞ்சி சரணடைபவனைக் காக்கும் பகவானே கதி என்று நிச்சயத்தை அடைந்தது. முற்பிறவிப் புண்ணியத்தால் கஜேந்திரன் பகவானைச் சிறந்த ஸ்தோத்திரத்தால் துதித்து ஜபம் செய்தான்.

கஜேந்திர துதி

'யாரிடமிருந்து இந்தச் சைதன்ய மயமான ஜகத் உற்பத்தியானதோ அந்தப் பிரம்மத்திற்கு நமஸ்காரம். சகல ஜகத்திற்கும் மூலமும் ஆதியும் ஆனவனுக்கு நமஸ்காரம். யாரால் ஜகத் இயங்குகிறதோ, யாரிடம் இந்த ஜகத் உள்ளதோ அந்தப் பகவானைச் சரணடைகிறேன்.

அவர் பிரகிருதிக்கு அதீதமானவர். பிறப்பு இறப்பு அற்றவர். சுயம்புவாகத் தானாகவே உருவானவர். பகவானுக்கெல்லாம் பகவானான அந்தப் பரமாத்மாவை முழுமையாகத் தியானிக்கிறேன். யார் மனதுக்கும் வாக்குக்கும் எட்டாதவரோ, யாரால் ஜகம் உருவாகி வளர்ந்து மறைகிறதோ, ஜகத்திற்கு அப்பாற்பட்டு இருப்பவர் யாரோ அந்தப் பரமாத்மாவைச் சரணடைகிறேன்.

இந்தப் பிரபஞ்சம் முழுவதும் அவரிடமிருந்து வெளிப்படுகிறது. அவரிடமே ஐக்கியமாகிறது. ஆதிமூலமான அந்தப் பரமாத்மாவை நான் சரணடைகிறேன். இந்தப் பிரபஞ்சம் காலத்தால் இயங்குகிறது. தேசம் காலம் வஸ்து இந்த மூன்றும் இருக்கும்போதும், இல்லாதபோதும் இருப்பவர் பகவான். அவர் மாயைக்கு அதீதமானவர். உடலால் பல்வேறு ஜீவன்களாகத் தென்பட்டாலும் சைதன்யம் ஒன்றே. நாடக வேடதாரிபோல பரமாத்மா தென்படுகிறார். அனைவரிலும் நிரம்பியிருந்தாலும் எதிலும் ஒட்டாத சைதன்யம் பரமாத்மா. சகல பிராணிகளின் நலனை விரும்பும் சாதுக்கள் கடுமையான நியமமும் விரதமும் கடைப்பிடித்து சாதனை செய்து யாரை அடைந்து அனுபவித்து ஆனந்தம் அடைகிறார்களோ அந்தப் பரமாத்மாவைச் சரணடைகிறேன்.

ஜீவர்களுக்கு வினைப் பயனை அளிப்பதற்குச் சாந்தமாகவும் கோரமாகவும் பிரகிருதியில் தரிசனமளிக்கிறார். நிர்குணமாக இருந்தபோதிலும் லோக நிர்வாகத்திற்காகக் குணத் தர்மங்கள் உள்ளவராகத் தென்படுகிறார். எல்லைக்குட்பட்ட சொரூபமாக அன்றி அபரிமிதமாக அனைத்திலும் சமமாக வியாபித்துள்ளார். அனைத்திற்கும் அற்புதமான காரணமானவர். தனக்கு எந்தக் காரணமும் அற்றவர். எல்லையற்ற வித்யைகளின் கடல் போன்றவர். மோட்சம், கதி அனைத்தும் தானானவர்.

என்னைப்போல் சரணடைந்தவரின் அஞ்ஞானத் தளைகளை நீக்குபவர். ஒவ்வொருவரிடமும் நான் என்ற இருப்பாக அறியப்படுபவர். தன் அம்சத்தால் சகல ஜீவர்களின் மனதிலும் பிரகாசிப்பவர். உள்முக நோக்கால் அறியப்படுபவர். எல்லோரையும் விடப் பெரியவருக்கு நமஸ்காரம். பிரபஞ்சத்தைப் படைத்து பிரபஞ்சமெங்கும் வியாபித்து பிரபஞ்சமே வடிவாக இருந்தும் அதிலிருந்து தொலைவாக இருப்பவர். சாஸ்வதமானவர். ஞானத்தால் வினைப்பயனை எரித்த ஞானிகள் எந்தப் பரமாத்மாவை மட்டுமே நினைத்து ஆனந்தமடைவாரோ அந்த பகவானைச் சரணடைகிறேன்' என்று துதித்தான்.

பகவானின் ஸ்பரிசம்

பிரம்மா, இந்திரன் போன்ற தேவர்கள் எந்த நாம ரூபத்தையும் குறிப்பிடாத அந்தத் துதியைக் கேட்டு வணங்கிப் பார்த்திருந்தனர். அப்போது அனைத்திற்கும் ஆத்மாவாகவும் சர்வதேவ சொரூபனாகவும் உள்ள ஸ்ரீஹரி கருடன் மீது அங்கே தோன்றினார். வருந்திச் சோர்ந்திருந்த யானைத் தலைவன் ஆகாயத்தில் சக்ராயுதத்தை உயரத் தூக்கிப் பிடித்திருந்த ஸ்ரீஹரியைப் பார்த்து ஆனந்தமடைந்து ஒரு தாமரை மலரைத் துதிக்கையால் பறித்து நீட்டினான்.

"நாராயணா, அகில குருவே, ஹே பகவான், உனக்கு நமஸ்காரம்" என்ற வார்த்தையை வலுவிழந்த குரலில் கூறினான்.

பரமாத்மா கருணையுடன் கீழிறங்கி, கஜேந்திரனை தும்பிக்கையைப் பிடித்து முதலையோடு மேலே இழுத்தார். சுதர்சனச் சக்கரத்தால் முதலையின் வாயைப் பிளந்து யானையைக் காப்பாற்றினார். தேவர்கள் பூமாரிப் பொழிந்தனர். சக்ராயுதத்தால் சம்ஹரிக்கப்பட்ட உடனே முதலை, தேவல முனிவரின் சாபம் நீங்கித் தன் சுய ரூபமான

ஹூஹூ கந்தர்வனாக மாறி பகவானைத் தலையால் வணங்கி கந்தர்வ உலகிற்குச் சென்றான்.

பரமாத்மாவின் ஸ்பரிசத்தால் அஞ்ஞானம் நீங்கப் பெற்ற கஜேந்திரன் மஞ்சள் பட்டாடையோடும் நான்கு கரங்களோடும் பகவான் நாராயணனைப் போலவே ரூபம்கொண்டு பகவானின் சாரூப்பியப்* பதவியை அடைந்தான்.

கஜேந்திரனின் முற்பிறவி

பாண்டிய நாட்டு அரசனான இந்திரத்யும்னன், சிறந்த ஹரி பக்தனாக விளங்கினான். ஒரு முறை மலயப் பர்வதத்தில் ஆசிரமம் அமைத்துக்கொண்டு புலன்களை அடக்கி மௌன விரதம் பூண்டு தவம் செய்துகொண்டிருந்தான். அங்கு எதிர்பாராமல் அகஸ்திய முனிவர், சீடர் கூட்டம் சூழ வந்தார். அவரைக் கவனிக்காமல் தனிமையாக மௌனத்தில் அமர்ந்திருந்த மன்னன் மேல் கோபம் கொண்ட அகஸ்திய முனிவர், “நீ மதம்கொண்டு சாதுவை அவமரியாதை செய்தாய். யானையாகப் பிறப்பாய்” என்று சாபமிட்டார்.

ராஜ ரிஷியான பாண்டிய மன்னன் அஞ்ஞானத்தில் ஆழ்ந்த யானைப் பிறவியை அடைந்தான். முற்பிறவியில் அர்ச்சித்து வணங்கிய புண்ணியத்தால் யானைக்குத் துயருற்ற காலத்தில் ஸ்ரீஹரியின் நினைவு வந்தது. அதனால் நாராயணனின் சாரூப்பியத்தை அடைந்து திருமாலின் உருவத்தையும் சின்னங்களையும் பெற்றுத் தொண்டு செய்தான்.

பலன்

“பரீட்சித் அரசனே, கஜேந்திர மோட்சமாகிய இந்த ஹரி மகிமையைக் கேட்பவரும் படிப்பவரும் கீர்த்தியும் செல்வமும் சொர்க்கமும் பெறுவர். கெட்ட சொப்பனத்தை அழிக்கும். பீடைகள் தொலையும். சகல சுகங்களையும் பெறுவர். அரசனே, கஜேந்திரனைக் காத்தருளிய பகவான் யாவரும் பார்த்திருக்கையில் அன்பு மிக்கவராய் கஜேந்திரனிடம் இவ்விதம் கூறினார்.

நாராயணனின் அருள்

‘என்னையும் உன்னையும் இந்தத் தடாகம், திரிகூட மலை, இந்தக் காடுகள், தெய்விக மரங்கள், பிரணவம், சூரியன்,

---

* **தான் வழிபடும் தெய்வத்தை நிரந்தரமாகத் தியானிப்பதால் அந்தத் தெய்வத்தின் திவ்ய மங்கள உருவத்தை தரிசிப்பது சாரூப்ய முக்தி.**

சந்திரன், மத்ஸ்யம், கூர்மம் முதலான என் அவதாரங்கள், கங்கை முதலான புண்ணிய நதிகள், ரிஷிகள், கோ, சத்தியம், தர்மம், ஐராவதம், துருவன் ஆகியோரை யார் காலையில் எழுந்தவுடன் நினைப்பாரோ, அவர் எல்லாப் பாவங்களில் இருந்தும் விடுபடுவார். இந்திரத்யும்னா, நீ செய்த ஸ்தோத்திரத்தைக்கொண்டு இரவின் முடிவில் விழித்து யார் என்னைத் துதிப்பார்களோ அவர்களுக்கு ஆயுள் முடியும் நேரத்தில் தெளிவான ஞானத்தை அருளுவேன்' என்றார் நாராயணன்.

பரீட்சித் அரசனே, இவ்விதம் உபதேசித்துவிட்டுச் சிறந்த பாஞ்சஜன்ய சங்கை முழங்கி தேவர்களை மகிழ்வித்து, பறவைகளின் அரசனான கருடன் மீதேறினார் பகவான் நாராயணன்."

கஜேந்திர மோட்சம் நிறைவு.

பாற்கடலைக் கடைந்தது

துர்வாசரின் சாபம்

இந்திரன் ஒரு முறை துர்வாசரின் சாபத்துக்கு ஆளானான். அதன் பலனாக இந்திரன் செல்வமனைத்தையும் இழந்து துயரமடைந்தான். யாகம் போன்ற நற்செயல்கள் பயனற்றதாயின. அசுரர்கள் தேவர்களின் மீது படையெடுத்து வென்றனர். இந்திரன் தேவர்களோடு பிரம்மதேவரிடம் சென்று பிரார்த்தனை செய்தான். அனைவரும் நாராயணனைச் சரணடைந்தனர்.

"மரத்தின் வேரில் ஊற்றும் தண்ணீர் அடி மரத்திற்கும் கிளைகளுக்கும் பயன் தருவதுபோல் எங்கும் நிறைந்துள்ள நாராயணனை வழிபடுவது சகல ஜீவர்களுக்கும் எனக்கும் பலனளிக்கும்" என்றார் பிரம்மா. அனைவரும் நாராயணனிடம் சென்றனர்.

அமிர்தம் பெறும் உபாயம்

நாராயணன் தேவர்களிடம், "அமிர்தத்தைப் பெறும் உபாயம் கூறுகிறேன். மந்தர மலையை மத்தாகவும் வாசுகி சர்ப்பத்தைக் கயிறாகவும்கொண்டு என் உதவியோடு சோம்பலில்லாமல் பாற்கடலைக் கடையுங்கள். உங்கள் பலம் மட்டும் போதாது. அசுரர்களின் பலமும்வேண்டும். பயன் கிடைக்குமென்றால் பகைவரும் நண்பராவார். அவர்களின் உதவியையும் பெறுங்கள். அசுரர்கள் சிரமத்தை மட்டும் அடைவார்கள். நீங்கள் அமிர்தப் பானம் என்ற

பயனை அடைவீர்கள். அசுரர்கள் எதை விரும்புகிறார்களோ அதை அப்படியே சரி என்று ஒப்புக்கொள்ளுங்கள். எல்லாப் பயன்களும் நல்ல தானத்தால் நிறைவேறுவதுபோல் சண்டையால் நிறைவேறுவதில்லை. சமுத்திரத்தைக் கடையும்போது உண்டாகும் காலகூட விஷத்திற்கு அஞ்சக்கூடாது. அதில் கிடைக்கும் பொருட்கள் மீது பேராசைப்படக்கூடாது" என்று உபதேசித்தார் நாராயணன்.

மந்தர மலை

இந்திரன் அரக்கர்களிடம் சென்று விவரம் கூறினான். பலி சக்கரவர்த்திக்கும் பிற அசுரத் தலைவர்களுக்கும் சமுத்திர மதனமும் அமிர்தப் பானமும் இஷ்டமானதாக இருந்தன. தேவர்களும் அசுரர்களும் சேர்ந்து மந்தர மலையை வேருடன் பிடுங்கிப் பலத்த சப்தம் செய்துகொண்டு தூக்கி வந்தனர். அதன் பாரம் தாங்காமல் நடுவழியில் கீழே போட்டுவிட்டனர். மலையின் அடியில் பல தேவர்களும் அசுரர்களும் நசுங்கினர். கைகால்களும் தொடைகளும் கழுத்தும் முறிந்துகிடந்த அவர்கள் நாராயணனைப் பிரார்த்தித்தனர். கருடன் மீது வந்த நாராயணன் தன் கடாட்சப் பார்வையால் அவர்களைக் காயமற்றவர்களாகச் செய்தார். விளையாட்டாக ஒரு கையால் மந்தர மலையைத் தூக்கி கருடன் மேல் வைத்துக்கொண்டு பாற்கடலில் இறக்கி வைத்தார். நாராயணனின் உத்தரவுப்படி கருடன் மட்டும் திரும்பிச் சென்றார்.

பாம்பரசன் வாசுகி

தேவர்கள், பாம்புகளின் தலைவனான வாசுகியை அமிர்தத்தில் பங்கு தருவதாக நல்ல வார்த்தை சொல்லி அழைத்து வந்தனர். அச்சப்பட்ட வாசுகிக்கு அபயமளித்தார் நாராயணன். தேவர்களும் அசுரர்களும் வாசுகியை மந்தர மலையில் கயிறாகக் கட்டி மிகப் பெரும் முயற்சி செய்து சந்தோஷமாகக் கடலைக் கடையத் தொடங்கினார்கள். ஸ்ரீஹரி, முதலில் வாசுகியின் முன்பக்கம் பிடித்தார். தேவர்களும் அவரைப் பின்பற்றினர். அசுரர்கள் ஆட்சேபித்தனர். 'நாங்கள் பாம்பின் வாலைப் பிடிக்கமாட்டோம்' என்றனர். சிரித்துக்கொண்டே ஸ்ரீஹரி தேவர்களுடன் பாம்பின் வால் பகுதியைப் பிடித்துக் கடையத் தொடங்கினார்.

கூர்மாவதாரம்

அதிகப் பலம் பொருந்தியவர்களால் இருபுறமும் தாங்கிப் பிடித்துக் கடையப்பட்டாலும் மந்தர மலை அடியில்

ஆதாரமில்லாததாலும் அதிக கனத்தாலும் கடலில் அமிழத் தொடங்கியது. தேவர்கள் நாராயணனைப் பிரார்த்தித்தனர். பகவான் நாராயணன் அற்புதமான கூர்மாவதாரத்தை ஏற்றார்.

ஆமை வடிவில் சமுத்திரத்தில் புகுந்து தன் உறுதியான முதுகின் மேல் மலையைத் தாங்கினார். ஒரு லட்சம் யோஜனை அகலம்கொண்ட அந்த ஆமை ஒரு தீவு போலிருந்தது. மலையால் கடைந்தபோது முதுகைச் சொறிந்து கொடுப்பதாக நினைத்தார் விஷ்ணு. மலை சாயாமல் நிற்பதற்காக ஆயிரம் கைகள்கொண்ட நாராயணன் ஆகாயத்தில் நின்று மந்தர மலையின் மேற்பகுதியில் கைகளை வைத்துப் பாதுகாத்தார். மலை மேல் மற்றொரு மலைபோல் காணப்பட்ட நாராயணனை பிரம்மாவும் சிவனும் இந்திரனும் துதித்தனர். பூமாரிப் பொழிந்தனர்.

மேலும் கீழும் தங்களிடமும் மலையிலும் கயிற்றிலும் புகுந்து நின்ற நாராயணனால் உற்சாகப்படுத்தப்பட்டு, தேவர்களும் அசுரர்களும் முதலைக் கூட்டங்கள் சிதறக் கடலைக் கடைந்தனர்.

பாம்புத் தலைவன் வாசுகியின் ஆயிரக்கணக்கான கண்கள், வாய்கள், மூச்சுகளில் இருந்து வெளிக் கிளம்பிய நெருப்பு ஜுவாலையால் பாதிக்கப்பட்ட பலி, காலேயன் பௌலோமன், இல்வலன் முதலான அசுரர்கள் காட்டுத் தீயால் கொளுத்தப்பட்ட தேக்கு மரங்கள் போலானார்கள். தேவர்களை வெப்பம் பாதிக்காத வண்ணம் குளிர்ந்த காற்றோடு மழை பொழிவித்த பகவான் தானும் அவர்களோடு சேர்ந்து வேகமாகக் கடைந்தார்.

ஸ்ரீ நீலகண்டாய நமசிவாய

முதலில் கடலிலிருந்து ஆலகால விஷம் உற்பத்தியானது. அந்தக் கொடிய காலகூட விஷத்தின் பரவுதலைத் தாங்க இயலாமல் காப்பாற்றுபவர் யாருமின்றி அனைவரும் பரமசிவனிடம் ஓடிச்சென்று அடைக்கலம் புகுந்தனர். மங்களத்தை அளிக்கும் சிவபெருமானைப் போற்றித் துதித்தனர். கைலாய மலையில் பார்வதி தேவியுடன் வீற்றிருக்கும் சிவபிரான் லோக நன்மைக்காகத் தவம் செய்துகொண்டிருந்தார். மரீசி முதலான பிரஜாபதிகள் மகாதேவரை வேண்டித் துதித்தனர்.

‘சர்வேஸ்வரனே, உன் சத்யோஜாதம் முதலான ஐந்து முகங்களும் ஐந்து உபநிஷத் சொரூபங்கள். நீ அனைத்திலும் உயிராயிருப்பவர். உலகின் ஈஸ்வரனே, உன்னைச் சரணடைகிறோம். உன்னை மயானத்தில் வசிப்பவர் என்று தூஷிப்பவர்கள் உன் லீலைகளை அறியாதவர்கள். அனைத்திலும் ஆத்மாவாக இருப்பவரே, மூவுலகையும் பொசுக்கும் ஆலகால விஷத்திலிருந்து எம்மைக் காத்தருளவேண்டும்’ என்று பிரார்த்தனை செய்தனர்.

அவர்களுடைய வருத்தத்தைக் கண்டு, இளகிய மனம்கொண்ட மகாதேவர், உமா தேவியிடம், “பவானி, உயிரைக் காப்பாற்றும்படி வேண்டும் இவர்களுக்கு அபயம் அளிக்கவேண்டியது என் கடமையல்லவா. மங்கள வடிவானவளே, தீனர்களிடம் கருணையோடிருப்பவரைக் கண்டு ஸ்ரீஹரி மகிழ்வார். மக்களின் நலனுக்காக இந்த விஷத்தைச் சாப்பிடுகிறேன்” என்றார்.

உலகைக் காக்கும் பரமேஸ்வரன் பவானியிடம் கலந்தாலோசித்து விஷத்தை உண்ண முற்பட்டார். அவருடைய மகிமையை உணர்ந்த பவானி மகிழ்வாக உடன்பட்டாள். பரமசிவன், பரவிநின்ற விஷத்தை உள்ளங்கையில் அடக்கி விழுங்கினார். அவருடைய கழுத்தில் நீலநிறத்தில் கறை படிந்தது, அது உலகைக் காக்கும் கருணை நிறைந்த அவருடைய செயலைப் பறைசாற்றும் அலங்காரமாயிற்று. பிரம்மதேவரும் மகாவிஷ்ணுவும் தாட்சாயணியும் அனைத்து லோகங்களும் சிவபிரானைப் போற்றினர்.

பாற்கடலில் உதித்த செல்வங்கள்

தர்மத் தேவதையின் சொரூபமான காளையை வாகனமாகக்கொண்ட பரமசிவன் விஷத்தை அருந்தியபின், தேவர்களும் அசுரர்களும் மீண்டும் பரபரப்புடன் கடலைக் கடைந்தார்கள். காமதேனு உண்டாயிற்று. சுத்தமான ஹவிஸுக்காக தேவ ரிஷிகள் அதனைப் பெற்றுக்கொண்டனர். வெண்மையான உச்சைஸ்ரவஸ் என்ற குதிரை வெளிவந்தது. பலி சக்கரவர்த்தி அதன் மேல் ஆசை கொண்டான். நான்கு சிகரம் போன்ற தந்தங்களுடன் ஐராவதம் என்ற யானை வெளிவந்தது. பின்னர் தாமரைபோல் சிவந்த கௌஸ்துபம் என்ற ரத்தினம் தோன்றி, நாராயணனின் மார்பில் அலங்காரமாயிற்று. அதன் பின்னர் தேவலோகத்திற்கு அழகு தரும் பாரிஜாதம்

வெளிவந்தது. அதன் பிறகு சிறந்த ஆடை அணிகலன்களோடு அப்சரஸ்கள் வெளிப்பட்டனர்.

மகாலட்சுமி அவதாரம்

அதன் பிறகு மின்னல்போல் ஒளி வீசிக்கொண்டு பகவானிடமே மனதை வைத்த மகாலட்சுமி வெளிவந்தாள். லட்சுமிதேவிக்கு தேவேந்திரன் சிறந்த சிம்மாசனத்தை அளித்தான். நதிகள் சுத்த தீர்த்தத்தால் நிரம்பிய கலசங்களை அளித்தன. பூமாதேவி அபிஷேகத்திற்குச் சிறந்த பச்சிலைகளை அளித்தாள். பசுக்கள் பஞ்சகவ்யத்தை அளித்தன. வசந்த ருதுவின் தேவதை புஷ்பங்களையும் பழங்களையும் அளித்தது. கந்தர்வர்கள் கானமும் நிருத்தியமும் செய்தனர். முனிவர்கள் அபிஷேக விதிகளை அமைத்தனர். மேகங்கள் மிருதங்கம் வாசித்தன. மந்திர த்வனிகளுக்கு இடையில் திக் கஜங்கள், பால், ஜலம் இவற்றால் நிரம்பிய கலசங்களால் மகாலட்சுமிக்கு அபிஷேகம் செய்தன. சமுத்திர ராஜன் மஞ்சள் பட்டாடையும், வருணதேவன் வைஜயந்தி மாலையும் அளித்தனர். விஸ்வகர்மா நகைகளையும் சரஸ்வதிதேவி முத்து மாலையும் பிரம்மதேவர் தாமரையையும் நாகங்கள் குண்டலங்களையும் அளித்தனர். லட்சுமிதேவி முகுந்தனின் கழுத்தில் தாமரை மாலையிட்டு அவரருகில் நின்றாள். மூவுலகிற்கும் பிதாவான நாராயணன், ஐஸ்வர்ய தேவிக்குத் தன் இதயத்தை இருப்பிடமாக்கினார். மேலும் கடலைக் கடைந்தபோது கடலிலிருந்து சிவந்த கண்களை உடைய வாருணி தேவி என்ற மது உற்பத்தியானது. அதனை அசுரர்கள் ஏற்றனர்.

தன்வந்தரி அவதாரம்

பிறகு அமிர்தத்தை விரும்பும் கஸ்யப பிரஜாபதி'யின் புதல்வர்கள் மீண்டும் கடலைக் கடைந்தனர். பாற்கடலிலிருந்து ஆச்சரியமான தன்வந்தரி பகவான் அமிர்தம் நிரம்பிய குடத்துடன் வெளிவந்தார். இவர் விஷ்ணுவின் அம்சாவதாரம். ஆயுர்வேத வைத்தியச் சாஸ்திரத்தை வெளியிட்டவர். தன்வந்தரியின் கரங்களிலிருந்து அசுரர்கள் அமிர்தத்தைக் கவர்ந்து சென்றனர். வருந்திய தேவர்கள் நாராயணனைச் சரணடைந்தனர். நாராயணன், அவர்களுக்கு அபயமளித்து 'கலங்க வேண்டாம்' என்றார். விஷ்ணுவின் மாயையால், அசுரர்கள், 'நான்தான் முதலில் அருந்துவேன், நீயல்ல' என்று தமக்குள் சண்டையிட்டுக் கொண்டார்கள்.

மோகினி அவதாரம்

அதற்கிடையில் மகாவிஷ்ணு அற்புதமான பெண் வடிவை எடுத்து ஜகன்மோகினியாக அங்குத் தோன்றினார். நீலோத்பல சியாமள வண்ணத்தில் வெட்கமும் புன்னகையும் அணிகலனாகப் புருவ நெளிப்பாலும் கண்வீச்சாலும் அசுரர்களின் மனதில் மோகத்தை ஏற்படுத்தினாள். அவள் அழகில் மயங்கிய அசுரர்கள் அவளிடம் அமிர்தக் கலசத்தை ஒப்படைத்தனர்.

'நான் இந்த அமிர்தத்தை உங்களனைவருக்கும் பகிர சம்மதிக்கிறேன். ஆனால் என் செயலில் குறை காணக்கூடாது' என்று கூறிவிட்டு, இரு வரிசைகளாகத் தேவர்களையும் அசுரர்களையும் அமரச் செய்து அசுரர்களைப் புன்னகையாலும் உபசார வார்த்தைகளாலும் ஜகன்மோகினியாக வந்த விஷ்ணு வஞ்சித்தார். மூப்பையும் இறப்பையும் தவிர்க்கும் அமிர்தத்தை ஜகந்நாதனாக தேவர்களுக்கு அளித்து அருந்தச் செய்தார்.

"பரீட்சித் அரசனே, தேவர்களும் அசுரர்களும் முயற்சியிலும் செயலிலும் சமமாக ஈடுபட்ட போதிலும் வாசுதேவரிடத்தில் மனம் வைக்காத அசுரர்களுக்கு அமிர்தம் கிடைக்கவில்லை. பாற்கடலைக் கடைந்து அமிர்தத்தைப் பகிர்ந்தபின் நாராயணன் கருடன் மேல் அமர்ந்து வைகுண்டம் சென்றார்."

தேவாசுர யுத்தம்

ஆத்திரமடைந்த அசுரர்கள் பாற்கடலின் கரையில் தேவர்களோடு போர் தொடுத்தனர். அந்த மாபெரும் போரைக் கண்ணுற்ற பிரம்மதேவர் தானவர்களை அழிக்க வேண்டாம் என்று சொல்லி இந்திரனிடம் போரை நிறுத்தும்படி நாரதர் மூலம் சொல்லி அனுப்பினார். போர் நின்று தேவர்கள் விண்ணுலகம் சென்றனர்.

மோகினியிடம் மயங்கிய மகாதேவர்

நாராயணன் மோகினி வேடம் தரித்தார் என்றறிந்த மகாதேவர் பார்வதியுடன் விருஷப வாகனத்தில் ஏறிக்கொண்டு பிரமத கணங்கள் சூழ நாராயணனைப் பார்க்கக் கிளம்பினார்.

பரமசிவன், நாராயணனைத் துதித்து, 'தேவதேவா, உம்முடைய பல அவதாரங்களை நான் பார்த்திருக்கிறேன். மோகினி உருவத்தையும் பார்க்க ஆவலாக உள்ளேன்'

என்றார். அதற்கிணங்கிய பகவான் விஷ்ணு, உடனே அங்கிருந்து மறைந்தார். அவரைக் காணாமல் உமையும் சிவனும் வியந்து நின்றிருந்தனர்.

விசித்திரமான மலர்களுடன் கூடிய ஒரு பூந்தோட்டத்தில் பிரகாசமான பட்டாடையும் மேகலையும் அணிந்து அழகிற் சிறந்த ஒரு பெண் பந்து விளையாடுவதைச் சிவபிரான் பார்த்தார். வெட்கமும் புன்னகையும்கொண்ட அவளுடைய கடைக்கண் பார்வையில் மயங்கிய மகாதேவர் அருகில் பார்வதி இருப்பதையோ பிரமத கணங்கள் பார்த்திருப்பதையோ உணரவில்லை. அவளிடம் காதலால் மயங்கி அவளருகில் சென்றார். நழுவிய பட்டாடையும் முடிச்சவிழ்த்த கூந்தலுமாக அவள் மரங்களுக்கிடையே மறைந்து ஓடினாள். காம வெறிக்குட்பட்ட ருத்ரன், ஆண் யானை பெண் யானையைத் தொடர்வதுபோல அவளைத் தொடர்ந்தார். மிகுந்த வேகத்துடன் அப்பெண்ணின் கூந்தலைப் பிடித்து அருகில் வரவழைத்து இரு கரங்களால் ஆலிங்கனம் செய்துகொண்டார். அவரிடமிருந்து விடுவித்துக்கொண்டு அப்பெண் ஓடிவிட்டாள். மன்மதனால் வெல்லப்பட்ட ருத்ரன் ஆச்சரியமானக் காரியங்களைச் செய்யும் விஷ்ணுவைப் பின்தொடர்ந்து ஓடினார். நதிகள், காடுகள், மலைகள், தோட்டங்கள், முனிவர்களின் இடங்கள் என்று எல்லா இடங்களிலும் அவளைப் பின்பற்றி காமச்சூடுள்ள ஆண்யானைபோல ஓடிய ருத்ரனுடைய ரேதஸ் ஒழுகியது.

தங்கமும் வெள்ளியும்

"பரீட்சித் மன்னா, எங்கெல்லாம் பெரியவரான ருத்ர தேவனுடைய ரேதஸ் பூமியில் விழுந்ததோ அந்த இடங்கள் எல்லாம் வெள்ளிக்கும் தங்கத்துக்கும் இருப்பிடமாயின. தன்னை விஷ்ணுவின் மாயை ஜடனைப்போல் ஆக்கியதை உணர்ந்து மகாதேவர் புத்திக் கலக்கத்திலிருந்து மீண்டார். மதுசூதனர் தன் விஷ்ணு வடிவை எடுத்துக்கொண்டு சிவனிடம் வந்து அன்புடன் கூறினார், 'கடத்தற்கரியதும் புதிய புதிய விருப்பங்களை உண்டாக்குவதுமான என் மாயையை உம்மைத் தவிர யாரால் கடக்க இயலும். காலரூபனான எனக்கு அடங்கி இருக்கும் முக்குணங்களோடு கூடிய மாயை உம்மை அவமதிக்க வல்லவள் அல்ல' என்றார்."

பகவான் நாராயணனால் போற்றப்பட்ட சிவபிரான், அவரை வலம் வந்து வணங்கி பவானியுடனும் பிரமத

கணங்களுடனும் கைலாயம் திரும்பினார். ஸ்ரீஹரியின் அந்த மாயையின் விசேஷங்களை ருத்ர பகவான், ரிஷிகள் கேட்டிருக்க பார்வதியிடம் விவரித்தார்.

'பவானி, பிறப்பற்ற பரந்தாமனின் லீலைகளைப் பார்த்தாயா. சித்தரும் சுதந்திரமானவனுமான நானே ஸ்ரீஹரியின் மாயையில் என்னையறியாமல் மயங்கினேன் அல்லவா. சுதந்திரமற்றவர்களின் நிலையைச் சொல்லவும் வேண்டுமா' என்று சிவனார் பார்வதி தேவியிடம் கூறி மனமகிழ்ந்தார்.

"குழந்தாய், பரீட்சித், மந்தர மலையை முதுகில் தாங்கிய நாராயணனுடைய பராக்கிரமத்தை இந்த லீலை மூலம் உனக்கு வர்ணித்தேன். புகழ்பெற்ற நாராயணனின் குணங்களை எடுத்துக் கூறினால் உலகில் நேரிடும் சிரமங்களால் பாதிப்பு இருக்காது."

பலன்

ஆச்சரியமான இந்தக் கதையைக் கேட்பவரும் படிப்பவரும் செய்யும் முயற்சிகள் அனைத்தும் வெற்றி பெறும்.

வாமன, திரிவிக்கிரம அவதாரம்

ஸ்ரீ சுக பிரம்மம் கூறினார் –

"பரீட்சித் அரசனே, இப்போது நடந்துகொண்டிருப்பது ஏழாவது மன்வந்தரம். இந்த மன்வந்தரத்தில் கஸ்யபருக்கும் அதிதிக்கும் நாராயணன் வாமனாவதாரமாகப் பிறப்பெடுத்தார். அந்த வரலாற்றை உனக்குக் கூறுகிறேன்."

மூவுலகையும் ஆண்ட பலி

பாற்கடலைக் கடைந்தபின் நடந்த தேவாசுர யுத்தத்தில் இந்திரனால் பலி தாக்கப்பட்டு இறந்து போனான். சுக்கிராசாரியார் மந்திரச் சக்தியால் அவனைப் பிழைக்கச் செய்தார். அசுர குருவின் ஆசியோடு ராட்சசர்கள் விஸ்வஜித் என்ற யாகத்தைச் செய்தனர். அதன் பலனாகப் பெரும்பலம் பெற்று தேவலோகமான அமராவதி மீது படையெடுத்தனர். இந்திரன் அஞ்சி பிருஹஸ்பதியைச் சரணடைந்தான். தேவர்களின் குருவான பிருஹஸ்பதி இந்திரனிடம், 'அசுரர்கள் விஸ்வஜித் என்ற யாகம் செய்தார்கள். அதன் பலம் அவர்களிடம் உள்ளது. இப்போது உங்களுக்கு நேரம் சரியில்லை. எங்காவது சென்று ஒளிந்துகொள்ளுங்கள்' என்றார். தேவர்கள் அமராவதியைவிட்டு நீங்கி மரம், செடி கொடிகளில் மறைந்து வாழ்ந்தார்கள். பலி சக்கரவர்த்தி மூன்று உலகங்களுக்கும் அதிபதியானான்.

அதிதி செய்த பயோவிரதம்

அதைப் பார்த்து தேவர்களின் தாயான அதிதி தேவி வருந்தினாள். பதியான கஸ்யப பிரஜாபதியிடம் சென்று புதல்வர்களின் கஷ்டம் தீரும் வழியைக் கேட்டாள். கஸ்யபர் பயோவிரதம் என்ற ஒரு நோன்பைக் கடைப்பிடிக்கும்படி கூறி மந்திரத்தை உபதேசித்தார். அவர் கூறியபடி பங்குனி மாதம் பன்னிரண்டு நாள்கள் ஒருமித்த மனதுடன் வாசுதேவனைத் தியானித்து விரதம் இருந்து, நாராயணனின் தரிசனம் கிடைக்கப் பெற்றாள். தன் புதல்வர்களின் நலனை வேண்டிப் பிரார்த்தித்தாள். 'நானே உன் கருவில் பிறந்து தேவர்களைக் காப்பேன்' என்று அருளினார் பகவான்.

வாமனாவதாரம்

பாத்ரபத மாதம் சுக்லபட்சம் சிரவண நட்சத்திரத்தோடு கூடிய துவாதசி திதியில் மத்தியான நேரத்தில் அபிஜித் லக்னத்தில் சங்கு சக்ர கதா பத்மத்தோடு சதுர் புஜனாக அதிதி, கஸ்யபரின் எதிரில் வாமனராக பகவான் அவதரித்தார். கஸ்யபரும் அதிதியும் மிக மகிழ்ச்சியோடு அவரை வணங்கினர். தேவ துந்துபிகள் முழங்கின. ஆஸ்ரமத்தில் தெய்விகச் சூழல் விளங்கியது. விண்ணோர் களிப்படைந்தனர். அற்புத லீலை புரியும் வாசுதேவன் வேடத்தை மாற்றிக்கொண்டு வாமன பிரம்மச்சாரியாகத் தோன்றினார்.

உபநயனம்

கஸ்யப பிரஜாபதி மகரிஷிகளோடு சேர்ந்து வாமன வடிவில் இருந்த நாராயணனுக்கு உபநயனம் செய்வித்தார். சூரியன், காயத்ரி மந்திரத்தை உபதேசித்தான். திரவியத் தேவதைகளும் மந்திர தேவதைகளும் நேரில் வந்து நடத்தி வைத்தனர். பிருஹஸ்பதி பூணூல் கொடுத்தார். கஸ்யபர் முஞ்சைப்புல் அரைஞாண் தந்தார். அதிதி கௌபீணம் கொடுத்தாள். பூமி மான்தோல் ஆசனம் கொடுத்தாள். சந்திரன் மாலையும் ஆகாசத் தேவதை குடையும் பிரம்ம தேவர் கமண்டலமும் சரஸ்வதி அக்ஷ மாலையும் கொடுத்தனர். சப்த ரிஷிகள் தர்ப்பையும் பவித்ரமும் கொடுத்தனர். குபேரன் பிக்ஷா பாத்திரம் கொடுத்தான். அன்னபூரணி பவானி வந்து பிட்சையிட்டாள். உபநயனம் பூர்த்தியானது. வாமனர் அக்னியைப் பிரதிஷ்டை செய்து சமித்துகளால் ஹோமம் செய்தார்.

பலியிடம் சென்ற வாமனர்

வாமனர் உடனடியாக நர்மதா நதி தீரத்தில் யக்ஞம் செய்துகொண்டிருந்த பலிச் சக்கரவர்த்தியிடம் தானம் பெறுவதற்காக யக்ஞச் சாலையை நோக்கிச் சென்றார். அவர் எடுத்து வைத்த ஒவ்வொரு அடியும் அதன் பாரத்தால் பூமியை வணங்கச் செய்தது. யக்ஞ சாலையில் இருந்த முனிவர்கள் வாமன உருவமெடுத்து வேதியராகப் பிரவேசித்த ஹரியைக் கண்ணுற்று எழுந்து நின்று வரவேற்றனர். என்ன விந்தை. எத்தகைய தேஜஸ். இவர் சூரியனோ அக்னியோ சனத்குமாரரோ என்று யோசித்தனர்.

யஜமானனாகிய பலி சக்கரவர்த்தி, கண்ணுக்கும் மனதுக்கும் உகந்த அழகு வாய்ந்த வாமனரைப் பார்த்து மகிழ்ந்து வணங்கி ஆசனமளித்தான். அவருடைய திருவடிகளைக் கழுவி அந்தப் பாதத் தீர்த்தத்தைத் தலையில் தெளித்துக்கொண்டான்.

மூன்றடி நிலம்

“பூஜைக்குரிய பிரம்மச்சாரியே, பசுவோ, தங்கமோ வீடோ, பொருளோ, நற்குல மங்கையோ கிராமமோ யானையோ குதிரையோ தேரோ, நீர் எதை விரும்பினாலும் சந்தோஷமாகத் தருவேன். கேளுங்கள்” என்றான் பலி.

“அரசே, நீ கீர்த்தி மிக்க குலத்தில் தோன்றியவன். ப்ரஹ்லாதனின் பேரன். யாசிப்பவருக்கு இல்லை என்று சொல்லாத உத்தமன். எனக்கு வேண்டியது மூன்று காலடி நிலம்” என்றார் வாமனர்.

“சிறுவனே, உனக்குக் கேட்கத் தெரியவில்லை. என்னிடம் தானம் பெற்றவர் இன்னொருவரிடம் எதற்காகவும் செல்லக்கூடாது. ஏராளமாகக் கேட்டுப் பெற்றுக் கொள்” என்றான் பலி.

“திருப்தியே உயர்ந்த செல்வம். புலனடக்கம் இல்லாதவன் மூவுலகங்களை அளித்தாலும் திருப்தியடையமாட்டான். திருப்தியால் தேஜஸ் வளருகிறது. ஜொலிக்கும் அக்னியின் தேஜஸ் நீரால் அணைவதுபோல திருப்தியற்றவனின் தேஜஸ் மங்கிப் போகும். வரம் கொடுப்பவரில் சிறந்தவனான உன்னிடம் மூன்றடி பூமி மட்டுமே யாசிக்கிறேன்” என்றார் வாமனர்.

சுக்கிராச்சாரியார் மறுப்பு

மகாபலி அதற்கு ஏற்ப தாரை வார்க்கத் தீர்த்தப் பாத்திரத்தைக் கையிலெடுத்தான். சிறந்த அறிவாளியான அசுர குரு சுக்கிராச்சாரியார் பலியை எச்சரித்தார். "அரசே, இவன் சாட்சாத் விஷ்ணு. நீ இவனுக்கு அளித்த வாக்கு அசுரர்களுக்கு நன்மை விளைவிக்காது. பிரம்மச்சாரி வேடத்தில் வந்துள்ள நாராயணன் மூன்றடி கேட்கிறான் என்று நினைக்காதே. மூவுலகையும் பிடுங்கிவிடுவான்" என்றார் சுக்கிராச்சாரியார்.

"ப்ரஹ்லாதனின் பேரனான நான் யாசிப்பவருக்குத் தருகிறேனென்று வாக்களித்துவிட்டு வஞ்சகனைப்போல் நிராகரிக்க மாட்டேன். உண்மையே பேசுவேன். கொடுக்காமல் சேர்த்து வைத்தாலும் என்றோ ஒருநாள் நான் போகவேண்டியவன்தானே. சர்வேஸ்வரனான இவருக்குக் கேட்டதை தானம் செய்யும் பாக்கியம் என்னைப்போல் வேறு யாருக்குக் கிடைக்கும். இவருக்கு இவர் விரும்பும் பூமியைக் கொடுப்பேன்" என்றான் பலி.

குருவால் எச்சரிக்கப்பட்டும் உண்மையிலிருந்து வழுவாத பலி சக்கரவர்த்தி வாமனரை அர்ச்சித்தான். பலியின் மனைவி விந்தியாவளி வாமனரின் பாதங்களை அலம்பப் பொற்கலசத்தில் நீர் கொணர்ந்தாள். உலகைப் பாவனமாக்கும் திருவடிகளின் நீரை மகாபலி தலையில் தெளித்துக் கொண்டான். வாமனரின் கையில் தீர்த்தத்தைக் கொடுத்து உள்ளபூர்வமாகத் தானத்தைத் தாரை வார்த்துக் கொடுத்தான் புகழ் மிக்க பலி. தேவர்கள் பூமாரிப் பொழிந்தனர்.

திரிவிக்கிரம அவதாரம்

அடுத்த கணம் அனைவரும் பார்த்துக்கொண்டிருக்கும்போதே வாமனரின் சிறிய உருவம் அற்புதமாக வளரத் தொடங்கியது. மேலும் மேலும் பெரிதாக வளர்ந்துகொண்டே போய் பூமிக்கும் ஆகாயத்திற்குமாக விஸ்வரூபமாக வியாபித்தது. திரிவிக்கிரமனின் பிரமாண்டமான உடலில் அண்ட சராசரங்கள் அடங்கியிருந்தன. விச்வம் முழுவதும் பகவானின் உடலில் மகாபலிக்குத் தரிசனமானது.

திரிவிக்கிரமன் ஓரடியால் பூமியை அளந்தார். உடலால் ஆகாயத்தையும் கரங்களால் திசைகளையும் வியாபித்து நின்ற உலகளந்தப் பெருமாளின் இரண்டாவது திருவடி சொர்க்கத்தையும் தாண்டி பிரம்மதேவரின்

சத்தியலோகத்தை ஊடுருவி நின்றது. மூன்றாவது அடிக்கு எதுவும் மிச்சமில்லை. பிரம்மா கமண்டல நீரால் பகவானின் திருவடியை அபிஷேகம் செய்தார். அது ஆகாய கங்கையாகப் புகழ் பெற்றது. அது பகவானின் நிர்மலமான கீர்த்தியைப்போல் மூவுலகையும் புனிதமாக்குகிறது.

'கபடமாக மூன்றடி கேட்டு வந்து யக்ஞத் தீட்சையில் இருந்த தங்கள் அரசன் பலியை வஞ்சித்து செல்வத்தை அபகரித்துவிட்டான்' என்று சொல்லி அசுரர்கள், வாமனரைத் தாக்க வந்தனர். விஷ்ணுவின் கிங்கரர்கள் அவர்களை எதிர்த்தனர். அழியும் தன் அசுரச் சேனையைப் பார்த்துப் மகாபலி, "காலம் நமக்கு அனுகூலமாக இல்லை. சண்டை வேண்டாம்" என்றான். அசுரர்கள் பாதாளத்திற்குச் சென்றனர். பறவைகளில் சிறந்த கருடன் நாராயணனின் கருத்தை அறிந்து பலியை வருணப் பாசத்தால் கட்டினார். விண்ணுலகிலும் மண்ணுலகிலும் 'ஹாஹா' என்று சப்தம் எழுந்தது.

"அசுர ராஜனே, உன்னால் எனக்கு மூன்று காலடி அளவுள்ள பூமி வாக்களிக்கப்பட்டது. மூன்றாவது அடிக்கு ஏற்பாடு செய்" என்றார் வாமனர்.

"தேவதேவனே, என் சொல்லைப் பொய்யாக்க விரும்பவில்லை. மூன்றாவது அடியை என் தலை மேல் வையுங்கள். தண்டனைக்கோ நரகம் புகுவதற்கோ நான் அஞ்சவில்லை. பொய் கூறியவன் என்ற பழிக்கு அஞ்சுகிறேன்" என்றான் மகாபலி.

அப்போது பகவானுக்குப் பிரியமான ப்ரஹ்லாதன் அங்கு வந்தான். உடலெங்கும் வருணப் பாசத்தால் கட்டப்பட்டிருந்த பலி, தலையால் தன் பாட்டனாருக்கு வந்தனம் செய்தான்.

ப்ரஹ்லாதன் பகவானுக்குச் சாஷ்டாங்க நமஸ்காரம் செய்தான். "ஐஸ்வர்யம் நிறைந்த இந்திரப் பதவியைப் பலிக்கு வழங்கியதும் திரும்ப எடுத்துக்கொண்டதும் உங்கள் அனுக்கிரகமே. புத்தியை மயக்கும் செல்வம் நீங்கியது நன்மையே பயக்கும்" என்றான்.

கட்டப்பட்ட கணவனைப் பார்த்துக் கலங்கிய விந்தியாவளி நாராயணனை வணங்கி, "உலகம் யாவையும் படைத்த உனக்கு, என் கணவர் மூன்றடி பூமியைத் தானம் செய்தேன் என்று கூறிக்கொள்வது அறிவீனம். அவரை

மன்னித்து தளையிலிருந்து விடுவித்து அருளுங்கள்" என்று வேண்டினாள்.

பகவான் பலியிடம், "நான் யாரை அருள எண்ணுகிறேனோ அவனுடைய செல்வத்தைப் பறிப்பேன். ஏனென்றால் செல்வச் செருக்கினால் ஆத்ம ஞானத்தில் சிரத்தை ஏற்படுவதில்லை. நீ சத்தியத்தைக் காப்பாற்றினாய். நீ சுதலம் என்ற பாதாள லோகத்திற்குச் சென்று சுகமாக வசிப்பாய். பிறகு சாவர்ணி மன்வந்தரத்தில் இந்திரப் பதவி பெற்று முடிவில் என்னை வந்தடைவாய். நான் அதுவரையில் உன் துவாரபாலகனாக இருந்து உன்னைப் பாதுகாத்து வருவேன்" என்று கூறியருளினார்.

பலி பகவானை ஸ்தோத்திரம் செய்து, பகவானின் ஆணைப்படி பரிவாரங்களோடு பாதாள லோகம் சென்றான். பகவான், உபேந்திரன் என்ற பெயரோடு இந்திரனுக்குச் சுவர்க்கத்தை மீட்டுக் கொடுத்து தாய் அதிதியின் விருப்பத்தை நிறைவேற்றினார்.

'பக்தி இருக்குமானால் அசுரர்களுக்கும் அருள் செய்யும் நீ பக்தர்களைக் கைவிடுவதில்லை' என்று போற்றினான் ப்ரஹ்லாதன். பகவானின் உத்தரவுப்படி ப்ரஹ்லாதனும் பலியுடன் பாதாளத்தில் வசித்தான். சுக்கிராச்சாரியாரிடம், பலி தொடங்கிய யாகத்தைப் பூர்த்தி செய்யும்படி கூறினார் பகவான்.

"பரீட்சித் மன்னா, பூமியில் உள்ள தூசிகளை எண்ண முடியாததுபோலவே பகவானின் மகிமைகளையும் எண்ண முடியாது."

பலன்

"இந்த அவதாரக் கதையைக் கேட்பவரும் படிப்பவரும் நித்தியச் சௌக்கியத்தை அடைவர். பாவங்கள் நீங்கி, விருப்பங்கள் நிறைவேறப் பெறுவர். இல்லங்களில் செய்யும் எல்லா விசேஷங்களிலும் இந்தச் சரித்திரத்தைப் படிக்கவேண்டும். அப்போது அந்தச் செயல் சாஸ்திரப்படி செய்யப்பட்டதாகப் பெரியோர் அங்கீகரிப்பர்" என்று சுக பிரம்மம் பரீட்சித்திடம் விவரித்தார்.

வாமன, திரிவிக்கிரம அவதாரச் சரித்திரம் நிறைவு.

மத்ஸ்யாவதாரம்

"வணக்கத்திற்குரிய சுக முனிவரே, ஆச்சரியமான செயல்களை உடைய ஸ்ரீஹரியின் மீன் வடிவு கொண்ட

முதல் அவதாரக் கதையைக் கூறுங்கள்" என்று பரீட்சித் சுக யோகீந்திரரைக் கேட்டான். சுக யோகி கூறத் தொடங்கினார்.

"ஆயிரம் சதுர் யுகங்கள் சேர்ந்த காலம் பிரம்மதேவரின் பகற்பொழுது. இது கல்பம் எனப்படும். கல்பத்தின் இறுதியில் பிரம்மதேவரின் இரவுப் பொழுது தொடங்கியது. அப்போது பிரளயம் ஏற்பட்டது. மூவுலகங்களும் நீரில் மூழ்கின. இரவு காலத்தில் பிரம்மா உறக்கத்தில் ஆழ்ந்தார். பிரம்மாவின் வாயிலிருந்து வெளிவந்த வேதங்களைக் குதிரை முகம்கொண்ட ஹயக்ரீவன் என்ற அசுரன் அபகரித்தான். அதை அறிந்த நாராயணன் மத்ஸ்ய அவதாரம் எடுத்தார்."

பிரளயத்திற்கு முன்னர் திராவிடத் தேசத்தில் சத்தியவிரதன் என்ற பாண்டிய நாட்டு அரசன் ஹரி பக்திகொண்டு நீரை மட்டும் அருந்தி விரதம் இருந்தான். ஒருநாள் அந்த ராஜரிஷி கிருதமாலா என்ற புனித நதியில் தர்ப்பணம் செய்தான். அவனுடைய கூப்பிய கையில் இருந்த நீரில் மீன் ஒன்று தென்பட்டது. அந்த ஜலத்தை மீனோடு நதியில் விட்டான்.

அந்த மாய மீன், "அரசனே, என்னை நதியில் விடாதே. பெரிய மீன்கள் என்னைத் தின்றுவிடும். என்னைக் காப்பாற்று" என்றது.

கருணையோடு அரசன் அதனைக் கமண்டலத்தில் ஏந்தி, ஆசிரமத்திற்கு எடுத்து வந்தான். கமண்டலத்திலும் அடங்காமல் அது பெரிதாக வளர்ந்தது.

"மன்னா, இங்கு நெருக்கடியாக உள்ளது. என்னைப் பெரிய நீர் நிலையில் விடு" என்றது மீன். சத்திய விரதன் அதனை ஒரு தொட்டி நீரில் விட்டார். பின்னர் ஓர் ஏரியில் விட்டார். மேலும் மேலும் பெரிதாக வளர்ந்து கொண்டிருந்த மீனை இறுதியில் கடலில் கொண்டுசேர்த்தார். "வீரனே, கடலில் திமிங்கலம், முதலை போன்றவை என்னைத் தின்றுவிடும். இங்கு விடாதே" என்றது மீன்.

அதிசயமான அந்த மீனைப் பார்த்து, "என்னை மயங்கச் செய்யும் தாங்கள் நிச்சயமாகப் பகவான் மகாவிஷ்ணுதான். எதற்காக மீன் வடிவில் அவதரித்தீர்கள் என்று அறிய விரும்புகிறேன்" என்றான் அரசன்.

"சத்ருக்களை அடக்குபவனே, இன்றிலிருந்து ஏழாம் நாள் பிரளயம் ஏற்பட்டு மூவுலகும் நீரில் மூழ்கும். அப்போது பெரிய ஓடம் ஒன்று என்னால் தூண்டப்பட்டு உன்னிடம் வரும். நீ மூலிகைகள், தாவரங்கள், படைப்புக்கு வேண்டிய

பிராணிகள் எல்லாவற்றையும் ஓடத்தில் ஏற்றிக்கொண்டு சப்த ரிஷிகள் சூழ அந்த ஓடத்தில் ஏறி இருண்ட பிரளயக் கடலில் சப்த ரிஷிகளின் பிரம்ம தேஜஸ் வெளிச்சத்தில் கலங்காமல் சஞ்சரிப்பாய். பலமான காற்றால் அலைக்கப்படும் ஓடத்தை என்னுடைய ஒற்றைக் கொம்பில் வாசுகி என்ற பாம்பால் நன்கு கட்டவேண்டும். பிரம்மாவின் உறக்க காலம் முடியும்வரை நீங்கள் அமர்ந்திருக்கும் அந்தப் படகை இழுத்துக்கொண்டு பிரளய நீரில் சஞ்சரிப்பேன்." இவ்விதம் உத்தரவிட்டுவிட்டு மீன் வடிவெடுத்த பகவான் மறைந்தார்.

பகவான் கூறிய காலம் வந்ததும் மேகங்கள் பெருமழை பொழிந்தன. கடல் பொங்கிக் கரைபுரண்டு வந்து பூமியை மூழ்கச் செய்வதை அரசன் கண்டான். தன்னருகில் வந்த ஓடத்தில் மூலிகைகளையும் மற்றவற்றையும் ஏற்றிக்கொண்டு ரிஷிகளோடு அதில் ஏறிக்கொண்ட அரசன், பகவானைத் தியானித்தான். அந்தப் பெரிய கடலில் ஒற்றைக் கொம்புடன் லட்சம் யோசனை நீளமுள்ள தங்க மீனாகப் பகவான் காட்சி தந்தார். வாசுகி சர்ப்பத்தால் ஓடத்தை மீனின் கொம்பில் கட்டிவிட்டு, பகவானை மகிழ்ச்சியோடு துதித்து ஆத்மத் தத்துவத்தை உபதேசிக்கும்படி வேண்டினான்.

ஆதி புருஷனும் மத்ஸ்ய வடிவெடுத்தவருமான ஸ்ரீ மகாவிஷ்ணு பிரளய நீரில் விளையாடிக்கொண்டே பாண்டியநாட்டு அரசனுக்குப் பிரம்ம ஞானத்தை உபதேசித்தார். பிரளயம் முடிந்ததும் விழித்தெழுந்த பிரம்ம தேவருக்கு ஹயக்ரீவ அசுரனை வதைத்து வேதங்களை மீட்டுக் கொடுத்தார். உண்மையறிவை அடைந்த சத்தியவிரதன் என்ற அந்த அரசன் இப்போதுள்ள கல்பத்தில் வைவஸ்வத மனுவாக உள்ளான்.

பலன்

"மத்ஸ்யாவதாரக் கதையைப் படிப்பவரும் கேட்பவரும் பாவங்கள் நீங்கி, விருப்பங்கள் நிறைவேறிச் சிறந்த நிலையை அடைவர். மாய மீனுருவம் எடுத்த பரமாத்மாவை வணங்குகிறேன்" என்று கூறி மத்ஸ்யாவதாரக் கதையை நிறைவு செய்தார் சுக யோகீந்திரர்.

எட்டாம் ஸ்கந்தம் நிறைவு

ஒன்பதாம் ஸ்கந்தம்

சூரிய வம்சம் - வைவஸ்வத மனு

பாண்டிய நாட்டு அரசனான சத்தியவிரதன், கல்பத்தின் முடிவில் சூரியனின் புதல்வனாகப் பிறந்து வைவஸ்வத மனுவாக ஆனான். அவனுக்கு நீண்ட காலம் பிள்ளைப் பேறு இல்லாமலிருந்தது. மனு, புதல்வனை விரும்பி வசிஷ்டரை வேண்டினான். வசிஷ்ட முனிவர் புத்திர காமேஷ்டி யாகத்தைச் செய்வித்தார். மனுவின் மனைவி பெண் குழந்தையை விரும்பினாள். புரோகிதரிடம் யாகத்தில் அதற்கேற்ப மந்திரம் ஜபிக்கும்படி வேண்டினாள்.

பெண் ஆணானது

வைவஸ்வத மனுவுக்கு இளை என்ற பெண் பிறந்தாள். அரசன் மனம் வருந்தி வசிஷ்டரிடம் முறையிட்டான். வசிஷ்டர் மகாவிஷ்ணுவைப் பிரார்த்தித்தார். விஷ்ணுவின் அருளால் இளை என்ற பெண் குழந்தை சுத்யும்னன் என்ற ஆணாக மாறியது.

சுத்யும்னன் ஒருநாள் வேட்டைக்குச் சென்றபோது மேருமலைச் சரிவில் ஒரு வனத்திற்குள் புகுந்தான். அது பரமசிவனும் பார்வதியும் ஏகாந்தமாக இருக்கும் பிரதேசம். அதில் நுழையும் ஆண்கள் பெண்ணாக மாறிவிடுவர். அதன் காரணமாக சுத்யும்னன் மீண்டும் இளையானான். அந்தப் பெண்ணை சந்திரனின் பிள்ளை புதன் விரும்பினான். அவர்களுக்குப் புரூரவஸ் என்ற புதல்வன் பிறந்தான்.

சுத்யும்னன் பெண்ணாக வாழ விருப்பமின்றி வசிஷ்டரைப் பிரார்த்தித்தான். வசிஷ்டர்

சிவபிரானிடம் விண்ணப்பித்தார். ஒரு மாதம் ஆணாகவும் ஒரு மாதம் பெண்ணாகவும் இருக்கும்படி சாபத்தை மாற்றினார் பரமசிவன். சுத்யும்னன் அரசாட்சியை ஏற்று பட்டத்துக்கு வந்தான். மாதாமாதம் ஆணும் பெண்ணுமாக மாறும் சுத்யும்னனை மக்கள் விரும்பவில்லை. அதனால் தன் புதல்வன் புரூரவஸிடம் ராஜ்ஜியத்தை ஒப்படைத்துவிட்டு சுத்யும்னன் வனம் சென்றான்.

சுகன்யா, ச்யவனர்

முதல் சந்ததியால் ஏமாற்றமடைந்த வைவஸ்வத மனு பிள்ளைப்பேறு வேண்டி மீண்டும் தவம் செய்தான். அவனுக்கு சர்யாதி, இக்ஷ்வாகு முதலான பத்துப் புதல்வர்கள் பிறந்தனர். அவர்களுள் சர்யாதி என்ற புதல்வனுக்கு மணமானபின் சுகன்யா என்ற புதல்வி பிறந்தாள்.

ஒரு முறை சர்யாதி மன்னன், புதல்வியோடும் பரிவாரத்தோடும் ச்யவன முனிவரின் ஆசிரமப் பிரதேசத்திற்குச் சென்றான். ச்யவன முனிவர் தவத்தில் ஆழ்ந்திருந்தார். அவரைச் சுற்றிலும் புதர் பெருகியிருந்தது. அங்குத் தோழிகளோடு விளையாடிக் கொண்டிருந்த இளவரசி சுகன்யா, புதரில் பளிச்சிட்ட முனிவரின் கண்களை, அறியாமையால் குச்சியால் குத்திவிட்டாள். புதரிலிருந்து ரத்தம் வழிந்தது. அஞ்சிய இளவரசி அரசனிடம் தெரிவித்தாள். அரசன் புதரை விலக்கி முனிவரிடம் மன்னிப்பு வேண்டினான். ச்யவன முனிவர், இளவரசியைத் தனக்கு மணம் செய்விக்கும்படி நிபந்தனை விதித்தார். மன்னன் அதற்கு இணங்கி இளவரசியை முனிவருக்குத் திருமணம் செய்வித்தான்.

கோபம் மிகுந்த முனிவருக்குப் பணிவோடு சேவை புரிந்தாள் சுகன்யா. ஒருமுறை அஸ்வினி குமாரர்கள் முனிவரின் ஆசிரமத்திற்கு வருகை தந்து, அவருக்கு இளமையை வழங்கினர். அதற்குப் பிரதி உபகாரமாக யாகத்தில் ஹவிஸ் பாகத்தைப் பெறும் அதிகாரத்தை அஸ்வினி குமாரர்களுக்கு அருளினார் முனிவர்.

ஒரு முறை சர்யாதி மன்னன் ஒரு யாகம் செய்ய விரும்பி மாப்பிள்ளையைப் பார்க்க வந்தான். தன் மகள் ஓர் இளைஞனோடு வசிப்பதைக் கண்டு வெகுண்டு பின் உண்மையறிந்து மகிழ்ந்தான். யாகத்தில் ச்யவன மகரிஷி அஸ்வினி குமாரர்களுக்கு ஹவிஸ் பாகம் கிடைக்கச் செய்தார். அதை எதிர்த்த இந்திரன் வஜ்ராயுதத்தை

ஓங்கினான். அவன் கையை ஸ்தம்பிக்கும்படிச் செய்தார் முனிவர். இந்திரன் மன்னிப்பு வேண்டினான்.

ரேவதி, பலராமர்

சர்யாதியின் வம்சத்தில் பிறந்த ரைவதன் என்ற அரசனுக்கு நூறு புதல்வர்களும் ரேவதி என்ற புதல்வியும் பிறந்தனர். ரேவதிக்குத் தகுந்த வரனை நிச்சயம் செய்யும் பொருட்டு மகளோடு பிரம்மலோகம் சென்றான் ரைவதன். அங்குச் சிறிது நேரம் காத்திருந்து பிரம்மதேவரைத் தரிசித்து விவரத்தைக் கூறினான். பிரம்மா புன்னகை புரிந்து, "நீ இங்குக் காத்திருந்த சில வினாடி நேரத்தில் பூலோகத்தில் இருபத்தேழு சதுர் யுகங்கள் சென்றுவிட்டன. உன் காலத்து மனிதர்கள் யாரும் அங்கு இப்போது இல்லை. பகவானின் அம்சத்தோடு பலராமர் பிறந்திருக்கிறார். அவருக்கு உன் பெண்ணை மணம் புரிந்து கொடு" என்றார். அதன்படியே கிருஷ்ணாவதாரத்தில் ரேவதிக்கும் பலராமருக்கும் திருமணம் நடந்தது. ரைவதன் பதரிகாசிரமம் சென்று தவத்தில் ஆழ்ந்தான்.

அம்பரீஷர் சரித்திரம்

அடுத்து சுகயோகி அம்பரீஷ சக்கரவர்த்தியின் சரித்திரத்தைப் பரீட்சித்துக்கு விவரித்தார். வைவஸ்வத மனுவின் புதல்வர்களுள் ஒருவன் நபகன். அவனுடைய புதல்வன் நாபாகன். நாபாகனின் புதல்வரான அம்பரீஷர் சிறந்த விஷ்ணு பக்தர். பூமண்டலம் முழுவதையும் ஒரு குடையின்கீழ் ஆண்டார் அம்பரீஷ சக்கரவர்த்தி. அம்பரீஷர் பகவானுக்கும் பாகவதர்களுக்கும் பணிவிடை செய்வதையே நோக்கமாகக்கொண்டு வாழ்ந்தார். சரஸ்வதி நதிக்கரையில் பல அசுவமேத யாகங்கள் செய்தார். அவருடைய சிரத்தையைப் பாராட்டி தேவர்கள் நேராகவே வந்து ஹவிஸ் பாகங்களைப் பெற்றுச் சென்றனர். அம்பரீஷரின் பக்திக்கு மகிழ்ந்த மகாவிஷ்ணு அவருடைய பாதுகாப்பிற்காகச் சுதர்சனச் சக்கரத்தை அவரிடம் விட்டுச் சென்றார்.

ஒருமுறை அம்பரீஷர் யமுனை நதிக் கரையில் ஓராண்டுக் காலம் பக்தியோடு துவாதசி விரதம் கடைப்பிடித்தார். கார்த்திகை மாதம் விரதம் முடிகையில் மூன்று நாள் உபவாசமிருந்து யமுனையில் நீராடி மது வனத்தில் ஹரியை வழிபட்டார். நல்ல சுவையுள்ள சிறந்த உணவுகளை அந்தணர்களுக்குப் பரிமாறி அவர்கள் உணவுண்டபின் அவர்களின் அனுமதி பெற்று உபவாசத்தை முடிக்க நினைத்தார்.

துர்வாசரின் கோபம்

அந்த நேரத்தில் துர்வாச முனிவர் அங்கு வந்தார். அவரை வரவேற்றுக் கௌரவித்து உணவுண்ண அழைத்தார் அம்பரீஷர். யமுனை நதியில் அனுஷ்டானங்களை முடித்துவிட்டு வருதாகக் கூறிச் சென்றார் துர்வாசர். நீண்ட நேரம் கடந்தது. துவாதசி திதி ஒரு நாழிகை மட்டுமே மீதமிருந்தது. துர்வாசர் வரவில்லை. அருகிலிருந்த புரோகிதர்களிடம் ஆலோசனை கேட்டார் அம்பரீஷர்.

“விருந்தினருக்கு உணவளிக்காமல் உண்பதும் தவறு. துவாதசி முடிவதற்குள் உண்ணாமல் இருப்பதும் விரதப் பங்கமாகும். என்ன செய்வது?” என்று கேட்டார்.

“வெறும் நீர் மட்டும் அருந்தி உபவாசத்தை முடிக்கலாம். தவறல்ல” என்றனர் பெரியோர். அதன்படி சிறிது தீர்த்தத்தை அருந்திவிட்டு அச்சுதனைத் தியானித்துக்கொண்டு துர்வாசரின் வரவை எதிர்பார்த்திருந்தார். திரும்பி வந்த துர்வாசர் அரசன் நீரருந்தி உபவாசத்தை முடித்துவிட்டதை அறிந்து கோபம் கொண்டார். தன் ஜடை முடியிலிருந்து ஒரு மயிரைக் கிள்ளி அம்பரீஷர் மீது ஏவினார். அதிலிருந்து ஒரு பேய் கிளம்பி அம்பரீஷரைக் கொல்ல வந்தது.

துர்வாசரைத் துரத்திய சக்கரம்

அம்பரீஷர் அஞ்சாமல் நகராமல் இருந்தார். புருஷோத்தமனால் பக்த ரட்சணைக்காக அளிக்கப்பட்டிருந்த சுதர்சனச் சக்கரம் கோபம்கொண்ட பாம்பைக் காட்டுத் தீ எரிப்பதுபோல் அந்தப் பேயைப் பொசுக்கிவிட்டு துர்வாசரை நோக்கிப் பாய்ந்தது. உயிரைக் காப்பாற்றிக்கொள்ள அங்குமிங்கும் ஓடி மூவுலகிலும் அலைந்த முனிவர், இறுதியில் பிரம்மதேவரிடம் சென்றார். அவர், தான் ஒன்றும் செய்வதற்கில்லை என்றார். கைலாசம் சென்றார். அங்கும் யாரும் சுதர்சனச் சக்கரத்திடமிருந்து காக்க முன்வரவில்லை. வைகுண்டம் சென்று நாராயணனைச் சரணடைந்தார்.

“நான் பக்தனுக்கு அடிமை. மகா பாகவதனான அம்பரீஷரிடம் சென்று மன்னிப்பு கேளுங்கள், உமக்கு அமைதி கிடைக்கும்” என்று கூறியருளினார் பகவான்.

சக்கரத்தின் வெப்பத்தால் துரத்தப்பட்ட முனிவர் அம்பரீஷரின் பாதங்களைப் பற்றினார். முனிவரின் அச்செயலுக்கு வெட்கி மனம் நொந்த அம்பரீஷர் சுதர்சனச்

சக்கரத்தைத் துதி செய்தார். பக்தனுடைய பிரார்த்தனைக்கு இரங்கி சக்கரம் சாந்தியடைந்தது. விஷ்ணுவுடைய பக்தர்களின் பெருமையை உணர்ந்த துர்வாச முனிவர் அம்பரீஷரை வாழ்த்தினார். முனிவர் உலகெங்கும் அலைந்து திரும்பி வரும்வரை ஓராண்டுக் காலம் உணவருந்தாமல் காத்திருந்த அம்பரீஷர் முனிவரின் பாதங்களைப் பிடித்து அவரை மகிழ்வித்து அவருக்குத் திருப்தியாக உணவு பரிமாறினார்.

“பாகவதராகிய உம்முடைய தரிசனம், ஸ்பரிசனம், சம்பாஷணம், போஜனம் ஆகியவற்றால் நான் மகிழ்ந்தேன்” என்று புகழ்ந்து கூறி அரசனிடம் விடைபெற்ற துர்வாசர் ஆசையற்றவராக ஆகாய மார்க்கத்தில் பயணித்து பிரம்மலோகம் சென்றார். தீரரான அம்பரீஷர் தனக்குச் சமமான புதல்வர்களிடம் ராஜ்ஜியத்தை ஒப்படைத்துவிட்டு வனம் சென்று சம்சாரச் சுழலில் இருந்து விடுபட்டு வாசுதேவனிடம் மனதை நிறுத்தினார்.

பலன்

புண்ணியம் நிறைந்த அம்பரீஷரின் சரித்திரத்தைப் படிப்பவரும் கேட்பவரும் பாவங்கள் நீங்கி நாராயணனிடம் பக்தியில் நிலைபெறுவர்.

அம்பரீஷர் சரித்திரம் நிறைவு

மாந்தாதா சரித்திரம்

வைவஸ்வத மனுவின் தும்மலிலிருந்து பிறந்தவர் இக்ஷ்வாகு. இக்ஷ்வாகுவுக்கு நூறு புதல்வர்கள். அவர்களுள் மூத்தவன் விகுக்ஷி. அவனுடைய புதல்வன் புரஞ்சயன். அசுரர்களுடனான போரில் காளையாக மாறிய இந்திரனின் முதுகின் மேல் அமர்ந்து மகாவீரனான புரஞ்சயன் போரிட்டு அசுரர்களை வென்றான். அதனால் ககுத்ஸ்தன் என்ற பெயரில் புகழடைந்தான்.

ககுத்ஸ்தனின் வம்சத்தில் உதித்த யுவனாஸ்வன் நூறு மனைவிகள் இருந்தும் பிள்ளைப்பேறு இல்லாமல் புத்திர காமேஷ்டி யாகம் செய்தான். யாகசாலையில் மனைவிக்காக வைத்திருந்த கலச நீரைத் தாகம் தீர்க்க அருந்திவிட்டான். அதன் விளைவாக அவன் வயிற்றைப் பிளந்துகொண்டு அழகான குழந்தை வெளிவந்தது. பகவானின் கிருபையால் குழந்தையோ தந்தையோ இறக்கவில்லை. குழந்தை பாலுக்காக அழுதபோது இந்திரன் கருணைகொண்டு ‘அழாதே’ என்று கூறித் தன் விரலை அதன் வாயில்

வைத்து அமிர்தத்தைப் பருகச் செய்தான். அதனால் அந்தக் குழந்தைக்கு மாந்தாதா என்று பெயர் ஏற்பட்டது.

மாந்தாதா சக்கரவர்த்தி நாராயணனின் மகிமையால் ஏழு தீவுகள் அடங்கிய பூமி முழுவதையும் ஆண்டு வந்தார். சூரியன் எங்கு உதிக்கிறானோ அங்கிருந்து எங்கு அஸ்தமிக்கிறானோ அதுவரை உள்ள பிரதேசம் முழுவதும் மாந்தாதாவின் தேசமாக இருந்தது. மாந்தாதாவுக்கு மூன்று புதல்வர்களும் ஐம்பது பெண்களும் பிறந்தனர்.

சௌபரி முனிவர்

சௌபரி முனிவர் யமுனை நீரில் மூழ்கி தவம் செய்கையில் மீன்கள் மகிழ்ந்திருப்பதைப் பார்த்து திருமணத்தில் ஆசை கொண்டார். மாந்தாதாவிடம் சென்று ஒரு கன்னிகையைத் தனக்குத் திருமணம் செய்விக்கும்படி கேட்டார்.

'சுயம்வரம் ஏற்பாடு செய்கிறேன். என் புதல்விகள் விரும்பினால் உங்களுக்கு மாலையிடுவார்கள்' என்றார் மாந்தாதா. தன் மூப்பைக் கண்டு ஒதுங்குகிறான் அரசன் என்றறிந்த முனிவர், தன்னை அழகான இளைஞனாக மாற்றிக்கொண்டு அந்தப்புரத்திற்குள் நுழைந்தார். ஐம்பது கன்னிகைகளும் அவரை விரும்பி மணந்தனர். சௌபரி முனிவர் தன் தவத்தின் சக்தியால் மனைவிகளைப் போகத்தில் ஆழ்த்திப் பல ஆண்டுகள் சம்சார இன்பத்தில் திளைத்தார். பின்பு பற்றை ஒழித்து வைராக்கியத்தோடு வானப்பிரஸ்த ஆஸ்ரமத்தை ஏற்றார். மனைவியரும் பின்தொடர்ந்தனர். பரமாத்மாவிடம் மனதைச் செலுத்தி முக்தியடைந்தனர்.

திரிசங்கு

மாந்தாதாவின் வம்சத்தில் தோன்றிய சத்தியவிரதன் தன் குருவான வசிஷ்டரிடம் சாபம் பெற்றான். விஸ்வாமித்திரரை நாடிச் சென்று அவருடைய மகிமையால் உடலுடன் சுவர்க்கத்திற்குச் சென்றான். தேவர்கள் கீழே தள்ளினர். தலைகீழாக விழுந்த அவனை விஸ்வாமித்திரர் தன் தவ வலிமையால் ஆகாயத்தில் நட்சத்திர வடிவில் நிலைநிறுத்தினார். அவனே திரிசங்கு என்ற பெயரில் பிரசித்தி பெற்றான்.

அரிச்சந்திரன் சரித்திரம்

திரிசங்குவின் புதல்வன் அரிச்சந்திரன். நீண்ட காலம் பிள்ளைப்பேறு இல்லாதிருந்த அரிச்சந்திரன் நாரதரின்

அறிவுரைப்படி வருணனை வேண்டிப் பிரார்த்தித்தான். 'வீரனான புதல்வன் உருவானால் அவனைக்கொண்டு உனக்கு யாகம் செய்கிறேன்' என்றான். அரிச்சந்திரனுக்கு ரோஹிதன் என்ற புதல்வன் பிறந்தான். பிள்ளையை நரபலி கொடுத்து யாகம் செய்யும்படி வருணன் அரிச்சந்திரனைக் கேட்டான். 'மகனுக்கு வயதாகட்டும்' என்று தள்ளிப் போட்டுக்கொண்டே வந்தான் அரிச்சந்திரன். உயிரைக் காத்துக்கொள்ள ரோஹிதன் கையில் வில்லுடன் நாட்டைவிட்டு காட்டுக்கு ஓடிச் சென்றான். வருணன் கோபம்கொண்டு அரிச்சந்திரனுக்கு வயிற்று நோய் வரும்படி சபித்தான். ஆறு வருடங்கள் கழித்துத் திரும்ப வந்த ரோஹிதன் அஜீகர்த்தர் என்ற ரிசீக முனிவரிடமிருந்து மூன்று புதல்வர்களில் நடு புதல்வனான கனச்சேபனை விலைக்கு வாங்கி தகப்பனுக்கு அளித்தான். அரிச்சந்திரன் கனச்சேபனை வருண யாகத்தில் பலி கொடுப்பதற்கு ஏற்பாடு செய்தான். அவன் மேல் இரக்கம்கொண்ட விஸ்வாமித்திரர் கட்டுக்களிலிருந்து தன்னை விடுவித்துக்கொள்ளும் மந்திரங்களை கனச்சேபனுக்குக் கற்றுத் தந்தார். அவனும் அந்த மந்திரத்தின் சக்தியால் இந்திரனை மகிழச் செய்து தன்னை விடுவித்துக்கொண்டான். விஸ்வாமித்திரருக்கு கனச்சேபனிடம் அன்பு பெருகிற்று. தன் மகனாகவே ஏற்றுக்கொண்டார். அரிச்சந்திரனுக்கு வயிற்று நோய் தீர்ந்தது. மகிழ்ந்த இந்திரன் அரிச்சந்திரனுக்கு ஒரு தங்க ரதம் அளித்தான். அரிச்சந்திரன் விஸ்வாமித்திரரிடம் ஞானோபதேசம் பெற்று சத்தியம் தவறாமல் வாழ்ந்து முக்தி பெற்றான்.

பகீரதன்

சூரிய வம்ச அரசன் அரிச்சந்திரனின் புதல்வன் ரோஹிதனுக்குப் பிறகு எட்டாவது தலைமுறை அரசன் சகரன். இவன் கருவில் இருக்கையில் விஷப் பிரயோகம் செய்யப்பட்டாலும் உயிரோடு பிறந்ததால் சகரன் என்று பெயர் பெற்றான்.

சகரன் அஸ்வமேத யாகங்களால் ஹரியை வழிபட்டான். யாகத்தில் அவிழ்த்து விட்ட குதிரையை இந்திரன் கவர்ந்து சென்று மறைத்து வைத்தான். சகரச் சக்கரவர்த்திக்கும் சுமதிக்கும் பிறந்த குமாரர்கள் அறுபதினாயிரம் பேர். அவர்கள் கர்வத்துடன் குதிரையைத் தேடிச் சென்று பூமியைத் தோண்டினார்கள். வடகிழக்கு மூலையில் கபில முனிவரின் ஆசிரமத்தில் குதிரை இருப்பதைக் கண்டார்கள்.

'இவன்தான் திருடன். இவனைக் கொல்லுங்கள்' என்று கூவிக்கொண்டே அவரை நோக்கி ஓடினார்கள். தியானத்தில் இருந்த முனிவர் கண் திறந்ததும் அறுபதினாயிரம் அரச குமாரர்களும் ஒரு நொடியில் சாம்பலானார்கள்.

சகரச் சக்கரவர்த்திக்கும் கேசினிக்கும் பிறந்த குமாரன் அசமஞ்சன். அவனுடைய குமாரன் அம்சுமான். யாகக் குதிரையைத் தேடிச் சென்ற அம்சுமான் சாம்பல் குவியலுக்கருகில் குதிரையைக் கண்டான். கபில முனிவரை வணங்கித் துதித்தான். முனிவர் கருணைகொண்டு, 'குழந்தாய், உன் பாட்டனாரின் யாகக் குதிரையை ஓட்டிச் செல். உன் பித்ருக்கள் கங்கை நீரால் கடைத்தேறுவார்கள்' என்று கூறியருளினார். அம்சுமான் குதிரையோடு சென்று முழுமையடையாத யாகத்தை சகரன் பூர்த்தி செய்வதற்கு உதவினான். சகரன் அம்சுமானிடம் அரசாட்சியை ஒப்படைத்து வனம் சென்றான்.

அம்சுமான் கங்கையைக் கொண்டுவருவதற்காக நெடுங்காலம் தவம் செய்தும் நிறைவேறாமல் இறந்து போனான். அவனுடைய மகன் திலீபன். அவனாலும் கங்கையைக் கொணர இயலவில்லை. திலீபனின் மகன் பகீரதன். கடுந்தவம் செய்த பகீரதனுக்குக் கங்கா தேவி தரிசனமளித்தாள். 'என் வேகத்தைத் தாங்கி பூமியில் விட யார் இருக்கிறார்? பூமியில் என் புனிதம் மாசடைந்துவிடும்' என்றாள்.

'சாதுக்களின் தொடர்பால் உன் பாவங்கள் போய்விடும். சகல பிராணிகளின் அந்தராத்மாவான ருத்ரன் உன்னைத் தாங்குவார்' என்று கூறிய பகீரதன், மகாதேவரை நோக்கித் தவமிருந்தான். சிவன் மகிழ்ந்து ஹரியின் பாதத்தால் பவித்திரமான கங்கை நீரைத் தலையில் தாங்கினார். தன் மூதாதையரின் சாம்பல் குவியலை நோக்கி வாயுவேகத்தில் ரதத்தைச் செலுத்தும் பகீரதனின் பின்னால் கங்கை பாய்ந்து சென்றாள். கங்கை நீரால் புனிதமடைந்த சகரப் புத்திரர்கள் சுவர்க்கம் சேர்ந்தனர்.

ருதுபர்ணன்

பகீரதனுக்குச் சில தலைமுறைகளுக்குப் பிறகு ருதுபர்ணன் பிறந்தார். இந்த ருதுபர்ணன் நள மகாராஜாவின் நண்பர். இந்த அரசர், நளனுக்கு அக்ஷ ஹ்ருதய வித்யை என்ற சூதாட்ட ரகசியத்தைக் கற்பித்து, நளனிடமிருந்து அஸ்வ வித்யையை அறிந்தார்.

கட்வாங்கன்

ருதுபர்ணனுக்குச் சில தலைமுறைகளுக்குப் பிறகு பிறந்த கட்வாங்கன் போரில் யாராலும் வெல்ல முடியாதவனாக இருந்தான். இவன் அசுரர்களுடனான போரில் தேவர்களுக்கு உதவி புரிந்தான். “வேண்டிய வரத்தைக் கேள்” என்றான் இந்திரன். “என் ஆயுள் இன்னும் எத்தனை காலம்?” என்று கேட்டான் கட்வாங்கன். “ஒரு முகூர்த்தக் காலமே” என்றனர் தேவர்கள். உடனே பூவுலகில் சேர்க்கும்படி வேண்டினான். அரச கடமைகளை உடனுக்குடன் புதல்வர்களிடம் ஒப்படைத்து ஒருமித்த மனதுடன் நாராயணனைத் தியானித்து பரமபதம் அடைந்தான்.

ஸ்ரீராம சரித்திரம்

கட்வாங்கனின் பேரன் ரகு மகாராஜா. ரகுவின் புதல்வன் அஜ மகாராஜா. அஜனின் புதல்வர் தசரதர். தசரதரின் புதல்வர்களாக ராமன், லட்சுமணன், பரதன், சத்ருக்னன் தோன்றினர். “வால்மீகியால் வர்ணிக்கப்பட்ட சீதாபதியின் சரிதத்தை அடிக்கடி கேட்டிருப்பாய்” என்றார் சுகயோகி பரீட்சித்திடம்.

“தந்தை சொல்லைக் காப்பாற்ற ராஜ்ஜியத்தைத் துறந்து காட்டிற்குச் சென்றார் ராமன். பிரியமான சீதை தளிர் கரங்களால் வருடுவதைக்கூடத் தாங்க முடியாத செந்தாமரைபோல் மென்மையான திருவடிகளால் ராமர் கரடுமுரடான காடுகளில் சஞ்சாரம் செய்தார். சூர்ப்பனகையின் முகம் சிதைக்கப்பட்டதால் வெகுண்டெழுந்த ராவணனால் சீதையைப் பிரிந்தார். ஹனுமனாலும் தம்பி லட்சுமணனாலும் வழிக் களைப்பு தீர்க்கப்பட்டார். வழிவிடாத சமுத்திர ராஜனிடம் கோபம் கொண்டார். சேதுவில் அணை கட்டி ராட்சசனான ராவணனை வதைத்து சீதையை மீட்டு கோசலத்தின் சக்கரவர்த்தியாகப் பட்டாபிஷேகம் செய்யப்பட்டார். அந்தக் கோசல தேசத்தரசன் ஸ்ரீ ராமன் நம்மைக் காக்கட்டும்” என்றார் சுக யோகி பரீட்சித்திடம்.

பலன்

ஸ்ரீ ராம சரிதத்தைக் கேட்டு அதில் மனதை நிலைநிறுத்துபவர் கர்மத் தளையிலிருந்து விடுபட்டு அமைதி பெறுவர்.

சந்திர வம்ச வரலாறு

புரூரவஸ், ஊர்வசி

சுகயோகி அடுத்து சந்திர வம்சத்து அரசர்களைப் பற்றி பரீட்சித்திடம் விவரித்தார். பிரம்மாவின் புதல்வர் அத்ரி. அத்ரி முனிவரின் ஆனந்தக் கண்ணீரிலிருந்து தோன்றியவன் சந்திரன். நட்சத்திரங்களுக்கும் மூலிகைகளுக்கும் அதிபதியாகச் சந்திரனை நியமித்தார் பிரம்மா. சந்திரன் மூவுலகங்களையும் வென்று ராஜசூய யாகம் செய்தான். அந்தக் கர்வத்தில் தேவ குருவான பிருஹஸ்பதியின் மனைவி தாராவை அபகரித்தான். தாரையிடம் சந்திரனுக்குப் பொன் போன்று பிரகாசிக்கும் புதன் பிறந்தான். புதனுக்கு இளை என்ற பெண்ணிடம் புரூரவஸ் பிறந்தான்.

சாபத்தால் மனிதப் பிறவி எடுத்த ஊர்வசி, புரூரவஸிடம் மையல் கொண்டாள். அவனும் அவளை விரும்பினான். ஆனால் அவள் சில நிபந்தனைகளை விதித்தாள். “எனக்கு நெய்தான் உணவு. என்னுடன் வந்த இரண்டு ஆடுகள் என்னிடம் இருக்கும் வரைதான் நானும் உன்னுடன் இருப்பேன்” என்றாள்.

புரூரவஸும் ஊர்வசியும் பல காலம் இன்பமாக வாழ்ந்தார்கள். அவர்களுக்கு ஆறு புதல்வர்கள் பிறந்தனர். இந்திரன் ஊர்வசியைக் கண்டுபிடித்து அழைத்து வரும்படி கந்தர்வர்களுக்குக் கட்டளையிட்டான். கந்தர்வர்கள் இரவில் ஊர்வசியின் ஆடுகளைக் கவர்ந்து சென்றனர். நிபந்தனைப்படி ஆடுகளைக் காப்பாற்ற இயலாமல் போன புரூரவஸைவிட்டு நீங்கிய ஊர்வசி சுவர்க்கம் சென்றாள். அவள் இல்லாமல் தன்னால் உயிர் வாழ முடியாது என்று மன்றாடினான் புரூரவஸ். கந்தர்வர்களைத் துதித்து வழிபாடு செய்யும்படி ஊர்வசி அறிவுரை கூறினாள். அதன் பலனாகக் கந்தர்வர்கள் ஓர் அக்னி பாத்திரத்தை புரூரவஸுக்கு அளித்தார்கள். அதன் உதவியோடு அவனும் கந்தர்வ உலகம் சென்று சேர்ந்தான்.

ஜமதக்னி முனிவர்

புரூரவஸின் வம்சத்தில் தோன்றியவர் காதி. அவருடைய புதல்வி சத்தியவதி. பிருகு வம்சத்தைச் சேர்ந்த ரிசீகர் சத்தியவதியை மணக்க விரும்பினார். காதி சில நிபந்தனைகளை விதித்தார். எதிர்ஜாமீனாக உடல் வெண்மையாகவும் ஒரு காது மட்டும் கறுப்பு நிறமும்

உள்ள ஆயிரம் குதிரைகள்வேண்டும் என்றார் காதி. ரிசீகர், வருணதேவனை வணங்கி அவற்றைப் பெற்று வந்து காதியிடம் அளித்து சத்தியவதியை மணந்தார்.

மாறிய கவளங்கள்

புத்திரர்களை விரும்பிய மனைவிக்கும் மாமியாருக்கும் ரிசீகர் இரு வேறு வித மந்திரங்களால் ஜபம் செய்த அன்ன உருண்டைகளைக் கொடுத்தார். மகளுக்காக ஜபித்த அன்னம் சிறந்ததாக இருக்கும் என்று எண்ணி மகளிடம் 'அன்னத்தை மாற்றிக்கொள்ளலாம்' என்று தாய் கேட்டாள். இருவரும் கவளங்களை மாற்றி உண்டனர். அதை அறிந்த ரிசீகர் கோபம்கொண்டார். "நான் மந்திரித்துக் கொடுத்த அன்னத்தை மாற்றிக்கொண்டதால் உனக்குப் பிறக்கப் போகும் பிள்ளை உலகைத் தண்டிக்கும் க்ஷத்திரியனாகவும் உன் அன்னைக்குப் பிறக்கும் பிள்ளை வேத வித்தகனாகவும் இருப்பான்" என்றார்.

சத்தியவதி மன்னிப்பு வேண்டினாள். "தனக்கு ஞானி பிறக்கவேண்டும்" என்றும், "பேரன் உலகைத் தண்டிப்பவனாகப் பிறக்கட்டும்" என்றும் கணவரைப் பிரார்த்தித்தாள். அதன்படி சத்தியவதிக்கு ஜமதக்னி பிறந்தார். அவளுடைய தாய்க்குக் கௌசிகர் பிறந்தார். அவரே பின்னாளில் விஸ்வாமித்திரர் என்று அறியப்பட்டார். சத்தியவதி உலகைப் புனிதப்படுத்தும் கௌசிகி நதியாக மாறினாள்.

பரசுராமர் அவதாரம்

"ஜமதக்னி முனிவர், ரேணு என்ற அரசனின் புதல்வி ரேணுகாவை மணந்தார். அவர்களுக்குப் பல புதல்வர்கள் பிறந்தனர். கடைசி மகனாக, நாராயணனின் அவதாரமான பரசுராமர் பிறந்தார். பரசுராமர் பூமியை இருபத்தொரு முறை சுற்றித் தீங்கிழைத்த க்ஷத்திரியர்களைக் கொன்றார்" என்று சுக யோகி கூறினார்.

"எத்தகைய தீங்கு செய்த மன்னர்களைப் பரசுராமர் கொன்றார்?" என்று பரீட்சித் சுகயோகியிடம் கேட்டான்.

கார்த்தவீர்யார்ஜுனன்

"ஹேஹய நாட்டு மன்னன் அர்ஜுனன் க்ஷத்திரியர்களில் சிறந்தவனாகத் தன்னிகரற்று விளங்கினான். அவன் தத்தாத்ரேயரை வழிபட்டு ஆயிரம் கரங்கள், வெல்ல முடியாத பராக்கிரமம், செல்வம், சிறந்த யோக சக்தி,

புகழ், அஷ்டமகா ஸித்திகள் அனைத்தையும் பெற்று காற்றைப்போல் தடையற்றவனாக உலகங்களில் சஞ்சரித்தான்.

ஒருமுறை கார்த்தவீர்யார்ஜுனன் பல பெண்களுடன் நர்மதை நதியில் ஜலக்கிரீடையில் ஈடுபட்டான். தன் ஆயிரம் கைகளால் அணைகட்டி நீரோட்டத்தைத் தடுத்தான். அதன் விளைவாக அருகில் பூஜை செய்துகொண்டிருந்த ராவணனின் பர்ணசாலை நீரில் மூழ்கியது. கோபம்கொண்ட ராவணன் அர்ஜுனனைத் தாக்க முற்பட்டான். ஆனால் ராவணன் தோல்வியுற்றான். பெண்களின் எதிரில் அர்ஜுனனால் குரங்கைப்போல் இழுக்கப்பட்டு, ஹேஹய தேசத்தின் தலைநகர் மாஹிஷ்மதியில் சிறையிலடைக்கப்பட்டான். பல நாள்களுக்குப் பிறகு ராவணன் விடுவிக்கப்பட்டான்.

ஒருநாள் அர்ஜுனன் அடர்ந்த காட்டில் பரிவாரத்தோடு வேட்டையாடித் திரிகையில் யதேச்சையாக ஜமதக்னி முனிவரின் ஆசிரமத்திற்கு வந்தான். முனிவர் காமதேனுவின் உதவியோடு அரசனுக்கும் படைகளுக்கும் விருந்து படைத்தார். தன் ஐஸ்வர்யத்தைவிடச் சிறந்ததான ஜமதக்னி முனிவரின் உபசாரத்தைக் கண்ணுற்ற ஹேஹய சக்கரவர்த்தி, காமதேனுவின் மீது பேராசை கொண்டான்.

ஜமதக்னி முனிவரின் புதல்வர் பரசுராமர் ஆசிரமத்தில் இல்லாதபோது, கார்த்தவீர்யார்ஜுனன் தன் படை வீரர்களோடு வந்து கன்றுடன் கூடிய காமதேனு பசுவைப் பலவந்தமாகக் கைப்பற்றி மாஹிஷ்மதிக்கு எடுத்துச் சென்றான். ஆசிரமம் திரும்பிய பரசுராமர் செய்தியறிந்து மிதிபட்ட பாம்புபோல் சீறினார். பகைவர் யாராலும் வெல்ல முடியாதவரான பரசுராமர் கோடாரியையும் ஆயுதங்களையும் எடுத்துக்கொண்டு சிங்கம் யானையைத் தொடர்வதுபோல அர்ஜுனனைத் துரத்திச் சென்றார்.

கார்த்தவீர்யார்ஜுனனுடைய சேனையை அழித்து, அவனுடைய ஆயிரம் கரங்களையும் தலையையும் சீவி வீசி, காமதேனு பசுவையும் கன்றையும் திரும்பக் கொணர்ந்தார். கார்த்தவீர்யார்ஜுனனின் புதல்வர்கள் பத்தாயிரம் பேர் ஓடி ஒளிந்தனர்.

ரேணுகா மாதா

பரசுராமர் நடந்ததைத் தந்தை ஜமதக்னியிடம் விவரித்தார். "தோள் வலிமை மிக்க ராமா, அரசனை வீணாகக் கொன்றதால் நீ பாவம் செய்துவிட்டாய். பட்டாபிஷேகம்

செய்யப்பட்ட அரசனைக் கொல்வது பிராமணனைக் கொல்வதை விடப் பெரிய பாவம். குழந்தாய், பொறுமையே நமக்கு உயர்வு. அச்சுதனிடம் மனதை வைத்துத் தீர்த்த யாத்திரை செய்து உன் பாவத்தைப் போக்கிக் கொள்" என்றார். அதன்படி பரசுராமர் ஓராண்டுக் காலம் தீர்த்த யாத்திரை செய்துவிட்டு ஆசிரமம் திரும்பினார்.

ஒருநாள் பரசுராமரின் தாய் ரேணுகா கங்கை நதியிலிருந்து நீர் எடுத்துவரச் சென்றாள். அங்கு சித்ரரதன் என்ற கந்தர்வ அரசன் அப்சரஸ் பெண்களுடன் ஜலக்கிரீடை செய்வதைக் கண்ணுற்றாள். மனதில் ஏற்பட்ட சஞ்சலத்தால் ஆசிரமத்திற்குத் தாமதமாக வந்தாள். ஜமதக்னி முனிவரின் ஹோம வேளை தடைப்பட்டது. குற்ற உணர்வுடன் கைகூப்பி நின்ற மனைவியின் தவற்றை உணர்ந்த முனிவர் மைந்தர்களை அழைத்து கற்பு நெறி தவறிய தாயைச் சிரச்சேதம் செய்யச் சொன்னார்.

பரசுராமரைத் தவிர யாரும் அதற்கு முன்வரவில்லை. அதனால் ஜமதக்னி முனிவர் பரசுராமரிடம், தாயோடு சேர்த்து சகோதரர்களையும் கொல்லச் சொன்னார். தந்தையின் தவ வலிமையை அறிந்த பரசுராமர் அங்ஙனமே செய்தார். மகிழ்ந்த ஜமதக்னி முனிவர் "வரம் கேள்" என்றார். "என்னால் கொல்லப்பட்டவர்கள் உயிர்த்தெழவேண்டும். கொல்லப்பட்டது நினைவிருக்கக் கூடாது" என்று பரசுராமர் வரம் கேட்டார். அவர்கள் தூங்கியெழுவதுபோல நலமாக உயிர்த்தெழுந்தார்கள்.

பரசுராமரின் சபதம்

கார்த்தவீர்யார்ஜுனனின் புதல்வர்கள் தம் தந்தை கொல்லப்பட்டதால் பகைகொண்டு தகுந்த நேரத்திற்காகக் காத்திருந்தார்கள். ஒரு முறை பரசுராமர் தன் சகோதரர்களுடன் வனம் சென்றிருந்தபோது ஆசிரமத்தில் நுழைந்து தியானத்திலிருந்த ஜமதக்னி முனிவரைக் கொன்றார்கள்.

ரேணுகா தேவி, 'ராமா, ராமா' என்று மகனை அழைத்து உரத்த குரலில் அழுதாள். புத்திரர்கள் ஆசிரமத்திற்கு ஓடிவந்து தந்தை கொல்லப்பட்டிருப்பதைக் கண்டார்கள். அடங்காச் சினம்கொண்ட பரசுராமர் 'க்ஷத்திரியர்களைப் பூண்டே இல்லாமல் ஒழிப்பேன்' என்று சபதம் மேற்கொண்டார். கோடாரியோடு கார்த்தவீர்யார்ஜுனனின் மாஹிஷ்மதி நகருக்குச் சென்று பத்தாயிரம் அரசகுமாரர்களின்

தலைகளையும் வெட்டி நகரத்தின் நடுவில் மலைபோல் குவித்தார். அவர்களுடைய ரத்தம் நதிபோல் ஓடி அனைவருக்கும் அச்சத்தை உண்டாக்கியது.

பரசுராமர் க்ஷத்திரியர்களை வெறுத்து இருபத்தொரு முறை பூமண்டலத்தைச் சுற்றி வந்து பூமிக்குப் பாரமாக இருந்த அரசர்களை வதைத்தார். ஒன்பது மடுக்களை அவர்களின் ரத்தத்தால் நிறைத்தார். தந்தையின் தலையை உடலுடன் பொருத்தி பரமாத்மாவைத் துதித்து யாகங்கள் செய்தார் பரசுராமர். அதன் பலனாக ஜமதக்னி முனிவர் ரிஷிகளின் மண்டலத்தில் ஏழாவது ரிஷியானார். சிரஞ்சீவியான பரசுராமர் இன்றும் மகேந்திரப் பர்வதத்தில் அமைதியாக வாசம் செய்கிறார்.

நஹுஷன்

புரூரவஸின் பேரன் நஹுஷன். நஹுஷனுக்கு யயாதி முதலான ஆறு புதல்வர்கள். நஹுஷன் பல அசுவமேத யாகங்கள் செய்ததன் பலனாக இந்திரப் பதவியை அடைந்தான். ஆனால் இந்திராணிமேல் ஆசைகொண்டு முனிவர்களைப் பல்லக்கு தூக்கச் செய்ததால் சபிக்கப்பட்டு சொர்க்கத்திலிருந்து மலைப் பாம்பாகப் பூமியில் விழுந்தான்.

யயாதி

“நஹுஷனுக்குப் பின் யயாதி அரசனானான். யயாதி, குரு சுக்கிராச்சாரியாரின் மகள் தேவயானியை மணந்து பல ஆண்டுகள் அரசாண்டான்” என்று சுக யோகி கூறியபோது, “க்ஷத்திரியனான யயாதி, வேதியரான சுக்கிராச்சாரியாரின் மகளை ஏன் மணந்தான்?” என்று பரீட்சித் கேட்டான். சுகயோகி விளக்கத் தொடங்கினார்.

சர்மிஷ்டை, தேவயானி

ஒருநாள் அரசன் வ்ருஷபர்வாவின் புதல்வி சர்மிஷ்டை தோழிகளுடனும் குரு புத்ரியான தேவயானியுடனும் சேர்ந்து ஒரு தாமரைத் தடாகத்திற்குச் சென்றாள். கரையில் ஆடைகளைக் களைந்து வைத்துவிட்டு குளத்தில் இறங்கி நீராடினார்கள். கரையேறிய இளவரசி சர்மிஷ்டை, தவறுதலாக தேவயானியின் உடைகளை அணிந்தாள். கோபமடைந்த குரு புத்ரியான தேவயானி, இளவரசியை வார்த்தைகளால் சாடினாள்.

“யாகத்தில் ஹவிஸை நாய் அபகரித்துபோல் என் உடையை நீ அணிந்துவிட்டாய்” என்றாள்.

சர்மிஷ்டையும் கோபமாகப் பதிலளித்தாள். “பலிக்காகக் காத்திருக்கும் காகம்போல் என் தந்தையிடம் பிச்சையெடுக்கும் குலத்தில் பிறந்தவள் நீ” என்றாள் குரு புத்ரியிடம். அதோடு ஆடைகளைப் பிடுங்கிக்கொண்டு தேவயானியை ஒரு கிணற்றில் தள்ளிவிட்டாள். வேட்டைக்காக அந்த வழியாகச் சென்ற அரசன் யயாதி, கிணற்றுக்குள்ளிருந்து வந்த தேவயானியின் கூக்குரலைக் கேட்டு தன் மேலாடையை அவளுக்குக் கொடுத்து கையைப் பிடித்து மேலேற்றினான். “என் கையை நீங்கள் பிடித்ததால், என்னை மணக்கவேண்டும்” என்றாள் தேவயானி.

நடந்ததை அறிந்து வருந்திய குரு, மகளோடு நகரத்தைவிட்டு வெளியேறினார். அரசன் குருவிடம், “நாட்டைவிட்டுச் செல்லவேண்டாம்” என்று மன்றாடினான். தேவயானி ஒரு நிபந்தனை விதித்தாள். “தான் யயாதியுடன் திருமணம் செய்துகொண்டு செல்லும்போது தனக்குப் பணிப்பெண்ணாக சர்மிஷ்டையை அனுப்பவேண்டும்” என்றாள்.

அவ்விதம் ஆயிரம் பணிப்பெண்களில் ஒருத்தியாக சர்மிஷ்டை, தேவயானிக்குச் சேவை செய்தாள். தேவயானிக்குப் பிள்ளைகள் பிறந்தனர். சர்மிஷ்டைக்கும் பிள்ளைகள் உண்டானபோது சுக்கிராச்சாரியார் யயாதியைக் கிழவனாகும்படி சபித்தார். சர்மிஷ்டையின் புதல்வன் பூரு, தந்தையின் மூப்பை ஏற்றுக்கொண்டு இளமையை யயாதிக்கு அளித்தான். நாளடைவில் உலகியல் சுகங்களில் வெறுப்படைந்த யயாதி, மகனிடமிருந்து மூப்பைத் திரும்பப் பெற்றான். பூமண்டலம் முழுமைக்கும் பூருவைச் சக்கரவர்த்தியாகப் பட்டாபிஷேகம் செய்வித்துப் பிற புத்திரர்களை அவனிடம் ஒப்படைத்து வைராக்கியத்துடன் வனம் சென்றான் யயாதி.

“இறகு முளைத்த பறவைக் கூட்டைவிட்டுப் பறந்து செல்வதுபோல் ஒரே கணத்தில் உலகியல் வாழ்வைவிட்டுச் சென்ற யயாதி, பரமாத்மாவிடம் பக்தி செய்து நற்கதியடைந்தான்” என்று கூறிய சுக யோகி, பரீட்சித்திடம் “நீ பிறந்த பூரு வம்ச வரலாற்றைக் கூறுகிறேன் கேள்” என்றார்.

துஷ்யந்தன்

பூருவின் வம்சத்தில் பல தலைமுறைகளுக்குப் பிறகு துஷ்யந்தன் பிறந்தான். ஒரு முறை வேட்டையாடக்

காட்டுக்குச் சென்றபோது கன்வ மகரிஷியின் ஆசிரமத்தில் லட்சுமி தேவியைப்போல் அழகு பொருந்திய சகுந்தலையைக் கண்டான்.

“அழகிய இடையுடையவளே, நீ யார்?” என்று வினவினான்.

“விஸ்வாமித்திரருக்கும் மேனகைக்கும் பிறந்தவள் நான். பிறந்தவுடன் காட்டில் விடப்பட்ட என்னைக் கருணையோடு கன்வ முனிவர் வளர்த்து வருகிறார்” என்றாள்.

சகுந்தலையின் விருப்பத்தோடு துஷ்யந்தன் அவளைக் காந்தர்வ விவாகம் செய்துகொண்டான். “பின்னர் வந்து அழைத்துச் செல்கிறேன்” என்று கூறி துஷ்யந்தன் நாடு திரும்பினான். ரிஷியின் சாபத்தால் அவளை மறந்து போனான். சகுந்தலைக்கு ஒரு மகன் பிறந்தான். விஷ்ணு அம்சத்தோடு பிறந்த அந்தக் குழந்தைக்கு கன்வ முனிவர் பரதன் என்று பெயர் சூட்டினார். பரதன் சிங்கங்களைக் கட்டி விளையாடினான். மகனோடு துஷ்யந்தனைப் பார்க்க நகரத்திற்குச் சென்ற சகுந்தலைக்கு ஏமாற்றம் காத்திருந்தது. அவளைப் பார்த்ததாக நினைவே இல்லை என்றான் அரசன். அப்போது அசரீரி வாக்கொன்று உண்மையை உரைத்தது. துஷ்யந்தன் சகுந்தலையையும் மகனையும் ஏற்றுக்கொண்டான்.

பரதன்

துஷ்யந்தனுக்குப் பிறகு அரசாண்ட பரதன் புகழ்மிக்க சக்கரவர்த்தியாக விளங்கினான். கங்கைக் கரையிலும் யமுனைக் கரையிலும் பல அசுவமேத யாகங்கள் செய்து நாராயணனை ஆராதனை செய்தான். ஆயிரக்கணக்கான பசுக்களை அந்தணர்களுக்குத் தானம் செய்தான். பதினான்கு லட்சம் யானைகளைத் தங்கத்தால் அலங்கரித்து தட்சிணையாகக் கொடுத்தான். கைகளால் எப்படிச் சொர்க்கத்தை அடைய முடியாதோ அதேபோல் பரதன் கொடுத்த தானங்களையும் பெற்ற கீர்த்தியையும் வேறு எந்த அரசராலும் கொடுக்க இயலாது. பரதனுடைய அரசாட்சியில் பூமி சுபிட்சமாக விளங்கியது. ஆகாயமும் பூமியும் பிரஜைகளுக்கு வேண்டியதை எல்லாம் ஏராளமாக வழங்கின. இருபத்தேழாயிரம் ஆண்டுகள் எல்லாத் திசைகளிலும் கொடிகட்டி ஆணை செலுத்தி வந்தான் பரதன்.

பரதச் சக்கரவர்த்திக்கு விதர்ப்பத் தேச ராஜகுமாரிகள் மூவர் மனைவியராக இருந்தனர். அவர்களுக்குப் பிறந்த புத்திரர்கள்

தனக்குச் சமமாக இல்லை என்று பரதன் எண்ணியபோது, பத்தினிகள் மகன்களைக் கொன்றுவிட்டனர். வம்சம் வீணானது என்று வருந்திய பரதன் மருத்சோமம் என்ற யாகத்தைச் செய்தான். மருத் தேவதைகள் பரதனுக்கு பரத்வாஜன் என்ற புதல்வனை அருளினார்கள். பரதன் அந்தக் குழந்தையைத் தத்து புத்திரனாக ஏற்றான். பின்னர் உலகியல் விருப்பங்கள் மாயை என்று அறிந்து பரதன் வைராக்கியத்தோடு முக்தியடைந்தான்.

ரந்திதேவன்

பரதனின் வம்சத்தில் தோன்றியவர் ரந்திதேவன். இவருடைய புகழ் இவ்வுலகிலும் மேலுலகிலும் பாடப்படுகிறது என்று பரீட்சித்திடம் விவரித்தார் சுகயோகி.

ரந்திதேவன் தன் உடைமைகள் அனைத்தையும் ஏழை எளியவர்களுக்கு வழங்கிவிட்டுக் கிடைத்ததை உண்டு வாழ்க்கை நடத்தி வந்தார். ஒரு முறை நாற்பத்தெட்டு நாள்கள் உண்ண எதுவும் கிடைக்காமல் குடும்பத்தோடு பசியால் வருந்தினார். சிறிது கஞ்சியும் நீரும் கிடைத்தது. அதை அருந்த முற்பட்டபோது ஓர் அந்தணர் வந்து சேர்ந்தார். எல்லா ஜீவர்களிலும் விஷ்ணுவையே பார்க்கும் ரந்திதேவன் அவருக்குத் தன் பங்கைக் கொடுத்துப் பசி தீர்த்து வணங்கி அனுப்பினார். மேலும் ஒருவர் பின் ஒருவராக இருவர் வந்தனர். சில நாய்களும் வந்தன. மிச்சமிருந்த கஞ்சியையும் நீரையும் அவர்களுக்குப் பகிர்ந்துவிட்டு பசியோடிருந்தது ரந்திதேவனின் குடும்பம். "தாகத்திலிருக்கும் ஜீவனுக்கு அளிக்கும் நீரால் நம் பசியும் சோர்வும் நீங்கட்டும்" என்றார் ரந்திதேவன்.

'மோட்சத்தையோ எட்டு வித ஸித்திகளையோ நான் விரும்பவில்லை. உயிரினங்களின் உள்ளிருந்துகொண்டு அவர்களின் கஷ்டங்களை நான் அடையவேண்டும். மற்றவர்கள் துயரமடையக்கூடாது' என்று நினைத்து ரந்திதேவன், வாசுதேவனை வணங்கி இருந்தபோது பிரம்மா, விஷ்ணு, சிவன் மூவரும் ரந்திதேவன் முன் தோன்றி தரிசனமளித்தனர். தாமே விருந்தினர் வடிவில் வந்து சோதனை செய்ததாகக் கூறி ரந்திதேவனின் கொடைத் தன்மையைப் பாராட்டி வாழ்த்தினர். பற்றும் ஆசையும் இல்லாத ரந்திதேவன் மும்மூர்த்திகளை வணங்கி மகிழ்ந்தார். வேறு எதுவும் வரமாகக் கேட்கவில்லை. ரந்திதேவனுடைய வம்சத்தில் உதித்தவர்கள், ரந்திதேவனின் நடத்தையின்

மகிமையால் அவனையே பின்பற்றி யோகிகளாகவும் நாராயணப் பக்தி மிக்கவர்களாகவும் இருந்தார்கள்.

பரத வம்சம்

பரதனின் வம்சத்தில் சில தலைமுறைகளுக்குப் பிறகு பிறந்த ஹஸ்தி என்ற அரசனால் ஹஸ்தினாபுரம் ஏற்பட்டது. சம்வர்ணன் என்ற அரசனுக்கும் சூரியனின் புதல்வியான தபதிக்கும் குரு என்ற புதல்வன் பிறந்தான். இவன் குருக்ஷேத்திரத்திற்கு அதிபதியானான். அதன்பின், பல தலைமுறைகளுக்குப் பிறகு தோன்றிய பிரதீபனுக்கு சந்தனு தோன்றினார். அவருக்கும் கங்கா தேவிக்கும் ஆத்ம ஞானியான பீஷ்மர் பிறந்தார். பீஷ்மர் பரசுராமை யுத்தத்தில் மகிழ்வித்தார்.

சத்தியவதியிடம் கன்னிப்பருவத்தில் பராசரரின் தவ வலிமையால் நாராயணனின் அம்சமாக வியாசர் பிறந்தார். வேதங்களை வகுத்துப் பாதுகாத்தவர் வியாசர். என்னுடைய தந்தையான இவரிடம்தான் நான் மிக ரகசியமான இந்த பாகவதத்தைப் பயின்றேன்.

பின்னர் சந்தனு ராஜாவுக்கு சத்தியவதி மூலம் விசித்திர வீரியன், சித்ராங்கதன் என்ற இரு புதல்வர்கள் பிறந்தனர். சித்ராங்கதன் அதே பெயருள்ள கந்தர்வனால் கொல்லப்பட்டான். பலாத்காரமாகச் சுயம்வர மண்டபத்திலிருந்து பீஷ்மரால் கொண்டுவரப்பட்ட அம்பிகை அம்பாலிகை என்ற காசி நகர இளவரசிகளை விசித்திரவீரியன் மணம் புரிந்துகொண்டான். விரைவிலேயே க்ஷய ரோகத்தால் இறந்தான். சத்தியவதியால் வேண்டப்பட்டு வியாசரால் சகோதரனின் மனைவிகளான அம்பிகைக்கும் அம்பாலிகைக்கும் திருதராஷ்டிரன், பாண்டு என்ற புதல்வர்கள் பிறந்தனர். சத்தியவதியின் வேண்டுகோள்படி வியாசர் மூலம் பணிப்பெண்ணிடம் விதுரர் பிறந்தார்.

காந்தாரி தேவியிடம் திருதராஷ்டிரன் நூறு புதல்வர்களையும் ஒரு புதல்வியையும் ஈன்றான். குந்தி மற்றும் மாத்ரியிடம் பாண்டு ஐந்து புதல்வர்களைப் பெற்றார். திரௌபதியிடம் பாண்டவர்களுக்கு ஐந்து புதல்வர்கள் தோன்றினார்கள். சிறுவயதிலேயே அவர்கள் அஸ்வத்தாமனால் வதைக்கப்பட்டார்கள்.

“பரீட்சித் அரசனே, அர்ஜுனனுக்கும் சுபத்திரை தேவிக்கும் உன் தந்தையான அபிமன்யு பிறந்தார். அபிமன்யுவுக்கும்

உத்தரா தேவிக்கும் நீ பிறந்தாய். கௌரவர்கள் அழிந்தபின் அஸ்வத்தாமன் விடுத்த பிரம்மாஸ்திரத்தால் குருவம்சம் நாசமானபோது யமனுடைய வாயிலிருந்து வாசுதேவனால் நீ காப்பாற்றப்பட்டாய். குழந்தாய், உனக்கு ஜனமேஜயன், ஸ்ருதசேனன், பீமசேனன், உக்கிரசேனன் என்ற பராக்கிரமம் வாய்ந்த நான்கு புதல்வர்கள் உள்ளனர். தக்ஷகன் என்ற பாம்பு கடித்து உன் மரணம் நேர்ந்தது என்பதை அறிந்து உன் புதல்வன் ஜனமேஜயன் சர்ப்ப யாகம் செய்து அக்னியில் பாம்புகளை ஹோமம் செய்யப் போகிறான். மேலும் அஸ்வமேத யாகச் சங்கல்பம் செய்து பூமி முழுவதையும் வென்று பல யாகங்களைச் செய்யப் போகிறான். ஜனமேஜயனின் புதல்வன் சதாநீகன் யாக்யவல்கிய முனிவரிடமிருந்து வேதங்களைப் பற்றிய அறிவையும், கிருபாசாரியாரிடமிருந்து அஸ்திரங்களின் அறிவையும், சௌனக முனிவரிடம் இருந்து பரமாத்மா பற்றிய அறிவையும் பெறப் போகிறான்.

நதி வெள்ளத்தில் ஹஸ்தினாபுரம் மூழ்கியபின் உன் வம்சத்தில் உதிக்கும் நேமிசக்கிரன் என்பவன் கௌஸாம்பியில் சுகமாக வசிக்கப் போகிறான். க்ஷேமகன் என்ற அரசனோடு உங்கள் வம்சம் கலியுகத்தில் முடியப் போகிறது. அதன் பிறகு மகாராஜாக்கள் அரசாளுவார்கள். அங்கன், வங்கன், கலிங்கன், சுஹ்மன், புண்ட்ரன், ஆந்த்ரன் முதலிய ராஜாக்கள் அவரவர் பெயர்கொண்ட ஆறு தேசங்களைப் பாரத வர்ஷத்தில் உருவாக்கி ஆண்டு வருவார்கள்."

யது வம்சம்

"சிறந்த பரீட்சித் அரசனே, யயாதியின் புதல்வன் யதுவின் வம்சத்தைக் கூறுகிறேன் கேள்" என்றார் சுக யோகி. அது மிகவும் புண்ணியமானது. பரமாத்மா மானுட வடிவில் பிறந்த யது வம்சத்தைப் பற்றிக் கேட்பவர் பாவத்திலிருந்து விடுபடுகிறார்.

வசுதேவர்

யதுவின் குலத்தில் யது, மது, வருஷ்ணி என்ற மூன்று சந்ததியர் தோன்றினர். இவர்களே யாதவர்கள் என்று அழைக்கப்பட்டனர். தேவமீடனின் புதல்வன் சூரசேனன். சூரசேனனுக்கும் மாரீஷைக்கும் பிறந்த பத்துப் புதல்வர்களுள் வசுதேவரும் ஒருவர். பகவான் ஸ்ரீகிருஷ்ணரின் அவதார ஸ்தானமாகிய வசுதேவர் பிறந்தபோது தேவதுந்துபிகள்

முழங்கின. மேலும் சூரசேனனுக்குப் பிருதை முதலான ஐந்து புதல்விகள் பிறந்தனர். தன் நண்பன் குந்திபோஜன் என்ற அரசனுக்குக் குழந்தைகள் இல்லாததால் பிருதையை வளர்ப்புப் பெண்ணாக அனுப்பினான் சூரசேனன். அதனால் குந்தி என்று அழைக்கப்பட்டாள். பாண்டுராஜா அவளை மணம் புரிந்து கொண்டார்.

வசுதேவரின் மற்றுமிரு சகோதரிகளின் புதல்வர்கள் தந்தவக்த்ரனனும் சிசுபாலனும். இவர்களே ரிஷியின் சாபத்தால் பிறந்த விஷ்ணுவின் துவார பாலகர்களான ஜயனும் விஜயனும். வ்ருஷ்ணியின் வம்சத்தில் ஆகுகன் என்பவன் பிறந்தான். ஆகுகனுக்கு தேவகன், உக்கிரசேனன் என்று இரு புதல்வர்கள் தோன்றினர். உக்கிரசேனனுக்குப் பிறந்த பிள்ளைகளில் மூத்தவன் கம்சன்.

தேவகனுக்கு நான்கு புதல்வர்களும் தேவகி, ரோஹிணி முதலான ஏழு பெண்களும் பிறந்தனர். அந்த ஏழு சகோதரிகளையும் வசுதேவர் மணந்தார். வசுதேவருக்கும் தேவகிக்கும் எட்டுப் புதல்வர்கள் பிறந்தனர். எட்டாவதாகப் பிறந்த ஶ்ரீகிருஷ்ணர் பூமியின் பாரத்தைத் தீர்க்க அவதாரம் எடுத்தவர். கிருஷ்ணரின் தங்கை சுபத்திரை. அவளே உன் தந்தை அபிமன்யுவின் தாய்.

ஶ்ரீகிருஷ்ணர் புண்ணியம் மிக்க தன் லீலைகளால் கலியுக மக்களின் துயரத்தையும் அஞ்ஞானத்தையும் சோகத்தையும் போக்கி பரமானந்தமடையச் செய்து தன் கீர்த்தியைப் பரவச் செய்தார். அன்பான புன்முறுவல், கம்பீரமான பேச்சு, அவயவங்களின் வடிவழகு, கவர்ச்சியான தோற்றம், மகர குண்டலங்கள் ஒளிரும் காது, பிரகாசமான கன்னம் அனைத்தாலும் வாசுதேவன் மானிட உலகை மகிழ்வித்தார். மக்களுக்கு அவரைக் காண்பதே நித்திய உற்சவமாக இருந்தது.

கௌரவர்களிடையே எழுந்த பூசலைக் காரணம் காட்டி பூமியின் பாரத்தைத் தன் பார்வையாலே அழித்து அர்ஜுனனுக்கு ஜயகோஷம் செய்து உத்தவருக்குத் தத்துவம் உபதேசித்து தன்னுடையதான பரமபதத்தை அடைந்தார் ஶ்ரீகிருஷ்ணர்.

ஒன்பதாம் ஸ்கந்தம் நிறைவு

பத்தாம் ஸ்கந்தம்

தசம ஸ்கந்தம் முற்பகுதி

கிருஷ்ணர் கதை

"சிறந்த முனிவர் பெருமானே, சூரிய வம்சம், சந்திர வம்சம் எல்லாம் விவரித்தீர்கள். இப்போது நாராயணன் யது வம்சத்தில் அவதரித்த கதையை விஸ்தாரமாகக் கூறுங்கள். கேட்பதற்குச் சிரத்தையுடன் உள்ளேன். பகவானுடைய பெருமையை அறிந்தவரே, உங்கள் முகமாகிய தாமரையிலிருந்து பெருகும் ஹரிகதை என்ற அமுதத் தேனைப் பருகும் என்னை, நீர் கூட அருந்தாமல் இருந்தும் பசியும் வாட்டவில்லை" என்றான் பரீட்சித் சுகயோகியிடம்.

சூத மகாமுனிவர் கூறினார் –

"சௌனகரே, பாகவதர்களில் சிறந்தவரும் வியாச பகவானின் புதல்வருமான சுகபிரம்மம், உயர்வான இந்த வார்த்தைகளைக் கேட்டு பரீட்சித்தைப் புகழ்ந்து கொண்டாடி, கலி தோஷத்தைப் போக்கும் கிருஷ்ணர் கதையைக் கூறத் தொடங்கினார்."

சுகயோகி கூறினார் –

"பரீட்சித் மன்னா, ராஜரிஷிகளில் சிறந்தவனே, நல்ல நிச்சயத்துடன் கூடிய புத்தியும், வாசுதேவன் மீது ஒருமுகப்பட்ட உறுதியான ஆர்வமும் கிருஷ்ணர் கதையைக் கேட்பதற்கான இரண்டு தகுதிகள். அவை இரண்டும் உன்னிடம் உள்ளன. விஷ்ணு கதையைச் சொல்பவன், கேட்பவன், சொல்ல வைப்பவன் மூவரும் விஷ்ணு பாதத்திலிருந்து பிறந்த கங்கையில் நீராடிய பலனைப் பெறுவர்."

கிருஷ்ணரின் அவதார நோக்கம்

அசுரக் குணம்கொண்ட அரசர்களால் பூமியின் பாரம் பெருகியது. பூமாதேவி, பசு வடிவெடுத்து கண்ணீருடன் பிரம்மதேவரைச் சரணடைந்தாள். பூதேவியை உடனழைத்துக்கொண்டு சிவபிரானோடும், தேவர்களோடும் பிரம்மதேவர் பாற்கடலின் கரையை அடைந்து புருஷச் சூக்தம் என்ற வேத மந்திரங்களால் பரமபுருஷனைத் துதித்தார்.

பிரம்மதேவர் நாராயணனின் வாக்கைக் கேட்டு பிறருக்கு விவரித்தார். 'பூமியின் துயரத்தை முன்னதாகவே பகவான் அறிவார். அவர் பூலோகத்தில் வசுதேவரின் வீட்டில் நேராக அவதரிக்கப் போகிறார். ஆயிரம் தலைகளுடைய ஆதிசேஷன் முதலில் அவதரிப்பார். விஷ்ணுவின் மாயையான பவவதி, பகவானின் கட்டளைப்படி அம்சாவதாரமாகத் தோன்றுவாள். தேவர்களும் தேவதைகளும் தங்கள் அம்சத்துடன் யாதவ குலத்தில் பிறக்கப் பகவான் கட்டளையிட்டுள்ளார்' என்றார். பூமாதேவி ஆறுதலடைந்தாள். அவரவர் தம்தம் உலகங்களுக்குத் திரும்பிச் சென்றனர்.

கம்சன் கேட்ட அசரீரி

பகவான் ஸ்ரீஹரி நித்திய நிவாசம் செய்வதால் மதுரா நகரம், வைகுண்டத்தின் மகிமையோடு விளங்கியது. யாதவ அரசன் சூரசேன மகாராஜா மதுராவைத் தலைநகராகக்கொண்டு ஆண்டு வந்தார். சூரசேனரின் புதல்வர் வசுதேவருக்கும் உக்கிரசேனரின் புதல்வி தேவகிக்கும் திருமணம் நடந்தது. தேவகியின் சகோதரன் கம்சன் மணமக்களைத் தங்கத்தேரில் ஏற்றி அழைத்துச் செல்கையில் அசரீரி கேட்டது.

'அடே மூடா, நீ அன்புடன் அழைத்துச் செல்லும் உன் தங்கை தேவகியின் எட்டாவது பிள்ளை உன்னை வதைப்பான்' என்றது அசரீரி. அதுவரை தங்கைமேல் பாசத்தோடிருந்த கம்சன் கத்தியை உருவினான். தேவகியைக் கொல்ல எண்ணி, அவள் தலைமுடியில் கை வைத்தான். பாபியும் துஷ்டனுமான கம்சனைச் சமாதானப்படுத்தும் சொற்களைக் கூறினார் வசுதேவர்.

வசுதேவர் கூறிய ஆறுதல்

"வீரனே, பிறந்தவர் இறப்பது இயல்பு. நடந்து போகிறவன் ஒரு காலை பூமியில் ஊன்றிக்கொண்டே மற்றொரு காலை

எவ்விதம் எடுத்து வைத்து நடக்கிறானோ அதேபோல் உடலெடுத்தவன் ஓர் உடலிலிருந்து மற்றொரு உடலை அடைகிறான். சூரர்களால் போற்றப்படும் நீ போஜ வம்சத்திற்குக் கீர்த்தியைத் தருபவன். இவள் சிறுமி. புது மணப்பெண். உறவுக்குத் தங்கையாக இருந்தாலும் தேவகி உனக்கு மகள் போன்றவள். சிறந்த குணங்களுடன் கூடிய இவளைக் கொல்வது தகாது. அசரீரியைச் சரியாகக் கேட்டாயா? இவளால் உனக்கு ஆபத்து இல்லை. இவளுக்குப் பிறக்கும் எட்டாவது பிள்ளைதானே உனக்கு யமன். உனக்கு வாக்களிக்கிறேன். இவளுக்குப் பிறக்கும் முதல் குழந்தையிலிருந்து எல்லாக் குழந்தைகளையும் உன்னிடம் ஒப்படைத்துவிடுகிறேன்" என்றார்.

முதல் குழந்தை

கம்சனுக்கும் அதுவே சரி என்று தோன்றியது. அவர்களை விட்டுவிட்டான். வசுதேவரும் தேவகியும் தம் வீடு வந்து சேர்ந்தனர். சொன்ன சொல் தவறாமல் ஆச்சரியமாக முதல் குழந்தை பிறந்தவுடன் கம்சனிடம் கொண்டுவந்து கொடுத்தார் வசுதேவர்.

பரீட்சித் மன்னா, வசுதேவரின் தர்மத்தில் நிலைபெற்ற மனதைப் பார்த்து மகிழ்ந்த கம்சன் சிரித்துக்கொண்டே, "இந்தக் குழந்தையை எடுத்துச் செல் வசுதேவா. இவனால் எனக்கு ஆபத்து இல்லை. எட்டாவது குழந்தையால்தான் ஆபத்து" என்றான். வசுதேவர் கம்சனிடம் கொண்ட ஐயத்தால் அச்சத்தோடு குழந்தையை எடுத்துக்கொண்டு வீடு திரும்பினார்.

நாரதரின் அறிவுரை

நாரத முனிவர் கம்சனிடம் வந்து, "தேவகி, வசுதேவர் மற்றும் கோகுலத்தில் வசிப்பவர்கள் அனைவரும் தேவர்களின் அம்சம். நீயும் உன்னைச் சேர்ந்தவர்களும் அசுர வம்சம். உங்களை வதைப்பதற்காகச் செய்யப்படும் முயற்சி இது" என்று கூறிச் சென்றார்.

சிறை வாசம்

நாரதர் சென்றபின் தேவகியையும் வசுதேவரையும் விலங்கு பூட்டிச் சிறையில் அடைத்து அவர்களுக்கு விஷ்ணுவே பிள்ளைகளாகப் பிறக்கிறார் என்ற சந்தேகத்தால் பிறந்த ஒவ்வொரு குழந்தையையும் கம்சன் கொன்றான். மகா பலசாலியான கம்சன், தன் தந்தை உக்கிரசேன

மகாராஜாவைச் சிறையிலடைத்து, தானே தேசத்தை ஆளத் தொடங்கினான். ஜராசந்தனுடைய ஆதரவைப் பெற்று யாதவர்களைத் துன்புறுத்தினான். அச்சம்கொண்ட யாதவர்கள் நாட்டைவிட்டு ஓடினர். பல தேசங்களை நாடிப் பிரிந்து சென்றனர்.

யோக மாயை

தேவகியின் ஆறு குழந்தைகளை கம்சன் கொன்றபின் ஆதிசேஷனின் அம்சமாகப் பலராமர் தேவகியின் ஏழாவது கருவாக உருவானார். பரமாத்மா, யோக மாயையை அழைத்து, "மங்களச் சொரூபமான தேவி, தேவகியின் ஏழாவது கர்ப்பத்தை எடுத்துச் சென்று கோகுலத்தில் இருக்கும் வசுதேவரின் மற்றொரு மனைவி ரோகிணியின் கர்ப்பத்தில் வைத்துவிடு. அதுமட்டுமின்றி நீ நந்தகோபனின் வீட்டில் யசோதைக்கு மகளாகத் தோன்றுவாயாக. அதே முகூர்த்தத்தில் நான் இங்கு தேவகி தேவியின் எட்டாவது சிசுவாகப் பிறப்பேன். பத்மநாப சகோதரியாகிய உன்னைப் பூஜிப்பவர்கள் அனைத்து ஆபத்துகளில் இருந்தும் காக்கப்படுவார்கள். துர்கை, பத்ரகாளி, விஜயா, வைஷ்ணவி, குமுதா, சண்டிகா, கிருஷ்ணா, சாரதா, அம்பிகா போன்ற நாமங்களால் உனக்குக் கோவில் கட்டி வழிபடுபவர். எதற்கும் அஞ்சத் தேவையில்லை. தேவகியிடமிருந்து நீ ஆகர்ஷணம் செய்து எடுத்துச் சென்றதால் அந்தக் குழந்தை சங்கர்ஷணன் என்றும் பலம் பொருந்தியதால் பலராமன் என்றும் பெயர் பெறுவான்" என்று பகவான் கூறியருளினார்.

யோக மாயை பூமிக்கு வந்து பகவான் கூறியதைச் செய்தாள். தேவகியின் ஏழாவது கர்ப்பம் கலைந்துவிட்டது என்று எண்ணினர் அனைவரும்.

எட்டாவது குழந்தை

எட்டாவது கருவாகப் பகவானைச் சுமந்த தேவகியின் முகம் மலர்ந்து பிரகாசிப்பதைக் கண்ட கம்சன், 'இவளுடைய கருவில் இருப்பது நிச்சயம் என்னைக் கொல்லப் போகும் மகா விஷ்ணுதான்' என்று எண்ணினான். அமர்ந்தாலும் படுத்தாலும் நடந்தாலும் எப்போதும் விஷ்ணுவையே நினைத்து பகையை வளர்த்துக்கொண்டு காத்திருந்தான். அவனுக்கு உலகமே விஷ்ணு மயமாகத் தென்பட்டது.

நாரதர், பிரம்மதேவர், சிவபிரான், மற்றும் தேவர்கள் வந்து தேவகியின் கருவிலிருந்த மகாவிஷ்ணுவை வணங்கினர். 'தாமரைக் கண்ணா, சத்தியமே வடிவான உன்னை நாங்கள்

சரணடைகிறோம். பிறப்பில்லாத உனது பிறப்பிற்கு உனது லீலையே காரணம்' என்று கூறி இனிய சொற்களால் துதித்தனர்.

தேவகியிடம், 'அம்மா, கம்சனை எண்ணி அஞ்சாதே. கவலை கொள்ளாதே. புருஷோத்தமனான பகவான் உனக்குப் பிறக்கப் போகிறான்' என்று கூறி வணங்கி சுவர்க்கம் திரும்பினர்.

கண்ணன் பிறந்தான்

பஞ்ச பூதங்கள், கிரகங்கள், நட்சத்திரங்கள் அனைத்தும் அமைதியாக விளங்கின. இயற்கை சாத்விகமாகவும் தூய்மையாகவும் விளங்கியது. திசைகள் தெளிவாக இருந்தன. நதிகளில் நீர் தெளிவாக விளங்கியது. குளங்களில் தாமரையும் அல்லியும் மலர்ந்தன. காற்று இனிதாக நறுமணத்தோடு வீசிற்று. மரங்கள் மலர்களால் நிறைந்தன. ஹோமங்களில் அக்னி நன்கு ஒளிர்ந்தது. வானில் துந்துபி முழங்கிற்று. கின்னரரும் கந்தர்வரும் கானம் இசைத்தனர். அப்சரஸுகள் நாட்டியமாடினர். மேகம் இனிதாக முழங்கியது. முனிவர்களும் தேவர்களும் அகமகிழ்ந்தனர். நிர்மலமான அந்தச் சூழலில் எல்லோருடைய இதயத்திலும் அந்தர்யாமியாக இருக்கும் பரமாத்மா தேவகியின் புதல்வனாகத் தோன்றினார்.

குழந்தை கண்ணனின் வர்ணனை –

தாமரை போன்ற கண்கள், நான்கு கரங்கள். அவற்றில் சங்கு சக்ரம், கதை பத்மம். மார்பில் ஸ்ரீவத்சம், கழுத்தில் கௌஸ்த்துப ரத்னம். அழகான மஞ்சள் பட்டாடை. மேக வண்ண உடல். கிரீடக் குண்டலங்களால் தழுவப் பெற்ற கூந்தல். அரைஞாண், தோள்வளை, கங்கணம் முதலிய ஆபரணங்களோடு பிரகாசித்த அந்த அற்புதக் குழந்தையை ஆச்சரியத்தால் மலர்ந்த கண்களால் வசுதேவர் பார்த்தார். மகிழ்ச்சியோடு ஆயிரம் பசுக்களை அந்தணர்களுக்கு மானஸீகமாக தானம் செய்தார். தன் புத்திரனாக அவதரித்த மகா விஷ்ணுவின் பெருமையை அறிந்தவராக, தெளிந்த மனதோடு பிரசவ அறையைப் பிரகாசம் செய்கிற ஹரியை வணங்கித் துதித்தார் வசுதேவர்.

"புருஷோத்தமரே, நீர் மாயைக்கு அப்பாற்பட்டவர். முக்குண இயல்புகொண்ட உலகைப் படைத்து அதில் புகாதவராயினும் புகுந்தவராகக் கருதப்படுகிறீர். தேவர்களின்

தலைவரே, உம்மைக் கொல்ல கம்சன் ஆயுதங்களோடு வரப்போகிறான்" என்றார்.

புதல்வனைப் பார்த்து ஆச்சரியமடைந்த தேவகி, "விஸ்வரூபியே, கம்சனிடம் பயம் கொண்டிருக்கும் எம்மைக் காத்தருள். மிக வியப்பான உன் சொரூபம் உலக வழக்கப்படி இல்லை. அதை மறைத்துக் கொள். மதுசூதனா, நீ என்னிடம் பிறந்ததை இந்தப் பாவி கம்சன் அறியவேண்டாம்" என்று பிரார்த்தனை செய்தாள்.

தேவகி, வசுதேவரின் முற்பிறவிகள்

பகவான் கண்ணன் தேவகியிடம் கூறினான், "அம்மா, முன் கல்பத்தில் ஸ்வாயம்புவ மன்வந்தரத்தில் நீ ப்ருச்னி என்பவளாகவும் வசுதேவர் சுதபஸ் என்ற பிரஜாபதியாகவும் இருந்தீர்கள். பிரம்மதேவர் பிரஜைகளை உற்பத்தி செய்யும்படி உங்களுக்குக் கட்டளையிட்டார். கடுமையாகத் தவம் இயற்றிய உங்கள்முன் நான் தோன்றினேன். என்னைப் போற்ற மகனை வரமாகக் கேட்டீர்கள். என்னைப்போன்ற வேறொருவனைக் காணாமல் நானே ப்ருச்னிகர்ப்பன் என்ற பெயருடன் உங்களுக்கு மகனாகப் பிறந்தேன். பின்னர் கஸ்யபராகவும் அதிதியாகவும் பிறந்த உங்களுக்கு நானே உபேந்திரன் என்ற பெயரில் மகனாகப் பிறந்தேன். குட்டையாக இருந்ததால் வாமனன் என்றும் பெயர் பெற்றேன்.

தாயே, இது உங்களுக்கு மூன்றாவது பிறவி. நான் மீண்டும் அதே திவ்ய ரூபத்தோடு உங்களிடம் அவதரித்து என் வாக்கைச் சத்தியமாக்கினேன். உங்களுக்கு இந்த என் திவ்ய சொரூபத்தைக் காட்டியது உங்களுக்கு முற்பிறவி நினைவை ஏற்படுத்துவதற்காகவே. நீங்கள் என்னை புத்திரனாகவும் பரப்பிரம்மமாகவும் சிந்தித்து பரம கதியை அடையப் போகிறீர்கள்.

நீங்கள் கம்சனால் எனக்கு ஆபத்து நேரும் என்று அஞ்சுவதால் என்னைக் கோகுலத்தில் கொண்டு சேருங்கள். இந்தச் சிறைக் கதவுகள் தாமாகவே திறந்துகொள்ளும். கடக்க முடியாத யமுனையும் வழிவிடுவாள்" என்று கூறிய ஸ்ரீஹரி, பெற்றோர் பார்த்துக் கொண்டிருக்கும்போதே சாதாரண மானுடக் குழந்தைபோல உருவம்கொண்டார். அதே நேரம் நந்தகோபரின் மனைவி யசோதையிடம் யோகமாயை அவதரித்தாள்.

குழந்தைகளை மாற்றினார்

பகவான் கூறியபடி வசுதேவர் குழந்தையை எடுத்துக்கொண்டு பிரசவ அறையிலிருந்து வெளியே வந்தார். மெதுவான இடியுடன் கூடிய மழை பொழிந்தது. ஆதிசேஷன் தனது படங்களால் மழைத்துளி குழந்தைமேல் விழாமல் தடுத்தபடி பின்தொடர்ந்தான். அலைகளும் சுழிகளும் நிறைந்த யமுனை நதி வழி கொடுத்தது. வசுதேவர் யோகமாயையால் உறங்கிக்கொண்டிருந்த கோகுலத்தை அடைந்து குழந்தையை யசோதையின் படுக்கையில் வைத்து, அங்கிருந்த பெண் குழந்தையை எடுத்துவந்து தேவகியின் அருகில் படுக்க வைத்தார். விலங்குகள் முன்போல் பூட்டிக்கொண்டன. குழந்தை அழுதது. குழந்தையின் அழுகுரல் கேட்டு காவலர்கள் விழித்தெழுந்தனர். கம்சனிடம் சென்று எட்டாவது குழந்தை பிறந்துவிட்டதாக அறிவித்தனர். இதுதான் சமயமென்று விரைவாகக் கால் தடுக்கத் தலைவிரி கோலமாகப் பிரசவ அறையை நோக்கி நடந்தான் கம்சன்.

குழந்தையை இறுக அணைத்துக்கொண்ட தேவகி, “அண்ணா, பெண் சிசுவைக் கொல்லக்கூடாது. அதிர்ஷ்டமற்ற எனக்கு இந்த ஒரு குழந்தையையாவது தந்தருள்” என்று மன்றாடிக் கெஞ்சி, நொந்து அழுதாள். தங்கையை அதட்டிவிட்டு குழந்தையை அவள் கையிலிருந்து பிடித்திழுத்தான். அதன் கால்களைப் பிடித்துத் தூக்கி கல்லின் மேல் வீசி அடித்தான். கீழே விழாமல் ஆகாயத்தில் எம்பி நின்றாள் யோகமாயை. எட்டுக் கரங்கள். திவ்யமான சந்தனம், மாலை, வஸ்திரம் முதலான அலங்காரத்தோடும், சங்கு சக்ரம் கதை கேடயம் கத்தி முதலான ஆயுதங்களோடும் காட்சியளித்த விஷ்ணுவின் தங்கையாகிய அந்த அம்பிகையைச் சுற்றிலும் சித்தர்களும் தேவர்களும் வணங்கி நின்றனர்.

“மூடனே, என்னைக் கொல்வதால் உனக்கு என்ன நன்மை? உன்னால் மரணத்திலிருந்து மீள முடியாது. உன்னைக் கொல்லப் பிறந்தவன் வேறிடத்தில் வளர்கிறான்” என்றாள் யோக மாயை.

சிறையிலிருந்து விடுதலை

பகவதியான யோகமாயை இவ்விதம் கம்சனிடம் உரைத்துவிட்டு மறைந்து போனாள். அவள் கூறியதைக் கேட்டு வியந்து நின்ற கம்சன் தேவகியையும் வசுதேவரையும் விடுவித்து அவர்களின் பாதங்களை வணங்கி மன்னிப்பு வேண்டினான்.

கம்சனின் உத்தரவு

அன்றிரவு தன் மந்திரிகளை அழைத்து யோகமாயை கூறியவற்றைத் தெரிவித்தான். அசுரர்களான அவர்கள் கோபம் கொண்டவர்களாய், கம்சனைப் பார்த்து, "ராஜா, உன்னைக் கொல்லுகிறவன் எங்கோ பிறந்திருக்கிறான் என்பது உண்மையானால் இப்போதே பிறந்து பத்து நாள்களான குழந்தைகளைக் கொன்றுவிடுவோம். ரிஷிகளையும் சாதுக்களையும் துன்புறுத்துவது விஷ்ணுவைக் கொல்வதற்குச் சமம். அதையும் செய்வோம்" என்றனர். ஹிம்சையை விரும்பும் அசுரர்களை எல்லாத் திசைகளுக்கும் அனுப்பிவிட்டு தனது மாளிகைக்குச் சென்றான் கம்சன்.

கோகுலத்தில் உற்சவம்

கோகுலத்தில் உற்சவம் கொண்டாடினார்கள். புதல்வன் பிறந்த மகிழ்ச்சியில் நந்தகோபர், வேத சாஸ்திரமறிந்த அந்தணர்களை அழைத்து புண்யாகவசனமும் ஜாதகர்மாவும் முறைப்படி செய்வித்தார். பசுக்களையும் திரவியங்களையும் தானம் செய்தார். கோகுலத்தில் மங்களகரமான வாத்தியங்கள் முழங்கின. ஆண்களும் பெண்களும் யசோதையின் வீட்டில் பிறந்த கிருஷ்ணனைக் காண உற்சாகமாகப் புத்தாடை உடுத்தி அலங்காரம் செய்துகொண்டு வந்தார்கள். கோபாலர்கள் பலவிதக் காணிக்கைகளை எடுத்து வந்தார்கள். 'நீடூழி வாழ்க' என்று குழந்தைக்கு ஆசீர்வாதம் செய்து மஞ்சள் தண்ணீரை ஜனங்களின் மேல் வாரி இறைத்தார்கள். கோபிகைகளும் கோபாலர்களும் மகிழ்ச்சியால் ஒருவர்மேல் ஒருவர் தயிர், பால், நெய், ஜலம் எல்லாம் அபிஷேகம் செய்துகொண்டு வெண்ணெய்யைப் பூசிக்கொண்டு விளையாடினார்கள். அன்று முதல் கோகுலம் மகாலட்சுமியின் இருப்பிடமானது. ஐஸ்வர்யம் நிரம்பியது.

நந்தகோபர் கம்சனுக்குக் கப்பம் செலுத்துவதற்கு மதுரா பட்டணம் சென்றார். வசுதேவர் நந்தகோபரைச் சந்தித்துப் பேசி மகிழ்ந்தார். 'கோகுலத்தில் ஆபத்து நேரலாம். விரைவில் செல்லுங்கள்' என்று நந்தகோபரை அனுப்பி வைத்தார் வசுதேவர்.

பூதனை மோட்சம்

அதே நேரம் சிறு குழந்தைகளைக் கொல்வதற்காக கம்சனால் அனுப்பப்பட்ட பூதனை என்ற அரக்கிச் சிறப்பான அலங்காரத்தோடு அழகான பெண் வேடம்

எடுத்து கோகுலத்தில் நுழைந்தாள். புன்னகையோடு கூடிய அவளைப் பார்த்த கோபிகைகள் 'இவள் சாட்சாத் மகாலட்சுமியே' என்று நினைத்தார்கள்.

பூதனை, நந்தகோபரின் வீட்டில் நீறு பூத்த நெருப்புபோல் மறைக்கப்பட்ட தேஜஸை உடைய கண்ணனைக் கண்டாள். எதுவும் அறியாதவன்போல் கண்ணை மூடிக் கொண்டிருந்த கண்ணனை எடுத்து மடியில் வைத்து விஷமே உருவான தன் பாலைக் கொடுக்கத் தொடங்கினாள். அவளுடைய அழகில் மயங்கிய கோபிகைகள் செயலற்று நின்றார்கள். கண்ணன் கைகளால் அவள் ஸ்தனத்தைப் பற்றி பாலோடு சேர்த்து அவளுடைய உயிரையும் உறிஞ்சினான்.

'போதும் விடு விடு' என்று உடல் வியர்க்கக் கதறினாள் பூதனை. அவளுடைய அலறலால் மலைகளும் ஆகாயமும் குலுங்கின. உயிரை விட்ட அரக்கி வாய் பிளந்து தலை விரியத் தன் உண்மையான அரக்க வடிவுடன் இந்திரனின் வஜ்ராயுதத்தால் அடிக்கப்பட்ட விருத்திராசுரன்போல் வீழ்ந்தாள். ஒன்றரை யோஜனை தூரத்தை (10 மைல் ஒரு யோஜனை) அந்த உடல் ஆக்கிரமித்தது.

அவளுடைய மார்பில் பயமின்றி விளையாடிக்கொண்டிருந்த குழந்தையை விரைந்து சென்று தூக்கினர் கோபியர். கண்ணனுக்குப் பசுவின் வாலால் சுற்றி திருஷ்டி எடுத்தனர். கோமூத்திரத்தாலும் கோ தூளியாலும் குளிப்பாட்டினர். கோமியத்தால் குழந்தையின் அங்கங்களில் விஷ்ணுவின் நாமங்களைக் கூறி ரட்சை செய்தனர். பின்னர் யசோதை பாலூட்டி கண்ணனைத் தூங்க வைத்தாள். அச்சமயம் மதுராவிலிருந்து கோகுலம் திரும்பிய நந்தகோபர் பூதனையின் சடலத்தைக் கண்டு ஆச்சரியமடைந்தார்.

கோகுல வாசிகள், பூதனையின் உடலைக் கோடாரியால் துண்டுகளாக வெட்டி விறகிட்டு எரித்தனர். அதிலிருந்து பரிமள வாசனை வீசியதைக் கண்டு அனைவரும் வியந்தனர். அவள் அசுர உடலைக் கொண்டிருந்தாலும் அவளிடமிருந்த கல்மஷங்களை ஸ்ரீஹரி உறிஞ்சி எடுத்துவிட்டார். அவள் உடலை ஸ்ரீஹரியின் பாதங்கள் தொட்டன. அதனால் அவள் உடலின் தீமைகள் நீங்கின. அரக்கியானாலும் அவளுக்கு நற்கதியளித்தார் பகவான்.

"அன்போடு கிருஷ்ணரை ஆராதித்த கோபிகளும் பசுக்களும் அடையும் உயர்ந்த நிலையை வர்ணிக்க இயலுமா" என்று கண்ணனின் மகிமையை வாயாரப் புகழ்ந்தார் ஸ்ரீசுகயோகி.

‘பரீட்சித் மன்னா, இறந்து பிழைத்ததைப் போன்ற தன் குழந்தையை நந்தகோபர் எடுத்தணைத்து உச்சி முகர்ந்து ஆனந்தமடைந்தார்.”

பலன்

ஸ்ரீகிருஷ்ணனுடைய ஆச்சரியமான பாலச் சரிதமான இந்தப் பூதனை மோட்சத்தை யார் சிரத்தையுடன் கேட்கிறாரோ அவருக்குக் கிருஷ்ணனிடம் அளவற்ற பக்தி உண்டாகும்.

சகடாசுரன் வதம்

கண்ணன் குப்புறப் படுத்திக்கொள்ள ஆரம்பித்தான். அந்த வைபவத்தைக் கோபிகைகள் உற்சவமாகக் கொண்டாடினார்கள். யசோதை குழந்தைக்கு மங்களக் குளியல் செய்வித்தாள். குழந்தை உறங்கியபின் உற்சவத்தில் மனதைச் செலுத்தி கோபிகைகளுக்கு மரியாதை செய்வதில் ஈடுபட்ட யசோதை, கண்ணன் விழித்துக்கொண்டு அழுததைக் கவனிக்கவில்லை. தளிர் போன்ற சிறு பாதங்களை உயரத் தூக்கி உதைத்தான் கண்ணன். அங்கிருந்த வண்டி குடை சாய்ந்தது. அதன் சக்கரமும் அச்சும் முறிந்தன. ‘வண்டி எப்படித் தானாகவே குடை சாய்ந்தது’ என்று அனைவரும் வியந்தனர். அழுதுகொண்டே குழந்தை உதைத்ததால் வண்டி கவிழ்ந்ததைத் தாம் பார்த்ததாக அங்கிருந்த பாலகர்கள் கூறினார்கள். பெரியவர்கள் நம்ப மறுத்தனர். அந்தக் குழந்தையின் அளவிடமுடியாத பலத்தை அவர்கள் அறியவில்லை. குழந்தைக்கு வேத மந்திரங்களால் மங்கள வாழ்த்து செய்வித்த நந்தகோபர் சிறப்பான முறையில் அன்னதானம் செய்தார்.

த்ருணாவர்த்தன் வதம்

ஒருநாள் யசோதை கண்ணனை மடியில் வைத்துச் சீராட்டிக் கொண்டிருந்தபோது மலைபோல் கனமாக இருந்தான் குழந்தை. அவளால் அந்த பாரத்தைத் தாங்க இயலவில்லை. கீழே இறக்கிவிட்டு பகவானைத் தியானம் செய்தாள். பின்னர் வீட்டு வேலைகளில் ஈடுபட்டாள்.

கம்சனால் ஏவப்பட்ட த்ருணாவர்த்தன் என்ற அசுரன் புயற்காற்று உருவமெடுத்துப் பெரும் சத்தத்துடன் கோகுலம் முழுவதும் புழுதியால் மறைத்தான். அமர்ந்திருந்த கண்ணனை அபகரித்து ஆகாயத்தில் தூக்கிச் சென்றான். ஆனால் கண்ணனின் பாரத்தால் அவனை இறக்கிவிட எண்ணினான். ஆனால் குழந்தை அசுரனின் கழுத்தை

இறுக்கிப் பிடித்ததால் அசுரன் கோகுலத்தில் கீழே விழுந்தான். பரமசிவனுடைய பாணத்தால் அடிபட்ட திரிபுரம்போல ஆகாயத்திலிருந்து விழுந்து சிதறிய பயங்கரமான அசுரனைக் கண்டு அங்கிருந்த கோபிகைகள் அச்சத்தால் அழுதனர். அரக்கனுடைய மார்பில் தொங்கும் கண்ணனைப் பத்திரமாய் எடுத்துச் சென்று யசோதையிடம் கொடுத்தனர். இது தெய்வச் செயலே.

ஆகாய வழியில் அரக்கனால் எடுத்துச் செல்லப்பட்ட குழந்தை நலமாய் திரும்பக் கிடைத்ததைக் கண்டு நந்தகோபரும் யசோதையும் கோபாலர்களும் கோபிகைகளும் மகிழ்ந்தனர். இது மிக ஆச்சரியம். கோகுலத்தில் நடக்கும் அற்புத நிகழ்ச்சிகளைக் கண்டு வியந்த நந்தகோபர், வசுதேவரின் முன்னெச்சரிக்கைச் சொற்களை நினைத்துப் பார்த்தார்.

கண்ணனின் வாயில் அற்புதங்கள்

ஒருநாள் யசோதை மடியில் குழந்தையை வைத்துக்கொண்டு பால் கொடுத்தாள். முற்றிலும் பாலருந்திய கண்ணன் உறக்கம் மிகுதியால் வாய் திறந்து கொட்டாவி விட்டான். யசோதை குழந்தையின் வாயில் ஆகாயத்தையும் பூமியையும் சுவர்க்கத்தையும் நதிகளையும் பஞ்ச பூதங்களையும் படைப்பின் அனைத்தையும் கண்டு மிக வியந்தாள். மின்னல்போல் தன் நிஜச் சொரூபத்தைக் காட்டி மறைத்தான் கண்ணன். திடீரென அவற்றைப் பார்த்த யசோதை நடுக்கமுற்று கண்களை மூடிக்கொண்டாள்.

பெயர் சூட்டல்

யாதவர்களின் குலகுருவான கர்க மகா முனிவரை வசுதேவர் கோகுலத்திற்கு அனுப்பினார். அவரை வரவேற்று வணங்கினார் நந்தகோபர். நந்தகோபரின் வேண்டுகோளை ஏற்று, கம்சனுக்கு அஞ்சி, ரகசியமாக யாரும் அறியாமல் யசோதையின் புதல்வனுக்கும் ரோகிணியின் புதல்வனுக்கும் பெயர் சூட்டினார் கர்க முனிவர்.

"ரோகிணியின் புதல்வன் அனைவரையும் மகிழ்வுறச் செய்பவன். ஆதலால் ராமன் என்று பெயரிடுகிறேன். மிகவும் பலம் பொருந்தியவன், அதனால் பலராமன் என்று அழைக்கப்படுவான். யாதவர்களை ஒன்று திரட்டிச் சேர்ப்பவன் என்பதால் சங்கர்ஷணன் என்றும் பெயரிடுகிறேன். யசோதையிடம் வளரும் குழந்தை ஒவ்வொரு யுகத்திலும் ஒவ்வொரு நிறத்துடன் பிறந்தவன். இப்போது

கறுப்பு வண்ணத்தில் இருப்பதால் கிருஷ்ணன் என்று பெயரிடுகிறேன். இவன் வசுதேவருக்குப் பிள்ளையாகப் பிறந்ததால் வாசுதேவன் என்றும் அழைக்கப்படுவான். இவனுக்கு எவ்வளவோ பெயர்களும் உருவங்களும் உண்டு. இவன் மூலம் நீங்கள் எல்லாக் கஷ்டங்களையும் எளிதாகத் தாண்டுவீர்கள். உன்னுடைய இந்தப் புதல்வன் சாட்சாத் நாராயணனுக்குச் சமமான குண வைபவங்களைக் கொண்டவன். இவனிடம் அன்பு செலுத்துபவர் எல்லா நலன்களையும் அடைவார்" என்று கூறி கர்க முனிவர் விடைபெற்றார். அவர் கூறியவற்றைக் கேட்ட நந்தகோபர் மிகவும் மகிழ்ந்தார்.

கண்ணனின் பால லீலைகள்

கோகுலத்தில் பலராமனும் கிருஷ்ணனும் தவழ்ந்து விளையாடினர். கன்றுகளின் வாலைப் பிடித்திழுத்தனர். அவர்களைப் பார்த்து கோபிகைகள் வீட்டு வேலைகளை மறந்து சிரித்து மகிழ்ந்தனர். கிருஷ்ணனுடைய பால லீலைகளைக் கண்டு வியந்த கோபிகைகள் ஒன்றுகூடி யசோதையின் காதில் விழும்படி கூறினார்கள். "பசுக்களிடம் பால் கறக்கும் முன்பாகவே கன்றுகளை அவிழ்த்து விடுகிறான். கோபித்தால் சிரிக்கிறான். பாலையும் தயிரையும் திருடி குரங்குகளுக்குக் கொடுத்து தானும் உண்கிறான். பானைகளை உடைக்கிறான். பாலோ தயிரோ அகப்படாத வீடுகளில் குழந்தைகளை அழவிட்டு ஓடுகிறான்" என்று யசோதையிடம் முறையிட்டனர்.

மண் தின்ற லீலை

ஒருநாள் பலராமனும் இடைச் சிறுவர்களும் "கண்ணன் மண்ணைத் தின்றான்" என்று யசோதையிடம் கூறினார்கள். குழந்தையின் நலனை விரும்பிய யசோதை மருண்டு நோக்கும் கண்ணனிடம், ரகசியமாக "மண்ணைத் தின்றாயா?" என்று அதட்டிக் கேட்டாள்.

"அம்மா, நான் மண்ணைத் தின்னவில்லை. இவர்கள் பொய் சொல்கிறார்கள். வேண்டுமானால் என் வாயைப் பார்" என்றான் கண்ணன்.

"வாயைத் திற" என்றாள் தாய். குழந்தை வடிவில் வந்து லீலை புரியும் பகவான் ஸ்ரீஹரி வாயைத் திறந்தார்.

யசோதை, கண்ணனின் வாயில் படைப்பில் உள்ள அசையும் பொருள், அசையாப் பொருள் அனைத்தையும் பார்த்தாள். சந்திரனையும் சூரியனையும் நட்சத்திரங்களையும் நீலக்

கடலையும் மலைகளையும் பூமியையும் ஆகாயத்தையும் பார்த்தாள். பூலோகத்தில் கோகுலத்தில் தன்னையும் கண்டாள். கண்ணனின் சின்ன வாயில் பிரம்மாண்டம் முழுவதும் தென்பட்டது. 'இது கனவா, தெய்வ மாயையா, என் குழந்தையின் இயற்கையான தெய்விகக் குணமா அல்லது என் புத்தியின் தடுமாற்றமா' என்று சந்தேகம் கொண்டாள். பகவானை நினைத்து வணங்கினாள். உடனே கண்ணன் புத்திரப் பாசம் என்ற மாயையை உருவாக்கினான். எல்லாவற்றையும் மறந்த யசோதை கண்ணனைத் தூக்கி மடியில் வைத்துக் கொஞ்சலானாள்.

நந்தகோபர், யசோதையின் பாக்கியம்

"பிரம்ம ரிஷியே, பாவங்களை எல்லாம் போக்கக்கூடிய கிருஷ்ணனுடைய பால லீலையை, பெற்ற தாய் தந்தையான தேவகியும் வசுதேவரும் காணப்பெறவில்லை. வளர்ப்புப் பெற்றோரான நந்தகோபரும் யசோதையும் என்ன புண்ணியம் செய்தனர்" என்று கேட்டான் பரீட்சித்.

"பிரம்மதேவர், அஷ்ட வசுக்களில் சிறந்தவரான துரோணரையும் அவர் மனைவி தாராவையும் பூலோகத்தில் பசுக் கூட்டத்தைப் பாதுகாப்பதற்காக அனுப்பி வைத்தார். அவர்கள் ஸ்ரீஹரியிடத்தில் உயர்ந்த பக்திவேண்டும் என்று வரம் பெற்றனர். அவர்களே நந்தகோபரும் யசோதையும்" என்று எடுத்துரைத்தார் சுக பிரம்மம்.

பால் பொங்கிய லீலை

ஒருநாள் யசோதை கண்ணனை மடியில் வைத்து பால் கொடுத்தபடி தயிர் கடைந்தாள். அவள் பாடிய பாடலைக் கேட்டுக் கொண்டிருந்தான் குழந்தை. அதற்குள் அடுப்பில் வைத்த பால் பொங்கும் வாசனை வந்தது. உடனே குழந்தையைக் கீழே இறக்கிவிட்டு பாலை அடுப்பிலிருந்து கீழிறக்கச் சென்றாள்.

மடியிலிருந்து தன்னை இறக்கிவிட்டதற்காகக் கோபம்கொண்ட கண்ணன், சிவப்பான உதட்டைப் பற்களால் கடித்துக்கொண்டு கல்லை எடுத்து தயிர்ப் பானையை உடைத்துவிட்டு மறைவில் சென்று வெண்ணெய் தின்றான். தயிரும் வெண்ணெய்யும் சிதறி வழிந்திருப்பதைக் கண்ட யசோதை, கண்ணனைத் தேடினாள். ஓர் உரலின் மேல் ஏறி நின்று உறியிலிருந்து வெண்ணெய்யை எடுத்து

ஒரு குரங்கிற்கு ஊட்டும் மைந்தனைக் கண்டு மெதுவாகப் பின்புறம் வந்தாள்.

கையில் தடியோடு வருகிற யசோதையைப் பார்த்து வேகமாக உரலிலிருந்து இறங்கி ஓடினான் சின்னக் கண்ணன். யோகிகள்கூட பகவானைத் தொடரும் சக்தியற்றவர்கள். அப்படிப்பட்ட பகவானைப் பின்தொடர்ந்து ஓடினாள் யசோதை. அவளால் அவனைப் பிடிக்க முடியவில்லை. யசோதை தலையில் சூடிய மலர்கள் நழுவச் சிரமத்தோடு தொடர்ந்து ஓடி கண்ணனைப் பிடித்து விட்டாள். தவறு செய்துவிட்டு, மையிட்ட கண்களைக் கசக்கி அழுது பயத்துடன் மேலே பார்க்கும் கிருஷ்ணனை அதட்டினாள்.

தாமோதர லீலை

தடியைப் பார்த்து குழந்தை பயந்து அழுகிறான் என்றெண்ணி தடியை எறிந்துவிட்டு கண்ணனின் அருமை தெரியாமல் அவனை கயிற்றால் உரலோடு கட்ட நினைத்தாள்.

வெளிப்படையாகத் தோன்றாதவனும் இந்திரியங்களுக்குப் புலப்படாதவனுமான பரமாத்மா மனித உருவில் வந்ததால் தனது குழந்தையாக எண்ணி யசோதை ஒரு கயிறு எடுத்துவந்து கண்ணனின் உடலைச் சுற்றினாள். அது இரண்டு அங்குலம் குறைந்தது. மீண்டும் ஒரு கயிறு எடுத்துவந்து இரண்டையும் இணைத்தாள். அதுவும் இரண்டு அங்குலம் குறைந்தது. எத்தனை கயிறு எடுத்துவந்து முடிந்து கண்ணனின் வயிற்றைச் சுற்ற முயன்றாலும் கயிறு குறைந்தது. வீட்டில் கயிறெல்லாம் தீர்ந்து போயிற்று. கோபிகைகள் அதைப் பார்த்துச் சிரித்தனர். யசோதையும் அந்த ஆச்சரியத்தை நினைத்துச் சிரித்தாள். தலை கலைந்து உடல் வியர்த்து நின்ற தாயைப் பார்த்த கண்ணன் அன்பு மிகுதியால் தானாகவே கட்டுக்குள் அடங்கினான்.

“பரீட்சித் அரசனே, உலகமெல்லாம் யாருடைய ஆதீனத்தில் உள்ளதோ அந்தப் பகவான் பக்தர்களின் ஆதீனத்திற்கு உட்படுகிறான் என்பதை இந்த லீலை நிரூபிக்கிறது. முக்தியைக் கொடுக்கும் பகவானிடமிருந்து யசோதை பெற்ற அனுக்கிரகத்தைப் பிரம்மதேவரோ சிவனோ விஷ்ணுவின் மார்பில் உறையும் மகாலட்சுமியோ பெறவில்லை.”

கண்ணனை உரலோடு கட்டிவிட்டு, யசோதை வீட்டு வேலையில் மூழ்கியபோது, கண்ணபிரான், அங்கிருந்த இரு மருத மரங்களைப் பார்த்தான். அவர்கள் முன்பு நளகூபன், மணிக்ரீவன் என்ற பெயரோடு குபேரனின்

புதல்வர்களாயிருந்தவர்கள். நடத்தையில் மதங்கொண்ட அவர்களை நாரதர் சபித்ததால் கோகுலத்தில் மருத மரங்களாக மாறி நின்றார்கள்.

குபேரனின் புதல்வர்கள்

"பிரம்ம ரிஷியே, குபேரனின் புதல்வர்கள் ஏன் மரங்களாக மாறினர்? சாபத்திற்குக் காரணமாக என்ன தீய செயல் செய்தனர்?" என்று கேட்டான் பரீட்சித்.

ஸ்ரீசுக யோகி கூறினார் -

"குபேரனின் புதல்வர்கள் இருவரும் இளமையின் கர்வத்தால் வாருணீ என்ற மதுவை அருந்தி பிடியுடன் கூடிய யானைகளைப்போலத் தாமரை மலர்கள் நிறைந்த கங்கை நதியில் இளம் பெண்களுடன் சேர்ந்து ஜலக்கிரீடையில் ஈடுபட்டனர். பரீட்சித் அரசனே, எல்லாம் அறிந்த தேவ ரிஷி நாரதர் யதேச்சையாக அவ்விடம் வந்தார். ஆடையில்லாமல் இருந்த தேவலோகப் பெண்கள் நாரதரைப் பார்த்து, வெட்கத்தாலும் அவருடைய சாபத்திற்குப் பயந்தும் உடலை ஆடையால் மறைத்தனர். ஆனால் இடுப்பில் ஏதுமில்லாத குபேரப் புதல்வர்கள் மது மயக்கத்தால் மகரிஷிக்குத் தகுந்த மரியாதையளிக்காமல் நிர்வாணமாக நின்றிருந்தனர்.

'செல்வச் செருக்கு ஒருவனை மதியிழக்கச் செய்கிறது. நீங்கள் அசைவற்ற மரங்களாக மாறுவீர். உங்களுக்குக் குற்றத்தின் உணர்வும் விவேகமும் உண்டாகும். கோகுலத்தில் ஸ்ரீகிருஷ்ணரின் அனுக்கிரகத்தால் உங்களுக்கு விடுதலை கிடைக்கும்' என்று கூறினார் நாரத மகரிஷி.

இருவரும் நந்தகோபரின் புழக்கடையில் மருத மரங்களின் வடிவில் பால கிருஷ்ணனைத் தியானித்தபடி நீண்ட நெடுங்காலம் நின்றிருந்தனர். கண்ணன், நாரத மகரிஷியின் சொல்லை உண்மையாக்குவதற்காக உரலோடு மெதுவாக நகர்ந்து அந்த மரங்களை நோக்கிச் சென்றான். இரு மரங்களுக்கிடையில் சென்றபோது உரல் குறுக்காக மாட்டிக்கொண்டது. இடுப்பில் கயிற்றோடு சென்ற கண்ணன், உரலைப் பலமாக இழுத்தான். பேரிரைச்சலோடு கிளைகள் முறிய அந்தப் பெரிய மரங்கள் இரண்டும் வேரோடு வீழ்ந்தன. அவற்றிலிருந்து இரண்டு ஒளிக் கற்றைகள் தோன்றின. அதிலிருந்து ஒளிமயமான இருவர் வெளிப்பட்டு கண்ணனைத் தொழுது வணங்கினர். 'மங்கள வடிவான வாசுதேவருக்கு நமஸ்காரம். தங்கள் தரிசனம் நாரத மகரிஷியின் ஆசியால் எங்களுக்குக் கிடைத்தது' என்று

துதித்தனர். கிருஷ்ணரிடம் பரிபூரணப் பக்தியைக்கொண்ட அவர்கள் கண்ணனைப் பலமுறை வணங்கி விடைபெற்றுச் சென்றனர்.

பரீட்சித் அரசனே, மரங்கள் முறிந்து விழுந்த சப்தம் கேட்டு நந்தகோபரும் பிறரும் 'இடி விழுந்ததோ' என்று அஞ்சி அங்கு வந்தனர். தரையில் விழுந்து கிடக்கும் இரு மரங்களையும் கயிற்றால் கட்டப்பட்ட கண்ணன் உரலை இழுத்துக்கொண்டு வருவதையும் கண்டார்கள். மரம் விழுந்த காரணத்தை அறியாமல் திகைத்தார்கள்.

அங்கிருந்த பாலகர்கள், 'மரம் தானாக விழவில்லை. கண்ணன்தான் உரலை இழுத்து அவற்றை முறித்தான். நாங்கள் பார்த்தோம்' என்றனர். நந்தகோபர் அவற்றை நம்பாமல் கட்டப்பட்ட கண்ணனை சிரித்துக்கொண்டே அவிழ்த்துவிட்டார்."

பழக்கூடை லீலை

பழம் வாங்க விரும்பிய கண்ணன், தெருவில் பழங்களை விற்றுச் சென்ற ஒரு பெண்மணியை அழைத்தான். வீட்டிலிருந்து தானியங்களைக் கை நிறைய எடுத்துச் சென்று அவளுடைய கூடையில் போட்டான். அவள் கண்ணனின் இரண்டு கைகளையும் பழங்களால் நிறைத்தாள். அவளுடைய கூடை ரத்தினங்களால் நிரம்பியது.

கோகுலத்தில் விளையாட்டு

கோபிகைகள் ஆட்டி வைத்தபடி கண்ணன் பொம்மைபோல ஆடினான், பாடினான். அவர்கள் சொல்லிய வேலைகளைச் செய்தான். தன் பால லீலைகளால் கோகுலத்திற்கு ஆனந்தத்தை உண்டாக்கினான். நதிக்கரைக்குச் சென்று கோபாலர்களோடு விளையாடினான். யசோதை பலராமனையும் கண்ணனையும் வற்புறுத்தி அழைத்துச் சென்று குளிப்பாட்டி உணவூட்டினாள்.

பிருந்தாவனத்திற்கு இடம்பெயர்தல்

கோகுலத்தில் ஏற்பட்டு வந்த ஆபத்துகளைப் பற்றி நந்தகோபரும் இடையர் குலப் பெரியவர்களும் யோசித்தனர். துர்நிமித்தங்கள் கோகுலத்தை அழிக்கும் முன்பாகக் குழந்தைகளை அழைத்துக்கொண்டு பிருந்தாவனம் என்ற வனத்திற்குப் போய்விடலாம் என்று தீர்மானித்தனர். அனைவரும் பிரயாணத்திற்கு வண்டிகளைக் கட்டினர். சாமான்களை ஏற்றிக்கொண்டு ஆண்களும் பெண்களும்

குழந்தைகளும் கிளம்பினர். பிருந்தாவனத்தையும் கோவர்த்தன மலையையும் யமுனை நதியின் மணல் திட்டுகளையும் பார்த்து பலராமரும் கண்ணனும் அதிக உற்சாகமடைந்தனர். பலவித விளையாட்டுகளில் மகிழ்ந்து குழந்தைகள் வளர்ந்தனர். கன்று மேய்க்கும் பருவம் வந்ததும் மேய்ப்பதற்குக் கன்றுகளை ஓட்டிச் சென்றனர்.

வத்ஸாசுரன் வதம்

ஒருநாள் யமுனைக் கரையில் இடைச் சிறுவர்களோடு சேர்ந்து கண்ணன் கன்றுகளை மேய்த்துக் கொண்டிருந்தபோது ஓர் அசுரன் கன்று வேடம் பூண்டு கன்றுக் கூட்டத்தில் கலந்ததைக் கண்ணன் பார்த்தான். பலராமனுக்குச் சைகை காட்டிவிட்டு, அதனருகில் மெதுவாகச் சென்றான். அதன் பின்னங்கால்களை வாலோடு சேர்த்துப் பிடித்துச் சுழற்றி விளா மரத்தின் மீது வீசி எறிந்தான். அரக்கன் பெருத்த உடலோடு கீழே விழுந்தான். விளாம்பழங்கள் உதிர்ந்து சிதறின. ஆச்சரியம். 'நல்லது நல்லது' என்று மகிழ்ந்த சிறுவர்கள் கண்ணனைக் கொண்டாடினார்கள். வானிலிருந்து தேவர்கள் பூமாரிப் பொழிந்தார்கள்.

பகாசுரன் வதம்

கன்று மேய்க்கும் ஆயர்களாக மாறிய கண்ணனும் பிற பாலர்களும் காலை நேர உணவைக் கட்டி எடுத்துக்கொண்டு சஞ்சரித்தார்கள். அருகிலிருக்கும் குளத்தில் கன்றுகளோடு அவர்களும் நீரருந்தினர். அந்தக் குளக்கரையில் வாயைத் திறந்துகொண்டு பெரும் பூதம்போல் ஒரு கொக்கு அமர்ந்திருப்பதைக் கண்டார்கள். கூர்மையான அலகுகளைக்கொண்ட கொக்கு வேடம் பூண்ட பகன் என்ற அசுரன் விரைவாகக் கண்ணனை விழுங்கினான். பலராமனும் கோபாலர்களும் அதைப் பார்த்து மூர்ச்சையடைந்தனர்.

ஆனால் நெருப்புபோல் சுட்ட கண்ணனை பகாசுரன் உடனே வெளியே கக்கினான். கோபத்தினால் மீண்டும் கவ்வ வந்த கம்சனின் தோழனான அந்தப் பகாசுரனின் அலகுகளை இரண்டு கைகளாலும் பிடித்த கண்ணன் புல்லைப்போல் விளையாட்டாகக் கிழித்தான். தேவர்கள் மகிழ்ந்து மலர்களைத் தூவி பூஜித்தார்கள். வாத்தியங்களாலும் சங்குகளாலும் கீதங்களாலும் துதித்தனர். கோபாலர்கள் அதைப் பார்த்து வியந்தனர். கன்றுகளோடு வீடு திரும்பி நடந்ததைப் பெரியவர்களிடம் சொன்னார்கள்.

கோபிகளும் கோபர்களும் கண்ணனை இறந்து பிழைத்தவனைப்போல் பார்த்துத் திருப்தியடைந்தார்கள். ஆச்சரியம், இந்தக் குழந்தையைக் கொல்ல வந்தவர்கள் நெருப்பில் விழுந்த விட்டில் பூச்சிபோல மாய்ந்தார்கள். நந்தகோபர், கர்க மகரிஷி கூறியவற்றை நினைத்துப் பார்த்தார். பிள்ளைகளின் குமாரப் பருவ விளையாட்டுகளைக் கண்டு மகிழ்ந்தார்.

அகாசுரன் வதம்

ஒருநாள் கண்ணன் அதிகாலையில் எழுந்து கொம்பு வாத்தியத்தை முழங்கித் தன் தோழர்களை எழுப்பி கன்றுகளை மேய்ப்பதற்கு உணவு கட்டிக்கொண்டு முன்னால் சென்றான். ஆயிரக்கணக்கான தோழர்களோடும் கன்றுகளோடும் கூட்டமாக விளையாடிக்கொண்டு கானகம் சென்றான் கண்ணன். ஆச்சரியம்.

பூதனை, பகாசுரன் இவர்களின் தம்பியான அகாசுரன் கோபத்தோடு கண்ணனை வதைக்கக் காத்திருந்தான். கண்ணனும் பிறரும் கன்றுகளோடு வரும் வழியில் அவர்களை விழுங்குவதற்காக மலைப் பாம்பின் உடலை எடுத்து ஒரு யோஜனை தூரம் நீண்ட குகை போன்ற பெரிய வாயை அகலத் திறந்து படுத்திருந்தான்.

பிருந்தாவனத்தின் அழகுகளில் அந்தக் குகையும் ஒன்று என்றெண்ணிய சிறுவர்கள் 'பகாசுரனை வதைத்த கண்ணன் இருக்கையில் நமக்கென்ன பயம்' என்றெண்ணி கன்றுகளோடு சேர்ந்து அதன் வாய்க்குள் புகுந்தார்கள். 'என்னை நம்பியவர்களை நான் காப்பேன்' என்றெண்ணிய கண்ணனும் அதன் வாயில் நுழைந்தான். மேகங்களில் ஒளிந்திருந்த தேவர்கள் 'ஹா ஹா' என்று கதறினார்கள்.

கண்ணன் நுழைந்ததும் வாயை மூடியது மலைப்பாம்பு. கண்ணன் உடனே உடலைப் பெருக்கி பாம்பைக் கிழித்துக் கொன்று சிறுவர்கள் அனைவரையும் கன்றுகளோடு காப்பாற்றி வெளிக் கொணர்ந்தான். பாம்பின் உடலிலிருந்து ஓர் ஒளிக்கற்றை தோன்றி கிருஷ்ணனோடு ஐக்கியமானது. விண்ணிலிருந்து தேவர்கள் பூமாரிப் பொழிந்தனர். தேவர்களோடு பிரம்மதேவரும் ஆகாயத்திலிருந்து பார்த்து அதிசயமடைந்தார்.

"கிருஷ்ணன் ஐந்தாவது வயதில் செய்த அந்தச் செயலை ஆறாவது வயதில் சிறுவர்கள் கூறி மகிழ்ந்தனர்" என்றார் சுக யோகீந்திரர்.

சுக யோகி கூறிவந்த அந்த திவ்ய லீலையை ஆனந்தப் பரவசத்தோடு கேட்டு வந்த பரீட்சித், அது எவ்வாறு என்று கேட்டபோது கிருஷ்ணனின் நினைவில் தன்வயமிழந்த சுக யோகி, சற்று நேரத்தில் தேறி மேலும் விளக்கினார் என்றார் சூத மாமுனிவர்.

கண்ணன் உணவுண்டது

யமன் போன்ற அகாசுரனுடைய வாயிலிருந்து கோபாலர்களையும் கன்றுகளையும் காப்பாற்றி வெளிக் கொணர்ந்த கிருஷ்ணன் யமுனையாற்றின் மணல் திட்டின்மேல் அமர்ந்தான். கன்றுகளுக்குத் தண்ணீர் காட்டிவிட்டு அனைவரும் உணவு மூட்டைகளை அவிழ்த்தனர். தாமரைப் பூவின் மையத்தைச் சுற்றிலும் இதழ்கள் இருப்பதுபோல் அனைவரும் கண்ணனைப் பார்த்து மகிழும்படி வட்டமாக அமர்ந்தனர்" என்று கூறிய சுக யோகீந்திரர் கண்ணன் சிறுவர்களோடு சேர்ந்து அமர்ந்து உண்ட அழகைப் பரீட்சித்திடம் வர்ணித்தார்.

"இடுப்பில் அணிந்த உடையில் புல்லாங்குழலைச் செருகியிருந்தான். இடது கைக்கிடையில் கொம்பு வாத்தியமும் பிரம்பும் வைத்திருந்தான். வலது கையில் தயிர்ச்சாதமும் விரல்களுக்கிடையில் தொட்டுக்கொள்ள ஊறுகாயும் வைத்து ரசித்துச் சாப்பிட்டான். சிரித்தும் சிரிக்கச் செய்தும் விளையாட்டாக உண்ணும் யாகங்களின் தலைவனான கிருஷ்ணனைப் பார்த்து தேவர்கள் வியந்தனர்."

பிரம்மாவுக்கு புத்தி கூறிய லீலை

அனைவரும் கண்ணனையே பார்த்து மகிழ்ந்து சாப்பிட்டுக் கொண்டிருந்தபோது கன்றுகள் காட்டில் வெகு தொலைவு மேய்வதற்குச் சென்றுவிட்டன. அதைக் கவனித்துப் பயந்து நடுங்கிய சிறுவர்களிடம், "நீங்கள் பயப்படாமல் உண்ணுங்கள். நான் போய் அவற்றை ஓட்டி வருகிறேன்" என்று கூறிச் சென்றான் கண்ணன்.

கண்ணனை ஆகாயத்திலிருந்து பார்த்து வியந்த பிரம்மதேவர், மேலும் மகிமைகளைக் காண்பதற்கு விரும்பி, கன்றுகளைத் தூக்கிச் சென்று ஒரு குகையில் மறைத்து வைத்தார். கன்றுகளைக் காணாமல் திரும்பி வந்த கிருஷ்ணன் அங்கிருந்த இடைச் சிறுவர்களையும் காணாமல் நாலாபுறமும் தேடத் தொடங்கினான். விரைவில் அதெல்லாம் பிரம்மதேவரின் செயல் என்று அறிந்தான்.

உலகங்களைப் படைத்து ஆளும் ஸ்ரீகிருஷ்ணன் தன்னையே கன்றுகளாகவும் இடைச் சிறுவர்களாகவும் ஆக்கிக்கொண்டு வீடுகளுக்குச் சென்றான். அந்தந்தப் பசுவிடம் அதனதன் கன்றாகவும் வீடுகளுக்குக் கோபாலர்களாகவும் சென்றான். கன்றுகளின் இயல்பு, வடிவம், கோபாலர்களின் உருவம், இயல்பு, நடை, உடை, அலங்காரம் எதுவும் மாறாமல் அவரவர் வீட்டிற்குச் சென்று அவர்களைப்போலவே நடந்துகொண்டான். அனைவரிலும் அந்தர்யாமியாக விளங்கும் பரமாத்மாவாதலால் இது சாத்தியமானது. மேய்க்கப்படுபவை, மேய்ப்பவர்கள், அவர்களின் தலைவன் மூவரும் ஒரே கோவிந்தனாக விளங்கினார்கள். தாய்மார்கள் பரப்பிரம்மத்தைத் தம் பிள்ளைகளாக எண்ணி வாரி அணைத்துக் கொஞ்சினர். 'சர்வம் விஷ்ணு மயம்' என்ற வார்த்தையை இந்த லீலையில் பிரத்யக்ஷமாகக் காட்டியருளினான் கிருஷ்ணப் பரமாத்மா.

அவ்வாறு ஓராண்டுக் காலம் கண்ணன் வீடுகளிலும் வனத்திலும் தொழுவத்திலும் லீலை புரிந்தான். கோகுல வாசிகளுக்குத் தம் குழந்தைகளின் மீது எப்போதுமில்லாத அளவு அன்பு பெருகியது. சச்சிதானந்த சொரூபமான கிருஷ்ணனே அனைவரிலும் ஆத்மாவாக இருப்பதை இந்த லீலையில் நிரூபித்தான் கண்ணன்.

பசுக்கள் வரும்போதே கன்றுகளிடம் ஓடி வந்தன. கன்றுகள் வாய் வைக்கும் முன்பாகவே பாலைச் சொரிந்தன. அவை பால் குடிக்கும்போது கன்றுகளை விழுங்குவதுபோல் நக்கிக் கொடுத்தன. கோகுல வாசிகளும் அதையே உணர்ந்தனர். தம் பிள்ளைகளைப் பார்க்கும்போது கிருஷ்ணரைப் பார்ப்பதுபோல் இருப்பதாக அனுபவம் கொண்டனர். ஒருநாள் பலராமனோடும் சிறுவர்களோடும் சேர்ந்து கன்றுகளை ஓட்டிக்கொண்டு வனத்திற்குச் சென்றான் கண்ணன்.

"கண்ணா, இத்தனை நாள்கள் நீ, கன்றுகள், கோபாலர்கள் எல்லோரும் வேறு வேறாகத் தோன்றினர். ஆனால் ஓராண்டாக அவ்வாறு அல்ல. இந்தக் கன்றுகள் ரிஷிகளின் அம்சம் என்றும் கோபாலர்கள் தேவர்களின் அம்சம் என்றும் நானறிவேன். ஓராண்டாக இவை அனைத்தும் நீயே என்று தோன்றுகிறது. என்ன காரணம்?" என்றான் பலராமன். கிருஷ்ணன் நடந்ததைச் சுருக்கமாக விளக்கினான்.

ஓராண்டு முடிந்ததும் பிரம்மதேவர் தமது கணக்குப்படி ஒரு கண நேரத்திற்குப்பின் ஆகாயத்திலிருந்து பார்த்தார்.

கண்ணன் முன்போலவே இடைச்சிறுவர்களுடன் விளையாடுவதைப் பார்த்து வியந்தார்.

'கோகுலத்தில் இருந்த சிறுவர்கள், கன்றுகள் அனைத்தும் என் மாயையால் நான் மறைத்து வைத்த இடத்தில் உறங்குகிறார்கள். அதில் ஐயமில்லை. இவர்கள் யார்?' என்று சிந்தித்தார்.

விஷ்ணுவை மயக்கத்தில் ஆழ்த்த நினைத்துத் தானே மயங்கி நின்ற பிரம்மாவுக்கு, பார்த்துக் கொண்டிருக்கும்போதே அனைத்துக் கன்றுகளிலும் கோபாலர்களிலும் விஷ்ணு ரூபத்தைக் காண்பித்தான் கண்ணன். அனைவரும் நான்கு கரங்களோடும் ஆயுதங்களோடும் மஞ்சள் பட்டாடையில் நீல மேக வண்ணமாகத் தோற்றமளித்தனர். மீண்டும் ஆச்சரியம். கண் மூடித் திறப்பதற்குள் அங்குக் கன்றுகளோ கோபாலர்களோ இல்லை. கையில் தயிர்ச் சாத உருண்டையோடு அப்பாவியாகக் கன்றுகளைத் தேடிக் கொண்டிருந்த கண்ணனைப் பார்த்தார்.

விரைவாக அன்னப்பறவை வாகனத்திலிருந்து பிருந்தாவனத்தில் வந்து இறங்கினார். தங்கக் கம்புபோல தரையில் விழுந்து கண்ணனை வணங்கினார். அவருடைய நான்கு கிரீடங்களும் கண்ணனின் இரண்டு பாதங்களையும் தொட்டன. ஆனந்தக் கண்ணீர் வழிய உடல் சிலிர்க்க, முழங்காலில் அமர்ந்து இரு கை கூப்பி கிருஷ்ணரைத் துதித்தார் பிரம்ம தேவர்.

பிரம்மாவின் துதி

"ஸ்ரீகிருஷ்ண பரமாத்மா, உன் வடிவம் மின்னலோடு கூடிய மேகத்தைப்போல் பிரகாசிக்கிறது. மயில் தோகையும் காட்டு மலர்களும் தலையில் அலங்காரமாகச் சூடியுள்ளாய். தலையிலிருந்து நழுவிய மலர்கள் கன்னத்தில் பிரதிபலிக்கின்றன. கைகளில் புல்லாங்குழலும் மாடு மேய்க்கும் கம்பும் கொண்டுள்ளாய். அக்னி போன்ற உன்னிடத்திலிருந்து தோன்றிய சுடர் போன்ற நான் மானிட வடிவெடுத்த உன்னை மோகத்தில் ஆழ்த்த நினைத்தேன். நான் உன் மோகத்தில் வீழ்ந்தேன்.

கோபாலர்களின் பாக்கியம் ஆச்சரியமானது. பரிபூரணமான சச்சிதானந்த சொரூபம் இவர்களுக்குத் தோழனாகி உள்ளான். இந்தக் கோபாலர்களின் பாத தூளியால் அபிஷேகம் செய்யப்பட்ட எந்த ஒரு பிறவி ஏற்பட்டாலும் அது சிறந்த பாக்கியமாகும். எல்லாம் நீயேவாக இருக்கும்

பிரேமை வடிவான கோபாலர்களுக்கு நீ அருளப்போகும் பாக்கியத்தை நினைத்து என் மனம் மயங்குகிறது. உன்னைத் துன்புறுத்தும் எண்ணத்தோடு தாய் வேடம் பூண்டு வந்த பூதனைக்கும் அவள் வம்சத்தாருக்கும் முக்தி அளித்தாய். கருவில் இருக்கும் சிசு உதைத்தால் தாய் எவ்விதம் மன்னிப்பாளோ அப்படி என்னை மன்னித்து விடு. அதர்மமான இருட்டை ஒழிக்கும் தீபமே, உனக்கு நமஸ்காரம்" என்று கூறி பிரம்மதேவர் மூன்று முறை கிருஷ்ணனை பிரதக்ஷிணம் செய்து வணங்கித் தம் இருப்பிடம் சென்றார்.

பிரம்ம தேவருக்கு விடையளித்த கிருஷ்ணன், முன்பிருந்த கன்றுகளையும் தோழர்களையும் மணல் திட்டிற்கு அழைத்து வந்தான். ஓராண்டு கடந்திருந்தாலும் கண்ணனின் மாயையால் அவர்கள் அதை ஒரு கணமாக நினைத்தார்கள். அனைவரும் கோகுலத்தில் பிரவேசித்தார்கள். கிருஷ்ணன் ஒரு பெரிய பாம்பைக் கொன்று தம்மைக் காப்பாற்றியதாகச் சிறுவர்கள் தம் தாய்மார்களிடம் தெரிவித்தார்கள்.

"பரீட்சித் அரசனே, மகான்கள் போற்றும் தளிர் போன்ற மென்மையான கிருஷ்ணனின் பாதங்களைச் சரணடைபவர்களுக்குச் சம்சாரச் சாகரம் பசுவின் குளம்படி நீர்போல் எளிதாகிறது."

பலன்

தோழர்களோடு சேர்ந்து கண்ணன் விளையாடிய லீலை, அகாசுரவதம், புல் தரையில் அமர்ந்து சாப்பிட்டது, கன்றுகளாகவும் அவற்றை மேய்க்கும் கோபாலர்களாகவும் ஆனது, பிரம்மாவின் துதி ஆகியவற்றைக் கேட்பவரும், கானம் செய்பவரும் சகல வித விருப்பங்களும் நிறைவேறப்பெறுவர்.

தேனுகாசுரன் வதம்

அதுநாள்வரை கன்றுகளை மேய்த்துவந்த கண்ணனும் பலராமனும் ஐந்து வயதைத் தாண்டி, பசுக்களை மேய்ப்பதில் தேர்ச்சி பெறும் பௌகண்டம் என்ற பருவத்தை அடைந்தனர். மலையடிவாரத்தில் தோழர்களோடு சேர்ந்து பசுக்களை மேய்த்து விளையாடினர். கண்ணன் மயில்போல் ஆடியும் குயில்போல் கூவியும் அனைவரையும் மகிழ்வித்தான்.

ஸ்ரீதாமன் என்ற தோழன் அருகில் ஒரு பனைமரத் தோப்பு இருப்பதாகவும் அதில் பழங்கள் நிறையக் கீழே

விழுந்திருப்பதாகவும் அங்கு தேனுகாசுரன் என்ற அரக்கன் கழுதை வடிவில் யாரையும் வர விடாமல் காவல் காப்பதாகவும் கூறினான். உடனே பலராமனும் கண்ணனும் அங்குச் சென்றனர். பலராமன் அந்த மரங்களைப் பிடித்து வலிமையோடு உலுக்கினான். ஏராளமான பழங்கள் கீழே விழுந்தன. சந்தடி கேட்டு ஓடிவந்த அசுரன் பலராமனைப் பின்னங்கால்களால் உதைக்க முயன்றான். பலராமன் அவன் கால்களைப் பிடித்துச் சுழற்றி மரங்களின் மேல் வீசினான். அரக்கனின் உறவினர்கள் அங்கு விரைந்து வந்தனர். அவர்களைக் கண்ணனும் பலராமனும் கொன்று வீழ்த்தினர்.

காளிய நர்த்தனம்

ஒருநாள் பலராமன் இல்லாமல் தோழர்களுடன் சேர்ந்து யமுனை ஆற்றில் இருந்த ஒரு மடுவுக்குச் சென்றான் கிருஷ்ணன். வெயிலில் களைத்திருந்த பசுக்களும் சிறுவர்களும் விஷம் கலந்த அந்த மடுவின் நீரைப் பருகி உயிரிழந்து கரையில் விழுந்தனர். பகவான் ஸ்ரீகிருஷ்ணன் அமிர்தத்தைப் பொழியும் பார்வையால் அவர்களை உயிர்ப்பித்தான். அந்த மடுவின் நீர் விஷத் தீயால் கொதிப்படைந்திருந்ததால் அதன் மேலே பறக்கும் பறவைகளும் மடிந்து விழுந்தன. யமுனை நதியில் கலந்திருந்த விஷத்தை நீக்கிச் சுத்தம் செய்து அதில் வசித்த காளிய சர்ப்பத்தை அடக்க வேண்டுமெனத் தீர்மானித்தான் கண்ணன்.

இடையில் துண்டை இறுகக் கட்டிய கிருஷ்ணன், உயரமான கதம்ப மரத்தின் மீதேறிக் கைதட்டிக்கொண்டு விஷ நீரில் குதித்தான். நீச்சலடித்து நீரைக் கலக்கினான். 'யாரது' என்று மேலே வந்து பார்த்த காளிய சர்ப்பம் கண்ணனைக் கடித்து இறுகச் சுற்றிப் பிடித்தது. கண்ணன் செயலற்றுப் பேசாமலிருந்தான். உயிரையும் மனதையும் கண்ணனுக்கு அர்ப்பணித்திருந்த தோழர்கள் அதைப் பார்த்து வருந்தி அழுதனர்.

அதே நேரம் பிருந்தாவனத்தில் அபசகுனங்கள் தோன்றின. கோபிகைகள், கோபாலர்கள் அனைவரும் கண்ணனுக்கு ஏதோ தீங்கு நேர்ந்தது என்று அஞ்சி கண்ணனைத் தேடிக்கொண்டு வந்தனர். நீரின் நடுவில் பாம்பால் சுற்றப்பட்ட கண்ணனைக் கண்டு துயரமடைந்தனர். கோகுலத்தில் குழந்தையான கண்ணன் செய்த லீலைகளைச் சொல்லிக்கொண்டு வருத்தத்தோடு இருந்தார்கள்.

நந்தகோபர் மடுவில் இறங்க முயன்றபோது கண்ணனின் மகிமையை அறிந்த பலராமன் அவரைத் தடுத்தான்.

கோபிகைகளும் கோபாலர்களும் தோழர்களும் பசுக்களும் தனக்காக வருந்துவதைக் கண்ட கிருஷ்ணன் ஒரு முகூர்த்தக் காலத்திற்குப் பிறகு தன் உடலைப் பெருக்கிச் சிலிர்த்தான். அதனை எதிர்பார்க்காத காளிய சர்ப்பத்தின் பிடி உடனடியாக விடுபட்டு, படமெடுத்து நெருப்பைக் கக்கியது.

கண்ணன் அதன் தலைமேல் ஏறிக் குதித்து நடனமாடத் தொடங்கினான். காளிய நர்த்தனத்தைப் பார்க்கத் தேவர்கள் வானில் கூடினர். கண்ணனின் பாதங்கள் குதித்து ஆடிய நர்த்தனத்தால் காளியன் ஒடிந்த குடைகளைப் போன்ற படங்களை உடையவனானான். உடல் முறிந்து ரத்தம் கக்கிய காளியன், கிருஷ்ணனை நாராயணன் என்று அறிந்து உள்ளத்தால் சரணடைந்தான்.

காளியனின் நாக பத்தினிகள் குழந்தைகளை முன்னிட்டுக்கொண்டு ஓடோடி வந்து கண்ணனை விழுந்து வணங்கினர். 'ஹே, பரமாத்மா, உனக்கு நமஸ்காரம். நீ அளிக்கும் தண்டனை எங்களுக்கு அனுக்கிரகமே. எங்கள் கணவன் உன் பாதத் தூளியைத் தலையில் தாங்க என்ன புண்ணியம் செய்தானோ. அவன் உயிரைக் காத்தருளுங்கள். நீங்கள் இட்ட கட்டளைப்படி நடக்கின்றோம்' என்று கூறித் துதித்தனர்.

கண்ணன் காளியனின் தலை மீதிருந்து கீழே குதித்தான். தலை முறிந்து மூர்ச்சையடைந்திருந்த காளியன் மெதுவாகப் பெருமூச்செறிந்தான். தீனமாகக் கைகூப்பி, 'பகவான், மூர்க்கர்களான எங்களுக்கு இயல்பாகவே கோபம் அதிகம். எங்களுடையது தாமஸப் பிறவி. சுபாவத்தை எளிதில் மாற்ற இயலாது. தண்டித்தாலும் உயிரை வதைத்தாலும் உன் விருப்பம்' என்று கூறி சரணாகதி அடைந்த காளியன், கண்ணனைத் துதி செய்தான்.

"காளியா, இனி நீ இங்கிருக்கக் கூடாது. இந்த நீர் பசுக்களுக்கும் மனிதர்களுக்கும் பயன்படட்டும். கருடனிடம் ஏற்பட்ட பயத்தால் ரமணகத் தீவிலிருந்து தப்பித்து இங்கு வந்து தங்கினாய். என் திருவடிகளால் அடையாளம் செய்யப்பட்ட உனக்கு இனி கருடனால் பயமிருக்காது. தாமதிக்காமல் உன் குடும்பத்தோடு சமுத்திரம் போய்ச் சேர்" என்று ஆணையிட்டான் கிருஷ்ணன்.

காளியனும் நாக பத்தினிகளும் கண்ணனின் பாதங்களைப் பூஜித்து தேவலோக வஸ்திரங்களாலும் நீலத்தாமரை மலர்களாலும் ரத்தினங்களாலும் விலையுயர்ந்த ஆபரணங்களாலும் கண்ணனை அலங்கரித்து பிரதக்ஷிணமும் நமஸ்காரமும் செய்தபின் அங்கிருந்து அகன்றனர். யமுனை நதி கிருஷ்ணனின் அருளால் விஷம் நீங்கி அமுதம்போல் தூய்மையானது.

பலன்

"யார் என் காளிய நர்த்தன லீலையை இரண்டு சந்தி வேளைகளிலும் நினைத்துப் பார்க்கிறார்களோ அவர்களுக்குப் பாம்பினால் பயம் இருக்காது" என்றான் கண்ணன்.

காட்டுத் தீ

சோர்வடைந்திருந்த அனைவரும் அன்றிரவு யமுனை நதிக் கரையிலேயே தங்கினர். நள்ளிரவில் காட்டுத் தீ தோன்றி நாற்புறமும் பரவி அவர்களைச் சுட்டெரிக்கத் தொடங்கியது. கண்ணனும் பலராமனும் தெய்விக வல்லமை படைத்தவர்கள் என்பதை அறிந்திருந்த கோபிகைகளும் கோபாலர்களும் தம்மைக் காக்குமாறு அவர்களை வேண்டினர். கண்ணன் காட்டுத் தீ முழுவதையும் விழுங்கினான். அனைவரும் பசுக்களோடு மகிழ்ச்சியாக வீடு திரும்பினர்.

பிரலம்பாசுரன் வதம்

வேனிற்காலம் வந்தது. ஆனால் ஸ்ரீகிருஷ்ணனும் பலராமனும் இருந்த பிருந்தாவனம் வசந்த காலத்தைப்போலவே சுகமாக இருந்தது. இருவரும் யமுனைக் கரையில் மாடுகளை மேய்த்துக்கொண்டு விளையாடுவதற்காகப் பசுக்களோடும் தோழர்களோடும் சென்றனர்.

இடையர்களுடன் கிருஷ்ணனும் பலராமனும் பிருந்தாவனத்தில் பசுக்களை மேய்த்துக் கொண்டிருந்தபோது பிரலம்பன் என்ற அசுரன் பலராமனைத் தூக்கிக்கொண்டு போகும் எண்ணத்துடன் இடையனாக வேடம் தரித்து அவர்களிடம் வந்தான். அனைத்தும் அறிந்த கிருஷ்ணன் அவனுடன் நட்பாகப் பழகி அவனைக் கொல்ல எண்ணம் கொண்டான். கோபாலர்களை அழைத்து 'நாம் இரண்டு கட்சிகளாகப் பிரிந்து விளையாடுவோம்' என்றான். அதைக் கேட்டு சிலர் பலராமன் கட்சியிலும் சிலர் கிருஷ்ணன் கட்சியிலும் சேர்ந்தனர். விளையாட்டில் வென்றவர்கள்

தோற்றவர்களை முதுகில் சுமந்து செல்லவேண்டும் என்பது நிபந்தனை. கிருஷ்ணன் தோல்வியடைந்து ஸ்ரீதாமவைச் சுமந்தான். கிருஷ்ணனை வெல்ல முடியாது என்று எண்ணிய பிரலம்பன் பலராமனிடம் தோற்று அவனைச் சுமந்துகொண்டு வெகுதூரம் ஓடினான். நிலைமையைப் புரிந்துகொண்ட பலராமன் அசுரனின் தலையை முஷ்டியால் வஜ்ராயுதம்போல பலமாகத் தாக்கினான். அசுரன் வீழ்ந்து மாய்ந்ததைக் கண்ட கோபாலர்கள் ஆச்சரியத்தோடு 'நல்லது நல்லது' என்று கூவி மகிழ்ந்தனர்.

நாணற்காட்டில் மூண்ட தீ

பிரலம்பாசுர வதைக்குப் பின்னர் மாடுகள் புல் மேய வெகுதூரம் நாணற் காட்டிற்குள் சென்றுவிட்டன. அவற்றைத் தேடிச் சென்ற இடைச் சிறுவர்கள் மிகுந்த சிரமத்தோடும் களைப்போடும் பசுக்களை ஓட்டி வந்தனர். திடீரென்று காட்டுத் தீ மூண்டு பசுக்களையும் சிறுவர்களையும் அச்சுறுத்தியது. காட்டில் வசிக்கும் பிராணிகளை வதைத்த தீயைக் கண்டு இடையர்களும் பசுக்களும் அஞ்சி அலறி கிருஷ்ணனையும் பலராமனையும் சரணடைந்தனர்.

"பயப்படாதீர்கள். கண்களை மூடிக் கொள்ளுங்கள்" என்றான் கண்ணன். கோபாலர்கள் 'அப்படியே' என்று கூறி கண்களை மூடினர். மகா யோகேஸ்வரனான கண்ணன், தன் யோக மாயையால் உண்டான உக்கிரமான அந்தத் தீயை வாயால் விழுங்கி அவர்களைக் காத்தான். மாலையில் இடைச் சிறுவர்களால் துதிக்கப்பட்ட கண்ணன் புல்லாங்குழல் ஊதிக்கொண்டு பலராமனோடு சேர்ந்து மாடு கன்றுகளை ஓட்டிக்கொண்டு பிருந்தாவனம் மீண்டான்.

பருவம் மாறியது

பருவங்கள் மாறின. உழவர்களுக்கு மகிழ்ச்சியை அளிக்கும் மழைக் காலம் வந்தது. அதனைத் தொடர்ந்து சரத் காலம் வந்தது. கலங்கியிருந்த நீர்நிலைகள் தெளிவடைந்தன. எல்லோராலும் போற்றப்பட்ட கிருஷ்ணன் தலையில் மயில் தோகையும் இடையில் ஜரிகைப் பட்டும் காதுகளில் மலர்களும் கழுத்தில் வைஜயந்தி மாலையும் விளங்க உதடுகளில் புல்லாங்குழலை வைத்து அமுதம்போல் இசைத்தான். எல்லா உயிரினங்களின் மனதையும் கவரக்கூடிய அந்தக் குழலோசையைக் கேட்டு இடைப் பெண்கள் மிக மகிழ்ந்து கண்ணனை நினைத்து ஒருவரை ஒருவர் ஆலிங்கனம் செய்துகொண்டனர். கோபியர்கள்

கண்ணனின் லீலைகளைப் புகழ்ந்து பாடிக்கொண்டே பிருந்தாவனத்தில் சஞ்சரிக்கும் கண்ணனின் தியானத்தால் அவன் மயமாகவே மாறினார்கள்.

கோபியரின் ஆடைகளை அபகரித்த லீலை

மார்கழி மாதத்தில் நந்தகோகுலப் பெண்கள் ஹவிஸ் அன்னம் மட்டுமே உண்டு காத்யாயனி விரதம் கடைப்பிடித்தனர். அப்பெண்கள் விடியற்காலை துயிலெழுந்து யமுனை நதியில் நீராடி நதிக்கரையில் மண்ணால் காத்யாயனி தேவியை அமைத்து மலர்களாலும் அட்சதையாலும் சந்தனத்தாலும் அர்ச்சித்து நைவேத்தியம் சமர்ப்பித்து பூஜை செய்தனர். நந்தகோபக் குமாரனைக் கணவனாக அருளும்படி தேவியை வேண்டினர். அவ்விதம் கண்ணனிடம் மனதை வைத்து பத்ரகாளியைப் பூஜித்தனர். தினந்தோறும் விடியலில் அப்பெண்கள் தோழிகளை ஒவ்வொருவராகப் பெயர் சொல்லி எழுப்பி அழைத்து, கை கோர்த்துக்கொண்டு நடந்து சென்று கண்ணனின் பெருமையை உரக்கப் பாடிச் சென்று யமுனையில் ஆனந்தமாக நீராடினர்.

அவர்களின் உள்ளத்தை நன்கறிந்த யோகீஸ்வரனான கண்ணன் அவர்களுடைய விரதம் பலனளிக்கும்படியாகச் செய்ய திருவுள்ளம்கொண்டு ஒருநாள் தோழர் குழாமோடு அங்குச் சென்றான். கரையில் வைத்திருந்த கோபியர்களின் ஆடைகளை எடுத்துக்கொண்டு மரத்தின் மேல் ஏறிப் பிற சிறுவர்களோடு சேர்ந்து அவர்களைப் பரிகாசம் செய்து சிரித்தான்.

“பெண்களே, கரைக்கு வந்து உங்கள் ஆடைகளைப் பெற்றுக் கொள்ளுங்கள்” என்றான்.

அதனால் மனம் கலங்கிய பெண்கள் கழுத்துவரை முழுகும்படி நீரில் நின்று கண்ணனிடம் கெஞ்சினர்.

“சியாமசுந்தரா, நாங்கள் உன் அடிமைகள்தான். ஆனால் ஆடைகளைக் கொடுக்காவிட்டால் மன்னனிடம் கூறுவோம்” என்றனர்.

“பெண்களே, நீங்கள் என் அடிமைகள் என்றால் என் சொல் கேட்டு இங்கு வந்து ஆடைகளைப் பெற்றுக் கொள்ளுங்கள். கிழட்டு அரசர் என்னை என்ன செய்துவிடுவார்?” என்றான் கண்ணன்.

வேறு வழியின்றி அப்பெண்கள் கைகளால் உடலை மறைத்துக் குளிரால் நடுங்கியபடி கரையேறினர்.

அப்பெண்களின் களங்கமற்ற உள்ளத்தால் மகிழ்ந்த கண்ணன் ஆடைகளைத் தோளில் போட்டுக்கொண்டு, “விரதம் அனுஷ்டிக்கும் பெண்களே, ஆடையின்றி நதியில் குளித்து தேவதைகளை அவமதித்த பாவம் நீங்குவதற்கு கைகளை மேலே கூப்பி மன்னிப்பு கேளுங்கள். பின்னர் ஆடைகளைப் பெற்றுக் கொள்ளுங்கள்” என்றான்.

தர்மத்தை எடுத்துரைத்த கண்ணன் கூறியதைக் கேட்டு ஒரு கையால் உடலை மறைத்து ஒரு கையை மேலே தூக்கி வணங்கினர் பெண்கள்.

“ஒரு கையால் பகவானை வணங்குபவரின் கையை வெட்டுவதே அவருக்குரிய தண்டனை என்று தர்மம் அறிந்தவர் கூறுவர்” என்றான் கண்ணன்.

இரு பாவங்களையும் போக்கிக்கொள்ள அப்பெண்கள் இரு கைகளையும் தூக்கி வணங்கியபின் இரக்கப்பட்ட கண்ணன் அவர்களிடம் மகிழ்ச்சியோடு ஆடைகளை வழங்கினான்.

“பெண்களே, என்னிடம் மனதை வைத்தவருடைய விருப்பமானது பிறவியை வளர்க்கும் விருப்பமாக இருக்காது. வேகவைத்த விதை முளைக்காது அல்லவா? எந்த நோக்கத்தோடு இந்த விரதம் ஏற்றீர்களோ அது நிறைவேறும் என்ற மகிழ்வோடு இல்லம் செல்லுங்கள். நாளை முதல் என்னுடன் விளையாடுவீர்கள்” என்றான் கண்ணன்.

அவ்வாறு அருளப் பெற்ற அப்பெண்கள் கண்ணனின் திருவடிகளைத் தியானித்தபடி இல்லம் திரும்பினர்.

மரங்களின் சிறப்பு

பின்னர் தேவகி புத்திரனான கிருஷ்ணப் பரமாத்மா, பலராமனோடு சேர்ந்து கோபாலர்களும் மாடு, கன்றுகளும் சூழ பிருந்தாவனத்திலிருந்து வெளிவந்து மாடுகளை மேய்த்துக்கொண்டு வருகையில் களைப்பு மிகுந்து ஒரு தோப்பிற்குள் நுழைந்தான். அங்கிருந்த நிழல் தரும் மரங்களைக் காட்டி தோழர்களிடம், “இவை வெயிலையும் மழையையும் சகித்துக்கொண்டு தன்னிடம் வருபவர்களைப் பாதுகாக்கின்றன. ஒரு பொருளை நாடி நல்லவரிடம் சென்றவர் எப்படிப் பயனடையாமல் திரும்புவதில்லையோ அதேபோல் இந்த மரங்களும் எல்லாப் பிராணிகளுக்கும் உதவுகின்றன. இவற்றின் பிறவி ஆச்சரியத்தை அளிக்கிறது” என்றான். பின்னர் அனைவரும் யமுனை நதியில் பசுக்களுக்கு நீர் காட்டிவிட்டு தாமும் நீரருந்தி

ஆசுவாசப்படுத்திக் கொண்டனர். அருகிலிருந்த வனத்தில் பசுக்களை மேயவிட்ட கோபாலர்களுக்குப் பசியெடுத்தது.

வேதியரின் மனைவியருக்கு அருளல்

"மஹா வீரா, பலராமா, துஷ்டர்களை அடக்கும் ஸ்ரீ கிருஷ்ணா, எங்களுக்குப் பசிக்கிறது. அதைப் போக்கும் வழியைத் தேடுங்கள்" என்றார்கள் கோபாலர்கள்.

"வேத முனிவர்கள் அருகில் யாகம் செய்கிறார்கள். நீங்கள் அவர்களிடம் சென்று உணவு கேளுங்கள்" என்று கோபாலர்களை அனுப்பினான் கிருஷ்ணன்.

அவர்கள் வேதியர்களிடம் சென்று, கண்ணனும் பலராமனும் தங்களை அனுப்பியதாகக் கூறி, தரையில் தடிக்கம்புபோல் வீழ்ந்து வணங்கி உணவு யாசித்தார்கள். ஆனால் யாகத்தில் ஈடுபட்டிருந்த வேதியர்கள் காதில் விழாததுபோல் தம் வேலையில் ஆழ்ந்திருந்தார்கள். இடைச் சிறுவர்கள் திரும்பிச் சென்று கண்ணனிடம் வேதியரின் அலட்சியத்தைத் தெரிவித்தார்கள். கண்ணன் சிரித்துவிட்டு மீண்டும் அவர்களை அனுப்பி "வேதியரின் மனைவியரிடம் சென்று நான் கேட்டதாகக் கூறி உணவு யாசித்துக்கொண்டு வாருங்கள். என்னிடம் பேரன்புகொண்டு என்னையே சிந்தித்து வரும் அவர்கள் உமக்கு உணவளிப்பார்கள்" என்றான்.

கோபாலர்கள் கண்ணன் கூறியதற்கேற்ப, யாக சாலையில், நன்கு அலங்கரித்துக்கொண்டு அமர்ந்திருந்த அந்தணர்களின் பத்தினிகளிடம் சென்று வணங்கி, கண்ணனுக்கும் பலராமனுக்கும் தேவையான உணவை அளிக்குமாறு வேண்டினார்கள். அச்சுதன் அங்கு வந்திருப்பதை அறிந்து பரபரப்பான அந்தப் பெண்மணிகள் ருசி மிகுந்த நான்கு வகை உணவுகளையும் பாத்திரங்களில் நிரப்பி எடுத்துக்கொண்டு, கடலை நோக்கிச் செல்லும் நதிகளைப்போலக் கண்ணனைக் காண வந்தார்கள்.

அவர்களை வரவேற்ற கண்ணன், அறுசுவை உணவுகளை நண்பர்களுக்குப் பகிர்ந்து கொடுத்துத் தானும் உண்டு களைப்பு நீங்கினான். அப்பெண்களை யாக சாலைக்குத் திரும்பும்படி கண்ணன் கேட்டுக்கொண்டும் அவர்கள் கண்ணனைப் பிரிந்து செல்ல மறுத்தார்கள்.

"சிரவணம், தியானம், கீர்த்தனம், தரிசனம் ஆகியவற்றால் என்மேல் பக்தி வளர்வதுபோல் அருகில் இருப்பதால்

வளர்வதில்லை. அதனால் நீங்கள் வீடு திரும்புங்கள்" என்று எடுத்துரைத்தான் கண்ணன். அவர்கள் வீடு திரும்பினர்.

வேதியர்களும், மனிதனைப்போல் நடிக்கும் பகவான் யாசித்தும் உணவு தராத தம் தவற்றை உணர்ந்து மனம் வருந்தினார்கள்.

"கிருஷ்ணப் பகவானே, உனக்கு நமஸ்காரம். உன் மாயையால் மதி மயங்கி கர்ம மார்க்கத்தில் சுழன்று கொண்டிருக்கிறோம். எம்முடைய குற்றத்தைப் பொருத்தருளவேண்டும்" என்று பிரார்த்தித்தார்கள். அவர்கள் பலராமனையும் கண்ணனையும் தரிசிக்க விருப்பம் கொண்டவர்களாக இருந்தபோதிலும் கம்சனுக்குப் பயந்து அவ்விடம்விட்டு அசையவில்லை.

கோவர்த்தன லீலை

கோகுல வாசிகள் இந்திரனுக்கு யாகம் செய்வதற்கு ஏற்பாடுகள் செய்தனர். எல்லாம் அறிந்த மாயக் கண்ணன் ஏதுமறியாதவன்போல நந்தகோபரிடம் அந்த யாகம் யாரைக் குறித்து, எதற்காகச் செய்யப்படுகிறது என்று கேட்டறிந்தான்.

"தேவர்களின் தலைவனான இந்திரன் மழைக்கு அரசன். மேகங்கள் பொழிவதால்தான் நமக்கும் சகல பிராணிகளுக்கும் உணவு கிடைக்கிறது. அதனால் இந்திரனின் அருளைப் பெற அவனளித்த பொருட்களைக்கொண்டு அவனுக்கு யாகம் செய்கிறோம்" என்று தெரிவித்தனர் ஆயர்பாடிப் பெரியோர்.

"உயிரினங்கள் தாம் செய்த வினைகளுக்கு ஏற்ப பிறவி எடுக்கிறார்கள். தம் உழைப்பிற்கேற்பப் பலன் பெறுகிறார்கள். அதில் இந்திரனின் பங்கு என்ன இருக்கிறது? அதற்குப் பதில் பசுக்களையும் அந்தணர்களையும் பூஜிப்போம். நமக்குக் காய்கனி அளிக்கும் இந்தக் கோவர்த்தன மலைக்குப் பூஜை செய்வோம். இந்திரப் பூஜைக்குச் செய்த ஏற்பாடுகளைக்கொண்டு யாகசாலையில் அக்னியை வளர்ப்போம். இதுவே நாம் கொண்டாடவேண்டிய நன்றி விழா" என்று எடுத்துரைத்தான் கண்ணன்.

இந்திரனுடைய கர்வத்தை அடக்கக் கால சொரூபனான பகவான் கண்ணன் கூறியவற்றைக் கேட்ட நந்தகோபர் முதலான பெரியவர்களும் 'அதுவே சரி' என்று சம்மதித்தனர்.

வேதியர்களின் ஆசிகளைப் பெற்று பசுக்களுக்குப் புல்லளித்து முன்னடத்திக்கொண்டு கோவர்த்தன மலைக்கு அன்புடனும் ஆதரவுடனும் பிரதட்சிணம் செய்தனர். ஆயர்பாடி

வாசிகளுக்கு நம்பிக்கை ஏற்படுத்துவதற்காகக் கண்ணன், தானே பெரிய உருவமெடுத்து, "நானே கோவர்த்தன கிரியின் தேவன்" என்று கூறி மலைக்குப் படைக்கப்பட்ட படையல்கள் அனைத்தையும் உட்கொண்டான். விழா நிறைவானதும் ஆயர்பாடி மக்கள் பிருந்தாவனத்திலுள்ள தம் இல்லங்களுக்குத் திரும்பினர்.

இந்திரன் தனக்கு நடக்கவேண்டிய யாகம் தடைப்பட்டதைக் கண்டு கோபம் கொண்டான். ஆயர்பாடியில் பெருமழை பெய்வித்தான். பூமி வெள்ளத்தில் மூழ்கி மேடு பள்ளம் தெரியாமல் ஜலமயமாக ஆனது. மழையாலும் காற்றாலும் நடுநடுங்கிக் குளிரைத் தாங்க இயலாமல் கோகுல மக்களும் ஆவினங்களும் கோவிந்தனைச் சரணடைந்தன.

"பக்தவத்சலா, உன்னையே நம்பியுள்ள எங்களை இந்திரனின் கோபத்திலிருந்து காத்தருள்க" என்று வேண்டினர்.

உடனே கண்ணன் தன் யோகமாயையால் அவர்களைக் காக்க எண்ணம்கொண்டு ஒரு சிறுவன் நாய்க்கொடையைப் பிடுங்கித் தூக்கிப் பிடிப்பதுபோல, கோவர்த்தன மலையைப் பெயர்த்து விளையாட்டாக விரலால் ஏந்திப் பிடித்தான். கோகுலவாசிகள் பசுக்களோடு அதன்கீழ் தஞ்சமடைந்து மழையிலிருந்து காத்துக்கொண்டனர். ஏழு நாள்கள் பசி, தாகமின்றி அவ்வாறு தாங்கிப் பிடித்த கண்ணனைக் கண்டு இந்திரனின் கர்வம் அடங்கியது. மழையும் காற்றும் நின்றன. கோகுலவாசிகள் தம் மாடுகளையும் வண்டிகளையும் கட்டிக்கொண்டு வீடு திரும்பினர். எடுத்தது போலவே விளையாட்டாக மலையை மீண்டும் அதனிடத்தில் வைத்தான் கண்ணன்.

கண்ணின் மகிமைகளை நேரில் பார்த்து அனுபவித்த இந்திரன், தானே மூவுலகத்திற்கும் தலைவன் என்ற கர்வமடங்கி கண்ணன்முன் வந்து வணங்கினான். "இறைவா, என் தவற்றை மன்னித்தருள்வாயாக" என்று வேண்டி நின்றான்.

"இந்திரா, உனக்கு மங்களமுண்டாகட்டும். நீ செல்லலாம். இனி அவரவர் கடமையை அவரவர் செய்து உய்வீர்களாக" என்று இந்திரனுக்கு அருளினான் கோபாலன்.

கோவிந்தப் பட்டாபிஷேகம்

தேவர்களின் தாய் அதிதியும், தேவர்களும் இந்திரனுக்கு ஓர் ஆலோசனை கூறினர். அதன்படி இந்திரன் தேவ

ரிஷிகளுடன் சேர்ந்து கண்ணனுக்கு அபிஷேகம் செய்து கோவிந்தன் என்று பட்டம் சூட்டினான். ஸ்ரீகிருஷ்ணனுக்கு இவ்விதம் பட்டம் சூட்டப்பட்டதும் மரங்களும் செடிகளும் மலர்களைப் புஷ்பித்தன. நதிகள் மகிழ்ந்து பெருகின. இயல்பிலேயே பகை உள்ள விலங்குகள்கூட நட்போடு விளங்கின. தேவேந்திரன் கண்ணனை வணங்கி விடைபெற்றுக்கொண்டு தேவர்கள் சூழ தேவலோகம் சென்றான்.

வருணலோகம்

ஒரு சமயம் நந்தகோபர் ஏகாதசி விரதமிருந்து துவாதசியன்று ஸ்நானம் செய்வதற்காகப் பொழுது விடியும் முன்பே யமுனையில் இறங்கினார். அசுர வேளையில் நீராடியதால் நந்தரை வருணனின் சேவகர்கள் வருண லோகத்திற்கு இழுத்துச் சென்றனர். நந்தர் வீட்டிற்குத் திரும்பாததைக் கண்டு அனைவரும் வருந்தினர். அதையறிந்த கண்ணன் வருண லோகம் சென்றான். வருண தேவன், கண்ணனை வணங்கி மன்னிக்கும்படி வேண்டி நந்தரைத் திரும்ப ஒப்படைத்தான்.

வருண லோகத்திலிருந்து கிருஷ்ணனுடன் கோகுலம் திரும்பிய நந்தகோபர் அங்கு தான் கண்ட அதிசயங்களையும் கண்ணனுக்கு வருணதேவன் செய்த உபசாரங்களையும் நண்பர்களுக்கு விவரித்து மகிழ்ந்தார்.

வைகுண்டத் தரிசனம்

அதைக்கேட்ட கோபாலர்கள் ஸ்ரீகிருஷ்ணன் சாட்சாத் அவதாரப் புருஷனே என்று அறிந்து தங்களுக்கு வைகுண்டத்தைக் காட்டியருளும்படி வேண்டினர். அவர்களிடம் கருணைகொண்ட கண்ணன் மாயைக்குட்பட்ட இந்தப் பிரக்ருதிக்கு அப்பால் இருக்கும் தனது பிரம்ம சொரூபத்தையும் வைகுண்ட லோகத்தையும் சிறிதுநேரம் காண்பித்து அவர்களின் விருப்பத்தைப் பூர்த்தி செய்தான். நந்தகோபர் முதலானோர் வைகுண்ட லோகத்தைப் பார்த்துப் பரமானந்தமடைந்தனர். அங்கே வேதங்களால் துதிக்கப்படுகின்ற ஸ்ரீகிருஷ்ணனைப் பார்த்து மிகவும் ஆச்சரியமடைந்தனர்.

வேணுவில் மயங்கிய கோபிகைகள்

இனிமையான சரத் காலத்தில் மல்லிகை மலர்ந்து மணம் வீசியது. கோபிகைகளுக்குக் காத்யாயனி விரத முடிவில்

தான் அளித்த வாக்கை யோக மாயையின் துணையோடு நிறைவேற்றக் கண்ணன் எண்ணம் கொண்டான். சந்திரன் உதயமானான்.

கண்ணன், பெண்களின் மனதைக் கவரும்படி மதுரமாக வேணுகானம் செய்தான். விருப்பத்தைத் தூண்டும் வேணுகானத்தைக் கேட்ட இடையர் குலத்துப் பெண்கள் கோவிந்தனைத் தேடி வந்தார்கள். மாடு கறந்துகொண்டிருந்த பெண்களும் கஞ்சி காய்ச்சிக்கொண்டிருந்த பெண்களும் கணவனுக்கு அன்னம் பரிமாறிக்கொண்டிருந்த பெண்களும் குழந்தைக்குப் பாலூட்டிக் கொண்டிருந்த பெண்களும் உணவு உண்டு கொண்டிருந்தவர்களும் சந்தனம் பூசிக் கொண்டிருந்தவர்களும் கண்களுக்கு மை தீட்டிக் கொண்டிருந்தவர்களும் அதையெல்லாம் பாதியில் விட்டுவிட்டு ஓடி வந்தனர். உடை அணிந்து கொண்டிருந்தவர்களும் நகை அணிந்து கொண்டிருந்தவர்களும் அவற்றையெல்லாம் இடம்மாறித் தரித்து ஓடி வந்தார்கள்.

தன்னருகில் வந்த கோகுலப் பெண்களிடம், “உங்களுக்கு என்னவேண்டும்? கோகுலத்தில் எல்லோரும் நலம்தானே?” என்று இனிமையாகப் பேசிக் குசலம் விசாரித்தான் கண்ணன். “கொடிய மிருகங்கள் திரியும் இரவு நேரத்தில் பெண்கள் இங்கு வரக்கூடாது. திரும்பிச் செல்லுங்கள். கணவனுக்கும் அவனைச் சேர்ந்தவருக்கும் சேவை புரிவது உங்கள் கடமை. என்னைத் தியானம் செய்வதால் பக்தி அதிகரிக்கும். அருகில் இருக்கவேண்டிய தேவை இல்லை” என்றான்.

“பிரபு, இவ்வாறு கடினமான சொற்களைக் கூற வேண்டாம். கணவனுக்கும் குடும்பத்திற்கும் சேவை புரிந்து கொண்டிருந்த எங்களுடைய சித்தம் உன்னால் கவரப்பட்டது” என்று கூறிய கள்ளமற்ற அப்பெண்களைப் பார்த்து வைஜயந்தி மாலை அணிந்த கண்ணன், இனிமையாகச் சிரித்து அவர்களை மகிழ்வித்தான். பொன் போன்ற மணற்திட்டைக்கொண்ட யமுனைக் கரையில் கோபிகைகளோடு சேர்ந்து ஆடிப் பாடினான்.

‘பூவுலகில் தம்மைவிடப் பாக்கியம் செய்தவர் யாருமில்லை’ என்று கர்வமடைந்தனர் கோபியர். உடனே அவ்விடம்விட்டு மறைந்தான் கண்ணன். அப்பெண்கள் தலைவனை இழந்த பெண் யானைகளைப்போல் வருந்தினர். கண்ணனின்

லீலைகளை உரக்கப் பாடினர். செடி கொடிகளிடம் 'கண்ணனைக் கண்டீர்களா?' என்று கேட்டுக்கொண்டு பித்தர்களைப்போல் திரிந்தனர். 'துளசியே மல்லிகையே மாலதியே கொடிகளே... கண்ணன் இந்தப் பக்கம் வந்தானா?' என்றனர்.

ஓரிடத்தில் கண்ணனின் காலடிச் சுவடுகளைக் கண்டு அவற்றையே பின்பற்றிச் செல்கையில் அவற்றோடு ஒரு பெண்ணின் காலடிகளையும் கண்டு வருத்தமடைந்தனர். சற்று தூரத்தில் அந்தப் பெண்ணைக் கண்டனர். அவளும் கண்ணன் தன்னைத்தான் அதிகம் விரும்புகிறான் என்று கர்வம் கொண்டதும் அவளையும்விட்டுச் சென்றுவிட்டானாம் கண்ணன்.

கோபிகா கீதம்

கண்ணனின் பிரிவாற்றாமையால் புலம்பிக் கண்ணீர் உகுத்த கோபிகைகள் நிலவின் வெளிச்சம் இருந்தவரை வனங்களில் கண்ணனைத் தேடிவிட்டு இருள் சூழ்ந்ததும் மீண்டும் நதிக்கரைக்கு வந்தனர். அவர்கள் தம் இல்லங்களைப் பற்றி நினைக்கவே இல்லை. கிருஷ்ணனையே நினைத்து அவன் லீலைகளையே பாடிக்கொண்டிருந்தனர்.

'உயிரினும் பிரியமானவனே, பிரம்மதேவரால் வேண்டப்பட்டு உலகைக் காக்க யாதவ குலத்தில் உதித்தவனே, எல்லோருக்கும் இன்பமளிப்பவனே, வேண்டிய வரமளிப்பவனே, நாங்கள் உன் அடிமைகள். உன்னிடம் உயிரை வைத்த உன் கோபிகைகளான நாங்கள் உன்னைத் தேடுகிறோம். ஏன் இவ்விதம் எங்களை வாட்டுகிறாய்? மனதுக்கினியவனே, உன் தாமரைக் கைகளை எங்கள் சிரத்தில் வைத்து அருள் புரியவேண்டும். காளியனின் முடியில் வைத்த உன் பாதங்களை எங்களுடைய இதயத்தில் வைக்கவேண்டும். அதனால் எங்கள் உள்ளம் தூய்மையாகும். பிரியமாயிருந்து ஏமாற்றுகிறாயே, நாதா...' என்று பாடிக்கொண்டிருந்த கோபிகைகள் உரத்து அழத் தொடங்கினார்கள்.

ராசக் கிரீடை

உடனே கண்ணன் மஞ்சள் பட்டாடையுடனும் மலர்ந்த புன்னகையுடனும் மாலையணிந்து மன்மதனைப் போன்ற அழகோடு அவர்கள்முன் தோன்றினான்.

உயிர் பெற்றதும் உயிர்த்தெழுந்த உறுப்புகள்போல, தம் அன்பிற்குரியவனைக் கண்டதும் ஒன்றாக எழுந்தார்கள்

கோபிகைகள். பிரிவாற்றாமையால் ஏற்பட்ட துன்பத்தை விடுத்தார்கள். ஒருத்தி அவன் கைகளைத் தாங்கினாள். ஒருத்தி அவன் முகத்தின் அழகைக் கண்களால் பருகினாள். ஒருத்தி அவன் தோள்களைத் தழுவினாள். இன்னொருத்தி கண்களை மூடி அவனை இறுகத் தழுவினாள். யோகேஸ்வரர்களின் இதயத்தில் ஆசனம் போட்டு அமர்ந்திருக்கும் கண்ணன் கோபிகைகளால் சூழப்பட்டு அவர்களின் பூஜைகளை ஏற்றான். அன்பினால் தன்னருகில் சேர்ந்து கையோடு கைகோர்த்து நிற்கும் கோபிகைகளோடு கண்ணன் ராசக்கிரீடை செய்யத் தொடங்கினான்.

இரண்டிரண்டு கோபிகைகளுக்கிடையில் புகுந்து அனைவரின் இடையிலும் கண்ணன் நிற்பதாக எண்ணும்படி அவர்களின் கழுத்தைக் கட்டிக்கொண்டிருந்த கண்ணனைக் காண, தம்தம் மனைவிகளுடன் வந்த தேவர்களின் விமானங்கள் ஆகாயத்தில் நிரம்பின. எத்தனை கோபிகைகளோ அத்தனை உருவங்களாகத் தன்னை ஆக்கிக்கொண்டு அவர்களுக்கு ஆனந்தத்தைப் பகிர்ந்தான் கிருஷ்ணன். பின்னர் யமுனையின் உப வனங்களில் பெண் யானைகளோடு திரியும் மதம்கொண்ட ஆண் யானைபோல் சஞ்சரித்தான். பிரம்ம முகூர்த்தத்தில் கண்ணனால் விடை கொடுக்கப்பட்டுப் பிரிய மனமில்லாமல் கோபிகைகள் இல்லம் திரும்பினர்.

இவ்வாறு சுக யோகி விவரித்தபோது பரீட்சித் மன்னனுக்குச் சந்தேகம் வந்தது. "இது தவறல்லவா?" என்று கேட்டான் பரீட்சித்.

"சிறந்த விரதம் பூண்ட பிரம்ம சொரூபியே, தர்மத்தை நிலைநிறுத்துவதற்கும் அதர்மத்தை அழிப்பதற்கும் பலராமனோடு, ஸ்ரீகிருஷ்ணர் அவதரித்தார். அதைவிட்டு, பிறர் மனைவியைத் தீண்டும் அதர்மத்தை ஏன் செய்தார்? இவருடைய இகழத்தக்க இச்செயலுக்கான காரணம் என்ன? என் சந்தேகத்தைத் தீர்த்தருளவேண்டும்" என்று சுக யோகியிடம் விண்ணப்பித்தான் பரீட்சித்.

"மன்னா, கோபிகைகள், அவர்களின் கணவர்கள், மற்றும் உடல் படைத்த எல்லோர் உள்ளத்திலும் யார் சாட்சியாக உறைகிறாரோ அவரே உடல் படைத்து லீலை புரியக் கண்ணனாக அவதரித்து வந்திருக்கிறார். அவதாரங்களிடம் தர்மத்தை மீறியதாகத் தோன்றும் நடத்தையும், துணிச்சலான செயல்களும் தென்படுகின்றன. எல்லாவற்றையும் எரிக்கும்

அக்னியைப்போல தேஜஸ் உடையவர்களுக்குத் தர்மத்தை மீறும் தவறுகள் பாவத்திற்குக் காரணமாவதில்லை. கண்ணனுடைய மாயையால் கோகுலவாசிகள் தம் மனைவியர் தம் பக்கத்திலேயே இருப்பதாக உணர்ந்தனர். அதனால் கண்ணனிடம் பொறாமை கொள்ளவில்லை" என்று சுக யோகி பதிலளித்தார்.

ராச லீலையின் மகிமை

"யாரொருவர் ஸ்ரீகிருஷ்ணன் புரிந்த இந்த ராச லீலையைச் சிரத்தையுடன் கேட்கிறாரோ அல்லது சொல்கிறாரோ அவர் விரைவில் பகவானிடம் சிறந்த பக்தியைப் பெறுகிறார். இதயத்திலிருக்கும் நோயாகிய காமத்தை வெல்கிறார்" என்று சுக யோகி இதற்கான பலனைச் சொல்கிறார்.

சுதர்சனனுக்குச் சாப விமோசனம்

கோபாலர்கள் ஒரு முறை சரஸ்வதி நதிக் கரையிலிருந்த அம்பிகாவனம் என்ற தலத்திற்குச் சென்று சிவபெருமானையும் பார்வதியையும் பூஜை செய்து வணங்கித் தகுதியானவர்களுக்கு மிகுதியாகத் தானங்கள் செய்தனர். நந்தன், சுனந்தன் என்ற கோபாலர்கள் நீர் மட்டும் அருந்தி விரதமிருந்து அன்றிரவு சரஸ்வதி நதிக்கரையில் வசித்தனர்.

அருகிலிருந்த காட்டிலிருந்து மிகுந்த பசியுடனிருந்த பெரிய பாம்பு ஒன்று நந்தனை விழுங்கத் தொடங்கியது. அவன் 'கண்ணா, கண்ணா... காப்பாற்று' என்று அலறினான். கோபாலர்கள் கொள்ளிக் கட்டையால் பாம்பை அடித்தனர். ஆனாலும் பலனில்லாமல் போனது. அனைவரையும் காத்து ரட்சிக்கும் கண்ணபிரான் வந்து பாம்பைத் தன் பாதத்தால் தொட்டான். மகிமை பொருந்திய அவனுடைய பாத ஸ்பரிசத்தால் தீவினைகள் நீங்கிய வித்யாதரன் தங்க மாலை அணிந்தவனாக வெளிப்பட்டான்.

"அற்புதத் தோற்றமுடைய நீ யார்?" என்று வினவினான் கண்ணன்.

"நான், சுதர்சனன் என்ற புகழ்பெற்ற வித்யாதரன். அழகிலும் செல்வத்திலும் மிகுந்தவனாக இருந்ததால் கர்வம்கொண்டு அழகில் குறைந்தவரான அங்கீரச முனிவர்களைப் பார்த்துப் பரிகசித்தேன். அவர்களின் சாபத்தால் பாம்பானேன். லோக குருவாகிய தங்களுடைய திருவடியால் தொடப்பட்டு விமோசனமடைந்தேன்" என்று சொல்லி கிருஷ்ணனைத் துதித்து வணங்கி பிரதிக்ஷணம் செய்து விடைபெற்று

சுவர்க்கம் சென்றான். கோபாலர்கள் கண்ணனின் மகிமையைப் பேசிக்கொண்டே கோகுலம் வந்து சேர்ந்தனர்.

சங்கசூடன் வதம்

பலராமனும் கிருஷ்ணனும் ஒரு மாலை நேரம் பிருந்தாவனத்தில் கோபிகைகளுடன் சேர்ந்து பாடலும் ஆடலுமாக விளையாடினர். அப்போது குபேரனின் பணியாள் சங்கசூடன் கோபிகைகளைக் கடத்திச் சென்றான். கோபிகைகள் கூக்குரலிட்டனர். பலராமனும் கண்ணனும் அவர்களைத் துரத்திச் சென்று கோபிகைகளை மீட்டனர். பலராமன் கோபியரைக் காத்து நிற்க, கண்ணன், வெகுதூரம் ஓட்டமெடுத்த சங்கசூடனைத் துரத்திப் பிடித்து அவனுடைய தலையில் முஷ்டியால் அடித்துக் கொன்று அவன் தலையிலிருந்த ரத்தினத்தை வெட்டிக் கொண்டுவந்து கோபிகைகள் பார்த்திருக்கையில் பலராமனுக்கு அன்புடன் அளித்தான்.

சுக யோகி கூறினார் –

“பரீட்சித் அரசே, கோபிகைகள் தினமும் பகலும் இரவும் கண்ணனின் லீலைகளை ஆச்சர்யமாகப் பாடிக்கொண்டும் அவனிடம் மனதையும் உயிரையும் வைத்தும் வேறெதிலும் விருப்பமில்லாதவர்களாக இருந்தார்கள். அதனால் மகா பாக்கியம் பெற்றுத் திகழ்ந்தார்கள்.”

அரிஷ்டன் வதம்

அரிஷ்டன் என்ற அசுரன் பெரிய திமிலை உடைய காளை மாடு வடிவமெடுத்து பூமியைக் குளம்புகளால் பிளந்து குலுங்கச் செய்து வாலை உயர்த்தி பெரும் உறுமலுடன் கோகுலத்திற்குள் நுழைந்தான். அதைக் கண்டு பசுக்களும் கோகுல வாசிகளும் அஞ்சி கண்ணனைச் சரணடைந்தனர். கண்ணன் அவர்களுக்கு ‘அஞ்சேல்’ என்று கூறி அபயமளித்து, தன் தொடையைத் தட்டி, அசுரனிடம் சண்டைக்கு வரும்படி சவால் விடுத்தான். அசுரன் காளை வடிவில் வேகமாக ஓடிவந்து கண்ணன்மேல் பாய்ந்தான். கண்ணன் அவனைக் கீழே தள்ளி உடல்மீது பாதத்தை வைத்து கொம்புகளைப் பிடுங்கித் தூர எறிந்தான். அரிஷ்டாசுரன் ரத்தம் கக்கி விழி பிதுங்கி மாண்டு வீழ்ந்தான். தேவர்கள் பூமாரிப் பொழிந்தனர்.

கம்சனின் திட்டம்

நாரதர் கம்சனிடம் வந்து பலராமனும் கிருஷ்ணனும் கோகுலத்தில் வளர்ந்து வரும் ரகசியத்தைக் கூறி

அவர்களால்தான் கம்சன் அனுப்பிய அசுரர்கள் கொல்லப்பட்டதாகவும் தெரிவித்தார். அதைக் கேட்டு கோபத்தால் துடித்த கம்சன் அவர்களைக் கொல்லக் கூர்மையான கத்தியை எடுத்தான். நாரதர் அவனைத் தடுத்தார். அவர் திரும்பிச் சென்றபின் தனக்குத் துரோகம் செய்ததாக நினைத்து வசுதேவரையும் தேவகியையும் இரும்புச் சங்கிலிகளால் பிணைத்துச் சிறையிலிட்டான். கேசி என்ற அசுரனை அழைத்து பலராமனையும் கிருஷ்ணனையும் வதைக்கும்படி கட்டளையிட்டு அனுப்பினான். அதோடு குவலயாபீடம் என்ற யானையை யுத்த அரங்கத்தின் வாயிலில் நிற்கச் செய்தான். சாணூரன், முஷ்டிகன் என்ற இரு மல்யுத்த வீரர்களைத் தயாராக இருக்கும்படி கட்டளையிட்டான். சதுர்த்தசியன்று தனுர் யாகம் செய்ய ஆணையிட்டான். அதில் பூதங்களின் தலைவரான ருத்திரனுக்குத் தகுதியான பலிகளை இடச் சொன்னான்.

அக்ரூரர்

சாஸ்திர விதிகளை அறிந்த கம்சன், அவ்விதம் ஆணையிட்டுவிட்டு, யதுகுலத்தில் சிறந்தவரான அக்ரூரரை அழைத்து அவர் கைகளைப் பிடித்துக்கொண்டு, "ஐயனே, எனக்குத் தங்களைவிடச் சிறந்த நண்பன் இல்லை. கோகுலம் சென்று பலராமனையும் கிருஷ்ணனையும் கையோடு அழைத்து வாருங்கள். அவர்கள் மூலம் எனக்கு மரணம் என்று குறிப்பிடப்பட்டிருக்கிறதல்லவா. காணிக்கைகளோடு சென்று நந்தகோபனையும் மற்ற கோபாலர்களையும் உடன் அழைத்து வாருங்கள். என் மாமனாரான ஜராசந்தன், நரகாசுரன், பாணாசுரன், சம்பரன், த்விவிதன் ஆகியோரின் உதவியோடு, தேவர்களை ஆதரிக்கும் மன்னர்களைக் கொன்று பூமியை ஆண்டு அனுபவிப்பேன். தனுர் யாகத்தைத் தரிசிப்பதற்கும் மதுரா நகரத்தைச் சுற்றிப் பார்ப்பதற்கும் என்று கூறி குழந்தைகளான பலராமனையும் கிருஷ்ணனையும் உடனே இங்கு அழைத்து வாருங்கள்" என்றான்.

அக்ரூரர் கூறினார் -

"அரசே, உனக்கு மரணம் வராமல் தடுப்பதற்கு நீ செய்யும் ஏற்பாடு நன்றாக இருக்கிறது. ஆனால் எத்தனை மனக்கோட்டை கட்டினாலும் பயனை அடைய வைப்பது அவரவர் ஊழ்வினையே. எது நடந்தாலும் மனதைச்

சமநிலையில் வைத்திருக்கவேண்டும். உன் ஆணைப்படி செல்கிறேன்" என்றார் அக்ரூரர்.

கேசி வதம்

கம்சனின் ஆணைப்படி குதிரை வடிவெடுத்து வந்த கேசி கோகுலத்திற்குள் நுழைந்து பெருங்குரலெடுத்துக் கனைத்தான். கண்ணன் கேசியை எதிர்த்தான். கேசி சினத்துடன் பின்னங்கால்களால் கண்ணனைத் தாக்க வந்தான். கண்ணன் அவனுடைய பின்னங்கால்களைப் பிடித்துச் சுழற்றி அவனை வீசி எறிந்தான். ஆனாலும் சமாளித்துக்கொண்டு தாக்க வந்த கேசியின் வாய்க்குள் பொந்தில் நுழையும் பாம்புபோல தன் இடது கையை நுழைத்துப் பெரிதாக்கிக்கொண்டே வந்து அவனை மூச்சுத் திணற அடித்துக் கொன்றான்.

அங்கு நாரதர் வந்து, "கிருஷ்ணா, வாசுதேவா, அளவு கடந்த மகிமையுடையவரே, யோகீச்வரரே, எல்லா உயிர்களுக்கும் உறைவிடமே, தேவர்களும் நடுங்கிய இந்த கேசி என்னும் அரக்கனை விளையாட்டாகக் கொன்றாய். இன்னும் சில நாள்களில் சாணூரன், முஷ்டிகன் என்னும் இரு மல்யுத்த வீரர்களோடு நீங்கள் மோதவேண்டியுள்ளது. இறுதியில் கம்சனையும் நீங்கள் வதைப்பதைக் காணப் போகிறேன். பகவானே, உம்மைச் சரணடைகிறேன்" என்று கூறி கண்ணனைத் துதித்து விடைபெற்றார்.

வியோமாசுரன் வதம்

ஒரு முறை கண்ணன் தன் நண்பர்களோடு சேர்ந்து ஆடுகளை ஒளித்து வைக்கும் விளையாட்டில் ஈடுபட்டான். சில கோபாலர்களை ஆடுகள் என்றும் சிலரை இடையர்கள் என்றும் பிரித்து, ஒளிந்துகொண்ட ஆடுகளைக் கண்டுபிடிக்கவேண்டும் என்று சொல்லி விளையாடிக் கொண்டிருந்தார்கள். வியோமாசுரன் என்ற அரக்கன் கோபாலனைப்போல் வேடம் பூண்டு ஆடுகளாக நடித்த கோபாலர்களைக் குகையில் அடைத்து பாறாங்கல்லைக்கொண்டு அடைத்தான். அதைக் கண்டுபிடித்த கண்ணன், அசுரனின் கழுத்தை நெரித்துக் கொன்று கோபாலர்களை விடுவித்தான்.

அக்ரூரர் கோகுலம் வந்தார்

கம்சனின் உத்தரவுப்படி அக்ரூரர் தேரில் ஏறி கோகுலத்தை நோக்கிப் புறப்பட்டார். பகவானிடம் பக்தி பூண்டவரான

அக்ரூரர், தான் செய்த தவத்தின் பலனாகக் கிருஷ்ணரின் தரிசனம் கிடைக்கப் போகிறது என்று மகிழ்ந்தார். வழியெங்கும் கண்ணனைப் பற்றியே நினைத்துக்கொண்டு மாலை நேரத்தில் கோகுலத்தை அடைந்தார். தாமரை, அங்குசம் முதலிய அடையாளங்களுடன் கூடிய கண்ணனுடைய அடிச்சுவடுகளை மாட்டுக் கொட்டிலில் கண்டு அந்தப் பாதத் தூளியில் விழுந்து புரண்டார். மஞ்சள் ஆடை அணிந்த கண்ணனையும் நீல ஆடை தரித்த பலராமனையும் கண்ணுற்றார். அன்பின் மிகுதியால் நாத்தழுதழுக்க மயிர்க்கூச்செறிந்து நிற்கும் அக்ரூரரிடம் அன்பு மிகுந்து சக்கரம் ஏந்தும் கைகளால் கிருஷ்ணப் பரமாத்மா அவரைத் தழுவி அணைத்துக் கொண்டான். கம்பீரமான மனதுடைய பலராமன், தன்னை வணங்கிய அக்ரூரரைத் தழுவி அவர் கைகளை அன்புடன் பிடித்துக்கொண்டு, தன் தம்பியுடன் இல்லத்திற்கு அழைத்துச் சென்றான். இருவரும் அவரை விதிப்படி வரவேற்றுப் பூஜித்து உபசரித்தனர். உணவிற்குப் பிறகு மதுராவின் செய்திகளை அக்ரூரரிடம் கேட்டறிந்தான் கண்ணன்.

“பெயருக்கு மட்டும் மாமனாக இருக்கும் கம்சன், நம் குலத்திற்கே வியாதி போன்றவன். அவன் ஆட்சியில் நம் உறவினர்கள் சுகமாக இருக்க இயலாது என்பதை அறிவேன். தாங்கள் வந்த காரியம் என்ன?” என்று கேட்டான் கண்ணன்.

தனுர் யாகத்தைப் பார்ப்பதற்காக என்று காரணம் காட்டி அழைத்து, மதுராவுக்கு வரும் வாசுதேவனைக் கொல்வதற்குக் கம்சன் எடுத்திருக்கும் முயற்சிகளை அக்ரூரர் விவரித்தபோது, பலராமனும் கண்ணனும் சிரித்து அவற்றை நந்தகோபரிடம் தெரிவித்தனர்.

நந்தகோபர் மன்னனுக்கு அளிக்கவேண்டிய காணிக்கைகளான பால், தயிர், வெண்ணெய் போன்றவற்றை வண்டிகளில் வைத்துக் கட்டுமாறு கோபாலர்களிடம் உத்தரவிட்டார். ‘நாளை மதுராபுரிக்குச் சென்று அங்கு நடக்கும் தனுர்யாகத்தைக் காணப் போகிறோம்’ என்று நந்தகோபர் கோகுலத்தில் அனைவருக்கும் அறிவிக்கச் செய்தார்.

கண்ணனைப் பிரிந்த கோபியர்

அதைக் கேட்டு கண்ணனைப் பிரிகிறோமே என்று கோபிகைகள் வருந்தினர். தேரில் ஏறி அமரும் கண்ணனைத்

தடுக்க, கூச்சத்தைவிட்டு 'கோவிந்தா... மாதவா... தாமோதரா...' என்று உரக்கக் கூவி அழைத்துக் கதறினர்.

கண்ணன் அவர்களிடம், 'நான் சீக்கிரம் வருகிறேன்' என்று தூது சொல்லி அனுப்பிச் சமாதானப்படுத்தினான். காலையில் சூரிய வந்தனங்களைச் செய்துவிட்டு அக்ரூரர் தேரில் அமர்ந்து ஓட்டத் தொடங்கினார். தேரின் கொடிகளும் புழுதியும் மறையும்வரை பார்த்திருந்த கோபிகைகள் தம் உள்ளங்களையும் கண்ணனோடு அனுப்பிவிட்டு சித்திரப் பாவைகளாக நின்றிருந்தனர். பின்னர் கண்ணனின் குணச் சிறப்புகளை நினைத்து மனதைத் தேற்றிக்கொண்டு வீடு திரும்பினர். கண்ணன் இனி திரும்பி வருவான் என்ற ஆசையை இழந்தவர்களாக நாள்களைக் கழித்தனர்.

அக்ரூரருக்கு விஷ்ணு லோகத் தரிசனம்

தேர் யமுனை நதிக் கரையை அடைந்ததும் பலராமனும் கண்ணனும் இறங்கி கைகால்களைக் கழுவிக்கொண்டு ரத்னம்போல் ஒளிரும் இனிய யமுனை நதி நீரை அள்ளிப் பருகிவிட்டு மீண்டும் தேரில் ஏறினர். அக்ரூரர் அவர்களிடம் அனுமதி பெற்று யமுனையில் நீராடச் சென்றார். வேத மந்திரங்களைச் சொல்லி நீரில் மூழ்கியபோது அங்குப் பலராமனையும் கிருஷ்ணனையும் ஒரு சேரக் கண்டார்.

'தேரில் அமர்ந்திருக்கும் வசுதேவரின் புதல்வர்கள் இங்கு எப்படி வந்தார்கள்' என்று சந்தேகம்கொண்ட அக்ரூரர், மூழ்கி எழுந்ததும் தேரில் அவர்கள் முன்போலவே அமர்ந்திருக்கக் கண்டார். 'அப்படியானால் நேரில் எனக்குக் கிடைத்த தரிசனம் உண்மையல்லவா' என்ற ஐயத்தோடு மீண்டும் மூழ்கினார். அங்குத் தேவர்களும் பிறரும் துதித்திருக்க ஆதிசேஷனையும் மஞ்சள் பட்டாடை உடுத்தி நான்கு புஜங்களோடு சாந்தமாக விளங்கும் புருஷோத்தமனையும் கண்டார். பரமப் பக்தரான அக்ரூரர் கைகூப்பிக்கொண்டு, தழுதழுத்த குரலில் துதித்தார். 'பகவானே, மூடனான நான் எல்லா உயிரினங்களையும் போலவே மாயையில் உழல்கிறேன். உன்னைச் சரணடைந்த என்னைக் காத்தருளவேண்டும்' என்று பிரார்த்தித்தார்.

அவர் துதித்திருக்கும்போதே தன்னை மறைத்துக்கொண்டார் பரமாத்மா. அக்ரூரர் நீரிலிருந்து வெளியில் வந்து நித்திய கர்மானுஷ்டங்களை முடித்து ஆச்சரியத்தோடு தேரில் ஏறினார்.

“நீரில் எதாவது அதிசயத்தைப் பார்த்தீர்களா? உங்களைப் பார்த்தால் அப்படித் தோன்றுகிறது” என்றான் கண்ணன் அக்ரூரரிடம்.

“பிரம்ம சொரூபியே, எல்லா அதிசயங்களும் உம்மிடமே உள்ளன. உம்மைப் பார்க்கும் நான் எதைத்தான் பார்க்கமாட்டேன்” என்று பதிலுரைத்துத் தேரோட்டிய அக்ரூரர், பகலின் முடிவில் கண்ணனோடும் பலராமனோடும் மதுராவில் நுழைந்தார். அதற்கு முன்பே நந்தகோபரும் பிறரும் வந்து ஓர் உபவனத்தில் தங்கி இவர்களுடைய வரவை எதிர்பார்த்திருந்தனர்.

“அக்ரூரரே, நீங்கள் நகரத்திலிருக்கும் உங்கள் இல்லம் திரும்புங்கள். நாங்கள் இளைப்பாறிவிட்டு நகரத்தைச் சுற்றிப் பார்க்க விரும்புகிறோம்” என்றான் கண்ணன் அக்ரூரரிடம்.

“உங்களைப் பிரிந்து செல்ல எனக்கு விருப்பமில்லை. உங்கள் பாதத் தூளியால் எங்கள் இல்லத்தைப் புனிதமாக்குங்கள்” என்று அழைத்த அக்ரூரரிடம், “முதலில் கம்சனைக் கொன்றுவிட்டு பிறகு வருகிறேன்” என்று ஆறுதல் கூறி அனுப்பினான் கண்ணன்.

அக்ரூரர் கம்சனிடம் சென்று கண்ணனை அழைத்து வந்த செய்தியைத் தெரிவித்துவிட்டுத் தன் இல்லம் சென்றார். மாலை நேரத்தில் பலராமனோடும் கோபாலர்களோடும் சேர்ந்து கண்ணன் மதுரா நகரைச் சுற்றிப் பார்க்கப் புறப்பட்டான்.

மதுராவில் லீலைகள்

தங்க மயமான மாளிகைகள், சிற்பங்களோடு கூடிய கதவுகள், வைடூரியக் கற்களால் அலங்கரிக்கப்பட்ட திண்ணைகள், ஸ்படிகங்களால் செய்த கோபுரங்கள், தானியக் களஞ்சியம், பூந்தோட்டம், பழத்தோட்டம், சிற்பிகளின் சபைகள், ஒளிரும் வீடுகள், ராஜ வீதிகள், கடை வீதிகள் அனைத்தையும் பார்த்துக்கொண்டு சென்றனர் கண்ணனும் பிறரும்.

மதுராபுரியின் ராஜ வீதியில் தோழர்கள் புடைசூழச் சென்றுகொண்டிருந்த பலராமனையும் கிருஷ்ணனையும் காணப் பட்டணத்துப் பெண்கள் ஆசைகொண்டு வேகமாக வீடுகளில் இருந்து வெளியே வந்தனர். உப்பரிகையிலிருந்து சிலர் பார்த்தனர். மாதர்கள் தாமரைக் கண்ணனான கண்ணன்மேல் புஷ்பக் குவியல்களைப் பொழிந்தனர்.

பார்வையால் அவனை அணைத்து மகிழ்ந்தனர். 'கோபிகைகள் புண்ணியம் செய்தவர்கள். கண்ணனை தினமும் பார்க்கிறார்கள்' என்று பேசிக் கொண்டார்கள் பட்டணத்துப் பெண்கள்.

சலவைத் தொழிலாளியை வதைத்தது

வழியில் ஒரு சலவைத் தொழிலாளி கம்சனுக்காகத் துணிகளை எடுத்துச் சென்றான். கண்ணன் அவனிடம் அத்துணிகளைத் தனக்காகவும் தன் தோழர்களுக்காகவும் தரும்படி கேட்டான். "நாங்கள் அவற்றை அணியத் தகுந்தவர்கள்தான். கொடு. உனக்கு மிகுந்த நலன் விளையும்" என்றான் கண்ணன்.

செருக்குகொண்ட சலவைத் தொழிலாளி, கண்ணனிடம் அதட்டிப் பேசினான். "பட்டிக்காட்டானாகிய நீ இதை அணியத் தகுதியற்றவன். அரச சேவகர்கள் உங்களைக் கொல்வார்கள். ஓடிப் போங்கள்" என்றான். கோபம்கொண்ட கண்ணன் செருக்குற்ற அவன் தலையைக் கிள்ளி எறிந்து அவனைக் கொன்றான். அதன்பின் கண்ணனும் பலராமனும் தோழர்களும் தங்களுக்குப் பிடித்தமான உயர்ந்த ஆடைகளை அணிந்தனர்.

தையல் தொழிலாளிக்கு அருளியது

தையல் தொழிலாளி ஒருவன் கண்ணனுக்கும் பலராமனுக்கும் கோபாலர்களுக்கும் ஏற்றதான பலவர்ண வஸ்திரங்களை அணிவித்து அலங்காரம் செய்து மகிழ்ந்தான். பலராமனும் கிருஷ்ணனும் உற்சவத்தில் அலங்கரிக்கப்பட்ட வெள்ளையும் கறுப்புமான இரண்டு யானைக் குட்டிகளைப்போல விளங்கினர். அந்தத் தையல்காரனுக்குக் கண்ணன் உயர்ந்த செல்வம், உடல் பலம், தன் அருகில் வசிக்கும் சாரூப்பிய யோகம் ஆகியவற்றை அருளினான்.

பூத்தொடுக்கும் தொழிலாளிக்கு அருளியது

ஒரு பூத்தொடுக்கும் தொழிலாளி கண்ணனுக்குச் சிறந்த மலர் மாலைகளை அணிவித்து அலங்காரம் செய்தான். வீட்டிற்கு அழைத்து தாம்பூலத்தாலும் சந்தனத்தாலும் உபசாரம் செய்தான். 'ஸ்ரீகிருஷ்ண பரமாத்மா, தங்கள் வரவால் எங்கள் குலம் உய்வடைந்தது' என்று போற்றித் துதித்தான். கண்ணனும் பலராமனும் அவனுக்கு வேண்டிய வரங்களை அருளினர்.

குப்ஜைக்கு அருளியது

ராஜ வீதியில் ஸ்ரீகிருஷ்ணன் சென்று கொண்டிருந்தபோது அவ்வழியே இளம் கூனிப் பெண்ணொருத்தி சந்தனம் முதலிய சுகந்த திரவியங்களடங்கிய பாத்திரத்தோடு சென்றதைப் பார்த்தான். புன்முறுவலுடன் அவளருகில் சென்று, "அழகிய துடைகளை உடையே பெண்ணே, இந்தச் சந்தனத்தை எங்களுக்குக் கொடு. உனக்கு மிகுந்த நன்மை விளையும்" என்றான்.

"அழகானவனே, என் பெயர் த்ரிவக்ரை. கம்ச மன்னனுக்காக இந்த வாசனைத் திரவியங்களை எடுத்துச் செல்கிறேன். என்னால் மிகப் பிரியமாகத் தயாரிக்கப்பட்ட இவற்றை அணிவதற்கு நீங்களே தகுதியானவர்கள்" என்று கூறி அவர்களுக்கு அவற்றை அளித்தாள் அந்தக் கூனிப் பெண்.

மகிழ்ச்சியடைந்த கண்ணன் மூன்று இடங்களில் கூனலோடு விளங்கிய அப்பெண்ணை நேர் செய்யத் திருவுள்ளம் கொண்டான். தன் இரண்டு முன் பாதங்களால் அவளுடைய முன்கால்களை மிதித்துக்கொண்டு கை விரல்களால் அவளுடைய தாடையைப் பிடித்துக்கொண்டு அவள் உடலை நிமிர்த்தினான். முகுந்தனின் கைப்பட்டதுமே அவளுடைய அங்கங்களின் கோணல் நீங்கி, அழகான பெண்ணாக நிமிர்ந்து நின்றாள்.

"புருஷோத்தமா, என் வீட்டிற்கு வாருங்கள்" என்று கண்ணனை விருப்பத்தோடு அழைத்தாள். பலராமனையும் உடனிருக்கும் தோழர்களையும் பார்த்துச் சிரித்தபடியே, "வந்த பணியை முடித்துக்கொண்டு பிறகு வருகிறேன்" என்று அவளுக்குப் பதிலளித்தான் கண்ணன்.

வில்லை முறித்த லீலை

மேலும் ராஜ வீதியில் செல்கையில் வியாபாரிகள் பல விதக் காணிக்கைகளைக் கொடுத்து கண்ணனைப் பூஜித்தனர். தனுர்யாக சாலை எங்குள்ளது என்று விசாரித்துக்கொண்டே அங்குச் சென்றடைந்த கண்ணன் இந்திர தனுஸ் போன்ற அற்புதமான ஒரு வில்லைக் கண்டான். அங்கிருந்த காவலர்கள் தடுத்தும் கேளாமல் அந்த வில்லைக் கையிலெடுத்தான். பராக்கிரமம் நிறைந்த ஸ்ரீகிருஷ்ணன், இடது கையால் வில்லை எடுத்து வலது கையால் நாணேற்றி, ஒரு மதயானை கரும்பை முறிப்பதுபோல் அதனை நடுவில் முறித்துப் போட்டான். அப்போது எழுந்த ஓசையைக் கேட்டு

கம்சன் அஞ்சினான். தம்மைத் தாக்க வந்த காவலர்களை வில்லின் இரண்டு பகுதிகளையும் எடுத்துக்கொண்டு கண்ணனும் பலராமனும் அடித்துக் கொன்றனர்.

கண்ணனையும் பலராமனையும் கொல்ல மேலும் படைகளை அனுப்பினான் கம்சன். அவர்களையும் கொன்று தள்ளிவிட்டு மேலும் பட்டணத்தைச் சுற்றிப் பார்க்கத் தோழர்கள் புடைசூழப் புறப்பட்டனர் பலராமனும் கிருஷ்ணனும். பட்டணத்து மக்கள் அவர்களுடைய வீரத்தையும் தேஜஸையும் பார்த்து 'இவர்கள் தேவர்களே' என்று வியந்தார்கள். அவ்வாறு விருப்பம்போல் சுற்றியலைந்துவிட்டுச் சூரியன் மறைந்ததும், கண்ணன் பலராமனுடனும், கோபாலர்களுடனும் தாம் வண்டிகளை அவிழ்த்துவிட்ட உப வனத்திற்குத் திரும்பினான். கால் கைகளைக் கழுவிக்கொண்டு பால் அன்னம் புசித்துவிட்டு எல்லோரும் இரவு சுகமாக உறங்கினர்.

குவலயாபீடம் என்ற யானை வதை

ஸ்ரீகிருஷ்ணன் வில்லை முறித்ததையும் தன் வீரர்கள் கொல்லப்பட்டதையும் கேட்டறிந்த கம்சனுக்கு உறக்கம் பிடிக்கவில்லை. அதோடு பல அபசகுனங்களையும் கண்டான். பிரதிபிம்பத்தில் அவனுக்குத் தன் தலை தென்படவில்லை. பயங்கரமான தீயக் கனவுகள் வேறு அவனை அச்சுறுத்தின. இரவு உறக்கமின்றித் தவித்த கம்சன் சூரியன் உதயமானதும் எழுந்து மல்யுத்தத்திற்கான ஆயத்தங்களைச் செய்தான். சபை நடுவில் கவலையோடு அரியாசனத்தில் அமர்ந்தான். மல்யுத்த வீரர்கள் வாத்திய கோஷங்கள் முழங்க அரங்கத்தை அடைந்தார்கள். கம்சனால் அழைக்கப்பட்ட நந்தகோபர் முதலிய இடையர் தலைவர்கள் காணிக்கைகளைச் செலுத்திவிட்டு மேடையில் அமர்ந்தனர்.

கிருஷ்ணனும் பலராமனும் நீராடிவிட்டு மல்யுத்தத்திற்காக முழங்கும் துந்துபியின் நாதத்தைக் கேட்டு அதைப் பார்ப்பதற்காக அங்கு வந்து சேர்ந்தனர். அரங்க வாயிலில் நின்ற குவலயாபீடம் என்ற யானையை ஸ்ரீகிருஷ்ணன் பார்த்தான். யானை கிருஷ்ணனை எதிர்க்க வந்து அவனைத் தும்பிக்கையால் பிடித்துக்கொண்டது. அதனிடமிருந்து நழுவி அதனை அடித்துவிட்டு அதன் கால்களுக்கிடையில் ஒளிந்தான் கண்ணன். யானையின் தும்பிக்கையைக் கைகளால் பிடித்து அதனைக் கீழே

தள்ளினான். யானைமேல் கால் வைத்து அமுக்கி அதன் தந்தங்களைப் பிடுங்கி அதனாலேயே யானையையும் அதன் பாகனையும் கொன்றான். குவலயாபீடத்தின் இரண்டு நீண்ட தந்தங்களை வெற்றிக்கான சின்னங்களாகத் தோளில் சார்த்திக்கொண்டு கிருஷ்ணனும் பலராமனும் கோபாலர்கள் சூழ அரங்கத்திற்குள் நுழைந்தனர்.

சாணூரன், முஷ்டிகன் வதம்

அரங்கினுள் நுழைந்த கண்ணன் மல்லர்களுக்கு இடி போலவும், பொதுமக்களுக்குச் சிறந்த தலைவன் போலவும், இளம் பெண்களுக்கு மன்மதன் போலவும், கம்சனுக்கு யமன் போலவும் ஒவ்வொருவருக்கு ஒவ்வொரு விதமாகக் காட்சியளித்தான். அந்த இரு சிறுவர்களின் கம்பீரமும் அழகும் அனைவரையும் கவர்ந்தன.

போட்டி தொடங்குவதற்கான அறிவிப்பாகத் தாரை தப்பட்டைகள் முழங்கின. சாணூரன் கண்ணனை யுத்தத்திற்கு அழைத்தான். பலராமன் முஷ்டிகனோடு மோதினான். அவர்கள் ஒருவரை ஒருவர் வெற்றிகொள்ள விரும்பிக் கைகளாலும் கால்களாலும் கட்டிப் புரண்டனர். உடலைப் பிடித்துத் தூக்கி எறிந்தனர். சிறுவர்களான பலராமனோடும் கிருஷ்ணனோடும் யானை போலிருந்த சாணூரனும் முஷ்டிகனும் போட்டியிடுவது பார்வையாளர்களுக்குக் காணச் சகிக்கவில்லை. 'இது என்ன அநியாயம்' என்று பேசிக்கொண்டார்கள். திடீரென்று கிருஷ்ணன் சாணூரனைத் தலைமேல் தூக்கி பலமுறை சுழற்றி தரையில் வீசி அறைந்தான். சாணூரன் உயிரை விட்டான். பலராமன் முஷ்டிகனைத் தன் முஷ்டி பலத்தால் வீழ்த்தினான். முஷ்டிகனும் உயிரைத் துறந்தான். அதன் பின் சவால் விட்டுக்கொண்டு வந்த மேலும் பல மல்லர்களையும் பலராமனும் கிருஷ்ணனும் குத்தி வீழ்த்தினார்கள். அரங்கம் ஆரவாரித்தது.

கம்சன் வதம்

கம்சனுக்குக் கோபம் பொங்கியது. 'வாத்திய கோஷங்களை நிறுத்துங்கள் பலராமனையும் கிருஷ்ணனையும் விரட்டியடியுங்கள். நந்தகோபனைச் சிறைபிடியுங்கள். வசுதேவனைக் கொல்லுங்கள். இடையர்களின் சொத்துகளைப் பறிமுதல் செய்யுங்கள். என் தந்தை உக்கிரசேனனும் பரிவாரங்களும் விரைவில் கொல்லப்படட்டும்' என்று கூச்சலிட்டான்.

அதைக் கேட்டு வெகுண்ட கிருஷ்ணன் புயலெனச் சீறிப் பாய்ந்து மேடையை அடைந்தான். தன் அருகில் நெருங்கிவிட்ட கிருஷ்ணனைப் பார்த்த கம்சன் வாளை உருவினான். அடுத்த கணம் கண்ணன் அவன் கைகளைக் கருடன் பாம்பைப் பிடிப்பதுபோல் இறுகப் பிடித்தான். கம்சனின் கேசத்தைப் பிடித்து மேடையிலிருந்து அவனைக் கீழே வீழ்த்தினான். கம்சனின் கிரீடம் உடைந்து சிதறியது. கம்சனின் மார்பின் மீது கண்ணன் இடிபோல் விழுந்து அவனை மாய்த்தான். உயிரற்ற கம்சனின் சடலத்தைச் சிங்கம் யானையை இழுத்து வருவதுபோல் தரையில் இழுத்துப் போட்டான். அனைவரும் 'ஆ ஆ' என்று ஆரவாரம் செய்தனர். வாழ்நாள் முழுவதும் கிருஷ்ணனையே நினைத்துப் பயந்துகொண்டிருந்த கம்சன் ஸ்ரீகிருஷ்ணனின் சொரூபத்தில் ஐக்கியமானான். கம்சனின் சகோதரர்கள் எட்டுப் பேர் கண்ணனைத் தாக்க ஓடிவந்தனர். அவர்களைப் பலராமன் அனாயாசமாகக் கொன்று வீழ்த்தினான்.

வானிலிருந்து தேவர்கள் மலர் பொழிந்தனர். தேவ துந்துபி முழங்கிற்று. கந்தர்வர் பாடினர். அப்சரஸுகள் ஆடினர். பிரம்மதேவரும் சிவபிரானும் தேவர்களோடு சேர்ந்து ஸ்ரீகிருஷ்ணனைப் போற்றித் துதித்தனர்.

கம்சனின் மனைவியர் அவன் சடலத்தின் மீது விழுந்து அழுதனர். கண்ணன் அவர்களைச் சமாதானப்படுத்தி இறந்தவர்களுக்கு இறுதிக் கிரியைகள் நடத்தச் செய்தான்.

சிறையிலிருந்து விடுதலை

தம் பெற்றோரான தேவகியையும் வசுதேவரையும் கண்ணன் சிறையிலிருந்து விடுவித்து அவர்களுடைய பாதம் தொட்டு வணங்கினான். கண்ணன் பகவானின் அவதாரம் என்று உணர்ந்து அவர்கள் அவனைக் கட்டித் தழுவி ஆனந்திக்கத் தயங்கினர். அதனால் கண்ணன் அவர்களை மாயைக்கு ஆட்படுத்தி மீண்டும் புத்திரப் பாசம் ஏற்படும்படிச் செய்தான். பலராமனும் கிருஷ்ணனும் முதல்முறையாகத் தம் பெற்றோரை 'அம்மா, அப்பா' என்றழைத்து அவர்களுக்கு ஆனந்தப் பரவசத்தை அளித்தனர். 'உங்களுக்கு நாங்கள் எந்தச் சேவையும் செய்ய இயலாமல் போயிற்று' என்று கண்ணன் அவர்களிடம் மன்னிப்பு வேண்டினான். பெற்றோர் பிள்ளைகளை ஆரத் தழுவி மகிழ்ந்தனர்.

கண்ணன், கம்சனின் தந்தை உக்கிரசேனரை யாதவர்களின் அரசராக மீண்டும் அரியணையில் அமரச் செய்தான்.

கம்சனுக்கு அஞ்சி நாடு கடந்து எங்கெங்கோ வசித்து வந்த உறவினர்களை எல்லாம் வரவழைத்துத் தகுந்த மரியாதை செய்து திருப்தியாகச் செல்வமளித்து வீடுகளில் வசிக்கச் செய்தான். தாம் சிறிது காலம் கழித்து வருவதாகக் கூறி, சன்மானங்களும் காணிக்கைகளும் கொடுத்து நந்தகோபரையும் கோபாலர்களையும் ஆயர்பாடிக்குத் திரும்ப அனுப்பி வைத்தான்.

குருகுலக் கல்வி

வசுதேவர் பலராமனுக்கும் கிருஷ்ணனுக்கும் கர்க முனிவரைக்கொண்டு முறைப்படி உபநயனம் செய்வித்தார். பலராமனும் கிருஷ்ணனும் பிறந்தபோது தானம் செய்வதாக மனதில் நினைத்த தானங்களையும் கம்சனால் அநீதியாக அபகரிக்கப்பட்டவற்றையும் நினைத்துப் பார்த்து அவற்றை இப்போது தானம் செய்தார். பலராமனும் கிருஷ்ணனும் அவந்திபுரத்தில் வசித்த சாந்திபனி என்ற முனிவரை அணுகி முறைப்படி குருகுல வாசம் செய்து அடக்கத்துடன் குருவை வணங்கிக் கல்வி பயின்றார்கள்.

அவர்களுடைய பணிவிடையால் மகிழ்ந்த குரு, வேதங்கள், ஆறு அங்கங்களுடன் கூடிய உபநிஷத்துகள், ரகசியத்தோடு கூடிய தனுர்வேதம், தர்ம சாஸ்திரம், மீமாம்சம், தர்க்கம், ஆறுவகையான ராஜநீதி ஆகிய அனைத்தையும் உபதேசித்தார். ஒரு முறை சொல்லிக் கொடுத்த உடனே பலராமனும் கிருஷ்ணனும் அவற்றை உடனே கிரகித்தனர். நல்லொழுக்கம் நிறைந்தவர்களான பலராமனும் கிருஷ்ணனும் அறுபத்து நான்கு கலைகளையும் அறுபத்துநான்கு நாள்களில் கற்றனர்.

குரு தட்சிணை

கிருஷ்ணனும் பலராமனும் குருதட்சிணையைக் குறிப்பிடும்படி குருவிடம் பிரார்த்தனை செய்தனர். தன் மாணவர்களின் மகிமையை நன்கறிந்த குரு சாந்திபனி, மனைவியோடு கலந்து பேசி, பிரபாச க்ஷேத்திரத்தில் சமுத்திரத்தில் மூழ்கி இறந்த தம் குழந்தையை மீட்டுத் தரவேண்டுமென்று விரும்பினார்.

கண்ணனும் பலராமனும் பிரபாச க்ஷேத்திரம் சென்று சமுத்திர ராஜனை அழைத்தனர். பல காணிக்கைகளோடு அவர்களை வரவேற்ற கடலரசன் குருவின் புதல்வனை பஞ்சஜனன் என்ற சங்கு வடிவுகொண்ட அரக்கன்

அபகரித்து ஒளித்து வைத்துள்ளதாகத் தெரிவித்தான். கண்ணன் அவனைத் தேடி கடலுக்குள் புகுந்து அவனைக் கொன்றான். ஆனால் அவனிடமும் குருவின் புதல்வன் கிடைக்கவில்லை. பஞ்சஜனனின் உடலில் இருந்த சங்கைக் கண்ணன் எடுத்துக் கொண்டான். அதுவே பாஞ்சஜன்யம் என்ற போர்ச் சங்காகக் கண்ணனிடம் நிலைபெற்றது.

கண்ணன் யம ராஜனின் நகரத்திற்குச் சென்றான். அங்கு யமனால் பூஜிக்கப் பெற்ற கண்ணன், குருவின் புதல்வனைத் திரும்பப் பெற்று உஜ்ஜயினி நகருக்கு வந்து குருவிடம் ஒப்படைத்தான். குருவின் ஆசிகளைப் பெற்று பலராமனும் கிருஷ்ணனும் தேரில் ஏறி மதுராபுரிக்குத் திரும்பினர். அவர்களைக் கண்ட மதுராபுரி மக்கள் இழந்த பொருளை மீண்டும் அடைந்தாற்போல் மகிழ்ந்தனர்.

உத்தவர் தூது

சிறந்த மதியூகியும் மிகச் சிறந்த அமைச்சருமான உத்தவர் கண்ணனின் நண்பர். ஒருநாள் கண்ணன் உத்தவரிடம், "நண்பரே நீங்கள் என் சார்பாகக் கோகுலம் சென்று என் பிரிவால் வருந்தும் நந்தகோபருக்கும் யசோதை மாதாவுக்கும் ஆறுதல் கூறவேண்டும். நான் கூறியனுப்பும் செய்தியைக் கோபிகைகளுக்குக் கூறி அவர்களைத் தேற்றவேண்டும். அவர்கள் என்னை உயிருக்கும் மேலாக நேசித்து என் நினைவாகவே வாழ்கிறார்கள். நான் திரும்ப வருவேன் என்ற நம்பிக்கையில் உயிர் வாழ்ந்து கொண்டிருக்கிறார்கள்" என்று கூறி உத்தவரை கோகுலம் அனுப்பினான்.

உத்தவர் தேரில் ஏறி கோகுலம் சென்றார். சூரியன் மறையும் மாலை நேரத்தில் கோகுலத்தை அடைந்தார். புல் மேய்த்துவிட்டுத் திரும்ப வரும் பசுக்கள் எழுப்பிய தூசியால் அவர் வந்த தேர் மறைக்கப்பட்டது. கிருஷ்ணனுக்குப் பிரியமானவரான உத்தவரை நந்தகோபர் ஆரத் தழுவி வரவேற்று பாத பூஜை செய்தார். சிறந்த உணவுகளை வழங்கி அவருக்குக் கால் பிடித்துவிடுவது போன்ற உபசாரங்களைச் செய்தார் நந்தகோபர்.

"நாங்கள் எப்போதும் கண்ணனின் நினைவாகவே உள்ளோம். அவனுக்கு எங்கள் நினைவு உள்ளதா? அவன் எங்களைப் பார்க்க ஒரு முறையாவது வருவானா?" என்று உத்தவரிடம் கேட்டார் நந்தகோபர்.

அவர்களின் அன்புப் பெருக்கைப் பார்த்து மனம் மகிழ்ந்த உத்தவர், "பகவான் கிருஷ்ணன் நாராயணனின் அவதாரம்.

அவர் எல்லோருக்குமானவர். நிச்சயம் வருவார்" என்று கூறி அவர்களைத் தேற்றினார்.

மறுநாள் காலை கோபிகைகள் கண்ணனைப் போற்றிப் பாடிக்கொண்டே தயிர் கடைந்தனர். நந்தகோபரின் வீட்டு வாயிலில் தங்கத் தேர் நிற்பதைக் கண்டு, 'அக்ரூரர் மறுபடியும் வந்துவிட்டாரோ... அவர் நமக்குச் செய்த தீமை போதாதோ' என்று அஞ்சினர்.

அப்போது உத்தவர் யமுனையில் நீராடிவிட்டு நந்தகோபரின் இல்லத்திற்கு வந்து கொண்டிருந்தார். அவருடைய அழகிய தோற்றம், பீதாம்பரம், நெடுந்தோள்கள் ஆகியவற்றைக் கண்ட கோபியர் 'இவர் கண்ணனின் தூதர் போலிருக்கிறார்' என்று எண்ணி வெட்கத்தோடு அவரிடம் சென்று பேசினர்.

'கண்ணன் ஏழைகளான இந்தக் கோபிகைகளை மறந்துவிட்டானா?' என்று கேட்டு கண்ணனின் லீலைகளைக் கண்ணீர் மல்க நினைவுகூர்ந்தனர். கண்ணனை உரிமையாகக் கடிந்துகொண்ட அப்பெண்களின் ஆழ்ந்த அன்பைக் கண்டு உத்தவர் வியந்தார்.

"மங்கள வடிவுடைய பெண்களே, கிருஷ்ணப் பகவானிடம் முனிவர்களுக்குக்கூடக் கிடைத்தற்கரிய உத்தம பக்தி உங்களுக்கு ஏற்பட்டுள்ளது. அத்தகைய அனுக்கிரகம் பெற்ற நீங்கள் பாக்கியசாலிகள்" என்று உத்தவர் கோபிகைகளைப் புகழ்ந்து, கண்ணன் அவர்களுக்காக அனுப்பிய செய்தியைக் கூறினார்.

"சர்வாத்மாவான என்னிடமிருந்து உங்களுக்குப் பிரிவு என்பது கிடையாது. நீங்கள் பிற எண்ணங்களை விடுத்து என்னையே தியானித்தால் என்னையே அடைவீர்கள் என்று கண்ணன் கூறச் சொன்னார்" என்று உத்தவர் கோபிகைகளிடம் தெரிவித்தார்.

அன்புக்குரிய கண்ணனிடமிருந்து பெற்ற உபதேசத்தால் மனம் மிக மகிழ்ந்த கோபிகைகள், 'கண்ணனிடம் உள்ளத்தைப் பறிகொடுத்த நாங்கள் அவனை எவ்வாறு மறப்போம்? நதி, மலை, புல்வெளி, பசுக்கள், கன்றுகள் என்று எதைப் பார்த்தாலும் அவன் நினைவே வருகிறது' என்று நெக்குருகிக் கூறி, 'கோவிந்தா, துன்பங்களைத் துடைப்பவனே, உன் பிரிவால் துன்பக் கடலில் மூழ்கியிருக்கும் கோகுலத்தைக் காப்பாற்று' என்று துதித்தார்கள். பின்னர், கண்ணனிடமிருந்து செய்தி கொண்டுவந்த உத்தவரைப்

பூஜித்தார்கள். அவர்களின் வருத்தத்தைக் போக்கக்கூடிய கண்ணனின் கதைகளைப் பேசிக்கொண்டு சிலமாதங்கள் கோகுலத்தில் தங்கியிருந்த உத்தவர், கோபிகைகள் கண்ணனிடம் கொண்ட கள்ளமற்ற பக்தியைக் கண்டு அவர்களை வணங்கினார். 'கோபிகைகளின் பாதத் தூளி பதிந்த இந்தக் கோகுலத்தில் ஒரு புல்லாகவாவது நான் இருக்க மாட்டேனா' என்று ஏங்கினார் உத்தவர்.

பின்னர் நந்தகோபர் முதலானோர் அளித்த காணிக்கைகளோடு அனைவரிடமும் விடை பெற்றுக்கொண்டு தேர் ஏறி மதுராவை நோக்கிச் சென்றார் உத்தவர். கண்ணனைக் கண்டு வணங்கி, கோகுலவாசிகளின் அதிசயிக்கத்தக்கப் பக்தியின் பெருமையைப் புகழ்ந்து பேசினார். பலராமனுக்கும் கண்ணனுக்கும் நந்தகோபரும் பிறரும் கொடுத்தனுப்பிய காணிக்கைகளைக் கொடுத்தார்.

குப்ஜையின் விருப்பம்

அதன் பின்னர் கண்ணன், வாக்குக் கொடுத்தபடி கூன் நிமிர்த்திய குப்ஜையின் இல்லத்திற்குச் சென்றான். பரபரப்புடன் ஸ்ரீகிருஷ்ணனை வரவேற்ற குப்ஜை விலையுயர்ந்த படுக்கையில் அமர வைத்து உபசரித்தாள். உலக நடவடிக்கையை அனுசரித்துத் தாமதிக்காமல் படுக்கையில் அமர்ந்தான் கிருஷ்ணன். பட்டாடை, சந்தனப்பூச்சு, ஆபரணம், சுகந்தத் தாம்பூலம், ருசிகரமான மது முதலியவற்றால் அலங்கரித்துக்கொண்டு புன்னகையோடும் நாணத்தோடும் அழகான கடைக்கண் பார்வையோடும் ஸ்ரீகிருஷ்ணனின் அருகில் சென்றாள் குப்ஜை. ஆனந்தமூர்த்தியான ஸ்ரீகிருஷ்ணனை இரண்டு கைகளாலும் கட்டித் தழுவி, நெடுநாளாயிருந்த தன் தாபத்தைப் போக்கிக் கொண்டாள். பக்தர்களைக் கௌரவிக்கும் சர்வேஸ்வரன் குப்ஜையின் உபசரிப்புகளை ஏற்று அவளுடைய விருப்பத்தை நிறைவேற்றி மகிழ்வித்தான். "அன்புள்ளவரே, தாமரைக் கண்ணா, சில நாள்கள் இவ்விடத்தில் தங்கி என்னுடன் கிரீடை செய்யவேண்டும். உமது சேர்க்கையை விட்டுவிட நான் விரும்பவில்லை" என்றாள் குப்ஜை. அவளுக்கு வரங்களை அருளிய ஸ்ரீகிருஷ்ணன், சம்பத்துகள் நிறைந்த தன் இல்லத்திற்குச் சென்றான்.

சர்வேஸ்வரனும், அடையமுடியாதவரும் மோட்சத்தைக் கொடுப்பவருமான ஸ்ரீகிருஷ்ணனை அடைந்தும் மிகத் துச்சமான விஷயச் சுகத்தைப் பிரார்த்தித்துப் பெறுபவர்

புத்தி கெட்டவர் என்று அந்தச் சம்பவத்தைப் பற்றி விவரித்தார் சுக யோகி.

அக்ரூரரை அஸ்தினாபுரம் அனுப்பினான்

பின்னர், கண்ணன் உத்தவரோடும் பலராமனோடும் சேர்ந்து அக்ரூரரைப் பார்க்கச் சென்றான். அக்ரூரர் அவர்களை வரவேற்று உபசரித்து, "எங்கள் இல்லம் பாக்கியம் பெற்றது" என்றார்.

அக்ரூரரிடம் கண்ணன், "நீங்கள் எங்கள் குரு. தந்தையின் சகோதரர். உங்கள் கருணை எங்களுக்கு எப்போதும் தேவை. குழந்தைகளான பாண்டவர்கள் தந்தையை இழந்தபின் தாய் குந்தியோடு திருதராஷ்டிர மகாராஜாவால் ஹஸ்தினாபுரம் அழைக்கப்பட்டு மிகவும் துன்பத்தில் உள்ளதாகக் கேள்விப்படுகிறோம். நீங்கள் பாண்டவர்களின் நலன் கருதி அவர்களுடைய நிலையை அறிந்து வரும் பொருட்டு ஹஸ்தினாபுரம் சென்று வரவேண்டும்" என்று கேட்டுக்கொண்டான்.

ஹஸ்தினாபுரம் சென்ற அக்ரூரர் பீஷ்மர், விதுரர், திருதராஷ்டிரன், குந்தி ஆகிய அனைவரையும் சந்தித்தார். நிலைமையை அறியும் பொருட்டு சில மாதம் அங்கேயே தங்கினார்.

குந்தி அவரைச் சந்தித்து, "சர்வோத்தமனான கண்ணனும் பலராமனும் அத்தை புதல்வர்களான என் குழந்தைகளைப் பற்றி நினைக்கிறார்களா? செந்நாய்களிடையே சிக்கிய மான்போல் சத்ருக்களிடம் அகப்பட்டு வருந்தும் எனக்கும் தந்தையை இழந்த என் புதல்வர்களுக்கும் அவர்கள் ஆறுதல் கூறுவார்களா? கிருஷ்ணா, கோவிந்தா, உன்னைச் சரணடைந்தேன். காத்தருள்வாய்" என்று பிரார்த்தித்தாள். விதுரரும் அக்ரூரரும் குந்திக்கு ஆறுதல் கூறினர்.

அக்ரூரர் மதுராபுரிக்குத் திரும்புமுன், கபடமாக நடந்துகொள்ளும் திருதராஷ்டிர மன்னனிடம் சென்று, "சகோதரரின் மறைவால் சிம்மாசனத்தில் அமர்ந்துள்ளீர். உன் புதல்வர்களையும் சகோதரர் புதல்வர்களையும் சமமாக நடத்துங்கள். இல்லாவிடில் உலகோரால் நிந்திக்கப்பட்டு நரகத்தை அடைவீர்" என்று எடுத்துரைத்தார்.

"அக்ரூரரே, நன்மை பயக்கும் நல்ல சொற்களைக் கூறினீர். ஆனால் பிள்ளைகள்மேல் வைத்த அளவுகடந்த பாசத்தால் உம் சொற்கள் மின்னல்போல் என் உள்ளத்தில் நிலைக்கவில்லை" என்றான் திருதராஷ்டிரன்.

அரசனுடைய இவ்வாறான அபிப்பிராயத்தைத் தெரிந்துகொண்டு உறவினரிடம் விடைபெற்று மதுராவுக்குத் திரும்பி கண்ணனிடமும் பலராமனிடமும் அதைத் தெரிவித்தார் அக்ரூரர்.

பத்தாம் ஸ்கந்தம் — முற்பகுதி - நிறைவுற்றது

பத்தாம் ஸ்கந்தம்
பிற்பகுதி

ஜராசந்தன்

கம்சன் கொல்லப்பட்டதும் அஸ்தி, ப்ராப்தி என்ற அவனுடைய பட்டமகிஷிகள் இருவரும் தம் தந்தையான மகதத் தேசத்து அரசன் ஜராசந்தனின் இல்லத்திற்குச் சென்று தம்முடைய விதவைக் கோலத்திற்கான காரணத்தைத் துயரத்தோடு விளக்கினர். ஜராசந்தன் வருத்தமும் கோபமும் அடைந்து யாதவ குலத்தைப் பூண்டோடு அழித்து விடுவதற்கான ஏற்பாடுகளை மேற்கொண்டான். யாதவர்களின் தலைநகரான மதுரா நகரத்தை இருபத்து மூன்று அக்ஷௌணி சேனைகளோடு வந்து முற்றுகையிட்டான்.

'தனக்கு வசப்பட்ட அரசர்களின் சேனைகளை ஒன்று திரட்டி ஜராசந்தன் வந்து சேர்ந்திருக்கிறான். இந்தப் படைகளை முதலில் அழிப்பதுதான் என் அவதாரக் காரியத்திற்கு உகந்தது. ஜராசந்தனுக்கு இன்னும் காலம் இருக்கிறது' என்று பகவான் ஸ்ரீகிருஷ்ணர் சிந்தித்தார். அடுத்த கணம் ஆகாயத்திலிருந்து சாரதிகளோடும் ஆயுதங்களோடும் கூடிய பிரகாசமான இரண்டு தேர்கள் வந்திறங்கின. பலராமரும் கிருஷ்ணரும் அந்த திவ்ய ரதங்களில் ஏறி ஜராசந்தனின் படைகளோடு மோதினர். கிருஷ்ணர் சார்ங்கம் என்ற வில்லில் அம்புகளைத் தொடுத்துச் சரமாரியாக எதிரியின் சேனைகளைக் கொன்று குவித்தார். ரத்த ஓடைகள் பெருக்கெடுத்தன. சேனைகள் அழிக்கப்பட்டு தனியாக நின்ற ஜராசந்தனை பலராமர் வருணப் பாசத்தால்

கட்டினார். ஸ்ரீகிருஷ்ணர் அவனை விடுவித்துத் தப்பி ஓடவிட்டார்.

அவமானம் தாங்காமல் மனமுடைந்து மகதத் தேசத்திற்குத் திரும்பிய ஜராசந்தன் காட்டிற்குச் சென்று தவம் இயற்ற எண்ணினான். ஆனால் சிசுபாலன் முதலான நண்பர்கள் அவனைத் தேற்றி தைரியம் ஊட்டினார்கள். அவ்விதம் ஜராசந்தன் பதினேழு முறை இருபத்துமூன்று அக்ஷௌணி சேனைகளோடு வந்து யாதவர்களோடு போர் புரிந்தான். ஒவ்வொரு முறையும் கிருஷ்ணர் அவனுடைய படைகளை அழித்து அவனை மட்டும் விரட்டி அடித்தார்.

துவாரகையின் தோற்றம்

பதினெட்டாவது முறையாகப் போர் புரிவதற்காக ஜராசந்தன் சேனையை ஆயத்தம் செய்தான். அதற்குள் நாரதரின் அறிவுரையின்படி காலயவனன் என்ற யவன அரசன் மூன்று கோடி மிலேச்ச வீரர்களோடு மதுராவைத் தாக்கப் புறப்பட்டான். இரண்டு புறங்களில் இருந்தும் பகைவர்கள் தாக்கினால் யாதவர்களும் விருஷ்ணிகளும் பாதிக்கப்படுவர் என்பதால் கிருஷ்ணர் தன் யோக சக்தியால் கடலின் நடுவில் பன்னிரண்டு யோஜனை பரப்பளவுகொண்ட ஆச்சர்யகரமான துவாரகை நகரத்தை விஸ்வகர்மாவைக்கொண்டு நிர்மாணித்தார். அது தேவர்களின் தலைநகரான அமராவதியைப்போல் செல்வச் செழிப்பாக விளங்கியது. பாதுகாப்பான துவாரகையில் கண்ணன் தன் யோக சக்தியால் மதுரா நகரத்துக் குடிமக்கள் அனைவரையும் கொண்டுசேர்த்தார்.

காலயவனனின் அழிவு

பலராமரை துவாரகை நகருக்குக் காவலாக வைத்துவிட்டு, ஸ்ரீகிருஷ்ணர் தனியாக ஆயுதமின்றி காலயவனனோடு போரிடப் புறப்பட்டார். அவனுக்குப் பயந்து ஓடுவதுபோல் போக்குக் காட்டிய கண்ணன் வெகுதூரம் ஓடிச் சென்று ஒரு மலைக் குகைக்குள் மறைந்தார். அவரைப் பின்தொடர்ந்த காலயவனன் அந்தக் குகையில் உறங்கிக் கொண்டிருந்த மனிதரைக் கண்ணன் என்று நினைத்து அவரைக் காலால் உதைத்தான். அந்த மனிதர் விழித்தெழுந்து தன்னெதிரில் நின்ற காலயவனனை உற்று நோக்கினார். உடனடியாக காலயவனன் தீயில் பொசுங்கிச் சாம்பலானான்.

முசுகுந்த சக்கரவர்த்தி

குகையில் உறங்கிக் கொண்டிருந்தவர் இக்ஷ்வாகு வம்சத்தில் உதித்த மாந்தாதா என்ற மன்னரின் புதல்வரான முசுகுந்தர். ஒரு முறை தேவர்களுக்கும் அசுரர்களுக்கும் நடந்த கடும் போரில் முசுகுந்த சக்கரவர்த்தி தேவர்களுக்கு உதவி புரிந்தார். இரவு பகல் பாராமல் கண்ணுறங்காமல் போர் புரிந்தார். முருகப்பெருமான் தேவர்களின் சேனாதிபதியாக ஆனதும் தேவர்கள் முசுகுந்தரைப் பூலோகத்திற்குச் சென்று ஓய்வெடுக்கச் சொன்னார்கள். இடையில் தேவ வருடங்கள் பல கடந்து விட்டதால் இவர் பூலோகம் வந்தபோது இவருடைய உறவினரோ குடிமக்களோ யாருமில்லை. மிகவும் களைத்திருந்ததால் உறங்க நினைத்தார்.

தேவர்கள் மோட்சத்தைத் தவிர என்ன வரம் வேண்டுமானாலும் கேட்கும்படி கூறினார்கள். முசுகுந்த சக்கரவர்த்தி, 'எந்தத் தொந்தரவும் இல்லாமல் துயில் கொள்ளவேண்டும்' என்ற வரத்தைக் கேட்டார். அதன்படி அந்தக் குகையைக் காட்டி 'விருப்பம்போல் ஆயிரமாயிரம் ஆண்டுகள் உறங்கலாம்' என்றும் 'யாராவது அவரைத் துயில் எழுப்பினால் அவருடைய தீப்பார்வையில் பொசுங்கிப் போவார்' என்றும் தேவர்கள் வரம் அருளினர்.

அந்த முசுகுந்த மன்னரை காலயவனனை அழிப்பதற்குக் கிருஷ்ணர் பயன்படுத்திக் கொண்டார். யவனன் சாம்பலானபின் ஸ்ரீகிருஷ்ணர் முசுகுந்தருக்குக் காட்சி தந்து அருளினார்.

"ராஜரிஷி, என்ன வரம்வேண்டும்? உங்கள் ஆசைகள் அனைத்தையும் நான் பூர்த்தி செய்வேன்" என்றார் ஸ்ரீகிருஷ்ணர்.

"பகவான், துறவிகள் வணங்கும் உன் திருவடிச் சேவையைத் தவிர எனக்கு வேறு எந்த வரமும் வேண்டாம். உன்னைச் சரணடைகிறேன்" என்றார் முசுகுந்தர்.

"களங்கமற்ற சக்கரவர்த்தியே, என்னிடம் நிலைத்த பக்தியோடு பூமியில் உங்கள் விருப்பம்போல் சஞ்சரிக்கலாம். அடுத்த பிறவியில் அறவோனாகிய அந்தணனாகப் பிறந்து எல்லா உயிர்களிடமும் அன்பு பூண்டு என்னை வந்தடைவீர்" என்று வரமளித்தான் கண்ணன்.

முசுகுந்தர், பகவான் ஸ்ரீகிருஷ்ணரை வலம் வந்து வணங்கி குகையிலிருந்து வெளிவந்தார். மனிதர்களும் பசுக்களும் செடி கொடிகளும் சிறியவையாக இருப்பதைப் பார்த்து

கலியுகம் வந்து விட்டதை அறிந்துகொண்டார். வடக்கு திசை நோக்கிச் சென்று பதரிகாசிரமத்தை அடைந்து ஸ்ரீஹரியைத் தியானித்து தவத்தில் ஆழ்ந்தார். கண்ணன் மதுரா நகரத்திற்குத் திரும்பி காலயவனனின் மூன்று கோடி யவன வீரர்களைப் போரில் மாய்த்து அவர்களுடைய அலங்காரப் பொருட்களை துவாரகைக்கு எடுத்துச் சென்றார்.

ஜராசந்தனுடன் மீண்டும் போர்

ஜராசந்தன் பதினெட்டாம் முறையாக மீண்டும் இருபத்துமூன்று அக்ஷௌணி படைகளுடன் வந்து பலராமரையும் கிருஷ்ணரையும் எதிர்த்தான். அந்தப் படையின் வேகத்தைக் கண்டு பயந்தவர்கள்போல் பலராமரும் கண்ணனும் வேகமாக ஓடினார்கள். அந்தச் சர்வேஸ்வரர்களின் மகிமையை அறியாத முரடனான ஜராசந்தன் நகைத்து, தேர்ப் படையுடன் அவர்களைப் பின்தொடர்ந்தான். பலராமரும் கண்ணனும் எக்காலத்திலும் மழை பொழியும் ப்ரவர்ஷணம் என்ற மலைக்குச் சென்று ஒளிந்து கொண்டார்கள். அவர்களைத் தேடியும் காணாத ஜராசந்தன் அந்த மலையைச் சுற்றிக் காட்டு மரக்கட்டைகளை அடுக்கித் தீ மூட்டினான். கண்ணனும் பலராமரும் தீயில் மடிந்திருப்பார்கள் என்றெண்ணித் தன் பெரும்படையோடு வெற்றிக் களிப்புகொண்டு மகத நாட்டுக்குத் திரும்பிச் சென்றான். மலைச் சாரலில் தீப்பற்றி எரிந்தபோது பலராமரும் கிருஷ்ணரும், பதினொரு யோஜனை தூரம் பரந்திருந்த அந்த மலையின் உச்சியிலிருந்து உயரக் கிளம்பிக் கீழே குதித்து, பகைவர் அறியாவண்ணம் கடலால் சூழப்பட்ட துவாரகையை அடைந்தனர்.

பலராமரின் திருமணம்

சுகபிரம்மம் பரீட்சித் மன்னனிடம் பலராமரின் திருமணம் குறித்துக் கூறினார். "ஆனர்த்தம் என்ற தேசத்தின் அரசன் ரைவத மகாராஜா, பிரம்மதேவர் கூறியபடி தன் புதல்வி ரேவதியை பலராமருக்கு விவாகம் செய்து கொடுத்தான். இதுகுறித்து முன்பே கூறியுள்ளேன்" என்றார்.

ஸ்ரீகிருஷ்ணரின் பட்டமகிஷிகள்

ருக்மிணி

விதர்ப்பத் தேசத்து மன்னன் பீஷ்மக மகாராஜாவின் புதல்வி ருக்மிணி, மகாலட்சுமியின் அம்சத்தோடு பிறந்தவள். சிசுபாலன், சால்வன் போன்ற அரசர்களை

வென்று கிருஷ்ணர் ருக்மிணியைக் கவர்ந்து சென்று மணம் புரிந்துகொண்டார் என்று சுக யோகி கூறியபோது, வீரம் மிகுந்த ஸ்ரீகிருஷ்ணருடைய திருமண வைபவத்தை விரிவாகக் கேட்க விருப்பம் கொண்டான் பரீட்சித்.

பீஷ்மக மன்னனுக்கு ருக்மி முதலான ஐந்து புதல்வர்களும் ருக்மிணி என்ற பெண்ணும் இருந்தனர். அரச சபைக்கு வரும் பெரியோர்கள் ஸ்ரீகிருஷ்ணரின் அழகு, வீரம், அறிவு, நற்பண்பு பற்றியெல்லாம் புகழ்ந்து கூறுவதைக் கேட்டு வளர்ந்த ருக்மிணி தன்னையறியாமலே கண்ணன்மேல் மையல்கொண்டு, கண்ணனே தனக்கு உகந்த மணாளன் என்று தீர்மானித்தாள்.

ஆனால் ருக்மிணியின் அண்ணன் ருக்மிக்கு அதில் விருப்பமில்லை. அவன் தன் தங்கையைச் சேதி நாட்டு இளவரசன் சிசுபாலனுக்கு மணமுடிக்க எண்ணினான். ருக்மிணியின் மனதை அறிந்திருந்த போதிலும் அவனை எதிர்க்க இயலாத பீஷ்மகன் சிசுபாலனுடனான திருமணத்திற்குச் சம்மதித்தான். ஏற்பாடுகள் விரைவாக நடந்தன. சேதி நாட்டு மன்னன் தமகோஷன், இளவரசன் சிசுபாலனுடன் விதர்ப்பத் தேசத்தின் தலைநகரான குண்டினபுரம் வந்து சேர்ந்தான். சிசுபாலனின் நண்பர்களான சால்வன், ஜராசந்தன், தந்தவக்த்ரன், விதுரதன் ஆகியோரும் வந்து சேர்ந்தனர்.

அந்தணர் விடு தூது

செய்வதறியாது தவித்த ருக்மிணி, நன்கு யோசித்து, நம்பிக்கையுள்ள ஓர் அந்தணரிடம் ரகசியமாகச் செய்தியைக் கூறி, கண்ணனிடம் விரைவாகத் தூது அனுப்பினாள். துவாரகையை அடைந்த அந்தணரைக் கிருஷ்ணப் பரமாத்மா அன்புடன் வரவேற்று வணங்கி உபசரித்துக் களைப்பாற்றினார்.

"அந்தணரே, கடத்தற்கரிய கடலைத் தாண்டி இங்கு வந்ததற்கான காரணம் என்ன? அது ரகசியம் இல்லாவிட்டால் என்னிடம் கூறுங்கள்" என்றார் கிருஷ்ணர்.

அந்தணர், தான் விதர்ப்பத் தேசத்திலிருந்து வருவதாகக் கூறி ருக்மிணியின் திருமண ஏற்பாடு, ருக்மிணியின் உள்ளக்கிடக்கை ஆகியவற்றை விவரித்துவிட்டு அவள் அனுப்பிய ரகசியச் செய்தியையும் கூறினார்.

ருக்மிணி அனுப்பிய செய்தி

ருக்மிணி தன் மனதைத் திறந்து கூறியனுப்பிய செய்தியை அந்தணர் கண்ணனிடம் விவரித்தார். 'புவனசுந்தரா, முகுந்தா, அச்சுதா, புருஷச் சிங்கமே, உமது குணத்தையும் அழகையும் கேட்டு என் மனம் வெட்கத்தைவிட்டு உம்மிடம் செல்கிறது. மனதுக்குகந்தவரே, தங்களையே நான் கணவராக வரித்துள்ளேன். விரைவில் இங்கு வந்து என்னை உம் மனைவியாக ஏற்கவேண்டும். தாமரைக் கண்ணா, சிங்கத்தின் இரையை நரி கவர்ந்தாற்போல சிசுபாலன் என்னைத் தீண்டிவிடக் கூடாது. பகவானை நான் நன்றாக வணங்கியிருந்தால் ஸ்ரீகிருஷ்ணர் என்னைக் கைப்பிடிக்கவேண்டும். வெல்ல முடியாதவரே, நாளை திருமணம் நடக்க உள்ளது. தாங்கள் என்னைக் கவர்ந்து சென்று திருமணம் செய்துகொள்ளுங்கள். நான் ஊருக்கு வெளியில் இருக்கும் கௌரி தேவியின் ஆலயத்திற்கு வருவேன். உங்கள் அருளை நான் பெறாது போனால் உயிர் வாழமாட்டேன். நூறு பிறவி எடுத்தாலும் சரி, விரதமிருந்து உயிர் துறப்பேன்' என்ற செய்தியை ஸ்ரீகிருஷ்ணர் கேட்டார்.

ஸ்ரீகிருஷ்ணர் வருகை

"அந்தணரே, நானும் ருக்மிணியை விரும்புகிறேன். அவளை எப்படியாவது துவாரகைக்கு அழைத்து வந்து மணப்பேன்" என்று கூறிய மதுசூதனர், தாருகன் என்ற தேரோட்டியிடம் நான்கு குதிரைகளைப் பூட்டி தயாராகக் கொண்டுவரும்படி பணித்தார். அந்தணரோடு அந்த ரதத்தில் ஏறி விதர்ப்பத் தேசத்திற்குப் புறப்பட்டார். அவர்கள் ஒரே இரவில் குண்டினபுரத்தை அடைந்தார்கள். அங்கு ருக்மிணியின் திருமண ஏற்பாடுகள் நடந்துகொண்டிருந்தன.

கண்ணனும் பலராமரும் வரக்கூடும் என்று எதிர்பார்த்து கண்ணனிடம் பகைகொண்ட மன்னர்கள் தம் சேனையுடன் அங்கு வந்து தயாராக இருந்தார்கள். விதர்ப்பத் தேசத்துக் கன்னிகையைக் கவர்ந்து வரக் கண்ணன் தனியாகச் சென்றிருப்பதை அறிந்த பலராமர் நால்வகைப் படையுடன் விரைவில் குண்டினபுரம் வந்து சேர்ந்தார்.

அந்தப்புரத்தில் கவலையோடிருந்த ருக்மிணியிடம் அந்தணர் வந்து சேர்ந்தார். ருக்மிணி, அவருடைய முகத்திலிருந்த மகிழ்ச்சியைக் கண்டு வருத்தம் நீங்கிப் புன்னகைத்தாள். ஸ்ரீகிருஷ்ணரின் விருப்பத்தையும் அவர் வந்ததையும் அறிந்து அந்தணரை நன்றியோடு வணங்கினாள்.

ருக்மிணி அபகரிப்பு

தனது புதல்வியின் திருமணத்தைப் பார்ப்பதற்குக் கிருஷ்ணரும் பலராமரும் வந்திருப்பதாக எண்ணிய பீஷ்மகன் மகிழ்வோடு அவர்களை வரவேற்றான். விதர்ப்பத் தேசத்து மக்கள் பகவான் கிருஷ்ணரின் அழகைத் தம் கண்களால் பருகினார்கள். 'நம் ருக்மிணிக்கு ஏற்ற கணவர் இவரே. நாம் செய்த புண்ணியம் ஏதாவது இருந்தால் ருக்மிணி இவரையே மணம் முடிக்கட்டும்' என்று பிரார்த்தனை செய்தார்கள்.

ருக்மிணி சேடியர் புடைசூழக் கௌரி தேவியின் கோவிலைச் சென்றடைந்தாள். 'அம்பிகையே, உன்னை இடைவிடாது வணங்குகிறேன். கிருஷ்ணப் பகவானையே எனக்குப் பதியாகும்படி அருள்வாயாக' என்று பிரார்த்தனை செய்தாள். அம்பிகையின் ஆலயத்திலிருந்து வெளிவந்த ருக்மிணி, அங்கிருந்த வீரர்களுள் கண்ணனைக் கடைக்கண்ணால் கண்டாள். எதிரிகள் பார்த்திருக்கும்போதே அந்த ராஜகுமாரியை கையைப் பிடித்து நரிக் கும்பலின் நடுவிலிருந்து பயமின்றி இரையை எடுத்துச் செல்லும் சிங்கம்போல் கருடக் கொடியோடு கூடிய தன் ரதத்தில் ஏற்றினார் கிருஷ்ணப் பரமாத்மா.

ஏமாற்றமும் அவமானமும் தாங்க முடியாமல் ஜராசந்தனும் பிறரும் உடனே தம் ரதங்களில் ஏறி கிருஷ்ணருடைய ரதத்தை விரைவாகப் பின்தொடர்ந்தனர். ரதத்தில் இருந்த ருக்மிணிக்குத் தைரியம் கூறியபடியே அவர்களுடன் போர் புரிந்தார் ஸ்ரீகிருஷ்ணர். பலராமரின் படைகள் எதிரிப் படைகளைப் புறமுதுகிட்டு ஓடச் செய்தன. மணக்கோலத்துடன் காத்திருந்த சிசுபாலனுக்கு அவன் நண்பர்கள் ஆறுதல் கூறித் தேற்றினர்.

ருக்மியோடு போர்

ருக்மிணியின் அண்ணன் ருக்மி சமாதானமடையவில்லை. 'கண்ணனைக் கொல்லாமலும் ருக்மிணியைத் திரும்பக் கொண்டுவராமலும் குண்டினபுரத்தை மிதிக்கமாட்டேன். இது சத்தியம்' என்று பிரதிக்ஞை செய்து பெரிய படையைத் திரட்டிக்கொண்டு கண்ணனுடைய ரதத்தை விரைவாகப் பின்தொடர்ந்தான். வில்லில் நாணேற்றி ஓசை எழுப்பி, கண்ணனைச் சவாலுக்கு அழைத்து சரமாரிப் பொழிந்தான். ருக்மியுடைய படைகள், குதிரை தேர் எல்லாவற்றையும் அடித்து வீழ்த்திய பகவான் கிருஷ்ணர், ருக்மியைக் கொல்வதற்காக வாளை உயர்த்தினார். அப்போது

ருக்மிணி, கண்ணனின் பாதங்களைப் பிடித்து வணங்கி, தன் அண்ணனை விட்டுவிடும்படி பிரார்த்தனை செய்தாள். கண்ணன் மனமிறங்கி அவனைப் பிழைத்துப் போகும்படி விட்டார். ஆனால் தகாத செயல் செய்த அவனைத் துணியால் கட்டி, முடியையும் மீசையையும் மழித்து அவமானம் செய்தார். பலராமர் கண்ணனைத் தடுத்து, ருக்மியை அவிழ்த்துவிட்டுத் திருப்பி அனுப்பினார். ருக்மி குண்டினபுரத்திற்குத் திரும்பிச் செல்லாமல் போஜ கடகம் என்று வேறு ஒரு தலைநகரை அமைத்து அங்கேயே வாழ்ந்து வந்தான்.

ருக்மிணி கல்யாணம்

கிருஷ்ணர் ருக்மிணியோடு துவாரகையில் பிரவேசித்து முறைப்படி மணம் புரிந்துகொண்டார். மக்கள் பெரிய உற்சவம் நடத்தினார்கள். துவாரகை நகரமே திருவிழாக் கோலம் பூண்டது. கண்ணன் ருக்மிணியை அபகரித்த கதையைக் கேட்டு மகிழ்ந்த துவாரகை மக்கள், மகாலட்சுமியான ருக்மிணியுடன் கூடிய ஸ்ரீஹரியான கிருஷ்ணரைப் பார்த்துப் பேரானந்தம் அடைந்தார்கள்.

பிரத்யும்னன்

முன்பு பரமசிவனால் எரிக்கப்பட்ட மன்மதன், நாராயணனின் அம்சத்தோடு ருக்மிணிக்கும் ஸ்ரீகிருஷ்ணருக்கும் மகனாகப் பிறந்தான். அவனை பிரத்யும்னன் என்று அழைத்தார்கள். அவன் பிறந்த பத்து நாள்களுக்குள் அவனால் தனக்கு மரணம் விளையும் என்றறிந்த சம்பராசுரன் என்ற அரக்கன், பிரத்யும்னனைத் திருடிச் சென்று கடலில் எறிந்தான். குழந்தை பிரத்யும்னனை ஒரு பெரிய மீன் விழுங்கியது. அந்த மீனைப் பிடித்த மீனவர்கள் அதனை சம்பராசுரனுக்கே காணிக்கையாகக் கொடுத்தார்கள். அவன் அதைச் சமைப்பதற்காகச் சமையலறைக்கு அனுப்பினான். மன்மதனின் மனைவி ரதி, மாயாதேவி என்ற பெயரில் அங்குச் சமையல் பணி செய்து வந்தாள். மீனின் வயிற்றில் குழந்தையைக் கண்ட ரதிதேவி, அவனே தன் கணவன் மன்மதன் என்பதை உணர்ந்து, அன்போடு அவனை வளர்த்து வந்தாள். அவன் இளைஞனாக வளர்ந்ததும் அவனைக்கொண்டு சம்பராசுரனை வதம் செய்வித்தாள். ரதி தேவி, ஆகாயமார்க்கமாக அவனை அழைத்துச் சென்று கண்ணனிடமும் ருக்மிணியிடமும் ஒப்படைத்தாள். நாரதர் அங்கு வந்து எல்லா விவரங்களையும் அவர்களுக்கு

எடுத்துக் கூறினார். காணாமல் போன பிரத்யும்னனின் வரவால் அனைவரும் மகிழ்ந்தனர்.

ஸ்யமந்தக மணி

துவாரகையில் சத்ராஜித் என்ற யாதவத் தலைவன் வசித்து வந்தான். அவன் சூரியனை உபாசித்து ஸ்யமந்தக மணி என்ற அபூர்வமான ரத்தினத்தைப் பரிசாகப் பெற்றான். அவன் அந்த ரத்தினத்தைக் கழுத்தில் அணிந்து துவாரகை வீதிகளில் சென்று கொண்டிருந்தபோது அதன் ஒளி எல்லோருடைய கண்களையும் கூசச் செய்தது. சூரிய பகவான் கண்ணனைக் காண வருவதாக எண்ணி நகரவாசிகள் கிருஷ்ணப் பரமாத்மாவிடம் விரைந்து வந்தனர்.

'ஹே நாராயணா, தாமோதரா, அரவிந்தாக்ஷா, கோவிந்தா, யது நந்தனா, ஹே ஜகன்னாதா, சூரியன், மனிதர்களின் கண்களை இம்சித்துக்கொண்டு தங்களைப் பார்க்க வருகிறார்' என்று கூறினர். எல்லாமறிந்த தாமரைக் கண்ணன், 'அது சூரியன் அல்ல. சத்ராஜித் ஸ்யமந்தக மணியை அணிந்து வருகிறான்' என்று கூறினார்.

சத்ராஜித் அந்த ரத்தினத்தை வீட்டுப் பூஜை அறையில் ஸ்தாபித்துச் சிறப்புப் பூஜைகள் செய்து வந்தான். அந்த ரத்தினம் ஒவ்வொரு நாளும் எட்டு பாரம் தங்கத்தைக் கொடுக்கக்கூடியது. அது இருக்குமிடத்தில் அமங்களம், தரித்திரம், வியாதி, அகால மரணம், திருட்டு போன்றவை இருக்காது. அத்தகைய அபூர்வமான மகிமைகொண்ட ரத்தினம் இருக்கவேண்டிய இடம் அரசனின் அரண்மனையே என்பதால் உக்கிரசேன மகாராஜாவிடம் சேர்ப்பிக்க எண்ணி பகவான் கிருஷ்ணர், ரத்தினத்தைக் கொடுக்கும்படி சத்ராஜித்திடம் கேட்டார். ஆனால் சத்ராஜித் அதனைக் கொடுக்க மறுத்துவிட்டான்.

ஒருநாள் சத்ராஜித்தின் தம்பி பிரசேனன் ரத்தினத்தைக் கழுத்திலணிந்து குதிரை மேலேறிக் காட்டில் வேட்டையாடச் சென்றான். அங்கே ஒரு சிங்கம் அவனையும் குதிரையையும் கொன்று ரத்தினத்தை எடுத்துச் சென்றுவிட்டது. அந்தச் சிங்கத்தை ஜாம்பவான் கொன்று ரத்தினத்தைக் கவர்ந்து சென்று தன் மகனுக்கு விளையாட்டுப் பொருளாகக் கொடுத்தார். அதற்கிடையில் நீண்ட நாள்களாகியும் வேட்டைக்குச் சென்ற தன் தம்பி திரும்பாததைக் கண்டு கவலையடைந்த சத்ராஜித், தம் தம்பியைக் கிருஷ்ணர்தான்

ரத்தினத்திற்காகக் கொன்றிருப்பார் என்று பழி போட்டு எல்லோரிடமும் கூறிக் கொண்டிருந்தான்.

தன்மேல் சுமத்தப்பட்ட பழியைப் போக்கிக் கொள்வதற்காக பிரசேனன் சென்ற வழியில் ஜனங்களோடு சேர்ந்து ஸ்ரீகிருஷ்ணரும் தேடச் சென்றார். அவர்கள் காட்டில் இறந்து கிடந்த பிரசேனனையும் சற்றுத் தொலைவில் இறந்து கிடந்த சிங்கத்தையும் கண்டனர். அனைவரும் ரத்தினத்தைத் தேடி மேலும் சுற்றி அலைந்தார்கள். ஜாம்பவானின் குகையைக் கண்டு அதற்குள் தேடுகையில் அங்கு ஒரு சிறுவன் ரத்தினத்தை வைத்து விளையாடிக் கொண்டிருப்பதைப் பார்த்தனர். இருள் சூழ்ந்த அந்தக் குகைக்குள் நுழைந்தார் கிருஷ்ணர். அந்தச் சிறுவனைப் பகவான் கிருஷ்ணர் நெருங்கியபோது ஜாம்பவான் அங்கு வந்து பரமாத்மாவோடு சண்டையிட்டார்.

மாமிசத்திற்காகச் சண்டை போடுகின்ற இரண்டு பருந்துகள் ஒன்றையொன்று வெற்றி பெற வேண்டுமென்று போரிடுவதுபோல் கற்களாலும் மரங்களாலும் கை முஷ்டிகளாலும் இடிஇடிப்பதுபோல் மிகப் பயங்கரமாகத் துவந்த யுத்தம் செய்த இருவரும் இருபத்தெட்டு நாள்கள் விடாமல் போர் புரிந்தனர். கடைசியில் ஜாம்பவான் பலம் குறைந்து தேகம் வியர்த்துச் சோர்வடைந்தார். தன்னோடு போரிட்டது தன் இஷ்ட தெய்வமான ராமர்தான் என்றுணர்ந்து கிருஷ்ணரைத் துதித்தார். கண்ணன் மகிழ்ந்து ராம பக்தனான ஜாம்பவானைக் கட்டித் தழுவிக் கொண்டார்.

ஜாம்பவதி

“கரடியரசரே, இந்த ரத்தினத்தால் என் மேல் பழி விழுந்தது. இதனைத் தேடிக்கொண்டு இந்தக் குகைக்குள் நுழைந்தேன்” என்று விவரித்தார் கிருஷ்ணர். ஜாம்பவான் ரத்தினத்தைக் கண்ணனிடம் கொடுத்ததோடு, தன் புதல்வி ஜாம்பவதியையும் கண்ணனுக்கு மணமகளாக அளித்தார்.

சத்தியபாமா

நகரம் திரும்பிய ஸ்ரீகிருஷ்ண பகவான், அரசரின் சபைக்கு சத்ராஜித்தை வரவழைத்து ரத்தினம் எவ்வாறு திரும்பக் கிடைத்தது என்று விவரித்து, சபையோர் முன்னிலையில் சத்ராஜித்திடம் கொடுத்தார். தான் செய்த அபராதத்தை எண்ணிக் கலக்கமடைந்த சத்ராஜித் ஸ்யமந்தக

மணியைக் கண்ணனிடம் திரும்பக் கொடுத்ததோடு தன் புதல்வி சத்தியபாமாவையும் ஸ்ரீகிருஷ்ணருக்குக் கொடுத்துப் பூஜித்தான். பகவான் கிருஷ்ணர் முறைப்படி சத்தியபாமாவை மணம் புரிந்துகொண்டார். ரத்தினத்தை சத்ராஜித்திடமே திரும்பக் கொடுத்து, “சூரியனின் பக்தரான உம்மிடமே இந்த ஸ்யமந்தக மணி இருக்கட்டும். இதன் பயனில் நாங்கள் பங்கு பெறுவோம்” என்று தெரிவித்தார்.

ஸ்யமந்தக உபாக்கியானம்

அக்ரூரரும் க்ருதவர்மாவும் ஸ்யமந்தக மணி மீது ஆசை கொண்டிருந்தார்கள். சத்திய பாமாவைத் தனக்கு அளிப்பதாகக் கூறிவிட்டு கிருஷ்ணருக்கு மணம் செய்து கொடுத்த சத்ராஜித் மீது சததன்வா என்ற யாதவத் தலைவன் வன்மம் கொண்டிருந்தான். அதை அறிந்த அக்ரூரரும் க்ருதவர்மாவும் ஸ்யமந்தக மணியை சத்ராஜித்திடமிருந்து அபகரிக்கும்படி சததன்வாவைத் தூண்டினார்கள். அவன் சத்ராஜித் உறங்கிக் கொண்டிருந்தபோது அவனைக் கொன்றுவிட்டு ரத்தினத்தை அபகரித்துச் சென்றான்.

அந்தச் சமயம் கண்ணனும் பலராமரும் ஹஸ்தினாபுரம் சென்றிருந்தனர். சத்தியபாமா உடனே ஹஸ்தினாபுரம் சென்று தன் தந்தை கொல்லப்பட்ட செய்தியைத் துயரத்தோடு கண்ணனிடம் தெரிவித்துப் புலம்பினாள். உடனே கண்ணனும் பலராமரும் துவாரகைக்குத் திரும்பி வந்து சததன்வாவைக் கொன்று ரத்தினத்தைக் கைப்பற்ற எண்ணம் கொண்டனர். அதை அறிந்த சததன்வா ரத்தினத்தை அக்ரூரரிடம் ரகசியமாக வைத்திருக்கும்படி கொடுத்துவிட்டுத் தப்பிச் சென்றான். கண்ணன் சததன்வாவைத் தேடிச் சென்று பிடித்து அவன் கழுத்தைச் சக்கரத்தால் வெட்டிக் கொன்றார். ஆனால் அவனிடம் ரத்தினம் அகப்படவில்லை.

கிருஷ்ணர் அக்ரூரரை வரவழைத்து எல்லோர் முன்னிலையிலும் அவரை விசாரித்தார். அவர் வேறு வழியின்றி மறைத்து வைத்திருந்த ரத்தினத்தைக் கண்ணனிடம் கொடுத்தார். கண்ணன் தன்மேல் பழியில்லை என்று நிரூபித்து மீண்டும் அவரிடமே திரும்பக் கொடுத்தார்.

பலன்

இந்த ஸ்யமந்தக உபாக்கியானம் பாவங்களைப் போக்கவல்லது. இதைக் கேட்டாலும் படித்தாலும் வீண் பழிகள் நீங்கும். மன நிம்மதி கிடைக்கும்.

காளிந்தி

ஒரு முறை ஸ்ரீகிருஷ்ணர் இந்திரபிரஸ்தம் சென்று பாண்டவர்களுடன் மழைக் கால நான்கு மாதங்களும் மகிழ்வோடு தங்கியிருந்தார். ஒருநாள் அர்ஜுனன் கிருஷ்ணருடன் சேர்ந்து குரங்குக் கொடி பூட்டிய தேரில் ஏறி காண்டீவம் என்னும் வில்லோடும் குறையாத பாணங்களை உடைய இரண்டு அம்பறாத் துணிகளோடும் வேட்டையாடச் சென்றான். நீண்ட நேரம் வேட்டையாடிக் களைத்து இருவரும் யமுனையில் நீரருந்தச் சென்றனர். நீராடி நீரருந்திய கண்ணனும் அர்ஜுனனும் நதிக்கரையில் உலவிக் கொண்டிருந்த அழகான கன்னிகையைக் கண்டனர். கண்ணனின் விருப்பத்திற்கிணங்கி அர்ஜுனன், பல்லழகும் துடையழகும் முக அழகும் மிகுந்த அப்பெண்ணிடம் சென்று விசாரித்தான்.

“என் பெயர் காளிந்தி. நான் சூரியனின் புதல்வி. யமுனை ஜலத்தில் என் தந்தையால் கட்டப்பட்ட மாளிகையில் வசிக்கிறேன். அச்சுதனின் தரிசனத்திற்காகக் காத்திருக்கிறேன்” என்று கூறிய அப்பெண் கண்ணனை மணக்க விருப்பம் தெரிவித்து அதற்கு அர்ஜுனனின் உதவியை நாடினாள். அவளைத் தேரிலேற்றிக்கொண்டு அனைவரும் யுதிஷ்டிரனிடம் வந்தனர். அவனுடைய ஆசியைப் பெற்று துவாரகைக்குத் திரும்பி வந்த கண்ணன் முறைப்படி காளிந்தியை மணம் புரிந்து கொண்டான்.

மித்ரவிந்தை

அவந்தி நாட்டு இளவரசி மித்ரவிந்தை என்பவள் வசுதேவரின் தங்கை ராஜாதிதேவியின் புதல்வி. கண்ணனுக்கு அத்தை மகள். மித்ரவிந்தை கண்ணன்மேல் காதல் கொண்டிருந்தாள். ஆனால் அவளுடைய சகோதரர்களான விந்தன், அனுவிந்தன் ஆகியோர் துரியோதனனைப் பின்பற்றுபவர்கள். மித்ரவிந்தையின் சுயம்வரத்தில் மன்னர்கள் பார்த்துக் கொண்டிருக்கும்போதே மித்ரவிந்தையைத் தூக்கிவந்து மணம் புரிந்துகொண்டார் பகவான் ஸ்ரீகிருஷ்ணர்.

சத்யை

கோசலத் தேசத்து அரசன் நக்னஜித். அவனுடைய புதல்வி சத்யை. இவள் நாக்னஜிதி தேவி என்றும் அழைக்கப்பட்டாள். கூரான கொம்புகளுடைய ஏழு முரட்டுக் காளைகளை அடக்குபவருக்கே தன் மகளை மணம் செய்து

கொடுப்பதாகப் பந்தயம் ஏற்படுத்தியிருந்தான் மன்னன். அதை அறிந்த ஸ்ரீகிருஷ்ணர் சேனைகள் சூழ கோசலத் தேசத்திற்குச் சென்றார். அரசன், கிருஷ்ணப் பரமாத்மாவை முறையாக வரவேற்று பூஜை செய்து வணங்கினான். தான் மிகவும் விரும்பிய ஸ்ரீகிருஷ்ணரை நேரில் கண்ட ராஜகுமாரி, அவர் மேல் பெரும் காதல்கொண்டு அவரையே கணவனாக அடையப் பகவானைப் பிரார்த்தனை செய்தாள். கண்ணன் தன்னை ஏழு உருவங்களாகச் செய்துகொண்டு விளையாட்டாக அந்த ஏழு காளைகளையும் அடக்கினார். கயிற்றால் கட்டப்பட்டு கர்வமடங்கிய அந்தக் காளைகளை ஒரு குழந்தை மரப் பொம்மைகளை இழுத்து வருவதுபோல் அழைத்து வந்தார். கண்ணனுக்கு விதிமுறைப்படி சத்யையைத் திருமணம் செய்துவைத்தான் நக்னஜித். கோசலையில் பெரிய உற்சவமாகத் திருமணம் நடந்தது. பெருமளவில் காணிக்கைகளோடும் பெரிய படையோடும் மகளையும் மருமகனையும் தேரிலேற்றி துவாரகை அனுப்பிவைத்தான் கோசல மன்னன் நக்னஜித்.

அதற்குமுன் காளைகளால் தோற்கடிக்கப்பட்ட அரசர்கள் பொறாமைகொண்டு கண்ணனை வழிமறித்தனர். ஆனால் காண்டீபத்தோடு கூடிய அர்ஜுனன் அம்பு மழை பொழிந்து சிங்கம் சிறு மிருகங்களை விரட்டுவதுபோல் அவர்களை விரட்டியடித்தான்.

பத்ரை

கேகேய தேசத்து இளவரசி பத்ரை. இவள் கண்ணனின் அத்தை ஸ்ருதகீர்த்தியின் புதல்வி. அத்தையின் மகன்கள் சந்தர்த்தனன் முதலியோர் தம் சகோதரி பத்ரையை மணம் புரிந்துகொள்ள வேண்டுமென்று ஸ்ரீகிருஷ்ணரை வேண்டினர். அதற்கிணங்க பகவான் அவளைத் திருமணம் செய்து கொண்டார்.

லக்ஷ்மணா

மத்ர தேசத்தின் இளவரசி லக்ஷ்மணா. சுயம்வரத்தில் கடும் போட்டியிட்ட மன்னர்களைத் தோற்கடித்து கருடன் அமிர்தத்தைக் கொணர்ந்ததுபோல லக்ஷ்மணாவைக் கவர்ந்து வந்து மணந்தார் ஸ்ரீகிருஷ்ணர்.

சுக யோகி கூறினார் -

"இந்த எட்டுப் பட்டமகிஷிகளோடு, நரகாசுரனைக் கொன்று அவனுடைய அந்தப்புரத்திலிருந்து காப்பாற்றி

அழைத்து வந்த பதினாறாயிரம் பெண்களும் ஸ்ரீகிருஷ்ண பகவானுக்குப் பத்தினிகளாக இருந்தார்கள்” என்று சுக யோகி கூறியவுடன், அந்த வீரப் பராக்கிரமக் கதையைக் கூறும்படி பரீட்சித் கேட்டான்.

நரகாசுர வதை

வருணனின் குடையையும் சுமேரு மலையிலிருக்கும் மணிபர்வதம் என்ற இந்திரனுக்குச் சொந்தமான இடத்தையும் அதிதி தேவியின் குண்டலங்களையும் நரகாசுரன் அபகரித்தான். அது குறித்து கிருஷ்ணப் பகவானிடம் சென்று முறையிட்டான் இந்திரன். உடனே கண்ணபிரான் சத்தியபாமாவுடன் கருட வாகனத்தின் மீதேறி நரகாசுரனின் தலைநகரான ப்ராக்ஜோதிஷபுரம் சென்றார். அந்தப் பட்டணம் யாராலும் நுழைய முடியாதவாறு மதில் சுவர்களாலும் ஆயுதக் கோட்டைகளாலும் பாதுகாக்கப்பட்டிருந்தது. அக்னியாலும் காற்றாலும் ஜலத்தாலும் அரணிடப்பட்டிருந்தது. முரன் என்ற அரக்கன் அந்த நகரத்தைக் காத்து வந்தான்.

பகவான் ஸ்ரீகிருஷ்ணர் பாஞ்சஜன்யம் என்ற சங்கை இடிபோல் முழக்கி கோட்டைகளின் யந்திரங்களையும் எதிரிகளின் இதயங்களையும் பிளந்தார். கோட்டை மதிலைக் கனமான கதாயுதத்தால் உடைத்தார். தன்னை எதிர்த்து வருகின்ற முராசுரனின் ஐந்து தலைகளையும் சக்ராயுதத்தால் அறுத்தார். முரனுடைய ஏழு புதல்வர்கள் கோபத்தோடு ஆயுதங்களைத் தாங்கி பீடன் என்ற சேனாதிபதியோடு கிருஷ்ணரை எதிர்த்துப் போரிட வந்தார்கள். அவர்கள் அனைவரையும் பகவான் ஸ்ரீகிருஷ்ணர் பாணங்களால் எமலோகத்திற்கு அனுப்பினார்.

பூமி தேவியின் புதல்வனான நரகாசுரனால் அதனைப் பொறுக்க இயலவில்லை. ஐராவதம் போன்ற பெரிய யானையின் மீதேறி பெரும் சேனையுடன் கிருஷ்ணரோடு போரிட வந்தான். கிருஷ்ணரின் வாகனமான கருடன் தன்னுடைய மூக்கினாலும் நகங்களாலும் இறக்கைகளாலும் நரகாசுரனின் படைகளையும் யானைகளையும் ஹிம்சித்தார். அவை பட்டணத்திற்குள் திரும்பி ஓடின. தனித்து நின்ற நரகாசுரன் கிருஷ்ணர்மேல் சூலாயுதத்தை வீச முயன்றான். அவன் தலையைக் கிருஷ்ணர் கூரான சக்ராயுதத்தால் துண்டித்தார். கிரீடமும் குண்டலங்களும் அலங்காரமும்கொண்ட அசுரனின் தலை தரையில்

விழுந்தது. அசுரனைச் சேர்ந்தவர்கள் 'ஹா ஹா' என்று அலறினார்கள். முனிவர்கள் 'நன்று நன்று' என்று போற்றினார்கள். தேவர்கள் பூமாரிப் பொழிந்தார்கள்.

அசுரன் அபகரித்த அதிதி தேவியின் குண்டலங்கள், வருணனின் குடை, வைஜயந்தி மாலை, வனமாலை, மகாமேருவின் அம்சமான சிறந்த ரத்தினம் ஆகியவற்றைக் கிருஷ்ணரிடம் சமர்ப்பித்த பூமிதேவி, கண்ணனை வணங்கித் துதித்தாள்.

பூதேவி, நரகாசுரனின் புதல்வனான பகதத்தன் என்ற சிறுவனின் தலைமேல் தாமரைக் கரங்களை வைத்து ஆசி கூறவேண்டும் என்று கிருஷ்ணப் பகவானிடம் வேண்டிக்கொண்டாள். அவ்விதமாகவே ஸ்ரீகிருஷ்ணர் அவனுக்கு அபயமளித்து, ஐஸ்வர்யங்கள் நிறைந்த நரகாசுரனின் அரண்மனைக்குள் பிரவேசித்தார். அரக்கன் பலாத்காரமாக அபகரித்து எடுத்துவந்த பதினாறாயிரம் ராஜகுமாரிகள் அங்கே அடைக்கப்பட்டிருப்பதைக் கண்டார். தம்மைக் காப்பாற்ற வந்த கிருஷ்ணப் பகவானைக் கண்ட அக்கன்னிகைகள் அவரையே தங்களின் பதியாகவேண்டும் என்று பிரார்த்தனை செய்தார்கள்.

நன்கு நீராடி அழுக்கில்லாத ஆடை அணிந்த அந்த இளவரசிகளையும் செல்வக் குவியலையும் யானைகளையும் குதிரைகளையும் ஐராவதத்தை ஒத்த அறுபத்து நான்கு யானைகளையும் துவாரகைக்கு அனுப்பி வைத்தார் பகவான் கிருஷ்ணர்.

சத்தியபாமாவுடன் சேர்ந்து சுவர்க்கத்திற்குச் சென்ற ஸ்ரீகிருஷ்ணர், அதிதி தேவியிடம் குண்டலங்களைச் சமர்ப்பித்தார். இந்திராணியும் தேவேந்திரனும் கிருஷ்ணரைப் பூஜித்தனர்.

பாரிஜாதம்

சுவர்க்கலோகத்தில் இருந்த பாரிஜாத மலரை சத்தியபாமா மிகவும் விரும்பினாள். அவளுக்காகப் பாரிஜாத மரத்தை வேரோடு பிடுங்கி கருடன்மேல் வைத்துக்கொண்டு துவாரகைக்குப் புறப்பட்டார் கிருஷ்ணர். இந்திரனும் தேவர்களும் கண்ணனை எதிர்த்தார்கள். அவர்களை முறியடித்து விரட்டிவிட்டு பாரிஜாத விருக்ஷத்தை துவாரகைக்கு எடுத்துவந்து சத்தியபாமாவுக்குப் பரிசளித்தார் பகவான். அந்த மரம் சத்தியபாமாவின் பூந்தோட்டத்தில்

நடப்பட்டது. அதன் மணத்திலும் தேனிலும் ஈர்க்கப்பட்ட வண்டுகள் சுவர்க்க லோகத்திலிருந்து பின்தொடர்ந்து வந்தன.

பதினாறாயிரம் ராஜகுமாரிகள்

ஸ்ரீகிருஷ்ணர் பதினாறாயிரம் ராஜ குமாரிகளையும் அத்தனை உருவங்கள் எடுத்து அத்தனை மாளிகைகளில் ஒரே முகூர்த்தத்தில் முறைப்படி திருமணம் புரிந்துகொண்டார். ஒவ்வொரு மாளிகையிலும் மனைவியைவிட்டுப் பிரியாமல் சாதாரண மனிதனைப்போல் இன்பமாக இல்லறம் நடத்தி வந்தார்.

ருக்மிணியிடம் ஊடல்

ஒருநாள் ருக்மிணியும் கிருஷ்ணரும் படுக்கையில் ஏகாந்தமாய் இருந்தபோது பகவான் விளையாட்டாய் ருக்மிணியிடம் சீண்டிப் பேசினார். “நீ ராஜகுமாரி. நானோ இடையர் குலத்தில் பிறந்தவன். உன்னை மணக்க இளவரசர்கள் போட்டி போட்டனர். ஆனால் நீ அசட்டுத்தனமாக என்மேல் விருப்பம் கொண்டாய். இப்போதுகூட நீ விரும்பினால் எந்த அரசரையும் மணக்கலாம். எனக்கு ஆட்சேபணை இல்லை” என்றார்.

அதைக் கேட்ட ருக்மிணிக்கு உடல் நடுங்கியது. கண்ணீர் மல்கிக் கவலையடைந்தாள். அவள் நிலையைப் பார்த்து கிருஷ்ணர் மனமிறங்கி அணைத்து ஆறுதல் கூறினார். விளையாட்டாக அவளைச் சீண்டியதாகக் கூறிச் சமாதானப்படுத்தினார். பயம் நீங்கிய ருக்மிணி கண்ணனுக்குத் தகுந்த பதில் கொடுத்தாள். “தாமரைக் கண்ணா, நீங்கள் கூறியது ஒருவிதத்தில் உண்மையே. உமக்கும் எனக்கும் பொருத்தம் இல்லைதான். அளவு கடந்த மகிமைகள் பொருந்திய நீங்கள் எங்கே, சாதாரணப் பெண்ணான நான் எங்கே... கிருஷ்ணா, ஹே பகவான், எல்லா ஜீவன்களிலும் ஆத்ம சொரூபனாக உள்ள உன் திருவடி சேவை மட்டுமே நான் வேண்டுவது” என்றாள் ருக்மிணி.

“நற்பண்புகளின் இருப்பிடமான பெண்ணே, இந்தப் பதிலைக் கேட்பதற்காகவே உன்னைச் சீண்டினேன். கல்யாணக் குணங்கள் நிரம்பியவளே, ருக்மிணி, மாசற்றவளே, அநேகம் மனைவிகளில் உன்னைப் போன்ற பிரியமான மனைவியை நான் காணவில்லை” என்றார் ஸ்ரீகிருஷ்ணர்.

சுக யோகி கூறினார் –

“ஜகம் அனைத்திற்கும் பகவானாக இருந்தும் கிருஷ்ணர், மானுட உலகின் இயல்பிற்கேற்பப் பரிகாச வார்த்தைகள் பேசி மகாலட்சுமியான ருக்மிணியோடு மகிழ்ந்து வாழ்ந்தார். அனேக ரூபங்கள் எடுத்து பல மனைவிகளோடு இல்லறத்துக்குரிய தர்மங்களைக் கடைப்பிடித்துச் சுகமாக வாழ்ந்தார்.”

பிரத்யும்னன் திருமணம்

கிருஷ்ணருக்கு ருக்மிணியிடம் பிரத்யும்னன் முதலான பத்துப் புதல்வர்கள் பிறந்தனர். சத்தியபாமாவிடம் சாருபானு முதலான பத்துப் பிள்ளைகளும், ஜாம்பவதியிடம் சாம்பன் முதலான பத்துப் பிள்ளைகளும் பிறந்தனர். அதேபோல் ஒவ்வொரு மனைவியிடமும் பத்துப் பிள்ளைகள் பிறந்தனர். அவர்கள் அனைவரும் குணத்திலும் வடிவிலும் கண்ணனையே ஒத்திருந்தனர். கிருஷ்ணரின் புதல்வர்களுக்குப் பிறந்த பிள்ளைகளும் பேரன்களும் கோடிக்கணக்கில் இருந்தனர்.

பிரத்யும்னனுக்கு ருக்மியின் மகளான ருக்மவதியோடு திருமணம் நடந்தது. அவர்களுக்கு அநிருத்தன் என்ற மகா பலசாலியான மகன் பிறந்தான் என்று சுக யோகி கூறியதும் பரீட்சித், “கிருஷ்ணரை பகைவனாகக் கருதிய ருக்மி, கிருஷ்ணரின் மகனான பிரத்யும்னனுக்குத் தன் மகளை எவ்வாறு திருமணம் செய்துகொடுத்தான்?” என்று கேட்டான்.

சுக யோகி கூறினார் –

“உடலை இழந்த மன்மதனே பிரத்யும்னனாகப் பிறப்பெடுத்தான் அல்லவா. அவன் ருக்மவதியின் சுயம்வரத்தில் அவளால் தேர்ந்தெடுக்கப்பட்டான். அவளைத் தேரில் ஏற்றிக்கொண்டு வரும்போது எதிர்த்த அரசர்களை எல்லாம் தனி ஒருவனாக வென்று மணப்பெண்ணை அழைத்து வந்தான். கிருஷ்ணரால் அவமதிக்கப்பட்ட ருக்மி பகையோடு இருந்தபோதிலும் தங்கை ருக்மிணியின் மீதிருந்த அன்பால் அவளுடைய மகன் பிரத்யும்னன் தன் மகளை மணப்பதற்குச் சம்மதித்தான். கிருஷ்ணர் மீது பகைகொண்ட இன்னொரு அரசன் கிருதவர்மன். அவனுடைய புதல்வன் பலி என்பவன் ருக்மிணியின் மகளான சாருமதியை மணம் புரிந்துகொண்டான்” என்று சுக யோகி பரீட்சித்திடம் கூறி அவனுடைய ஐயத்தைத் தெளிவித்தார்.

அனிருத்தன் திருமணம்

ருக்மி, தன் பெண் ருக்மவதியின் மகன் அனிருத்தனுக்குத் தன் பிள்ளையின் பேத்தியான ரோசனை என்ற பெண்ணைத் திருமணம் செய்துகொடுத்தான். அந்தத் திருமணம் போஜகடம் என்ற நகரத்தில் கோலாகலமாக நடந்தது. அதற்குக் கிருஷ்ணர், பலராமர், பிரத்யும்னன், சாம்பன் முதலானோர் சென்றிருந்தனர்.

திருமணத்தின்போது எல்லோரும் சூதாட்டம் போன்ற கேளிக்கைகளில் ஈடுபட்டார்கள். ருக்மியின் பக்கத்தில் கலிங்கத் தேசத்து அரசன் சேர்ந்துகொண்டு பலராமரோடு சூதாடினான். ருக்மி தோற்றாலும் பலராமரைத் தான் ஜெயித்து விட்டதாகக் கூறி ஏளனம் செய்தான். கோபம்கொண்ட பலராமர் இரும்புத் தடியால் ருக்மியின் தலையில் அடித்துக் கொன்றார். பல்லைக் காட்டி இளித்த கலிங்கனை அதே தடியால் அடித்து பற்களைப் பெயர்த்தார். ருக்மியின் தவற்றுக்கு ஒத்தூதிய பிற அரசர்களையும் இரும்புத் தடியால் பலமாகச் சாத்தினார் பலராமர். அவர்கள் கைகளும் தலைகளும் துடைகளும் உடைந்து ரத்தத்தில் நனைந்து ஓட்டமெடுத்தார்கள். அப்போது கிருஷ்ணர் எதுவும் சொல்லாமல் மௌனமாக இருந்துவிட்டார். பின்னர் யாதவர்கள் அனைவரும் புது மணமக்களான அநிருத்தனையும் ரோசனையையும் தேரில் ஏற்றிக்கொண்டு துவாரகை திரும்பினர்.

பாணாசுரன்

பலிச் சக்கரவர்த்திக்கு நூறு புதல்வர்கள். மூத்தவனான பாணன் சிறந்த சிவபக்தன். சத்தியம் பேசுபவன். ஆயிரம் கைகளுடையவன். சிவபெருமான் நாட்டியமாடும்போது வாத்தியங்களை இசைத்து சிவபிரானை மகிழ்விப்பவன். தன் பட்டணத்திற்குக் காவற்காரனாக இருக்கும்படி சிவபெருமானிடம் வரம் கேட்டுப் பெற்றான் பாணன். சிவபிரானின் பாதங்களைச் சூரியன்போல் ஜ்வலிக்கும் தன் கிரீடத்தால் தொட்டு, “மஹாதேவா, எனக்கு ஆயிரம் கரங்களைக் கொடுத்தீர். ஆனால் அவை வெறும் பாரமாக உள்ளன. அவற்றைக்கொண்டு சண்டையிட மூவுலகத்திலும் தங்களைத் தவிர எனக்குச் சமமான எதிராளியை நான் அடையவில்லை” என்றான்.

சிவபிரான் கோபம்கொண்டு, “மூடனே, எப்போது உன் கொடி அறுந்து விழுகிறதோ அப்போது உன் கர்வத்தை அடக்கும் வீரனோடு உனக்கு யுத்தம் மூளும்” என்றார்.

உஷா

பாணாசுரனுக்கு உஷா என்ற புதல்வி இருந்தாள். அவள் அழகு வாய்ந்த அனிருத்தனைக் கனவில் கண்டு காமுற்றாள். விழித்தவுடன் அநிருத்தனைக் காணாமல் ஏங்கினாள். உஷாவின் தோழி சித்ரலேகா, யோக மகிமையால் துவாரகையிலிருந்து அநிருத்தனை ஆகாய மார்க்கமாக எடுத்து வந்து உஷாவிடம் சேர்த்தாள். உஷாவின் அந்தப்புரத்தில் அநிருத்தன் காலம் போவது தெரியாமல் அவளுடன் சேர்ந்து களித்திருந்தான். நாளடைவில் செய்தியறிந்த பாணாசுரன் கோபம்கொண்டு அநிருத்தனைச் சிறையிலடைத்தான். நான்கு மாதக் காலமாக அனிருத்தனைக் காணாமல் துவாரகையில் அனைவரும் கவலையில் ஆழ்ந்தனர். நாரத முனிவர் வந்து எல்லா விவரங்களையும் ஸ்ரீகிருஷ்ணரிடம் தெரிவித்தார்.

பாணாசுர யுத்தம்

அநிருத்தனை விடுவிப்பதற்காகக் கிருஷ்ணர், பலராமர், சாம்பன் போன்றோர் பன்னிரண்டு அக்ஷௌஹிணி சேனைகளுடன் சென்று பாணாசுரனுடைய பட்டணமான சோணிதபுரத்தை முற்றுகையிட்டனர். பாணனைக் காப்பதாக வாக்களித்திருந்த பரமசிவன் தன் பூத கணங்களோடு சேர்ந்து கிருஷ்ணரோடு போர் புரியவேண்டி வந்தது. ருத்ரன் நந்தியின் மீதமர்ந்து போரிட்டார். பாணாசுரனும் படைகளைக்கொண்டு கிருஷ்ணரின் படைகளை எதிர்த்துப் போரிட்டான். சேனாதிபதியான முருகன் மயில் மீதமர்ந்து யுத்தம் செய்தார். கிருஷ்ணருக்கும் பரமசிவனுக்கும் இடையிலும் பிரத்யும்னனுக்கும் முருகனுக்கும் இடையிலும் கடும் போர் நிகழ்ந்தது.

பிரம்மா முதலான தேவர்களும், முனிவர்களும் சித்தர்களும் கந்தர்வர்களும் அப்சரஸ் பெண்களும் விமானங்களில் ஏறி யுத்தம் பார்க்க ஆகாயத்தில் கூடினர். பாணனின் தாய் கோடரை என்பவள் தலைவிரி கோலமாக ஆடைகள் அவிழ ஓடிவந்து தன் புதல்வனைக் காக்கும்படி ஸ்ரீகிருஷ்ணருடைய பாதங்களில் விழுந்தாள். ஸ்ரீகிருஷ்ணர், ஆடையில்லாத அவளைப் பார்க்காமல் முகத்தைத் திருப்பிக்கொண்டார்.

ஸ்ரீகிருஷ்ணர் சுதர்சனச் சக்கரத்தால் பாணனின் கரங்களைப் பெருமரத்தின் கிளைகளை வெட்டுவதுபோல் துண்டுத் துண்டாக்கினார். பாணனுக்கு உயிர்ப் பிச்சை கொடுக்கும்படி பரமசிவன் கிருஷ்ணரிடம் வேண்டினார்.

"பாணாசுரன் பலிச் சக்கரவர்த்தியின் புதல்வன் என்பதால் அவனைக் காக்கவேண்டியது தன்னுடைய கடமையும்கூட" என்று கூறிய கிருஷ்ணர், பாணாசுரனுடைய ஆயிரம் கரங்களில் நான்கை மட்டும் மீதி வைத்து உயிருடன் விட்டார். 'பாணன் பரமசிவனுடைய சேவகர்களில் ஒருவனாக என்றும் இருக்கட்டும்' என்று வரமளித்தார் கிருஷ்ணர். அபயமளித்த கிருஷ்ணப் பகவானை வணங்கிய பாணன், அனிருத்தனையும் உஷாவையும் தேரில் ஏற்றி சீரோடும் சிறப்போடும் துவாரகைக்கு அனுப்பினான். பரமசிவனிடம் விடைபெற்றுக்கொண்டு கிருஷ்ணர் துவாரகை திரும்பினார்.

பலன்

யார் கிருஷ்ணருடைய வெற்றியையும் பரமசிவனுடன் நடந்த போரையும் விடியற்காலையில் நினைக்கிறாரோ அல்லது படிக்கிறாரோ அவருக்குத் தோல்வி என்பது உண்டாகாது.

நிருகர்

ஒருநாள் பிரத்யும்னன், சாம்பன் முதலான யாதவ குமாரர்கள் பூந்தோட்டத்தில் இருந்த கிணற்றில் மலை போன்ற பெரிய ஓணானைக் கண்டு அதனை வெளியில் எடுக்க முயன்றார்கள். அவர்களால் முடியவில்லை. கிருஷ்ணர் அதை எளிதாக வெளியில் எடுத்தார். உடனே அங்கு ஒரு தேவபுருஷன் தோன்றி கண்ணனை வணங்கினான்.

"நான் நிருகன் என்ற மன்னன். இக்ஷ்வாகு வம்சத்தைச் சேர்ந்தவன். நான் கோடிக்கணக்கான பசுக்களை அந்தணர்களுக்குக் கோதானம் செய்து வணங்கினேன். ஒருமுறை, நான் ஏற்கெனவே தானம் செய்திருந்த பசு ஒன்று என்னிடமே திரும்பி வந்துவிட்டது. அதை அறியாமல் அதை இன்னொருவருக்குத் தானம் செய்தேன். அந்தப் பசுவுக்கு இருவருமே உரிமை கொண்டாடினார்கள். நேர்ந்த தவற்றுக்கு வருந்தி அந்தப் பசுவுக்குப் பதிலாக லட்சக்கணக்கில் வேறு பசுக்களைக் கொடுப்பதாகக் கூறியும் இருவருமேவிட்டுக் கொடுக்கவில்லை. அந்த வாதங்கள் நடந்து கொண்டிருந்தபோதே எனக்கு மரணம் நேர்ந்துவிட்டது. யம ராஜன், 'பாவத்தை முதலில் அனுபவிக்கிறாயா அல்லது புண்ணியத்தையா?' என்று கேட்டபோது பாவத்தை அனுபவிப்பதாகக் கூறினேன். அதனால் இந்த ஓணான் பிறவியடைந்தேன். இப்போது ஸ்ரீகிருஷ்ணா, தங்களால் என் பாவம் தொலைந்தது" என்று

கூறி கிருஷ்ணப் பரமாத்மாவை வலம் வந்து திருவடிகளைத் தொட்டு வணங்கி அனுமதி பெற்று சுவர்க்கலோகம் சென்றான்.

இந்த நிகழ்ச்சியைக் கண்ட தனது மக்களிடம் கிருஷ்ணர், "தெரியாமல் பிராமணச் சொத்தை அபகரித்ததால் நேர்ந்த விளைவைப் பார்த்தீர்களா? தெரிந்து பிராமணனுடைய சொத்தை அபகரித்தால் அந்தப் பாவம் குலத்தையே வேருடன் எரிக்கும். குற்றம் செய்தவர்களாக இருந்தாலும் பிராமணர்களுக்கு நீங்கள் துரோகம் செய்யக்கூடாது. பிராமணர்களை உயிருக்கும் மேலாக நேசித்துப் பூஜிக்கவேண்டும்" என்றான்.

பௌண்ட்ரக வாசுதேவன்

கரூஷ தேச அரசன் பௌண்ட்ரகன் என்பவன் கிருஷ்ணரைப் போலவே சங்கு சக்ரம் கதை மார்பில் ஸ்ரீ வத்சம் எல்லாம் போலியாக அமைத்துக்கொண்டு பீதாம்பரம் அணிந்து தானே நாராயணனின் அவதாரமான வாசுதேவன் என்று கூறிக்கொண்டான். அதோடு கண்ணனைப் போலியானவன் என்று தூஷித்தான். அவனுக்கு காசி தேசத்து அரசன் துணையிருந்தான்.

ஒருமுறை பௌண்ட்ரகன், 'நானே உண்மையான வாசுதேவன். நீ என்னைப்போல் அலங்காரம் செய்துகொண்டு உலகை ஏமாற்றுகிறாய். அதையெல்லாம் விட்டுவிட்டு என்னைச் சரணடையவேண்டும். இல்லாவிடில் என்னுடன் போர் புரியவேண்டும்' என்று ஸ்ரீகிருஷ்ணருக்குச் செய்தி அனுப்பினான்.

யாதவ சேனையோடு கண்ணன் தேரில் ஏறி அவனை எதிர்க்கக் காசிப் பட்டணம் சென்றார். மகாரதனான பௌண்ட்ரகனுக்கு உதவியாக காசி அரசனும் படையோடு வந்தான். தன்னைப் போலவே கருடக் கொடியோடும் கிரீடம், வனமாலை, கௌஸ்துப மணியோடும் வந்த பௌண்ட்ரகனைப் பார்த்து ஸ்ரீகிருஷ்ணர் உரக்கச் சிரித்தார். அங்குப் பெரும் போர் நிகழ்ந்தது. இறுதியில் சக்ராயுதத்தால் பௌண்ட்ரகனின் தலையை அறுத்தார் கிருஷ்ணர். அதேபோல் காசி அரசனின் தலையையும் காற்று தாமரை மொட்டை அறுத்துத் தள்ளுவதுபோல் பாணங்களால் கொய்து காசி புரியில் வீழ்த்தினார். சித்தர்கள் ஸ்ரீகிருஷ்ணரைப் போற்றினர். கண்ணன் துவாரகை திரும்பினார்.

பௌண்ட்ரகன் எப்போதுமே கிருஷ்ணரைத் தியானம் செய்து, 'தானே வாசுதேவன்' என்று நினைத்திருந்ததால், அவனுடைய கர்மப் பந்தங்கள் தொலைந்து பகவானுடன் ஐக்கியமானான்.

காசி அரசனின் புதல்வன் சுதக்ஷிணன் தன் தந்தைக்கு இறுதிக் கிரியைகள் மட்டும் செய்துவிட்டு, தந்தையைக் கொன்றவனைக் கொன்றபின் மீதி கர்மாக்களைச் செய்வேன் என்று தீர்மானித்துக் கொண்டான். காசியைவிட்டுப் பிரியாதவரான பரமசிவனை உபாசனை செய்து பிதாவைக் கொன்றவனைக் கொல்லும் உபாயத்தை வரமாகக் கேட்டுப் பெற்றான். சுதக்ஷிணன் அபிசார ஹோமம் செய்தான். ஹோமக் குண்டத்திலிருந்து ஓர் அக்னி வடிவமான ஏவல் பூதம் தோன்றி துவாரகைக்குச் சென்று எல்லோரையும் தாக்கி அச்சுறுத்தியது. அந்தப்புரத்திலிருந்த கிருஷ்ணப் பரமாத்மா, சுதர்சனச் சக்கரத்தை அனுப்பினார். அது உடனே சீறிப் பாய்ந்து சென்று அக்னி வடிவ ஏவல் பூதத்தைத் துரத்தி அடித்தது. பூதம் திரும்பிச் சென்று தன்னை ஏவிவிட்ட சுதக்ஷிணனையும் யாகம் செய்தவர்களையும் சுட்டெரித்துப் பொசுக்கியது. அந்த அபிசார அக்னியைத் தொடர்ந்து சென்ற சுதர்சனச் சக்கரம், காசி நகர் முழுவதையும் பொசுக்கிவிட்டு மீண்டும் ஸ்ரீகிருஷ்ண பகவானின் அருகில் வந்து நின்றது.

பலன்

புண்ணிய கீர்த்தியுடைய பகவானின் இந்தப் பராக்கிரமத்தைக் கேட்பவரும் சொல்பவரும் அனைத்துப் பாவங்களில் இருந்தும் விடுபடுகிறார்.

துவிவிதன் வதம்

பலராமரின் வீரச் செயல்களைக் கேட்க விரும்புவதாக பரீட்சித் கேட்டபோது சுக யோகி இந்த வரலாற்றைக் கூறினார்.

நரகாசுரனுக்கு த்விவிதன் என்ற வானர வீரன் நண்பனாக இருந்தான். அவன் சுக்ரீவனின் அமைச்சனான மைந்தன் என்பவனின் சகோதரன். நரகாசுரனைக் கொன்ற ஸ்ரீகிருஷ்ணருக்குத் தீங்கிழைப்பதற்கு எண்ணம்கொண்டு துவாரகைக்கு வந்து மக்களைப் பயமுறுத்தித் துன்புறுத்தினான். அதோடு ரைவத மலைச்சாரலுக்குச் சென்றிருந்த பலராமரைக் கற்களால் அடித்து வம்பிழுத்தான். பலராமர் உலக்கையாலும் கலப்பையாலும் அவனுடன்

போர் புரிந்தார். துவிவிதன் அந்த மலைக் காட்டிலிருந்த மரங்களை எல்லாம் பிடுங்கி பலராமரை அடித்தான். இறுதியில் பலராமரின் கைகளால் துவிவிதன் மாண்டான். துவாரகை திரும்பிய பலராமரை மக்கள் உற்சாகமாக வரவேற்றுக் கொண்டாடினர்.

லக்ஷ்மணா சுயம்வரம்

துரியோதனன் தன் புதல்வி லக்ஷ்மணாவுக்குச் சுயம்வரம் நடத்தினான். ஜாம்பவதியின் புதல்வன் சாம்பன் ஹஸ்தினாபுரம் சென்று லக்ஷ்மணாவை அபகரித்து வந்தான். அதனை விரும்பாத கர்ணன், துரியோதனன் முதலானோர் சாம்பனைப் பிடித்துச் சிறையிலிட்டனர். நாரதர் மூலம் துவாரகைக்குச் செய்தி கிடைத்ததும் பலராமர், சாம்பனை விட்டுவிடும்படி உத்தவர் மூலம் தூது அனுப்பினார். கௌரவர்கள் அதை விரும்பாமல் யாதவர்களை அவமதித்தனர். கோபம்கொண்ட பலராமர் தெய்விகச் சக்தி வாய்ந்த தன் கலப்பையால் ஹஸ்தினாபுரத்தைக் குத்தி பூகம்பம் குலுக்குவதுபோல் குலுங்கச் செய்தார். கௌரவர்கள் பயந்து சரணடைந்தனர். சீர், சிறப்புகளையும் நால்வகைப் படைகளையும் கொடுத்து லக்ஷ்மணாவையும் சாம்பனையும் பலராமரோடு துவாரகைக்கு அனுப்பி வைத்தனர்.

ஸ்ரீகிருஷ்ணரின் இல்லறம்

ஸ்ரீகிருஷ்ணர் எட்டுப் பட்டமகிஷிகளோடு பதினாறாயிரம் அரச குமாரிகளையும் கைப்பிடித்தார் என்று கேள்விப்பட்ட நாரதர், அத்தனை மனைவிகளுடன் பகவான் கிருஷ்ணர் எவ்வாறு இல்லறம் நடத்துகிறார் என்று பார்க்க விருப்பம்கொண்டு துவாரகைக்கு வந்தார்.

துவாரகையில் பூந்தோட்டங்களோடும், பறவைகள் நிறைந்த நிழல் தரும் மரங்களோடும், தடாகங்களோடும் விஸ்வகர்மாவால் அற்புதமாக நிர்மாணிக்கப்பட்ட ஒன்பது லட்சம் மாளிகைகள் இருந்தன. ஐஸ்வர்யங்கள் அனைத்தும் நிறைந்து வைர வைடூரியங்களும் ரத்தினங்களும் பதிக்கப்பெற்றுப் பிரகாசிக்கின்ற மாளிகைகளில் பெரியதாக விளங்கிய ருக்மிணியின் மாளிகைக்குள் நுழைந்தார் நாரத மகரிஷி. ஸ்ரீகிருஷ்ணரும் ருக்மிணியும் கட்டிலில் அமர்ந்திருந்தனர். சிறந்த அலங்காரத்தோடு கூடிய ஆயிரக்கணக்கான பணிப்பெண்கள் தங்கப் பிடி போட்ட சாமரத்தால் வீசிக் கொண்டிருந்தனர். நாரதரைக் கண்டதும்

கண்ணன் மஞ்சத்திலிருந்து எழுந்து முனிவரை வரவேற்றுத் தன் ஆசனத்தில் அவரை அமரவைத்து அவர் பாதங்களில் தன் கிரீடம் படும்படி வணங்கினார்.

யாருடைய திருவடியைத் தொட்டதால் கங்கை எல்லோருடைய பாவங்களையும் போக்க வல்லதாக ஆனதோ யார் சர்வ லோகங்களுக்கும் தலைவரோ அந்தப் பகவான் கிருஷ்ணன், நாரத மகரிஷியின் பாதங்களில் நீர்விட்டு அந்த நீரைத் தன் தலையில் தெளித்துக்கொண்டார்.

"பிரபு, நற்குணங்கள் நிறைந்த தங்களுக்கு நான் என்ன செய்யக்கூடும்?" என்று முனிவரிடம் வினவினார் கிருஷ்ணப் பகவான்.

"யோகேஸ்வரா, பிறவிக் கிணற்றில் விழுந்து தத்தளிப்பவரைக் காக்கும் தங்கள் திருவடிகளைத் தரிசிக்கும் பேறு பெற்றேன். அவை என் உள்ளத்தில் மறவாமல் நிலைக்கட்டும். அவற்றை எப்போதும் தியானித்துச் சஞ்சரித்துக் கொண்டிருக்கிறேன்" என்று கூறி அங்கிருந்து விடைபெற்றார் முனிவர்.

மேலும் பகவானின் யோக மாயையை அறிய விரும்பி இன்னொரு கிருஷ்ணப் பத்தினியின் இல்லத்திற்குள் நுழைந்தார் நாரதர். அங்கு மனைவியோடும் உத்தவரோடும் கண்ணன் சொக்கட்டான் விளையாடிக் கொண்டிருந்தார். பகவான் கிருஷ்ணர், பக்தியோடு விரைந்து வந்து நாரதரை வரவேற்றார். "முனிவரே, எப்போது வந்தீர்கள்?" என்று கேட்டார். முனிவரின் பாதங்களில் நீரூற்றி தலையில் தெளித்துக்கொண்டு பூஜித்தார்.

"நாரத முனிவரே, தாங்கள் பரிபூரணமானவர், என் போன்றவனால் தங்களுக்கு ஆகவேண்டியது என்ன? இந்த எங்கள் பிறவியை மங்களமுடையதாக ஆக்குங்கள்" என்று பணிவுடன் முனிவரைப் பிரார்த்தித்தார் கிருஷ்ணப் பகவான்.

ஆச்சரியத்தோடு எதுவும் பேசாமல் அங்கிருந்து நகர்ந்த நாரதர், இன்னொரு இல்லத்திற்குள் சென்று பார்த்தார். அங்கு நீராடுவதற்குத் தயாராக இருந்த கண்ணனையும் இன்னொரு மாளிகையில் அக்னியில் ஹோமம் செய்துகொண்டிருந்த கண்ணனையும் இன்னொரு மாளிகையில் அந்தணர்களுக்குப் போஜனம் அளித்துவிட்டு மீதியைச் சாப்பிட்டுக் கொண்டிருந்த கண்ணனையும் இன்னொரு வீட்டில் பிரணவ ஜபத்தில்

ஈடுபட்டிருந்த கண்ணனையும் இன்னொன்றில் மனைவி மக்களுடன் சிரித்துப் பேசிக்கொண்டிருந்த கண்ணனையும் இன்னொன்றில் பலராமருடன் மந்திராலோசனை செய்பவராகவும் கண்டார். ஒவ்வொரு இல்லத்திலும் ஒவ்வொரு கண்ணன் ஒரே நேரத்தில் ஒவ்வொரு அலுவலில் ஈடுபட்டிருக்கும் அதிசயத்தை நாரதர் கண்டு களித்தார்.

புன்முறுவலோடு கிருஷ்ணரிடம், "பகவான், உலகங்களைப் புனிதமாக்கும் உங்கள் லீலைகளை உரக்கப் பாடிக்கொண்டு சஞ்சரிக்க எனக்கு உத்தரவு கொடுங்கள்" என்று பிரார்த்தித்தார்.

"மகனே, நாரதா. நானே தர்மத்தைச் சொல்கிறேன். நானே அதைக் கடைப்பிடிக்கிறேன். அதில் மகிழ்கிறேன். உலகிற்கு வழிகாட்டுவதற்காக நான் உனக்குப் பூஜை செய்தேன். அதற்காக வருந்தாதே" என்று கூறி முனிவரை வழியனுப்பினார் பரமாத்மா.

ஸ்ரீகிருஷ்ணரின் அன்றாட அலுவல்கள்

பரீட்சித்திடம் சுக யோகி பகவானின் அன்றாடத் தினசரிச் செயல்களைக் கூறினார். ஸ்ரீகிருஷ்ணர், பிரம்ம முகூர்த்தத்தில் எழுந்து ஆசமனம் செய்து உடலையும் உள்ளத்தையும் தூய்மை செய்துகொண்டு பரப்பிரம்ம சொரூபத் தியானத்தில் ஈடுபடுவார். பிறகு நீராடி சூரிய வழிபாடு, ஜபம், ஹோமம், தேவ பித்ரு தர்ப்பணங்களை அனுஷ்டிப்பார். தங்கம், வஸ்திரம், பசுக்கள் போன்றவற்றைத் தக்கவருக்குத் தானம் செய்வார். தேவதைகள், குலப் பெரியவர்கள், குருமார்கள் ஆகியோரைச் சென்று வணங்குவார். வஸ்திரத்தாலும் ஆபரணங்களாலும் தன்னை அலங்கரித்துக்கொண்டு பசி தாகம் மூப்பு நோய் எதுவும் தாக்காத சுதர்மை என்ற பெருமை வாய்ந்த ராஜ சபைக்குச் சென்று சிறந்த ஆசனத்தில் அமர்ந்து சாத்யகி உத்தவர் முதலான சான்றோருடன் சேர்ந்து புண்ணியம் நிறைந்த பூர்வ அரசர்களின் சரிதங்களைக் கேட்பார். நண்பர்களோடு அமர்ந்து நகைச்சுவை நாடகங்களைப் பார்த்து ரசிப்பார். நாட்டியம், வீணை, மிருதங்கம், புல்லாங்குழல் முதலான வாத்தியங்களைக் கலைஞர்கள் வாசிப்பதை ரசித்து மகிழ்வார்.

ஜராசந்தன் வதம்

ஜராசந்தன் இருபதினாயிரம் மன்னர்களைச் சிறைபிடித்து கிரிவ்ரஜம் என்ற கோட்டையில் அடைத்து வைத்தான்.

தம்மை விடுவித்துக் காத்தருளவேண்டும் என்று கிருஷ்ணருக்கு அவர்கள் அனுப்பிய செய்தியை ஒரு தூதுவன் கிருஷ்ணப் பரமாத்மாவிடம் சபையில் வந்து தெரிவித்தான். அதே நேரம் நாரத முனிவர் அங்குத் தோன்றினார். கிருஷ்ணர் முனிவரை மகிழ்ச்சியோடு வரவேற்று உபசரித்தார்.

பாண்டவர்கள் ராஜ சூய யாகம் செய்ய விரும்புவதாகவும் பகவான் ஸ்ரீகிருஷ்ணர் நேரடியாக வந்து அதனை நடத்தித் தரவேண்டும் என்றும் நாரதர் கிருஷ்ணரைக் கேட்டுக்கொண்டார். பரமாத்மா உத்தவரிடம் யோசனை கேட்டார்.

"பாண்டவர்கள் முதலில் திக்விஜயம் செய்து ஜராசந்தனை வதைத்து அவனால் சிறையில் அடைக்கப்பட்ட மன்னர்களை விடுவித்து அதன் பின்னர் ராஜசூய யாகம் செய்வது நல்லது" என்று உத்தவர் ஆலோசனை கூறினார். அதனை ஸ்ரீகிருஷ்ணர் ஏற்றுக்கொண்டு விரைவில் அவர்களை விடுவிப்பதாகத் தூதுவன் மூலம் சிறைப்பட்ட மன்னர்களுக்குச் செய்தி அனுப்பினார். பின்னர் மலைகளையும் நதிகளையும் பட்டணங்களையும் கிராமங்களையும் தாண்டி ஸ்ரீகிருஷ்ணர் தன் மனைவியரோடு சேர்ந்து பயணமானார். சரஸ்வதி நதி, குருக்ஷேத்திரம், பாஞ்சால தேசம், மத்ஸ்ய தேசம் ஆகியவற்றைக் கடந்து இந்திரபிரஸ்தத்தை அடைந்தார்.

அஜாதசத்ரு என்று பெயர் பெற்ற தர்மபுத்திரன் வேத கோஷம் முழங்கச் சங்கீத வாத்தியங்கள் ஒலிக்கப் பகவான் ஸ்ரீகிருஷ்ணரை ஆதரவோடு எதிர்கொண்டு வரவேற்றான். அன்போடு பாண்டவர்கள் கண்ணனை ஆலிங்கனம் செய்துகொண்டனர். குந்தி கூறியபடி திரௌபதி கிருஷ்ணரின் மனைவியரை முறைப்படி வரவேற்று புஷ்பமாலை, வஸ்திரம் போன்றவற்றால் உபசரித்தாள். பகவான் கிருஷ்ணர் அங்குச் சில மாதங்கள் தங்கி, மயன் என்ற தேவ சிற்பியைக்கொண்டு சிறப்பான சபா மண்டபம் கட்டுவித்தார்.

நிறைந்த சபையில் முனிவர், ஞானியர், உறவினர் அனைவரும் சூழ்ந்திருக்க யுதிஷ்டிரன் ஒருநாள் கிருஷ்ணரிடம், "பத்மநாபா, தங்கள் அனுக்கிரகம் கற்பக விருக்ஷத்தைப் போன்றது. நான் ராஜ சூய யாகம் செய்து தேவர்களை ஆராதனை செய்ய விரும்புகிறேன். அதனை எங்களுக்கு நடத்தித் தரவேண்டும்" என்று கேட்டுக்கொண்டான்.

"ராஜா, தர்மபுத்திரா, எல்லா மன்னர்களையும் வென்று பூமியை உமக்குச் சொந்தமாக்கிக்கொண்டு யாகத்திற்கு வேண்டிய எல்லாப் பொருட்களையும் சம்பாதித்து அதன் பின்னர் பெரியதான இந்த யாகத்தைச் செய்யுங்கள்" என்று கிருஷ்ணப் பரமாத்மா யுதிஷ்டிரனிடம் தெரிவித்தார்.

ஸ்ரீகிருஷ்ணர் கூறியதைக் கேட்டு மகிழ்ந்த தர்மபுத்திரன் தம்பிகளை திக்விஜய யாத்திரை செய்து வரும்படி பணித்தான். வீரர்களான அவர்களும் நான்கு புறமும் இருந்த தேசங்களை வென்று ஏராளமான செல்வங்களை ராஜசூய யாகம் செய்ய இருக்கும் யுதிஷ்டிரனிடம் கொண்டு சேர்த்தனர். ஆனால் இன்னும் ஜராசந்தனை வெல்லவேண்டியது மீதமிருந்தது. அது குறித்து உத்தவர் கூறிய யோசனையை தர்மபுத்திரனிடம் கூறினார் கிருஷ்ணர். அதன்படி பீமன், அர்ஜுனன், கிருஷ்ணர் மூவரும் அந்தணர் வேடம் தரித்து ஜராசந்தனின் நகரமான கிரிவ்ரஜம் சென்றனர்.

அந்தணர்களை வணங்கும் வழக்கமுள்ள ஜராசந்தன் அதிதி பூஜை செய்யும் நேரத்தில் மூவரும் அரண்மனைக்குச் சென்றனர். ஜராசந்தனிடம், "ஹே ராஜேந்திரா, வெகு தொலைவிலிருந்து உன்னிடம் ஒன்றை யாசிக்க வந்துள்ளோம். நாங்கள் கேட்பதை எங்களுக்குக் கொடுக்கவேண்டும். உனக்கு நலன் உண்டாகும்" என்றனர்.

அவர்களின் குரல், உருவம், முன் எப்போதோ பார்க்கப்பட்டதைப் போன்ற நினைவு ஆகியவற்றால் அவர்கள் க்ஷத்திரியர்கள் என்று அறிந்துகொண்டான் ஜராசந்தன். கொடை குணம்கொண்ட ஜராசந்தன், "அந்தணர்களே, நீங்கள் என் தலையைக் கேட்டாலும் கொடுப்பேன்" என்றான்.

"அரசர்களில் சிறந்தவனே, நாங்கள் அன்னத்தை யாசித்து வந்த அந்தணர்கள் அல்ல. துவந்த யுத்தத்தை யாசகமாகக் கேட்டு வந்த க்ஷத்திரியர்கள். இவன் பீமன், இவன் அர்ஜுனன், நான் உன் விரோதியான கிருஷ்ணன்" என்றார் பரமாத்மா.

அதைக் கேட்டு கோபத்துடன் உரக்கச் சிரித்த ஜராசந்தன், "மூடர்களே, அப்படியானால் உங்களுக்கு யுத்தத்தையே கொடுக்கிறேன். நீ என்னிடம் பயந்து சமுத்திரத்தில் பட்டணம் அமைத்து ஒளிந்து கொண்டிருக்கிறாய். நீ எனக்குச் சமமில்லை. உன்னுடன் போர் செய்யமாட்டேன்.

அர்ஜுனன் சிறியவன். பீமன்தான் எனக்குச் சமமானவன். அவனோடு யுத்தம் செய்வேன்" என்று சொல்லி பீமனுக்கு ஒரு பெரிய கதையைக் கொடுத்தான்.

பீமனும் ஜராசந்தனும் கதாயுதத்தால் மோதிக்கொண்டனர். அவர்கள் அடித்துக்கொண்டபோது எழுந்த 'சடசடா' என்ற சத்தம் இடி முழக்கம் போலவும் சண்டையிடும் யானைகளின் கொம்புகள் மோதுவது போலவும் இருந்தது. கதாயுதங்கள் தூள் தூளான பின்னர் இருவரும் மல்யுத்தத்தில் இறங்கினார்கள். இரும்புக்கு ஒப்பான முஷ்டிகளால் இருவரும் மோதிக் கொண்டார்கள். சம வலிமையும் பராக்கிரமும்கொண்ட அவர்களுடைய யுத்தம் விசேஷமற்றதாகத் தோன்றியது. பகலில் சண்டையிட்டுக்கொண்டு இரவில் நண்பர்களைப்போல் பழகிய அவர்கள் இருவருக்கும் இருபத்தேழு நாள்கள் யுத்தம் நடந்தது.

ஒருநாள் பீமசேனன், "மாதவா, என்னால் இவனை வெல்லவே முடியாது போலிருக்கிறது" என்றான்.

பிறந்தபோது ஜராசந்தனின் உடல் இரு பகுதிகளாக இருந்ததையும் ஜரா என்ற ராட்சசியால் ஒன்று சேர்க்கப்பட்டு உயிர்த்தெழுந்ததையும் நினைத்துப் பார்த்த கண்ணபிரான் பீமனுக்கு அதனை உணர்த்த முடிவு செய்து அதற்கான உபாயத்தை யோசித்தார்.

மகிமை பொருந்திய பகவான் கிருஷ்ணர், ஒரு மரக் கிளையை எடுத்து இரண்டாகப் பிளந்து

பீமனுக்குச் சமிக்ஞை காட்டினார். மகா பலசாலியும் போரில் தேர்ந்தவனுமான பீமன் அதைப் புரிந்துகொண்டு ஜராசந்தனின் கால்களைப் பிடித்துக் கீழே தள்ளினான். ஜராசந்தனின் ஒரு காலைத் தன் காலால் அழுத்திக்கொண்டு மற்றொரு காலைக் கைகளால் இழுத்து உடலை இரண்டாகக் கிழித்தான். ஜராசந்தன் கொல்லப்பட்டபோது, 'ஹா ஹா' என்று பெருத்த ஆரவாரம் உண்டாயிற்று. ஸ்ரீகிருஷ்ணனும் அர்ஜுனனும் பீமனைக் கட்டித் தழுவினர்.

மன்னர்களின் விடுதலை

ஸ்ரீகிருஷ்ணர், ஜராசந்தனின் மகன் சஹதேவனை அரசனாக்கினார். பசியால் மெலிந்து, முகம் உலர்ந்து சிறையில் வாடிய இருபதினாயிரத்து எண்ணூறு மன்னர்களை விடுவித்தார். அவர்கள் நீல மேக ஷ்யாமளனாக மஞ்சள்

பட்டாடை உடுத்தி புன்னகையோடு விளங்கிய பகவான் ஸ்ரீகிருஷ்ணரைப் பார்த்து மகிழ்ந்து போற்றித் துதித்து, பகவானின் பாதங்களில் தலை வைத்து வணங்கினர். 'பிரஜைகளை தர்மவழியில் காப்பாற்றுங்கள். என்னிடம் மனதை நிலைநிறுத்தி என்னையே அடையுங்கள்' என்று அந்த மன்னர்களுக்கு நல்லாசி கூறி, சிறப்பான குதிரைகள் பூட்டிய தேர்களில் ஏற்றி அவரவர் தேசங்களுக்கு அனுப்பி வைத்தார் கிருஷ்ணர். வெற்றியோடு இந்திரபிரஸ்தம் திரும்பிய மூவரையும் யுதிஷ்டிரன் வரவேற்றான்.

ராஜசூய யாகம்

ஸ்ரீகிருஷ்ணரின் உத்தரவைப் பெற்று யுதிஷ்டிரன் ராஜசூய யாகத்தைத் தொடங்கினான். வியாசர், பரத்வாஜர், வசிஷ்டர் முதலான முனிவர்களும் பீஷ்மர், துரோணர், விதுரர், திருதராஷ்டிரன், கௌரவர்கள் போன்றோரும் மற்றும் அனைத்துத் தேசத்து அரசர்களும் யாகத்திற்கு அழைக்கப்பட்டு வந்திருந்தனர்.

முதல் மரியாதை

யாகத்தில் முதல் மரியாதை யாருக்குச் செய்வது என்று சபையோர் ஆலோசனை செய்தனர். அதற்குத் தகுதியானவர் பலர் இருந்ததால் எந்த முடிவுக்கும் அவர்களால் வர முடியவில்லை. சகதேவன் எழுந்து, "யக்ஞ சொரூபரான பகவான் ஸ்ரீகிருஷ்ணரே அதற்கு உகந்தவர். கிருஷ்ணருக்குப் பூஜை செய்தால் எல்லா உயிர்களுக்கும் பூஜை செய்தவர்களாவோம்" என்று முன்மொழிந்தான். பிரம்ம ரிஷிகள் அனைவரும் 'நன்று நன்று' என்று ஆமோதித்தனர். தர்மபுத்திரரும் மகிழ்ந்து பகவான் ஸ்ரீகிருஷ்ணருக்கு முதல் பூஜையைச் சமர்ப்பித்தார்.

தர்மபுத்திரன் பகவான் ஸ்ரீகிருஷ்ணரின் பாதங்களைக் கழுவி அந்தப் புனிதமான நீரைத் தன் தலை மேலும் குடும்பத்தார் தலை மீதும் தெளித்தான். எல்லா உலகங்களும் தானாக உள்ள அந்தச் சர்வேஸ்வரனுக்குப் பொன்னும் வஸ்திரங்களும் அளித்துப் பூஜை செய்தான். கூடியிருந்த ஜனங்களும் ஜய கோஷம் செய்து வணங்கினர். தேவர்கள் பூமாரிப் பொழிந்தனர்.

சிசுபாலன் வதை

ராஜ சூய யாகத்தில் கிருஷ்ணருக்கு முதலிடம் அளித்ததைச் சிசுபாலன் ஆட்சேபித்தான். நடுச் சபையில் கையைத் தூக்கிக்கொண்டு எழுந்து கிருஷ்ணரைப் பலவாறாகத்

தூற்றினான். கடுமையான வார்த்தைகளால் கண்ணனைச் சாடினான்.

சபாநாயகர்களாக அமர்ந்திருக்கும் சிறந்த ரிஷிகளை அலட்சியம் செய்து, "காக்கை ஹோமத்திற்குரிய புரோடாசனம் என்ற ஹோமப் பொருளைக் கவர்ந்ததைப்போலக் குலத்திற்கு இழிவு தரும் குணமில்லாத இந்த இடையனை எவ்வாறு பூஜிக்கலாம்" என்று கேட்டான் சிசுபாலன். சிங்கம் நரியின் ஊளையைக் கேட்டு சும்மாயிருப்பதுபோல சிசுபாலனின் இழி சொற்களைக் கேட்டு பகவான் கிருஷ்ணர் அமைதியாகயிருந்தார்.

சிசுபாலனின் நிந்தைகளைக் காது கொடுத்துக் கேட்கச் சகிக்காமல் காதுகளைப் பொத்திக்கொண்ட சாதுக்கள், சிசுபாலனைச் சபித்தபடியே வெளியேறினர். பாண்டவர்களும் மற்ற அரசர்களும் சிசுபாலனை எதிர்க்க ஆயுதமெடுத்தனர். சிசுபாலன் அவர்களை அதட்டிக்கொண்டே கத்தியை உருவினான். கோபத்துடன் எழுந்த வாசுதேவன் தன்னைச் சேர்ந்தவர்களைத் தடுத்துவிட்டு, கூர்மையான நுனியுடைய சக்ராயுதத்தால் சிசுபாலனின் தலையைக் கொய்தார். சிசுபாலனின் உடலில் இருந்து ஓர் ஒளி கிளம்பி எல்லோரும் பார்த்திருக்கும்போதே வாசுதேவனிடம் வந்தடைந்தது. சிசுபாலன் மூன்று பிறவிகளாகப் பகவானையே நினைத்து விரோதம் கொண்டிருந்ததால் பகவானையே அடைந்தான்.

சபையோரையும் அந்தணர்களையும் முறையாகப் பூஜித்து, தானங்கள் வழங்கிய தர்மபுத்திரன் திரௌபதியுடன் கங்கையில் புனித நீராடி ராஜ சூய யாகத்தை நிறைவு செய்தான். யோகிகளுக்கெல்லாம் ஈசுவரனான பகவான் ஸ்ரீகிருஷ்ணர் மேலும் சில மாதங்கள் இந்திரபிரஸ்தத்தில் தங்கிவிட்டு, பின்னர் மனைவியரோடு துவாரகை திரும்பினார்.

பலன்

சிசுபாலனின் வதம் முதலான ஸ்ரீகிருஷ்ணனின் லீலைகளையும் மன்னர்களின் விடுதலையையும் ராஜசூய யாகத்தையும் கீர்த்தனை செய்பவர் சகல பாவங்களில் இருந்தும் விடுதலை பெறுவார்.

துரியோதனனின் பொறாமை

"மன்னர்களால் வணங்கப்பட்டு மிகுந்த ஐஸ்வர்யத்தோடு விளங்கிய தர்மபுத்திரனைக் கண்டு குரு வம்சத்திற்கு

வியாதி போன்றவனும் கலிபுருஷனின் வடிவமுமான துரியோதனன் பொறாமையால் புழுங்கினான்" என்று சுக யோகி கூறியவுடன் அதற்கான காரணத்தை விளக்கும்படி வேண்டினான் பரீட்சித் மன்னன்.

ராஜசூய யாகத்தில் பீமன் சமையலறையின் பொறுப்பையும் துரியோதனன் பொக்கிஷ சாலையின் பொறுப்பையும் ஏற்றனர். சகதேவன் வந்தவர்களை வரவேற்றான். நகுலன் யாகத்திற்கு வேண்டிய பொருட்களைச் சேகரித்தான். அர்ஜுனன் குருமார்களுக்குப் பணிவிடை செய்தான். பகவான் ஸ்ரீகிருஷ்ணர் அவர்களின் பாதங்களைக் கழுவினார். திரௌபதி விருந்து பரிமாறும் பொறுப்பில் இருந்தாள். பரந்த மனம் படைத்த கர்ணன் தானம் செய்யும் பொறுப்பில் இருந்தான். கிருபர், விதுரர் போன்றோரும் தர்மபுத்திரனுக்கு உதவியாகப் பல வேலைகளில் பொறுப்பெடுத்துக் கொண்டனர்.

தர்மபுத்திரன், கடத்தற்கரிய பெரிய கடலைத் தாண்டினாற்போல, ஸ்ரீகிருஷ்ணரால் ராஜசூய யாகம் நடத்தப்பெற்று கவலையற்று விளங்கினான். இந்திரபிரஸ்தத்தின் ஐஸ்வர்யத்தையும் ராஜசூய யாகத்தின் மகிமையையும் பார்த்து துரியோதனனுக்கு அசூயை ஏற்பட்டது. பலவிதச் சிறப்புகளோடு மயன் அமைத்த அந்தச் சபையில் திரௌபதி மகிழ்வோடு தன் கணவர்களுக்குச் சேவை செய்வதைக் காணத் துரியோதனனுக்குப் பொறுக்கவில்லை.

எல்லோராலும் துதிக்கப்பட்டு தம்பிகளாலும் கிருஷ்ணராலும் சூழப் பெற்று ராஜாதி ராஜனான தர்மபுத்திரன் தங்கச் சிம்மாசனத்தில் இந்திரனைப்போல வீற்றிருந்தான். அப்போது கர்வம்கொண்ட துரியோதனன் கிரீடமும் மாலையும் அணிந்து, தன் தம்பிகளோடு சேர்ந்து கையில் உருவிய கத்தியோடு கோபத்தால் அதட்டிக்கொண்டு மயன் அமைத்த அந்தச் சபைக்குள் பிரவேசித்தான். தண்ணீர் உள்ளதுபோல் தோற்றமளித்த தரையில் ஆடையைத் தூக்கிப் பிடித்து நடந்த துரியோதனன், நீர் இருந்த இடத்தை வெறும் தரை என்று குழம்பிக் கீழே விழுந்தான். அதைப் பார்த்து பீமன் நகைத்தான். பெண்களும் மற்ற அரசர்களும்கூடச் சிரித்தனர். தர்மபுத்திரன் அவர்களைத் தடுத்தான். துரியோதனன் வெட்கித் தலை குனிந்து கோபம் கொழுந்து விட்டெரிய மௌனமாக ஹஸ்தினாபுரம் திரும்பினான்.

சாதுக்களின் 'ஹா ஹா' என்ற ஆரவாரம் கேட்டது. அஜாதசத்ருவான தர்மபுத்திரன் மன நிம்மதியை இழந்தான். ஸ்ரீகிருஷ்ணர் பூபாரத்தை ஒடுக்க எண்ணம் கொண்டவராக மௌனம் வகித்தார்.

சால்வனின் வதம்

ருக்மிணியின் திருமணத்தின்போது தோற்கடிக்கப்பட்ட அரசர்களுள் ருக்மியின் நண்பனான சால்வ தேசத்து அரசனும் ஒருவன். அவன் 'பூமியில் யாதவர்களே இல்லாமல் செய்துவிடுவேன்' என்று சபதம் பூண்டான். அதற்காகப் பரமசிவனைக் குறித்துக் கடுந்தவம் புரிந்து சௌபம் என்ற தெய்விக விமானத்தை வரமாகப் பெற்றான். அது மயனால் ஒரு பட்டணம்போல் அமைக்கப்பட்ட விமானம். ஸ்ரீகிருஷ்ணர் ராஜசூய யாகத்திற்குச் சென்றிருந்தபோது சால்வன் அந்த விமானத்தில் ஏறி துவாரகைக்கு வந்தான். துவாரகையின் அழகிய பூந்தோட்டங்களையும் கட்டடங்களையும் இடித்து அழித்தான். துவாரகையே புழுதியில் அமுங்கும்படியாகப் போர் புரிந்தான். சாத்யகி, அக்ரூரர், பிரத்யும்னன் ஆகியோர் அவனை எதிர்த்துப் போர் புரிந்தனர். ஆனால் சால்வனின் திவ்ய விமானம் மறைவதும் தோன்றுவதும் பல திசைகளில் சுழல்வதுமாகப் பாணங்களில் இருந்து தப்பித்துக் கொண்டது.

இதனிடையில் ஸ்ரீகிருஷ்ணர் துவாரகைக்குத் திரும்பி வந்து சால்வனுடன் போரிட்டார். மாயப் போர் புரிந்த சால்வனின் விமானத்தைத் தன் கதாயுதத்தால் அடித்து நொறுக்கி சமுத்திரத்தில் தள்ளிய பகவான் ஸ்ரீகிருஷ்ணர், சக்ராயுதத்தால் சால்வனின் தலையைக் கொய்தார்.

தந்தவக்த்ரன் வதம்

சால்வனின் நண்பன் தந்தவக்த்ரன் கிருஷ்ணருடன் போரிட வந்தான். ஆக்ரோஷமாக இருவரும் போரிட்டனர். இறுதியில் கௌமோதகி என்ற தன் கதாயுதத்தால் ஸ்ரீகிருஷ்ணர் தந்தவக்த்ரனை மார்பில் அடித்தார். மார்பு பிளக்கப்பட்டு ரத்தம் கக்கிக்கொண்டு தந்தவக்த்ரன் மாண்டு கீழே வீழ்ந்தான். அப்போது சிசுபாலனுக்கு நேர்ந்ததுபோலவே எல்லோரும் பார்த்துக் கொண்டிருக்கையில் அவன் உடலிலிருந்து சூட்சுமமான ஒளி ஒன்று கிளம்பி பகவான் கிருஷ்ணரை வந்தடைந்தது.

பலராமரின் தீர்த்த யாத்திரை

பாண்டவர்களுக்கும் கௌரவர்களுக்கும் யுத்தம் நேரப் போகிறது என்று அறிந்த பலராமர், இரு தரப்பிலும் சேராமல் தீர்த்த யாத்திரைக்குச் சென்றார். பிரபாச தீர்த்தத்தில் நீராடி, தேவர்களையும் பித்ருக்களையும் திருப்தி செய்து அந்தணர்களால் சூழப்பட்டு சரஸ்வதி, யமுனை, கங்கை முதலான தீர்த்தங்களைத் தரிசித்துக்கொண்டு நைமிசாரண்யத்தை வந்தடைந்தார். அங்குச் சத்திர யாகம் செய்து கொண்டிருந்த முனிவர்கள் பலராமரை வரவேற்றுப் பூஜித்தார்கள்.

அங்கு உயர்ந்த ஆசனத்தில் அமர்ந்திருந்த வியாசரின் சீடர் ரோமஹர்ஷணர் தன்னை வணங்காததைக் கவனித்த பலராமர், கோபம்கொண்டு தன் கையிலிருந்த தர்ப்பை நுனியால் ரோமஹர்ஷணரைத் தட்டினார். உடனே அந்த முனிவரின் உயிர் பிரிந்தது.

நைமிசாரண்யத்திலிருந்த முனிவர்கள் மனம் நொந்தனர். "பலராமரே, நீங்கள் அதர்மம் செய்து விட்டீர்கள். சத்திர யாகம் முடியும்வரை ரோமஹர்ஷணருக்கு உயர்ந்த ஆசனமும் களைப்பின்மையும் எங்களால் அளிக்கப்பட்டிருந்தது. உங்கள் பாவத்திற்குப் பிராயச்சித்தம் செய்யவேண்டும்" என்றனர்.

"ரோமஹர்ஷண முனிவரின் புதல்வர் தீர்க்காயுளும் கூர்மையான அறிவும்கொண்டு இவரைப் போலவே புராணங்களைச் சொல்வார்" என்று கூறியருளிய பலராமர், "உங்களுக்கு என்ன வேண்டுமோ அதைக் கூறுங்கள்" என்றார்.

பலராமர் பிராயச்சித்தமாகப் பன்னிரண்டு மாதக் காலம் பாரத வர்ஷத்தை பிரதக்ஷிணம் செய்து தீர்த்த ஸ்நானம் செய்யவேண்டும் என்று முனிவர்கள் கூறியதோடு, தங்களின் யாகத்தைக் கெடுக்கும் இல்வலனுடைய மகன் பல்வலன் என்னும் அசுரனை வதைக்கவேண்டும் என்றும் கேட்டுக் கொண்டார்கள்.

யாகசாலையில் நுழைந்து ரத்தத்தையும் மலத்தையும் கொட்டி யாகத்தை அழித்த பல்வலனைத் தன் கலப்பையின் நுனியால் குத்தி இழுத்து உலக்கையால் மண்டையைப் பிளந்து கொன்றார் பலராமர். பின்னர் பலராமர், முனிவர்களின் ஆசியைப் பெற்று கௌசிகி நதியில் நீராடிவிட்டு சரயு நதி தோன்றும் இடத்தை அடைந்தார்.

அங்கிருந்து பிரயாகை சென்று முன்னோருக்குத் தர்ப்பணம் செய்தார். பிறகு கோமதி, கண்டகி, கேரளம், கோகர்ணம் முதலான பல புண்ணிய நதிகளையும் க்ஷேத்திரங்களையும் தரிசித்து பிரபாச க்ஷேத்திரம் வந்தபோது மகாபாரதப் போரில் பெரும்பாலும் எல்லா அரசர்களும் வீரர்களும் மடிந்துவிட்டார்கள் என்று அறிந்து பூமியின் பாரம் குறைந்ததாக எண்ணினார்.

பீமனும் துரியோதனனும் கதாயுத்தத்தில் ஈடுபட்டிருப்பதை அறிந்து பலராமர் அங்குச் சென்றார். தர்மன், அர்ஜுனன், நகுலன், சகாதேவன், ஸ்ரீகிருஷ்ணர் ஆகியோர் பலராமரை வணங்கினார்கள். பலராமர், பீமனையும் துரியோதனனையும் சமாதானப்படுத்த முயன்றார். "நீங்கள் இருவரும் சமமான பலமுடையவர்கள். இந்த யுத்தத்தை இதோடு முடித்துக் கொள்ளுங்கள்" என்று கூறினார். அவர்கள் அதற்கு இணங்கவில்லை. பலராமர் துவாரகை சென்றார்.

போர் முடிந்தது என்றறிந்து மனக்குழப்பங்கள் நீங்கிய பலராமர் நைமிசாரண்யம் சென்றார். முனிவர்கள் மகிழ்ச்சியோடு பலராமரை வரவேற்று அவருக்காக யாகங்களைச் செய்து கொடுத்தனர். தோஷம் நீங்கிய பலராமர் மனைவியோடும் உற்றார் உறவினரோடும் பிரகாசமாக விளங்கினார்.

பலன்

"ஆதிசேஷனின் அவதாரமான பலராமரின் புண்ணியச் சரிதத்தைக் காலையும் மாலையும் நினைப்பவர் விஷ்ணுவின் அருளுக்குப் பாத்திரமாவார்" என்று சுக யோகி பரீட்சித்திடம் கூறினார்.

குசேலரின் சரித்திரம்

பரீட்சித் மன்னன், சுக யோகியிடம் கேட்டான், "மகாத்மா, அளவற்ற மகிமைகள்கொண்ட ஸ்ரீகிருஷ்ணருடைய லீலைகள் இன்னும் என்ன உண்டோ அவை அனைத்தையும் எனக்குக் கூறுங்கள். கண்ணனின் சரிதங்களை எத்தனைக் கேட்டாலும் திருப்தி உண்டாவதில்லை. பகவானின் புண்ணியக் கதைகளைக் கேட்கும் காதுகளே காதுகள். பகவானுக்குப் பணிவிடை செய்யும் கைகளே கைகள்" என்று போற்றினான் பரீட்சித். சுக யோகி, ஸ்ரீகிருஷ்ணனிடம் மனதைச் செலுத்தி மேலும் உரைக்கலானார்.

சிறு வயதுத் தோழன்

கிருஷ்ணருக்குச் சிறு வயதுத் தோழனாக இருந்தவர் சுதாமர். இவர் பிரம்ம ஞானிகளில் சிறந்தவர். எப்போதும் கந்தல் ஆடையே உடுத்தியதால் குசேலர் என்று அழைக்கப்பட்டார். வைராக்கியமும் அமைதியான குணமும் கொண்டவர். கிடைத்ததைக்கொண்டு திருப்தியோடும் அனுகூலமான மனைவியோடும் இல்லறத் தர்மத்தைக் கடைப்பிடித்து வந்தார். பசியாலும் பட்டினியாலும் மெலிந்திருந்ததால் குசேலரின் மனைவி, க்ஷுத்க்ஷாத்மா என்று அறியப்பட்டாள்.

ஏழ்மை

வறுமையின் கொடுமையால் குசேலரின் மனைவி ஒருநாள் கணவரிடம், "உங்கள் இளவயது நண்பர் பகவான் ஸ்ரீகிருஷ்ணர் துவாரகையில் செல்வச் சிறப்போடு விளங்குகிறார். அவரைப் போய்ப் பார்த்தால் நமக்கு வேண்டிய பொருட்களைத் தருவார். நம் வறுமை தீரும். சென்று வாருங்கள்" என்றாள்.

நான்கு பிடி அவல்

கண்ணபிரான் தரப்போகும் பொருட்களை விட அவரைக் காணப் போகிறோம் என்ற ஆனந்தம் குசேலருக்கு அதிகமாக இருந்தது. 'என் இனிய தோழனுக்காக ஏதாவது எளிய காணிக்கை எடுத்துச் செல்வது நல்லது' என்று மனைவியிடம் கூறினார். அவள் அக்கம் பக்கத்து இல்லங்களுக்குச் சென்று யாசகம் கேட்டு நான்கு பிடி அவல் வாங்கி வந்தாள். அதனை ஒரு துணிக் கிழிசலில் கட்டி குசேலரிடம் கொடுத்தனுப்பினாள். அதை எடுத்துக்கொண்டு குசேலர் துவாரகை சென்றார்.

தோழர்களின் சந்திப்பு

சேனைகளையும் தெருக்களையும் தாண்டி ஐஸ்வர்யங்கள் நிறைந்த ஸ்ரீகிருஷ்ணருடைய அரண்மனைக்குள் நுழைந்த குசேலர் பிரம்மானந்தம் எய்தியவர் போலுணர்ந்தார். அவரைத் தொலைவில் பார்த்ததுமே ருக்மிணியின் கட்டிலில் அமர்ந்திருந்த ஸ்ரீகிருஷ்ணர் விரைவாக எழுந்து குசேலரை எதிர்கொண்டழைத்து மகிழ்ச்சி பொங்க இரு கைகளாலும் தழுவிக்கொண்டார். அருமைத் தோழரைக் கண்டதில் ஸ்ரீகிருஷ்ணர் ஆனந்தக் கண்ணீர் உகுத்தார்.

லோகேஸ்வரனான கண்ணபிரான், குசேலரைத் தன் கட்டிலில் அமரவைத்து அவருக்குப் பாத பூஜை செய்து

அந்த நீரைத் தன் சிரசில் தெளித்துக்கொண்டார். அழுக்குப் படிந்த கந்தையை உடுத்தி நரம்புகள் தெரியும்படி இளைத்து மெலிந்திருந்த அந்த அந்தணருக்கு ருக்மிணி தேவி தானே விசிறினாள். கிருஷ்ணரும் ருக்மிணியும் உபசரிக்கும் அந்த அடையாளம் தெரியாத அந்தணரை அந்தப்புரத்துப் பெண்கள் வியந்து பார்த்தனர்.

"பிரம்ம சொரூபியே, உமக்கு ஏற்ற மனைவியைத் திருமணம் செய்திருப்பீர்கள் என்று நினைக்கிறேன்" என்று கூறிய கண்ணபிரான், குருகுல வாசத்தில் நடந்த நிகழ்வுகளை நினைவு கூர்ந்து குசேலரோடு அளவளாவினார். இருவரும் கைகளைப் பிடித்துக்கொண்டு மகிழ்ச்சியோடு பேசிக் கொண்டார்கள்.

"அன்பரே, உமக்கு நினைவிருக்கிறதா... ஒரு முறை குருபத்தினி விறகு கொண்டுவரும்படி பணித்தாள். நாம் காட்டிற்குச் சென்றோம். ஆசிரமம் திரும்புவதற்குள் இடியோடு கூடிய மழையும் காற்றும் தொடங்கியது. மேடு பள்ளம் தெரியாமல் எங்கும் ஜலமயமாகிவிட்டது. திக்குத் திசை தெரியாமல் குளிரில் நடுங்கியபடி இரவு முழுவதும் கை கோர்த்துக்கொண்டு சுற்றித் திரிந்தோம். காலையில் கவலையோடு நமது குரு நம்மைத் தேடிக்கொண்டு வந்தார். நம்மைக் கண்டதும், 'குழந்தைகளே, என் அருமை மாணவர்களே, எனக்காக நீங்கள் மிகவும் சிரமப்பட்டுவிட்டீர்கள். என்னிடம் கற்ற கல்வி உங்களை இகலோகத்திலும் பரலோகத்திலும் காக்கட்டும். உங்கள் எண்ணங்கள் எல்லாம் நிறைவேறட்டும்' என்று நம்மை ஆசீர்வதித்தார்" என்றார் ஸ்ரீகிருஷ்ணர்.

"தேவதேவா, ஜகத்குரு, ஸ்ரீகிருஷ்ணா, உன்னோடு சேர்ந்து குருகுலவாசம் செய்தது என் பாக்கியம்" என்றார் குசேலர்.

"என்னைப் பார்க்க வெறும் கையோடு வந்தீரா?" என்று புன்சிரிப்பு மாறாமல் உரிமையோடு கேட்டார் கிருஷ்ணர். "பக்தர்கள் அன்போடு கொடுப்பது அணுவளவானாலும் அது எனக்கு மிகப் பெரிது" என்றார்.

குசேலர் கூச்சம் மேலிட அமைதியாகயிருந்தார். ஜீவர்கள் அனைவரின் இதயத்திலும் குடிகொண்ட பகவான் வாசுதேவன், 'இவர் பொருளை விரும்பி இதற்குமுன் நம்மை நாடவில்லை. பதிவிரதையான பத்தினிக்கு நன்மை செய்ய விரும்பி வந்திருக்கிறார். தேவர்களும் அடைவதற்கு அரிதான ஐஸ்வர்யத்தை இவருக்கு அளிப்பேன்' என்று எண்ணம் கொண்டார்.

குசேலரின் ஆடையிலிருந்த முடிச்சைத் தானாகவே எடுத்த கிருஷ்ணர், "நண்பரே, எனக்கு மிகவும் பிரியமான அவல் எடுத்து வந்திருக்கிறீர்கள். இது எனக்கு மிகவும் திருப்தியளிக்கிறது" என்று கூறி ஒரு கைப்பிடி அவலை எடுத்து உட்கொண்டு, இரண்டாவது கைப்பிடி அவலை எடுத்தார். அதற்குள் பரபரப்புடன் ருக்மிணி கிருஷ்ணரின் கையைப் பிடித்துத் தடுத்தாள்.

"விஸ்வ சொரூபா, இவ்வுலகிலும் மேலுலகிலும் உள்ள செல்வங்களை எல்லாம் பூரணமாக அளிப்பதற்குக் காரணமான உங்கள் சந்தோஷம் இந்த ஒரு பிடி அவலோடு போதும்" என்றாள்.

நன்றாக விருந்துண்டு நல்ல பானங்களை அருந்தி அன்றிரவு கண்ணனுடைய அரண்மனையில் தங்கிய குசேலர் தான் சுவர்க்கத்தையே பெற்றுவிட்டதாகக் கருதினார்.

பொழுது விடிந்ததும் ஸ்ரீகிருஷ்ணர், குசேலரை வணங்கி விடை கொடுத்தனுப்பினார். குசேலர் வீட்டை நோக்கி நடந்தார். போகும் வழியில், 'அந்தணர்களைப் பகவான் கிருஷ்ணர் தெய்வமாகக் கொண்டாடுகிறார் என்பதை நேரில் பார்த்தேன். மகாலட்சுமியை மார்பில் தரித்த ஸ்ரீகிருஷ்ண பரமாத்மா என்னை ஆலிங்கனம் செய்துகொண்டார். என் கால்களைப் பிடித்து பணிவிடை புரிந்தார்' என்று சிந்தித்துப் பார்த்து மகிழ்ந்தார். அவர் வெட்கத்தால் கண்ணனிடம் செல்வத்தை யாசிக்கவில்லை. ஆனால் கண்ணனின் தரிசனத்திலே ஆனந்தமடைந்து வீட்டிற்குப் போய்ச் சேர்ந்தார்

ஆனால் அவருடைய வீடு இருந்த இடம், சூரியனும் சந்திரனும் அக்னியும் ஒன்று சேர்ந்தாற்போல் ஒளி வீசும் பெரிய மாளிகைகளால் சூழப்பட்டிருந்தது. வியந்து போய், 'இது யாருடைய வீடு, எவ்வாறு இப்படி மாறியது' என்று அவர் யோசித்துக் கொண்டிருக்கும்போது, ஒளி பொருந்திய ஆண்களும் பெண்களும் வாத்திய கோஷத்தாலும் கானத்தாலும் அவரை எதிர்கொண்டழைத்தனர்.

குசேலரின் மனைவி கணவர் வந்ததை அறிந்து ஆலயத்திலிருந்து வெளிவரும் ஸ்ரீதேவிபோல் வந்து கணவரைப் பார்த்து மகிழ்ச்சி பொங்க ஆனந்தக் கண்ணீர் விட்டாள். வீட்டிற்குள் சென்ற குசேலர் அங்குச் சகல சம்பத்துகளும் நிறைந்திருப்பதைப் பார்த்து அதற்கான காரணத்தைச் சாவதானமாக ஆலோசித்தார். 'நான்

கேட்காமலே என் நண்பர் ஏராளமான செல்வத்தை அளித்திருக்கிறார்' என்று எண்ணினார். செல்வத்தின்மேல் பற்றில்லாமல் பக்தியையே உயர்வாக எண்ணிய குசேலர் பகவானைத் தியானித்து இறுதியில் வைகுண்டத்தை அடைந்தார்.

பலன்

பிராமணர்களைத் தெய்வமாகக் கொண்டாடும் பகவான், குசேலருக்குச் செல்வத்தைக் கொடுத்த இந்தச் சரிதத்தைக் கேட்பவர், பகவானிடத்தில் பக்திகொண்டு கர்மத் தளைகளிலிருந்து விடுதலையடைவார்.

சமந்த பஞ்சகம்

ஒரு முறை பிரளய காலத்தில் தோன்றுவதுபோல் மிகப் பெரிய சூரிய கிரகணம் தோன்றியது. அதையறிந்த மக்கள் அனைவரும் சமந்த பஞ்சகம் என்றழைக்கப்படும் குருக்ஷேத்திரத்தை வந்தடைந்தார்கள். அங்குதான் பரசுராமர் க்ஷத்திரிய அரசர்களைக் கொன்று குளங்களை உண்டாக்கி பாபத்தைத் தொலைக்க யாகங்கள் செய்தார்.

அந்தப் பெரிய தீர்த்த யாத்திரையில் பங்கு பெறுவதற்குப் பாரத வர்ஷத்திலிருந்த ஜனங்கள் பலரும் வந்தனர். மத்ஸ்யம், கோசலம், விதர்ப்பம், குருதேசம், காம்போஜம், மத்ர தேசம் மிதிலை, கேகேயம் போன்ற இடங்களில் இருந்து ஏராளமானோர் வந்தனர். வசுதேவர், உக்கிரசேனர், அக்ரூரர் முதலியவர்களும் கிருஷ்ணர், பலராமர், சாம்பன் முதலானவர்களோடு யாதவர்களும் வந்தார்கள். பீஷ்மர், துரோணர், திருதராஷ்டிரன், புதல்வர்களோடு கூடிய காந்தாரி, குந்தி, மனைவிகளோடு கூடிய பாண்டவர்கள், விதுரர், கிருபர் ஆகிய எல்லோரும் அங்கு வந்தனர். அனைவரின் குதிரைகளும் தேர்களுமாக அந்த இடம் நிரம்பியிருந்தது. மிக தேஜஸுடைய அவர்கள் தேவர்களைப்போல் விளங்கினார்கள்.

அந்தப் புண்ணியத் தினத்தில் அவ்விடத்தில் அனைவரும் பரசுராமர் செய்த குளங்களில் நீராடி சுவர்ண தானம், கோதானம் போன்றவற்றைச் செய்தார்கள். ஒவ்வொருவரும் பெரியவர்களை நமஸ்கரித்து, சிறியவர்களுக்கு ஆசி கூறி ஒருவரை ஒருவர் நலன் விசாரித்துக் கொண்டார்கள்.

அனைவரும் ஸ்ரீகிருஷ்ண பகவானைத் தரிசித்து ஆனந்தமடைந்தார்கள். நந்தகோபரும் கோபாலர்களும்

கிருஷ்ணரை நீண்ட காலமாகச் சந்திக்காத குறை நீங்க ஆரத் தழுவி மகிழ்ந்தனர். வசுதேவரும் தேவகியும் கண்ணனையும் பலராமரையும் மடியில் வைத்து கைகளால் தடவி புதல்வர்களைவிட்டுப் பிரிந்த துயரத்தைப் போக்கிக் கொண்டார்கள்.

கோபிகைகள் கண்ணனைக் கண்கள் மூலமாக உள்ளத்தில் தழுவிக்கொண்டு பகவத் பாவனையை அடைந்தார்கள். ஏகாந்தமான இடத்தில் கண்ணன் கோபிகைகளைச் சந்தித்து ஆலிங்கனம் செய்து நலன் விசாரித்தார். "தோழிகளே, பகைவர்களை அழிப்பதில் கவனம் செலுத்தி நீண்டகாலம் உங்களைப் பிரிந்திருந்த என்னை நினைவில் வைத்திருக்கிறீர்களா? பெண்களே, அனைத்துப் பிரபஞ்சங்களுக்கும் உள்ளும் புறமும் முதலும் முடிவும் நானே என்பதை அறிவீர்களாக" என்றார். அவ்விதம் கண்ணனால் ஆத்மத் தத்துவ உபதேசம் செய்யப் பெற்ற கோபிகைகள் கண்ணனையே தியானித்து அஞ்ஞானம் நீங்கி கண்ணனையே அடைந்தார்கள்.

திரௌபதி, ஸ்ரீகிருஷ்ணரின் மனைவிகளைச் சந்தித்து அவர்களோடு உரையாடி மகிழ்ந்தாள். அவர்கள் அனைவரும் தங்கள் சுயம்வரம், கண்ணன் தங்களை மணந்த வைபவம், கண்ணனுடைய சாகச லீலைகள் எல்லாவற்றையும் திரௌபதிக்கு விவரமாகக் கூறினார்கள்.

முனிவர்களின் வருகை

அவ்வாறு எல்லோரும் அமர்ந்து பேசிக்கொண்டிருக்கையில் வியாசர், நாரதர், விஸ்வாமித்திரர், ச்யவனர், பரத்வாஜர், வசிஷ்டர், புலஸ்தியர், அத்ரி, அகஸ்தியர், யாஜ்ஞுவல்கியர் போன்ற ரிஷிகள் மிகப் பலர் ஸ்ரீகிருஷ்ணரைத் தரிசிக்கக் குருக்ஷேத்திரம் வந்தார்கள். அவர்களைப் பார்த்ததும் பலராமர், கிருஷ்ணர், பாண்டவர்கள் மற்றும் பல அரசர்கள் எல்லோரும் எழுந்து ரிஷிகளை வணங்கி வரவேற்றுப் பூஜை செய்தனர்.

எல்லோரும் பார்த்திருக்கையில் ஸ்ரீகிருஷ்ணர் ரிஷிகளைப் பார்த்து, "தேவர்களுக்கும் கிடைக்காத யோகீஸ்வரர்களாகிய தங்கள் தரிசனம் பெற்றதால் எங்கள் பிறவி உய்வடைந்தது" என்றார்.

உலகத்தாருக்கு எடுத்துக்காட்டாக இருப்பதற்காகப் பகவான் இவ்வாறு கூறுகிறார் என்பதை உணர்ந்த ரிஷிகள்,

"யோக மாயையால் மகிமைகளை மறைத்துக்கொண்டுள்ள பரமாத்மா ஸ்ரீகிருஷ்ணருக்கு நமஸ்காரம்" என்று கூறி வணங்கினர்.

பின்னர் அனைவரிடமும் விடைபெற்று ரிஷிகள் தத்தம் ஆசிரமங்களுக்குச் செல்லப் புறப்பட்டனர். அதற்குள் வசுதேவர் அவர்களைப் பின்தொடர்ந்து சென்று அவர்களின் பாதங்களைப் பிடித்துக்கொண்டு தனக்கு ஹிதோபதேசம் செய்யும்படி வேண்டினார். "சகல தேவர்களின் சொரூபங்களே, என்ன செயல்களை எப்படிச் செய்தால் கர்மப் பந்தம் விலகும் என்பதை எனக்கு உபதேசம் செய்தருளவேண்டும்" என்று விண்ணப்பம் செய்தார்.

"கிருஷ்ணரைத் தாம் பெற்ற குழந்தையாக எண்ணி, மோட்சத்திற்கான வழியை நம்மிடம் கேட்பது கங்கைக் கரையில் வசிப்பவன் புண்ணியத்தைத் தேடி வேறு தீர்த்தத்தை நாடி யாத்திரை செல்வது போலுள்ளது. அருகிலிருக்கும் மகிமையை மனிதர்கள் அறிவதில்லை" என்று நாரதர் கூறினார்.

பிறகு முனிவர்கள், பலராமரும், கிருஷ்ணரும், பிற அரசர்களும் கேட்டிருக்க, வசுதேவரிடம், "யக்ஞேஸ்வரனான மகாவிஷ்ணுவைத் தூய்மையான வழியில் சம்பாதித்த திரவியங்களைக்கொண்டு சிரத்தையுடன் யாகங்களால் ஆராதிப்பதே கர்மத் தளையிலிருந்து விடுபடும் வழி. விவேகியானவன் யாகங்களாலும் தானங்களாலும் பற்றை ஒழிக்கவேண்டும்" என்று எடுத்துரைத்தனர்.

வசுதேவர், முனிவர்களை வணங்கித் தனக்கு யாகங்களை நடத்தித் தருமாறு வேண்டினார். ரிஷிகள் குருக்ஷேத்திரத்தில் வசுதேவருக்கு திரவியம், மந்திரம், தந்திரம் இவற்றால் முதல்தரமான யாகங்களை நடத்திக் கொடுத்தனர். வசுதேவரும் வேதத்தில் கூறியபடி மிகச் சிறந்த தானங்களை அனைவருக்கும் வழங்கினார். யாகம் பூர்த்தியானதும் அரசர்களும் பிறரும் ஒருவரையொருவர் விட்டுப் பிரிய மனமின்றித் திரும்பிச் சென்றார்கள். மழைக்காலம் நெருங்குவதைக் கண்ட ஸ்ரீகிருஷ்ணரும் யாதவர்களும் துவாரகைக்குத் திரும்பினர்.

பெற்றோருக்கு ஞானம்

ஒரு முறை கிருஷ்ணரும் பலராமரும் வசுதேவரை வணங்கியபோது, அவர்களை அன்போடு ஆசீர்வதித்து, "நீங்கள் இருவரும் பூமிக்கு பாரமாயிருந்த க்ஷத்திரியர்களை

அழிப்பதற்காக அவதாரம் எடுத்தவர்கள். அவ்வாறு நீங்களே ஒரு முறை கூறினீர்கள். சரணடைந்தவர்களின் துயரத்தை நீக்கும் உங்கள் பாதங்களை நான் இன்று சரணடைகிறேன். அளவு கடந்த ஐஸ்வர்ய வடிவான உங்கள் மாயையின் லீலையை நான் எவ்வாறு அறிவேன்?" என்று தன் புதல்வர்களைப் பார்த்துக் கூறினார் வசுதேவர்.

"அப்பா, நீங்களும் நானும் என் தமையனும் இந்தச் சராசரப் பிரபஞ்சமும் எல்லாம் பரமாத்மாவின் சொரூபமே என்று ஞான விசாரணை மூலம் அறியவேண்டும்" என்றார் கிருஷ்ணப் பரமாத்மா.

அப்போது அங்கு வந்த தேவகி, "ஹே விஸ்வஸ்வரூபா, நீ உன் குருவின் மரணித்த புதல்வனை உயிரோடு கொணர்ந்தாய் அல்லவா. அதேபோல் என் விருப்பத்தையும் நிறைவேற்றவேண்டும்" என்று கண்ணீரோடு கேட்டுக்கொண்டாள்.

"யோகீஸ்வரர்களுக்கும் ஈஸ்வரனான ஹே கிருஷ்ணா, ஒருவராலும் அறிய முடியாத மகிமையுடைய ஹே ராமா, உங்களுக்குமுன் பிறந்து கம்சனால் கொல்லப்பட்ட என் ஆறு குழந்தைகளையும் காண விரும்புகிறேன். உங்களால் முடியாதது என்ன இருக்கப் போகிறது" என்றாள்.

தேவகியின் விருப்பத்தை நிறைவேற்றப் பலராமரும் கிருஷ்ணரும் மாயையின் பலத்தோடு அசுர ராஜன் மகாபலி சக்கரவர்த்தியின் சுதல லோகம் சென்றனர். அவர்களைக் கண்டதும் மகாபலி மகிழ்ந்து தன் பரிவாரத்தோடு வந்து வரவேற்றார். கிருஷ்ணருக்கும் பலராமருக்கும் பாத சேவை செய்து அந்த நீரைத் தலையில் ஏற்றார். "தான் செய்யவேண்டியது என்னவென்று உத்தரவிடவேண்டும்" என்று பகவான் ஸ்ரீகிருஷ்ணரிடம் பிரார்த்தனை செய்தார் மகாபலி.

"முன்பு ஸ்வாயம்புவ மன்வந்தரத்தில் மரீசி மகரிஷிக்கு ஊர்ணை என்ற மனைவியிடம் ஆறு புதல்வர்கள் பிறந்தனர். தேவர்களான அவர்கள், பிரம்மதேவர் தான் படைத்த சரஸ்வதியை மணந்ததைக் குறித்துப் பரிகாசம் செய்து சிரித்தனர். அந்தத் தகாத செயலால் அவர்கள் அரக்கனான ஹிரண்யகசிபுவுக்குப் புதல்வர்களாகப் பிறந்தனர். பிறகு அவர்கள் யோக மாயையால் கொண்டுவரப்பட்டு தேவகியின் வயிற்றில் பிறந்து கம்சனால் கொல்லப்பட்டனர். என் தாய் தேவகி, அந்தப் புதல்வர்களைக் குறித்து

வருந்துகிறாள். இதோ அவர்களை உன் அருகில் பார்க்கிறேன். அவர்களை என் தாயிடம் காட்ட இங்கிருந்து அழைத்துச் செல்ல விரும்புகிறேன். இந்த ஆறு பேரும் என் அருளால் சாப விமோசனம் பெற்று தேவலோகம் செல்வார்கள்" என்றார் கிருஷ்ணர்.

மகாபலி மீண்டும் ஸ்ரீகிருஷ்ணருக்கும் பலராமருக்கும் பூஜை செய்து, அந்தப் பிள்ளைகளோடு வழியனுப்பி வைத்தார். கண்ணன் தாயிடம் ஆறு பேரையும் கொண்டுவந்து சேர்த்தார். குழந்தைப் பாசத்தால் தேவகி அவர்களைக் கட்டி அணைத்து உச்சி முகர்ந்தாள். குழந்தைகளின் ஸ்பரிசத்தால் தேவகிக்குப் பால் சுரந்தது. அவர்களை மடியில் இருத்திப் பாலருந்தச் செய்தாள். கிருஷ்ணர் பால் குடித்த அதே தாயின் பாலைக் குடித்த அந்த அறுவரும் சாபம் நீங்கப் பெற்றனர். ஸ்ரீகிருஷ்ணரால் தொடப்பட்டதால் ஆத்மஞானம் பெற்றனர். பெற்றோரையும் பலராமரையும் ஸ்ரீகிருஷ்ணரையும் வலம் வந்து வணங்கி தேவலோகம் சென்றனர். தேவகி குழந்தைகள் வந்ததையும் தேவர்களாகிச் சென்றுவிட்டதையும் பார்த்துப் பிரமிப்பு அடைந்து அனைத்தும் கண்ணன் செய்த மாயை என்று உணர்ந்தாள்

"பாரத வம்சத்து பரீட்சித் ராஜனே, கிருஷ்ணப் பரமாத்மாவின் இது போன்ற ஆச்சரியமான லீலைகளுக்கு எல்லையேயில்லை" என்றார் சுக யோகி.

சுபத்திரை திருமணம்

பரீட்சித் சுகயோகியிடம், "ஹே பிரம்ம ரிஷி, என் பாட்டி சுபத்திரை பலராமருக்கும் கிருஷ்ணருக்கும் சகோதரி. அவளுக்கும் அர்ஜுனனுக்கும் நடந்த திருமணம் பற்றி அறிய விரும்புகிறேன்" என்றான்.

"அர்ஜுனன் பூமியை பிரதக்ஷிணம் செய்துகொண்டு ப்ரபாச தீர்த்தத்தை அடைந்தான். அங்குத் தங்கியிருந்தபோது பலராமர், சுபத்திரையைத் துரியோதனனுக்கு மணம் முடிக்க ஏற்பாடு செய்வதையும் அதில் வசுதேவருக்கும் கிருஷ்ணருக்கும் விருப்பமில்லை என்பதையும் அறிந்தான்."

சுபத்திரை அர்ஜுனனின் மாமன் மகள். அவளை மணக்க விரும்பிய அர்ஜுனன் சன்னியாசி வேடம் தரித்து துவாரகைக்குச் சென்றான். மழைக்கால நான்கு மாதங்களும் விரதம் ஏற்றிருப்பதாகக் கூறி அர்ஜுனன் அங்குத் தங்கினான். ஒருநாள் பலராமர் அந்தச் சன்னியாசியை

பிக்ஷைக்காக அழைத்து விருந்தளித்தான். ஆனால் அவன் அர்ஜுனனை அடையாளம் காணவில்லை. அங்கு அழகிய சுபத்திரையைக் கண்ட அர்ஜுனன் அவளிடம் மனதைப் பறிகொடுத்தான். சன்னியாசி வேடத்தில் இருப்பது அர்ஜுனனே அன்று அறிந்துகொண்ட சுபத்திரையும் அவனைக் காதலித்தாள். தேவகி, வசுதேவர், கிருஷ்ணர் அனைவரும் அதனை ஏற்றுக்கொண்டனர். ஒருநாள் சுபத்திராவை அர்ஜுனன் கடத்திச் சென்றுவிட்டான். தடுக்க வந்தவர்களைக் காண்டீபத்தினால் துரத்தி விரட்டினான். அர்ஜுனன் மீது கோபம்கொண்ட பலராமரை ஸ்ரீகிருஷ்ணர் சமாதானப்படுத்தினார். மகிழ்ச்சியடைந்த பலராமர், தம்பதிகளை ஆசீர்வதித்து, விலையுயர்ந்த சீரோடும் சிறப்போடும் அனுப்பி வைத்தார்.

ஸ்ருத தேவன் வரலாறு

மிதிலை நகரத்தில் ஸ்ருத தேவன் என்ற அந்தணர் பகவான் மீது பக்தியோடு கிடைத்ததைக்கொண்டு திருப்தியாக இல்லற வாழ்க்கை நடத்தி வந்தார். அந்த நகரத்தின் அரசனாக இருந்த பஹுளாஸ்வன் என்பவனும் பகவானிடம் பக்திகொண்டு தர்மத்தோடு அரசாட்சி செய்து வந்தான். ஒரு முறை ஸ்ரீகிருஷ்ணர் ரிஷிகளோடு சேர்ந்து மிதிலைக்குச் சென்றார். இரு பக்தர்களும் பகவான் கிருஷ்ணரைத் தரிசித்து தங்கள் இல்லத்திற்கு வரும்படி ஒரே சமயத்தில் பிரார்த்தனை செய்தனர். கிருஷ்ணர், இரு வடிவங்கள் எடுத்து இருவர் இல்லங்களுக்கும் ஒரே சமயத்தில் சென்றார். அரசன் அளித்த ராஜ மரியாதையையும் அந்தணர் அளித்த எளிய உபசரிப்பையும் இன்முகத்தோடு ஏற்றார். இரு பக்தர்களும் காலக்கிரமத்தில் முக்தியைப் பெற்றனர்.

சிவனும் விஷ்ணுவும்

“பிரம்ம ரிஷியே, போகங்களைத் துறந்த பரமசிவனைத் துதிப்பவர்கள் செல்வந்தராகவும், ஐஸ்வர்யங்கள் நிறைந்த விஷ்ணுவைத் துதிப்பவர்கள் வறியவர்களாகவும் இருப்பதற்கு என்ன காரணம்?” என்று பரீட்சித் சுக யோகியிடம் கேட்டான்.

“மன்னா, பரமசிவன் சக்தியோடு கூடியவர். முக்குணங்களின் அடையாளம் உள்ளவர். அதனால் சிவனை உபாசிப்பவர் செல்வங்களின் பலனை அனுபவிக்கிறார். ஸ்ரீஹரி குணங்கள் அற்றவர். பிரக்ருதிக்கு அப்பாற்பட்டவர். அவரை சேவிப்பவர் குணங்களைக் கடந்தவராகிறார். அஸ்வமேத

யாகத்தின் முடிவில் உன் பாட்டனார் தர்மபுத்திரர் ஸ்ரீகிருஷ்ணரிடம் பாகவதத் தர்மங்களைப் பற்றிக் கேட்கையில் இதே கேள்வியைக் கேட்டார்.

சர்வேஸ்வரரான கிருஷ்ணப் பகவான், 'நான் யாருக்கு அருள நினைக்கிறேனோ அவனுடைய செல்வத்தை முதலில் கவர்ந்துவிடுவேன். பொருளில்லாரை இவ்வுலகில் யாரும் விரும்பார். உற்றார் விலகி ஓடுவர். பொருளீட்டும் முயற்சியில் தோல்வியடைந்து வெறுத்து மன அமைதிக்காக அவன் என் பக்தர்களின் நட்பை நாடுவான். அப்போது நான் அவனுக்கு அருள்புரிவேன்' என்று பதிலளித்தார்.

பரீட்சித் ராஜனே, பிரம்மா, சிவன், விஷ்ணு மூவருமே பக்தர்களுக்கு அருள் செய்யவும் சாபம் கொடுக்கவும் வல்லவர்கள். ஆனால் பிரம்மாவும் சிவனும் உடனுக்குடனே வரமோ சாபமோ கொடுத்து விடுவார்கள். ஆனால் விஷ்ணு அப்படியில்லை. பரமசிவன் விருகாசுரனுக்கு வரம் கொடுத்துவிட்டுப் படாத பாடு பட்டார். அந்த வரலாற்றை இதற்கு உதாரணமாகக் கூறுவார்கள்."

விருகாசுரன் வரலாறு

சகுனி என்ற அரக்கனுக்கு விருகன் என்ற புதல்வன் இருந்தான். தீயப் புத்திகொண்ட அவன், வழியில் நாரதரைக் கண்டு, "மும்மூர்த்திகளில் யாரை விரைவில் சந்தோஷப்படுத்த முடியும்?" என்று கேட்டான்.

"கைலாச மலையிலிருக்கும் பரமசிவன் விரைவில் மகிழ்வார். அவரை ஆராதனை செய்தால் சீக்கிரம் வரம் கொடுப்பார். ஆனால் சீக்கிரம் கோபமும் அடைவார். ராவணனுக்கும் பாணாசுரனுக்கும் வரம் கொடுத்து மிகுந்த சங்கடத்தை அடைந்தார்" என்றார் நாரதர்.

அதைக் கேட்ட விருகாசுரன் கேதார க்ஷேத்திரத்தில் தனது உடலிலிருந்து மாமிசத்தை அரிந்து ஆஹுதி செய்து பரமசிவனை ஆராதித்தான். சிவபெருமான் தரிசனம் அளிக்கவில்லை. ஏழாவது நாள் தன் தலையைக் கத்தியால் சீவி ஆஹுதி செய்ய முயன்றபோது அக்னியிலிருந்து கருணை மிகுந்த சிவபிரான் தோன்றி அவன் இரு கைகளையும் பிடித்துத் தடுத்தார். சிவபிரானின் கரங்களின் ஸ்பரிசத்தால் அவன் முழு உடலைப் பெற்றவனானான்.

மகாபாபியான விருகாசுரன் சிவபெருமானிடம், "நான் யார் தலையில் கை வைத்தாலும் அவன் மடியவேண்டும்"

என்று வரம் கேட்டான். வேறு வழியில்லாமல் “அப்படியே ஆகட்டும்” என்றார் சிவபெருமான்.

தான் பெற்ற வரத்தைச் சோதிப்பதற்காக எதிரில் இருந்த சிவபிரானின் தலையிலேயே கை வைக்க முயன்றான் அசுரன். பரமசிவன் ஓட்டம் பிடித்தார். விருகாசுரன் அவரைத் துரத்தினான். தேவர்கள் அனைவரும் அந்தக் காட்சியைப் பார்த்துச் செய்வதறியாமல் திகைத்தனர். சிவபிரான் வைகுண்டம் சென்றார். மகாவிஷ்ணு, அவர் ஓடி வருவதைத் தொலைவிலேயே பார்த்து அவருடைய சங்கடத்தைப் புரிந்துகொண்டார். ஒரு பிரம்மச்சாரிபோல் வடிவம் எடுத்து விருகாசுரனின் முன் தோன்றினார்.

அசுரனிடம் பிரம்மச்சாரி அன்பொழுகப் பேசினார், “விருகா, நீ மிகவும் களைத்திருக்கிறாய். சிறிது ஓய்வெடுத்து உன் சிரமத்திற்குக் காரணத்தை என்னிடம் கூறு” என்று கேட்டார். ஹரியின் கவர்ச்சிப் பேச்சில் மயங்கிய அசுரன் நடந்த விவரங்களைச் சொன்னான்.

உடனே பகவான் நகைத்து, “ருத்ரன் தக்ஷருடைய சாபத்தால் பூதப் பிரேதப் பிசாசுகளுக்கு அதிபதியாக இருக்கிறார். அவர் சொன்ன வார்த்தையை யாராவது நம்புவார்களா? அவர் சொன்னது எதுவும் பலிக்காது. வேண்டுமானால் உன் தலையில் நீயே கை வைத்துச் சோதித்துப் பார். ஒன்றுமே நேராது. அதன் பிறகு பொய் சொன்ன குற்றத்திற்கு சிவனை தண்டிக்கலாம்” என்றார் பிரம்மச்சாரி.

புத்தியில்லாத மூட அரக்கன், ஸ்ரீஹரியின் விசித்திரமான வார்த்தைகளில் மயங்கித் தன் தலையில் தானே கை வைத்துக்கொண்டான். நொடிப்பொழுதில் வஜ்ராயுதத்தால் அடிக்கப்பட்டவன்போல தலை உடைந்து கீழே விழுந்தான்.

ஆகாயத்தில் ‘ஜய ஜய’ என்ற சப்தமும், ‘நமஸ்காரம்’ என்ற சத்தமும் எழுந்தன. பாபியான விருகாசுரன் கொல்லப்பட்டபோது தேவர்களும் ரிஷிகளும் புஷ்ப மழை பொழிந்தனர். பரமசிவனார் சங்கடத்திலிருந்து மீண்டார். ஸ்ரீமகாவிஷ்ணு விடுதலையடைந்த பரமசிவனிடம், “தேவ தேவா, இந்தப் பாபி தன் பாவத்தாலேயே கொல்லப்பட்டான். ஜகத்குருவான பரமேஸ்வரனிடத்தில் குற்றம் செய்தவன் எப்படி நலனை அடைவான்?” என்றார்.

பலன்

வாக்குக்கும் மனதுக்கும் எட்டாத சக்திகள் நிறைந்த பரமாத்மாவான ஸ்ரீஹரி பரமசிவனாருக்கு நலன் செய்த

இந்த வரலாற்றைச் சொல்பவரும் கேட்பவரும் சம்சாரத் துன்பங்களில் இருந்தும் பகைவர்களிடம் இருந்தும் மீள்வர்.

பிருகு மகரிஷி

ஒரு சமயம் ரிஷிகள் ஒன்றுகூடி சரஸ்வதி நதி தீரத்தில் சத்ரயாகம் நடத்தினர். அப்போது 'மும்மூர்த்திகளில் யார் சிறந்தவர்?' என்ற விவாதம் ரிஷிகளிடையே எழுந்தது. மும்மூர்த்திகளிடமும் சென்று சோதித்து அறிந்து வருவதற்காகப் பிரம்ம தேவரின் புதல்வரான பிருகு முனிவரை அனுப்பினார்கள். அவர் முதலில் சத்தியலோகம் சென்றார். பிரம்ம தேவருடைய உதார குணத்தைப் பரிசோதிப்பதற்காக அவரை வணங்காமலும் துதிக்காமலும் இருந்தார். பிரம்மாவுக்குச் சினம் ஏற்பட்டாலும் பிருகு தன் புதல்வர் என்ற காரணத்தால் அதை அடக்கிக்கொண்டார்.

பிறகு பிருகு முனிவர் கைலாசம் சென்று சிவபெருமானைச் சந்தித்தார். தன் சகோதரனான பிருகுவைக் கண்ட மகிழ்ச்சியில் அவரைத் தழுவிக்கொண்டார் பரமசிவன். அதை விரும்பாத பிருகு முனிவர், "நீ ஆசாரமில்லாதவன்" என்றார். கோபம்கொண்ட சிவன் சூலத்தை எடுத்து முனிவரைக் கொல்ல முற்பட்டார். பார்வதி தேவி சிவனின் காலில் விழுந்து அவரைத் தடுத்தாள்.

அடுத்து பிருகு முனிவர் வைகுண்டம் சென்றார். மகாலட்சுமியின் மடியில் படுத்திருந்த ஸ்ரீமகாவிஷ்ணுவைக் காலால் மார்பில் உதைத்தார். உடனடியாக எழுந்த மகாவிஷ்ணு மகாலட்சுமி தேவியுடன் சேர்ந்து முனிவரின் பாதங்களில் விழுந்து வணங்கினார். "பிரம்மரிஷி, தங்கள் வரவு நல்வரவாகுக. இந்த ஆசனத்தில் அமருங்கள். தாங்கள் வந்திருப்பதை அறியாத எங்கள் குற்றத்தை மன்னியுங்கள்" என்ற ஸ்ரீமகாவிஷ்ணு, முனிவரின் பாதங்களைத் தன் திருக்கரங்களால் வருடி ஆசுவாசப்படுத்தினார். "முனிவர் பெருமானே, தங்கள் திருவடிகளின் ஸ்பரிசத்தால் பாவம் நீங்கிய என் மார்பில் இனி லட்சுமி நித்திய நிவாசம் செய்வாள்" என்றார்.

மகாவிஷ்ணுவின் சொற்களைக் கேட்ட பிருகு முனிவர் நிம்மதியுடன் ஆனந்தக் கண்ணீர் உகுத்தார். பின்னர் பிருகு முனிவர், சத்ரயாகம் நடக்குமிடத்திற்குத் திரும்பிவந்து ரிஷிகளிடம் நடந்தவற்றை விவரித்தார். முனிவர்கள் அதைக் கேட்டு ஆச்சரியமடைந்து, 'எந்தப் பகவானிடத்தில் சாந்தியும் அபயமும் கிடைக்கிறதோ அப்படிப்பட்ட மகாவிஷ்ணுவே மேலானவர்' என்று நம்பிக்கை கொண்டனர்.

சந்தான கோபாலர் வரலாறு

ஒரு முறை துவாரகையில் ஒரு பிராமணனின் குழந்தை பிறந்து, தரையைத் தொட்டதும் இறந்து போனது. பிராமணன் இறந்த குழந்தையைத் தூக்கி வந்து அரண்மனை வாயிலில் போட்டுவிட்டுப் புலம்பினான். "வஞ்சகனான அரசனின் கர்மத் தோஷத்தால்தான் என் குழந்தை இறந்தது" என்றான். அதேபோல் இறந்த அவனுடைய ஒன்பது குழந்தைகளையும் ஒன்றன் பின் ஒன்றாக எடுத்து வந்து அரண்மனை வாயிலில் போட்டுவிட்டுப் புலம்பிச் சென்றான். 'என் துக்கத்தைத் தீர்ப்பவர் யாருமில்லையா?' என்று வருந்தி அழுதான்.

கிருஷ்ணர் ஒன்றும் பேசாமலிருந்தார். அருகில் இருந்த அர்ஜுனன், "அந்தணரே, வருந்தாதீர்கள். உங்கள் அடுத்த குழந்தையை நான் காப்பாற்றுவேன் என்று பிரதிக்ஞை செய்கிறேன். அதை நிறைவேற்றாவிட்டால் அக்னிப் பிரவேசம் செய்வேன்" என்றான்.

அதைக் கேட்டு மனதைத் தேற்றிக்கொண்டு அந்தணன் வீடு திரும்பினான். அடுத்தப் பிரசவம் நெருங்கியபோது அர்ஜுனனிடம் வந்து காப்பாற்றவேண்டும் என்று வேண்டிக்கொண்டான். உடனே அர்ஜுனன் பரமசிவனை வணங்கி திவ்ய அஸ்திரங்களைத் தியானித்து காண்டீபத்தை எடுத்துக்கொண்டு சென்றான். பிரசவ அறையைச் சுற்றி அம்புகளால் குறுக்காகவும் மேல் கீழாகவும் சரக்கூட்டை அமைத்தான். பிறந்த குழந்தை அழுதுகொண்டே ஆகாய மார்க்கத்தில் மறைந்துவிட்டது.

வருந்திய அந்தணன், "அலியின் பிதற்றலை நம்பிய நான் ஒரு முட்டாள். துர்ப்புத்தியுடைய அர்ஜுனனையும் அவனுடைய வில்லையும் நிந்திக்கவேண்டும்" என்று கிருஷ்ணரின் முன்னிலையில் அர்ஜுனனை நிந்தித்தான்.

அர்ஜுனன் தன்னுடைய வித்யா பலத்தால் யமதர்மராஜன் வசிக்கும் சம்யமனி என்ற நகரத்திற்கு விரைந்து சென்றான். அங்குக் குழந்தையைக் காணாமல் தேவலோகத்திற்குச் சென்றான். அங்கும் காணவில்லை. நாகலோகம், அக்னிலோகம் மற்றுமுள்ள அனைத்து லோகங்களிலும் சென்று தேடினான். எங்கும் காணாததால் தன் பிரதிக்ஞையை நிறைவேற்றுவதற்காக அக்னியில் குதிக்க எண்ணிய அர்ஜுனனை பகவான் ஸ்ரீகிருஷ்ணர் தடுத்தார்.

"உனக்கு நான் அந்தணரின் குழந்தைகளைக் காட்டுகிறேன். யார் நம்மை இகழ்கிறார்களோ அவர்களே நம் புகழுக்குக்

காரணமாவார்கள்” என்று கூறிய சர்வேஸ்வரனான ஸ்ரீகிருஷ்ணர், அர்ஜுனனைத் தன் தெய்விகமான தேரில் ஏற்றிக்கொண்டு மேற்குத் திசை நோக்கிச் சென்றார். ஏழு சமுத்திரங்களையும் ஏழேழு மலைகளையும் ஏழு தீவுகளையும் மாபெரும் லோகங்களையும் தாண்டிப் பெரும் இருளில் புகுந்தார். தேரின் குதிரைகள் போகமுடியாமல் தயங்கின. ஸ்ரீகிருஷ்ணர் சக்ராயுதத்தால் ஆயிரம் சூரியர்களுக்குச் சமமான ஒளியைப் பாய்ச்சினார். அர்ஜுனன் இரண்டு கண்களையும் மூடிக்கொண்டான். அங்கு அலைகள் மிகுந்த குளத்தின் நடுவில் இரத்தினமயமான தூண்களால் அலங்கரிக்கப்பட்ட ஒரு மாளிகைக்குள் இருவரும் பிரவேசித்தனர்.

அனந்தன்

அங்கு வெளுத்த மலைபோன்ற மிகப் பெரும் உடல் படைத்தவரும் ஆயிரம் படங்களோடு கூடியவரும் இரண்டாயிரம் கண்கள் கொண்டவரும் கறுத்த கழுத்துகளும் நாக்குகளும் கொண்டவருமான அனந்தனை அர்ஜுனன் கண்டான். அனந்தனின் உடலில் சுகமாக வீற்றிருந்த மஞ்சள் பட்டாடையும் வனமாலை மற்றும் சர்வாலங்காரமும் பூண்ட சர்வேஸ்வரனைக் கண்டான். அவரை நந்தன், சுனந்தன் என்ற பரிவாரங்களும் ஸ்ரீதேவி, புஷ்டி தேவி, கீர்த்தி தேவியுடன் கூடிய மாயையும் சேவித்திருந்தனர்.

ஸ்ரீகிருஷ்ணர், அனந்தன் என்ற ஆத்மச் சொரூபத்தை வணங்கினார். அனந்தனைப் பார்த்து அஞ்சிய அர்ஜுனனும் வணங்கினான். அனேகப் பிரம்ம தேவர்களுக்கு அதிபதியான பகவான், வணங்கி நின்ற இருவரையும் பார்த்து கம்பீரமாக, “உங்களைப் பார்க்க விரும்பியதால் அந்தணரின் குழந்தைகளை இங்குக் கொணர்ந்தேன். நர, நாராயண ரிஷிகளான நீங்கள் இருவரும் தர்மத்தைக் காக்க விரும்பி அம்சாவதாரம் எடுத்துள்ளீர்கள். பூமிக்குப் பாரமாக இருக்கும் மன்னர்களைக் கொன்ற பிறகு என் பக்கத்தில் சீக்கிரம் வந்து சேருங்கள்” என்றார்.

“அப்படியே” என்று கூறி வணங்கிவிட்டு குழந்தைகளைப் பெற்றுக்கொண்டு மகிழ்ச்சியோடு இருவரும் வந்த வழியே திரும்பினர். அந்தணனிடம் குழந்தைகளை எந்த வடிவில், எந்த வயதில் இறந்தனரோ, அப்படியே திரும்பக் கொடுத்தனர். இவ்வுலகில் இவ்விதமாக அற்புதமான அனேகத் தெய்விகச் செயல்களைச் செய்துகொண்டும் அற்ப மனிதனைப்போல்

உலக சுகங்களை அனுபவித்துக்கொண்டும் உயர்ந்த யாகங்களால் பகவானை ஆராதனை செய்துகொண்டும் இருந்தார் ஸ்ரீகிருஷ்ணர்.

பலன்

எல்லா உயிர்களிலும் உறைபவரும் தேவகியிடம் பிறந்தவராகக் கருதப்படுபவரும் தர்மத்தைத் தன் புஜபலத்தால் நிலைநாட்டுபவருமான பகவானின் லீலைகளை, அவருடைய திருவடிகளை அடைய விரும்புபவர்கள் கேட்கவேண்டும். ஸ்ரீகிருஷ்ணருடைய கதையைக் கேட்கவேண்டும் பாடவேண்டும் என்ற விருப்பம் ஒவ்வொரு கணமும் விருத்தியடையப் பெறும் மனிதன் விஷ்ணு பதத்தை அடைவான்.

தசம ஸ்கந்தம் பிற்பகுதி நிறைவுற்றது

பதினோராம் ஸ்கந்தம்

யது குல சாபம்

"ராஜன், எங்கும் நிறைந்தவரும், சத்தியச் சங்கல்பம் உடையவரும், யாராலும் அறிய முடியாதவரும், சர்வேஸ்வரனுமான பகவான் ஸ்ரீகிருஷ்ணர் சிந்தனையில் ஆழ்ந்தார். 'கம்சன் முதலான அரக்கர்களையும் துரியோதனன் முதலான மன்னர்களையும் அழித்தாயிற்று. ஆனால் மிக அதிக ஐஸ்வர்யத்திலும் என் பாதுகாப்பிலும் இருக்கும் யாதவர்களுக்கு வெளியிலிருந்து எதிர்ப்பு எதுவும் உண்டாகாது. உட்கலகத்தால் யது குலத்தை நாசம் செய்து, பூமியின் பாரத்தைக் குறைக்கவேண்டும்' என்று விரும்பினார்" என்று ஸ்ரீ சுக மகரிஷி கூறியதும் அந்த வரலாற்றை விவரிக்கும்படி பரீட்சித் வேண்டினான்.

அழகானவரும், துவாரகையில் வசிப்பவரும், மங்களகரமான புகழுடையவரும், கால சொரூபருமான பகவான் ஸ்ரீகிருஷ்ணர் யது குலத்தை சம்ஹாரம் செய்ய விரும்பினார். விஸ்வாமித்திரர், கன்வர், துர்வாசர், பிருகு, அங்கீரசர், கஸ்யபர், வாமதேவர், அத்ரி, வசிஷ்டர், நாரதர் முதலான முனிவர்கள் பிண்டாரகம் என்ற திருத்தலத்திற்குச் சென்றனர். அங்கு விளையாடிக் கொண்டிருந்த யது வம்சக் குமாரர்கள், ஜாம்பவதியின் மைந்தன் சாம்பனைப் பெண்போல் அலங்கரித்து முனிவர்களிடம் அழைத்துச் சென்று, "முக்காலமும் உணர்ந்த ஞானிகளே, இந்தப் பெண் கர்ப்பம் தரித்துள்ளாள். இவளுக்கு என்ன பிறக்கும் என்று உரைப்பீர்களாக" என்றனர்.

தம்மிடம் வஞ்சகமாகப் பேசிய அவர்களிடம் சினமடைந்த முனிவர்கள், "அடே, மூடர்களே,

இவனுக்கு உங்கள் குலத்தை நாசம் செய்யும் உலக்கை பிறக்கும்" என்றனர்.

அவர்கள் அதைக் கேட்டு அஞ்சி நடுங்கினார்கள். சாம்பனுடைய வயிற்றில் கட்டியிருந்த துணியிலிருந்து இரும்பாலான உலக்கை கீழே விழுவதைக் கண்டார்கள். எல்லோரும் தம் செயல் குறித்து என்ன சொல்லப் போகிறார்களோ என்ற அச்சத்தோடு உலக்கையை எடுத்துக்கொண்டு வீடு திரும்பினார்கள்.

வாடிய முகத்துடன் அரச சபைக்குச் சென்று அனைவரின் முன்னிலையிலும் மன்னரிடம் நடந்ததைச் சொன்னார்கள். முனிவர்களின் சொல் பொய்க்காது. இவர்கள் உலக்கையோடு வந்து நிற்கிறார்களே என்று துவாரகா வாசிகள் வியப்பும் பயமும் கொண்டனர்.

யது குல அரசரான உக்கிரசேனர், அந்த உலக்கையைப் பொடிப்பொடியாக்கி கடலில் கலந்துவிடச் சொன்னார். பொடியாகாமல் எஞ்சிய ஒரு சிறு துண்டையும் கடலில் எறிந்தார்கள். அதனை ஒரு மீன் விழுங்கியது. இரும்புத் துகள்கள் கரையில் ஒதுங்கி கோரைப் புற்களாக முளைத்தன. ஒரு வலைஞன் பிற மீன்களோடு அந்த மீனையும் வலையில் பிடித்தான். ஒரு வேடன் அந்த மீனை அடைந்தான். அதன் வயிற்றில் இருந்த இரும்புத் துண்டைத் தன் அம்பின் நுனியில் பொருத்தினான்.

நிகழ்ந்ததை எல்லாம் அறிந்த காலசொரூபரான பகவான் கிருஷ்ணர், முனிவர்களின் சாபத்தை மாற்றுவதற்குச் சாமர்த்தியம் உடையவராயினும் அந்தச் சாபம் உசிதமானதே என்று ஏற்றுக் கொண்டார்.

ஒன்பது யோகிகளின் உபதேசம்

ஒரு சமயம் நாரத முனிவர், ஸ்ரீகிருஷ்ணரின் அருகிலிருந்து சேவை செய்ய விரும்பி துவாரகையில் நீண்ட காலம் தங்கினார். வசுதேவர் நாரதரை வணங்கி பூஜை செய்து, தனக்குப் பாகவதத் தர்மங்களை உபதேசிக்கும்படி வேண்டிக்கொண்டார்.

"ஹே நாரத மகரிஷி, நான் இதற்குமுன் மாயையில் விழுந்து மகாவிஷ்ணுவிடம் பிள்ளைச் செல்வத்தை விரும்பி வேண்டினேனே தவிர, மோட்சத்தை அடைவதற்காகப் பூஜை செய்யவில்லை. பிறப்பு இறப்பு என்ற சம்சாரச் சக்கரம் மிகவும் துன்பத்தோடு கூடியது. இதிலிருந்து மீள்வதற்கு

என்ன செய்யவேண்டும்? எனக்கு ஞானோபதேசம் செய்தருளுங்கள்" என்று வேண்டினார் வசுதேவர்.

"வசுதேவரே, பாகவதத் தர்மம் என்பது உள்ளத்தைத் தூய்மைப்படுத்தி பகவானை அடையச் செய்யும் சாதனமாக உள்ளது. இது தொடர்பாக விதேகத் தேசத்தின் மன்னரான நிமி சக்கரவர்த்திக்கு ரிஷபதேவரின் புதல்வர்களான ஒன்பது ரிஷிகள் அளித்த நல்லுபதேசம் உள்ளது. அதைக் கூறுகிறேன். கேளுங்கள்" என்று சொல்லி நாரதர் அந்த வரலாற்றை விவரித்தார்.

ஸ்வாயம்புவ மனுவின் புதல்வர் ப்ரியவரதர். அவருடைய புதல்வர் ஆக்னீதரர். அவருடைய புதல்வர் நாபி, நாபியின் புதல்வரான ரிஷபதேவர் நாராயணனின் அம்சமாகக் கருதப்படுகிறார். ரிஷபதேவருக்கு வேதங்களில் கரைகண்ட நூறு புதல்வர்கள் இருந்தனர். அவர்களுள் மூத்தவரான பரதர், பாரதத் தேசம் என்று பெயர் வரக் காரணமானவர். பரதர் பூமியைத் துறந்து ஸ்ரீஹரியை உபாசித்து உய்வடைந்தார். நூறு புதல்வர்களுள் ஒன்பது பேர் பாரத நாட்டைச் சுற்றியுள்ள ஒன்பது தீவுகளுக்கு அரசர்களாகவும், எண்பத்தொரு பேர் கர்ம காண்டத்தில் ஈடுபாடு உள்ளவர்களாகவும் விளங்கினார்கள்.

கவி, ஹரி, அந்தரிக்ஷன், பிரபுத்தன், பிப்பலாயன், ஆவிஹோத்ரன், த்ருமிலன், சமசன், கரபாஜனன் என்ற ஒன்பது மகான்கள் ஆத்மவித்தையில் தேர்ந்தவர்களாகவும் திகம்பரர்களாகவும் இருந்தார்கள். அவர்கள் இந்த உலகைப் பகவானின் சொரூபமாகவும் தங்களிடமிருந்து வேறல்ல என்ற உணர்வோடும் பார்த்தார்கள். எதிலும் பற்றற்றவர்களாகவும் எல்லா லோகங்களுக்கும் தடையின்றிச் செல்லக் கூடியவர்களாகவும் விளங்கினார்கள். அஜனாபி என்ற தேசத்தில் நிமி சக்கரவர்த்தி நடத்திய சத்ர யாகத்திற்குத் தற்செயலாக இவர்கள் வந்து சேர்ந்தார்கள். சூரியனைப்போல் பிரகாசித்த இந்த ஒன்பது முனிவர்களை நிமி சக்கரவர்த்தியும் அக்னியும் பிற அந்தணர்களும் எழுந்து அன்புடன் வரவேற்றனர்.

முதல் கேள்வி

நிமி அரசன் அவர்களிடம், "எந்தத் தர்மங்களைக் கடைப்பிடித்தால் பகவான் மகிழ்வானோ அந்தப் பாகவதத் தர்மங்களைக் கூறியருளவேண்டும்" என்று பிரார்த்தனை செய்தார்.

பதில்

"அரசே, அறியாமை மிகுந்த மனிதர்களின் நன்மை கருதி எளிதாகக் கடைப்பிடிப்பதற்காகப் பகவானால் கூறப்பட்ட உபாயங்களே பாகவதத் தர்மங்கள். அவற்றை அனுசரிக்கும் மனிதன் ஒருபோதும் தவறு செய்யமாட்டான். கண்களை மூடிக்கொண்டு ஓடினாலும் எந்தத் தடங்கலையும் அவன் அடைய மாட்டான். மங்களகரமான சக்ரபாணியின் நாமங்களையும் கீர்த்தனைகளையும் பாடிக்கொண்டும் கேட்டுக்கொண்டும் வேறு எதிலும் பற்றற்றவராய் சஞ்சரிக்கவேண்டும். ஆகாயம், பூமி, அக்னி, வாயு என்று இன்னும் என்னென்ன உள்ளதோ அவை அனைத்துமே ஸ்ரீஹரியின் உடலென்று எண்ணி வணங்கவேண்டும். சாப்பிடுபவனுக்கு ஒவ்வொரு கவளத்திலும் திருப்தியும் புஷ்டியும் பசி நீங்குதலும் ஏற்படுவதுபோல, பகவானைப் பஜனை செய்து பூஜை செய்பவனுக்குப் பக்தியும் பகவானின் அனுபவமும் வைராக்கியமும் ஒரே காலத்தில் உண்டாகும்" என்று நவயோகிகளில் கவி என்ற யோகி போதனை செய்தார்.

இரண்டாம் கேள்வி

"பக்தனின் சுபாவங்கள் என்ன, பிற மனிதர்களிடம் எவ்வாறு நடந்துகொள்வான், எவ்விதம் பகவானுக்குப் பிரியமானவன் ஆகிறான்?" என்று மேலும் கேட்டார் நிமி சக்கரவர்த்தி.

பதில்

"எல்லா உயிர்களிலும் ஸ்ரீஹரி உறைகிறார் என்பதை உணர்ந்து, ஸ்ரீஹரியை எல்லா உயிர்களிலும் பார்ப்பவன் உத்தம பக்தன். பகவானிடம் அன்பையும் அடியார்களிடம் சிநேகத்தையும், மூடர்களிடம் கருணையையும் பகைவர்களிடம் உதாசீனமும் காட்டுபவன் இடைநிலை பக்தன். விக்ரகங்களிலும் நாம, ரூபங்களிலும் மட்டும் பகவானைச் சிரத்தையுடன் வழிபட்டு, அடியார்களிடமும் பிறரிடமும் அன்பின்றி இருப்பவன் ஆரம்ப நிலை பக்தன். புலன்களின் வழியாக உலகப் பொருள்களை அனுபவித்தாலும் அனைத்தும் பகவானின் மாயை என்பதை உணர்ந்து எவர் மேலும் விருப்போ வெறுப்போ இல்லாமல் வாழ்பவன் சிறந்த பக்தன். பகவானைப் பற்றிய ஞானம் எப்போதும் உள்ளத்தில் இருப்பதால் அவன் திருப்தியோடு விளங்குவான்" என்று ஹரி என்ற யோகி பதிலளித்தார்.

மூன்றாம் கேள்வி

"ஸ்ரீமஹா விஷ்ணுவிடம் இருக்கும் மாயையைப் பற்றி அறிய விரும்புகிறேன்" என்று அடுத்த கேள்வியைக் கேட்டார் நிமி.

பதில்

"மாயை. அதைக் கொண்டுதான் அவர் இந்தப் பிரபஞ்சத்தைப் படைத்தார். ஒன்றேயான ஞான சொரூபம் மாயையால் மூன்றாகத் தோன்றுகிறது" என்று அந்தரிக்ஷர் என்ற யோகி உபதேசித்தார்.

நான்காவது கேள்வி

"மனதை அடக்காதவர்களும் உடலே நான் என்று நினைப்பவர்களும் தாண்ட முடியாத இந்த மாயையை எளிதாகக் கடப்பது எங்ஙனம்?" என்று நான்காவது ஐயத்தைக் கேட்டார் நிமி.

பதில்

"பகவானைப் பற்றி விளக்கும் சாஸ்திரத்தில் சிரத்தைகொண்டு, யார் மேலும் வெறுப்பின்றி, மனதையும் வாக்கையும் அடக்கி, ஸ்ரீஹரியின் குணங்களைக் கீர்த்தனை செய்து பகவானை உத்தேசித்தே காரியங்களைச் செய்தல்வேண்டும். பகவானின் புகழைப் பிறருக்கு எடுத்துக் கூறவேண்டும். அதில் மகிழ்ச்சியும் திருப்தியும் அடைதல்வேண்டும். இத்தகைய பாகவதத் தர்மங்களைப் பயிற்சி செய்தால் கடக்க முடியாத மாயையை எளிதில் கடக்கலாம்" என்று பிரபுத்தர் என்ற யோகி பதிலளித்தார்.

ஐந்தாவது கேள்வி

"பரமாத்மாவான நாராயண பிரம்மத்தின் சொரூபத்தை எனக்கு உபதேசிக்கவேண்டும்" என்று நிமி கேட்டார்.

பதில்

"சிருஷ்டி, ஸ்திதி, சம்ஹாரம் இம்மூன்றுக்கும் காரணமாக இருப்பவரும் அவரே. காரணமாக இல்லாதவரும் அவரே. உறக்கம் கனவு விழிப்பு என்ற நிலைகளிலும் அதற்கப்பாலும் வியாபித்திருப்பவரும் அவரே. இந்த உடல், உயிர், பிராணன் மூன்றும் அவரால்தான் இயங்குகின்றன. அவரே பரமத் தத்துவமான பரப்பிரம்மம். ஆத்மத் தத்துவத்தை அறிய வேண்டுமானால் உள்ளம் தூய்மையடையவேண்டும். நாராயணனின் பாதத்தில் சரணடைந்தால் உள்ளத் தூய்மை ஏற்படும். மேகங்கள் விலகும்போது சூரியன் தெளிவாகத்

தெரிவதுபோல் மனதிலுள்ள அழுக்குகள் விலகினால் ஆத்மத் தத்துவம் பிரகாசமாகப் புலப்படும்" என்று பிப்பலாத யோகி உபதேசித்தார்.

ஆறாவது கேள்வி

"கர்மயோகம் பற்றி உபதேசியுங்கள். சாதகனுக்கு எந்தெந்தச் செயல்களால் உள்ளத் தூய்மை ஏற்படும்?" என்று நிமி கேட்டார்.

பதில்

"குழந்தைகளுக்குப் பெற்றோர் நாசூக்காகச் சொல்வதுபோல வேதம் சிலவற்றை மறைமுகமாக உபதேசிக்கிறது. வேதத்தில் கூறியபடி கேசவனைப் பூஜிக்கவேண்டும். குருவிடம் கற்று, இஷ்ட தெய்வத்தை முறைப்படி வழிபடவேண்டும். தூய்மையோடு பகவானுடைய மூர்த்திக்கு எதிரில் அமர்ந்து பிராணாயாமம் போன்றவற்றைச் செய்து உடலைப் பாதுகாத்துக்கொண்டு ஆத்மாவை அந்த மூர்த்தியின் வடிவமாகத் தியானிக்கவேண்டும். நிர்மால்யத்தை சிரசில் ஏற்றுப் பூஜித்த பகவானை இதயத்தில் எழுந்தருளச் செய்து பூஜையைப் பூர்த்தி செய்யவேண்டும். இவ்வாறு செய்பவன் விரைவில் முக்தி அடைவான்" என்று ஆவிர்ஹோத்ர யோகி உபதேசித்தார்.

ஏழாவது கேள்வி

"பகவான் தனக்கு விருப்பமான அவதாரங்கள் எடுத்து என்னென்ன செய்தார், என்னென்ன செய்யப் போகிறார் என்று அறிய விரும்புகிறேன்" என்றார் நிமி.

பதில்

"அனந்தனாக, எல்லையற்றவராக இருக்கும் பகவானின் குணங்களை அளப்பவன் மிகச் சிறியவன். பூமியிலுள்ள தூசிகளைக்கூட எண்ணிவிடலாம். பகவானின் கல்யாணக் குணங்களை எத்தனை காலமானாலும் கணக்கிட முடியாது. பகவானின் உடல் மூன்று உலகங்களாகக் காட்சியளிக்கிறது. பகவானின் புலன்கள்தான் ஜீவராசிகள். அவருடைய சொரூபம்தான் உயிர்களில் ஞானமாக ஒளிர்கிறது" என்று த்ரமீள யோகி விவரித்தார்.

எட்டாவது கேள்வி

"ஸ்ரீஹரியை வழிபடாதவர்களின் ஆசைகள் முறைப்படுத்தப்படுவதில்லை. அத்தகையவர்களின் மார்க்கம் எப்படிப்பட்டது?" என்று நிமி ஐயத்தை வெளிப்படுத்தினார்.

பதில்

“உலகில் சிற்றின்பம், மது, மாமிசம் முதலியவற்றை அனுபவிப்பதென்பது பிராணிகளுக்கு இயற்கையாக இருந்தாலும், அவற்றையெல்லாம் அனுபவித்துத் தீரவேண்டும் என்பது கட்டாயம் இல்லை. மதியீனர்கள் மனதிலுள்ள ஆசைகளைப் பற்றியே பேசுகிறார்களே தவிர எல்லோரிலும் ஆத்மாவாக உறைபவர் பற்றி நினைப்பதில்லை” என்று சமசர் விவரித்தார்.

ஒன்பதாவது கேள்வி

“பகவானின் நிறமென்ன, வடிவமென்ன என்பதைத் தெளிவுபடுத்தவேண்டும்” என்றார் நிமி.

பதில்

“கிருத யுகத்தில் வெள்ளை நிறத்தில் நான்கு கரங்களோடு, ஜடைமுடி, மரவுரி, மான்தோல், பூணூல், கமண்டலம் முதலியவற்றை அணிந்தவராக வணங்கபபடுகிறார். அப்போது மனிதர்கள் பகைமையின்றிச் சாந்தமான இயல்போடு விளங்கினார்கள். தவத்தாலும் புலனடக்கத்தாலும் பகவானை வழிபட்டார்கள்.

திரேதா யுகத்தில் சிவப்பு நிறத்தோடும் நான்கு புஜங்களோடும் மூன்று சுற்று மேகலை, பொன்னிற கேசம் உடையவராக வேதமே உருவமாக வழிபடப்பட்டார். அப்போது மனிதர்கள் வேதத்தில் வல்லவராகத் தர்மத்தில் நிலைபெற்றவராக இருந்தனர்.

துவாபரயுகத்தில் ஷ்யாமள வண்ணம், பீதாம்பரம், ஆயுதங்கள், ஸ்ரீவத்சம் போன்ற அடையாளங்களோடு பூஜிக்கப்பட்டார். அவரை மகாராஜா லட்சணம் பொருந்தியவர்கள் வேதத்தாலும் ஆகமத்தாலும் வழிபட்டார்கள்.

கலியுகத்தில் கறுப்பு நிறமுடைய கிருஷ்ணரை அஸ்திரங்கள், சேவகர்கள் ஆகியவற்றோடு கூடியவராகக் கீர்த்தனை என்ற யாகத்தால் வழிபடுகிறார்கள்” என்று கரபாஜன யோகி விவரித்தார்.

மிதிலாபுரி மன்னன் நிமி, நவயோகீஸ்வரர்களால் உபதேசம் பெற்று அந்தணர்களோடு அவர்களைப் பூஜித்து மகிழ்ந்தார். அந்தச் சித்தர்கள் அனைவரும் பார்த்திருக்கும்போதே மறைந்தனர். நிமி அரசன் பாகவதத் தர்மத்தைக் கடைப்பிடித்து பரமபதத்தை அடைந்தான்.

“வசுதேவரே, நீங்களும் பாகவதத் தர்மத்தைக் கடைப்பிடித்து உயர்நிலை அடைவீர்கள். உங்கள் புகழ் உலகம் முழுவதும் பரவியுள்ளது. பகவானான ஸ்ரீஹரியே உங்களுக்குப் புதல்வனாகப் பிறந்துள்ளார். மாயாமானுட ரூபனான பகவானிடம் புதல்வன் என்ற எண்ணம் கொள்ளவேண்டாம்” என்று நாரத முனிவர் உபதேசித்தார். ஆச்சரியமடைந்த வசுதேவரும் தேவகியும் தம் மனதிலிருந்த மோகத்தை விட்டார்கள்.

பலன்

ஒருமைப்பட்ட மனதுடன் இந்த வரலாற்றை உள்ளத்தில் ஏற்பவன் இங்கேயே மோகத்தைவிட்டு பிரம்ம சொரூபத்தை அடைகிறான்.

வைகுண்டத்திற்கு அழைப்பு

பிரம்மதேவர், தேவர்களும் பிரஜாபதிகளும் சூழ துவாரகை வந்தார். மகாதேவரும் பூத கணங்கள் சூழ அங்கு வந்தார். ஆதித்யர்கள், அஸ்வினி தேவர்கள், சித்தர்கள் அப்சரஸுகள், ரிஷிகள், பித்ருக்கள் என்று எல்லோரும் ஸ்ரீகிருஷ்ணரின் தரிசனத்திற்காக துவாரகை வந்தார்கள்.

“ஹே பகவான், பூமியின் பாரத்தைக் குறைப்பதற்காக அவதாரம் எடுத்தீர்கள். அந்தச் செயல் பூர்த்தி அடைந்துவிட்டது. தர்மமும் சத்தியமும் நிலைநாட்டப்பட்டது. பாவத்தைப் போக்கும் உமது புகழ் எங்கும் பரவியது. புருஷோத்தமரே, யது வம்சத்தில் ஒப்புயர்வற்ற ரூபத்தோடும் மகிமையோடும் அவதரித்த தங்களுக்கு நூற்று இருபத்தைந்து ஆண்டுகள் சென்றுவிட்டன. அச்சுதா, அனைத்திற்கும் ஆதாரமானவரே, நீர் அவதரித்த குலமும் பிராமணச் சாபத்தால் அழிந்தாற்போல் ஆகிவிட்டது. இனி திருவுள்ளம் கொண்டால் தங்களுடைய உத்தம லோகத்திற்கு எழுந்தருளலாம். வைகுண்டவாசியே, எங்களைக் காத்தருளவேண்டும்” என்று பிரம்மதேவர் பிரார்த்தனை செய்தார்.

“தேவர்களில் உத்தமரே, நீங்கள் கூறியது சரிதான். எல்லாம் செய்து முடிக்கப்பட்டன. இந்த யாதவ குலம் பலத்தாலும் செல்வத்தாலும் கர்வம் கொண்டுள்ளது. இது உலகையே அழிக்க வல்லது. மகா சமுத்திரம் கரைக்குள் அடங்கியிருப்பதுபோல் என்னால் அடக்கி வைக்கப்பட்டுள்ளது. கர்வம் மிகுந்த இந்த யாதவ

இனத்தை அழிக்காமல் நான் செல்ல இயலாது. மாசற்ற பிரம்மதேவரே, பிராமணச் சாபத்தால் இந்த இனத்தின் அழிவு தொடங்கியிருக்கிறது. அது முடிந்ததும் வருகிறேன்" என்று கிருஷ்ணப் பகவான் கூறியதும் பிரம்ம தேவரும் பிறரும் வணங்கிவிட்டுத் தத்தம் இருப்பிடம் சென்றனர்.

உத்தவ கீதை

யாதவ குலப் பெரியவர்களைப் பார்த்து பகவான் கிருஷ்ணர், "உபத்திரவங்கள் ஆரம்பமாகிவிட்டன. உயிரோடிருக்க விரும்பினால் பிரபாச தீர்த்தம் செல்லுங்கள்" என்றார். யாதவப் பெரியவர்கள் தேர்களை ஆயத்தம் செய்தனர்.

உத்தவர், கிருஷ்ணப் பகவானின் பாதங்களைப் பணிந்து வணங்கி, "புண்ணிய கீர்த்தியுடையவரே, நீங்கள் இந்த யது குலத்தை சம்ஹாரம் செய்துவிட்டு உலகை விடக் கருதுகிறீர்கள் போலும். கேசவா, உங்களைப் பிரிந்து என்னால் உயிர் வாழமுடியாது. என்னையும் உங்களோடு அழைத்துச் செல்லுங்கள்" என்றார்.

"மகா பாக்கியசாலியான உத்தவா, இந்த யது குலம் ஒருவருக்கொருவர் செய்துகொள்ளும் கலகத்தால் அழியப் போகிறது. இன்றிலிருந்து ஏழாவது நாள் துவாரகை சமுத்திரத்தில் மூழ்கப் போகிறது. நான்விட்டு விலகிய தேசத்தில் நீ இருக்கவேண்டாம். கலியுகத்தில் மக்கள் அதர்மத்தில் ருசியுடையவர்களாக இருப்பார்கள். உன் உற்றார் உறவினர்மேல் கொண்ட பாசத்தைத் துறந்து என்மேல் மனதை நிறுத்தி சமதிருஷ்டியுடன் பூமியில் சஞ்சரிப்பாயாக. எல்லா உயிர்களுக்கும் நண்பனாக, அமைதியோடு, ஞானத்தில் நிச்சயம்கொண்டு பிரபஞ்சத்தை என் வடிவில் பார்ப்பவன் மீண்டும் பிறவிச் சுழலில் விழமாட்டான்" என்று உத்தவருக்கு உபதேசம் செய்தார் ஸ்ரீகிருஷ்ண பரமாத்மா.

"யோகம் அறிந்தவர்களின் செல்வமே, யோகேசா, என் உயர்வான நலனைக் கருதி எனக்கு சன்னியாச தர்மத்தை உபதேசித்தீர்கள். ஆனால் பகவானே, உன் மாயையால் நான் இந்த உடலில் ஆழ்ந்த பற்று கொண்டுள்ளேன். நீங்கள் உபதேசித்ததை நான் எவ்விதம் கடைப்பிடிப்பேன்? எனக்கு வழி காட்டுங்கள்" என்று வேண்டினார் உத்தவர்.

"மனிதனுடைய ஆத்மாவே அவனுக்கு குரு. இதுகுறித்து விளக்க யது மகாராஜாவுக்கும் அவதூதருக்கும் இடையே

நடந்த உரையாடலை உனக்குக் கூறுகிறேன்" என்றார் ஸ்ரீகிருஷ்ணர்.

அவதூதரும் யது மகாராஜாவும்

நகுஷனின் பேரனும் யயாதியின் மகனுமான யது மகாராஜா தர்மங்களை அறிந்த விவேகியாக விளங்கினார். அவர் ஒரு சமயம், ஓர் இளம் அவதூதர் ஆடையில்லாமல் பயமின்றி எங்கும் சஞ்சரித்ததைப் பார்த்து வியப்படைந்தார்.

அந்த ஞானியை அணுகி, வணங்கி, "பிரம்ம ரிஷி, எந்தக் கவலையுமின்றி ஆனந்தமாக ஒரு சிறுவனைப்போல் சுற்றி அலைகிறீர்களே... அதன் ரகசியம் என்ன? காமம் லோபம் என்ற காட்டுத் தீயினால் மக்கள் பொசுக்கப்படுகிறார்கள். ஆனால் தாங்களோ அந்த அக்னியில் சிக்காமல் கங்கை நீரில் அமிழ்ந்திருக்கும் யானையைப்போல் சுகமாக இருக்கிறீர்கள். அதன் காரணத்தைக் கூறியருளவேண்டும்" என்று பணிவோடு வினவினார்.

இருபத்து நான்கு குருமார்கள்

"வேந்தனே, நான் இருபத்து நான்கு குருமார்களிடமிருந்து பாடம் கற்றேன். அவற்றைக் கூறுகிறேன் கேட்பாயாக" என்றார் அவதூதர்.

"மலைகளும் மரங்களும் நிறைந்த பூமியிடமிருந்து பொறுமையையும் பிறருக்கு உதவும் குணத்தையும் கற்றேன். பூமி என் முதல் குரு.

வாசனை, நாற்றம் போன்றவற்றுடன் தொடர்பற்று வீசும் காற்றைப்போல உயிர் வாழ்வதற்குத் தேவையான அளவு மட்டுமே உணவை ஏற்கவேண்டும். புலன்கள் விரும்பும் ருசிகளில் மனதைச் செலுத்தக் கூடாதென்று காற்றிடமிருந்து கற்றேன். காற்று என் இரண்டாவது குரு.

ஆகாயம்போல் எதிலும் ஒட்டாமல் தூய்மையாக இருக்கவேண்டும். ஆகாயத்தைப் போலவே ஆத்மா எங்கும் வியாபித்துள்ளது என்றறிந்தேன். ஆகாயம் என் மூன்றாம் குரு.

நீரைப்போல் பரிசுத்தமாகவும் இயல்பாகவே ஈர நெஞ்சோடும் இனிமையாகவும் நலன் விளைவிப்பவனாகவும் இருக்கவேண்டும் என்று கற்றேன். நீர் என் நான்காம் குரு.

அக்னி ஒளி மயமானது. எல்லாவற்றையும் எரித்தாலும்கூட மாசடையாது. அதுபோல் யோகி பரிசுத்தமாகவும் தவத்தால்

பிரகாசமாகவும் இருக்கவேண்டும் என்று கற்றேன். அக்னி என் ஐந்தாம் குரு.

சந்திரன் வளர்வதும் தேய்வதும் அவனுடைய குணங்கள் அல்ல. சூரிய ஒளியின் பிரதிபலிப்பால் விளையும் மாற்றங்கள். அது போன்று வளர்வதும் இளைப்பதும் உடலின் இயல்பே தவிர ஆத்மாவுக்குத் தொடர்பு கிடையாது என்று கற்றேன். சந்திரன் என் ஆறாம் குரு.

சூரியன் நீரைக் கிரணங்களால் ஈர்த்து மழையாகப் பொழிகிறான். ஆனால் அதில் பற்று கொள்வதில்லை. அதுபோல் யோகியும் உலக விஷயங்களால் அனுபவத்தை அடைந்து அதைத் தேவையானவருக்கு அளிக்கிறான். அதில் பற்று கொள்வதில்லை. சூரியன் என் ஏழாவது குரு.

யோகி யாரிடமும் அளவுக்கதிகமான அன்பும் பற்றும் கொள்ளக்கூடாது. இல்லாவிடில் மாடப் புறாவைப்போல் மதி மயங்கித் துன்புறுவான். மாடப்புறா என் எட்டாவது குரு.

யதேச்சையாகக் கிடைத்ததை உண்ணும் மலைப் பாம்புபோல உணவின் சுவையும் அளவும் எப்படியிருந்தாலும் செயலற்றவனாக இருந்து ஏற்கவேண்டும் என்று கற்றேன். மலைப்பாம்பு என் ஒன்பதாவது குரு.

முனிவன், சமுத்திரம்போலத் தெளிவானவனாகவும் கம்பீரமாகவும் ஆழம் காண முடியாதவனாகவும் கரை காண முடியாதவனாகவும் கலக்க முடியாதவனாகவும் இருக்கவேண்டும். சமுத்திரம் என் பத்தாவது குரு.

தீயில் விழும் விட்டில் பூச்சியைப் பார்த்து புலனின்பங்களில் வீழக்கூடாது என்று கற்றேன். விட்டில் பூச்சி என் பதினொன்றாவது குரு.

தேனைச் சேகரிக்கும் தேனீயைப் பார்த்து துறவிகள் இல்லறத்தானைத் துன்புறுத்தாமல் உயிர் வாழத் தேவையான உணவைப் பெறவேண்டும் என்றும் தேனீயைப்போல் சேமித்து வைத்தால் நாசமடைவான் என்றும் கற்றேன். தேனீ எல்லா மலர்களில் இருந்தும் தேனை உறிஞ்சுவதுபோல அறிவுள்ளவன் எல்லா இடங்களில் இருந்தும், எல்லா நூல்களில் இருந்தும் சாரத்தை அறியவேண்டும். தேனீ என் பன்னிரண்டாவது குரு.

மரத்தால் செய்த பெண் பொம்மையாக இருந்தாலும் துறவி காலால்கூடத் தொடக்கூடாது. இல்லாவிடில் பெண்

யானையின் ஸ்பரிசத்தால் ஆண் யானை பிடிபடுவதுபோல பிணைக்கப்படுவான். யானை என் பதின்மூன்றாவது குரு.

தேனீக்கள், தாம் சேகரித்த தேனை அனுபவிப்பதில்லை. வேடுவன் எடுத்துச் செல்வான். அதுபோல லோபியின் பொருளைத் திருடன் கவர்ந்து செல்வான். லோபி என் பதினான்காவது குரு.

வேடனுடைய இசைக்கு மயங்கி மான் பிடிபடுகிறது. அதுபோல் மனதைப் பறிக்கும் பாடல்களைத் துறவி கேட்கக்கூடாது. மான் என் பதினைந்தாவது குரு.

தூண்டில் முள்ளில் செருகியிருக்கும் புழுவுக்கு ஆசைப்பட்டு மீன் வலையில் சிக்குவதுபோல நாவை அடக்காத மனிதன் சாவை அடைவான். மீன் என் பதினாறாவது குரு.

இறைவனை நாடாமல் அல்ப மானுடனுக்காக ஏங்கினேனே என்று வைராக்கியம்கொண்ட பிங்களை என்ற விலைமாது என் பதினேழாவது குரு.

பருந்துகள் துரத்தியதால் மூக்கில் கவ்விய மாமிசத் துண்டை வீசி எறிந்து சுகமடைந்த பறவை என் பதினெட்டாவது குரு.

மானம், அவமானம், கவலை என்று எதுவுமில்லாத சிறுவன் தனக்குத்தானே விளையாடிக் கொள்கிறான். சிறுவன் என் பத்தொன்பதாவது குரு.

சத்தம் எழுப்பியதால் கை வளையல்களைக் கழற்றிவிட்டு நெல் குத்திய குமரிப் பெண்ணிடமிருந்து தனித்திருக்கவேண்டும் என்று கற்றேன். குமரியின் கை வளையல் என் இருபதாவது குரு.

இரும்புக் கொல்லன் அம்பு செய்வதில் ஒருமுனைப்பாக ஈடுபட்டான். அருகில் அரச பரிவாரம் செல்வதைக்கூடக் கவனிக்கவில்லை. கொல்லன் என் இருபத்தோராவது குரு.

பாம்பு, கரையான் அமைத்த புற்றில் புகுந்து சுகமாக வசிக்கிறது. நிலையற்ற உடல் படைத்த மனிதன் இருப்பிடம் பற்றிக் கவலை கொள்ளக்கூடாது என்று கற்றேன். பாம்பு என் இருபத்து இரண்டாவது குரு.

சிலந்தி தன் வாயிலிருந்து நூலை உருவாக்கிக் கூடு கட்டி மீண்டும் அதை விழுங்கி விடுகிறது. அதுபோல்தான் மகேஸ்வரனும் சிருஷ்டியும் சம்ஹாரமும் செய்கிறார் என்றறிந்தேன். சிலந்தி என் இருபத்து மூன்றாவது குரு.

குளவிக் கூட்டில் வைக்கப்பட்ட புழு குளவியையே நினைத்து குளவியின் வடிவை அடைகிறது. மனிதன் ஒருமித்த மனதுடன் எதைத் தியானிக்கிறானோ அதுவாகவே ஆகிறான். குளவி என் இருபத்து நான்காவது குரு.

வைராக்கியத்திற்கும் விவேகத்திற்கும் காரணமான என் உடலும் எனக்கு குருவானது. நிலையற்றதாக இருந்தாலும் மோட்சத்திற்கான சாதனைக்கு உடல் கருவியாக இருக்கிறது" என்று அவதூதர் யது மகாராஜாவுக்கு உபதேசம் செய்தார். யது அவற்றைப் பின்பற்றி பற்றுகளை விடுத்து நற்கதி அடைந்தார்.

உத்தவருக்கு ஞானோபதேசம்

மேலும், பகவான் ஸ்ரீகிருஷ்ணர் உத்தவருக்கு ஞானம் பெறுவதற்கான சாதனைகள் என்னென்ன என்பது பற்றி விளக்கினார். "பலனில் பற்று வைக்காமல் செயல்களில் ஈடுபடவேண்டும். குருவை என்னைப்போல் எண்ணி யமம், நியமம் ஆகியவற்றைப் பின்பற்றவேண்டும். சோம்பல், நான் என்ற அபிமானம், எனது என்ற மமகாரம், அகங்காரம், பொறாமை, வீண்பேச்சு போன்றவற்றைவிட்டு, சலியாத புத்தியோடும் பரம்பொருளை அறிவதில் ஆவலோடும் விளங்கவேண்டும்" என்றார் பகவான் கிருஷ்ணர்.

"பகவானே, பற்றோடு செயல் புரியும் கட்டுண்டவனையும், பற்றில்லாமல் செயல் புரியும் முக்தனையும் எவ்வாறு அடையாளம் காண்பது?" என்று உத்தவர் கிருஷ்ணரிடம் வினா எழுப்பினார்.

"அறிவு மிகுந்த உத்தவா, இரு வேறுபட்ட இயல்புடைய இவர்கள் இரு பறவைகளைப் போன்றவர்கள். இருவரும் மரத்தில் கூடுகட்டிக்கொண்டு வாழ்கிறார்கள். ஒரு பறவை பழங்களைப் புசிக்கிறது. இன்னொன்று சும்மா இருக்கிறது. ஆனாலும் சக்தியோடு கூடியதாக இருக்கிறது. கட்டுண்டவன் கனவு காண்பவனைப் போன்றவன். அவன் உடல் தொடர்பான சுக, துக்கங்களை அனுபவிக்கிறான். ஞானி கனவிலிருந்து விழித்தவனைப் போன்றவன். உடலில் இருந்தாலும் இல்லாதவாறு அறிகிறான். முனிவன், யாரையும் முகஸ்துதி செய்யவோ அல்லது இகழவோ கூடாது. சமமான பார்வையோடு விளங்கவேண்டும். செயல் செய்வது பற்றிச் சிந்திப்பதும் வேண்டாம். பேசவும் வேண்டாம். ஆத்மாராமனாக, ஆத்மாவில் ஆனந்தம் அடைபவனாக இருந்துகொண்டு ஜடம்போல்

சஞ்சரிக்கவேண்டும். ஆத்மவிசாரம் செய்து மயக்கத்தை ஒழித்து, எங்கும் நிறைந்த என்னிடம் நிர்மலமான மனதை அர்ப்பணம் செய்யவேண்டும்.

உத்தவா, ஒருவேளை பிரம்மமான என்னிடம் மனதைச் சலனமின்றி நிறுத்த சக்தியில்லையெனில், பலனில் பற்றற்று செயல் செய்து வரவேண்டும். மங்களம் மிக்கதும் உலகங்களைப் பரிசுத்தம் செய்வதுமான என் கதைகளை அடிக்கடி கேட்டும் பாடியும் வரவேண்டும். சத்சங்கத்தின் தொடர்பால் என்னிடம்கொண்ட பக்தியால் என்னை வழிபடுபவன் சாதுக்களால் வழிகாட்டப்பட்டு எளிதில் என்னை அடைவான். உலகில் எதெல்லாம் ஒருவனுக்குப் பிடிக்குமோ அதையெல்லாம் எனக்கு நிவேதனம் செய்து வரவேண்டும் அது மிகுந்த பயனைத் தரும். தான் செய்ததை வாய்விட்டுக் கூறக்கூடாது. மற்ற தேவதைகளுக்கு நிவேதனம் செய்த பொருளையோ தீபத்தையோ எனக்கு அர்ப்பணம் செய்யக்கூடாது.

நான்கு புஜங்களோடும் சங்கு சக்ரம், கதை பத்மம் முதலியவற்றோடும் கூடிய சாந்தமான என் உருவத்தைச் சூரியன் அக்னி, பசு, அந்தணன், ஜலம், ஆகாயம் போன்றவற்றில் தியானம் செய்து அமைதியோடு பூஜை செய்யவேண்டும். பற்றையெல்லாம் போக்கும் சாதுக்களின் கூட்டுறவு என்னை வசப்படுத்துவதுபோல விரதம், தீர்த்தம், யாகம், மந்திரம், யம நியமங்கள் எதுவும் என்னை வசப்படுத்த முடியாது. கோபிகைகளும் பசுக்களும் பக்தி ஒன்றாலேயே என்னை அடைந்தார்கள்."

ஹம்ச உபதேசம்

"உத்தவா, எல்லா உயிர்களிலும் ஆத்மாவாக இருப்பவன் நான் ஒருவனே என்ற அறிவோடு என்னிடம் சரணடைந்து பயமற்று இருப்பாயாக. யோகம் ஒன்றே எல்லாவற்றிலிருந்தும் மனதை இழுத்து என்னிடம் ஒன்றச் செய்யும் என்று என் சீடர்களான சனகாதி முனிவர்கள் கூறியுள்ளார்கள்" என்று எடுத்துரைத்தார் ஸ்ரீகிருஷ்ணர்.

"கேசவா, சனகாதி முனிவர்களுக்கு எப்போது, எந்த உருவத்துடன் யோகம் பற்றி உபதேசம் செய்தீர்கள்?" என்று உத்தவர் கிருஷ்ணரிடம் வினவினார்.

"உத்தவா, பிரம்ம தேவரின் மானசப் புத்திரர்களான சனகாதி முனிவர்கள், யோகத்தின் ரகசியத்தையும் மார்க்கத்தையும்

பற்றி தந்தையிடம் கேட்டார்கள். படைப்புச் செயல் புரிவதில் கவனம் செலுத்தியிருந்த பிரம்மதேவர், என்னை நினைத்தார். நான் ஹம்ச வடிவில் அங்குத் தோன்றினேன். என்னைப் பார்த்ததும் சனகாதி முனிவர்கள் பிரம்மாவை விட்டுவிட்டு என்னிடம் வந்து என் பாதங்களில் பணிந்து 'தாங்கள் யார்?' என்று கேட்டார்கள். உத்தவா, தத்துவத்தை அறிய விரும்பிய அந்த முனிவர்களுக்கு நான் என்ன கூறினேனோ அதை உனக்குக் கூறுகிறேன்.

சனகாதி முனிவர்களே, மனதாலும் வாக்காலும் பார்வையாலும் இந்திரியங்களாலும் நான்தான் உணரப்படுகிறேன். எனக்கு வேறாக வேறொன்றுமில்லை என்பதைத் தத்துவ விசாரத்தால் தெளிவாக அறிந்து கொள்ளுங்கள். முக்குணங்களாலும் மனதாலும் விழிப்பு, கனவு, உறக்கம் என்ற சித்தவிருத்தி உண்டாகிறது. இம்மூன்றும் ஜீவாத்மாவிற்கு புத்தியால் ஏற்படும் பந்தம். இவற்றிலிருந்து வேறுபட்டவன் சாட்சியாக நிற்கிறான். துரீயமான என்னிடம் நிலைபெற்று, புத்தியோடு கூடிய தொடர்பை நீக்கவேண்டும். ஆசைகளை ஒழித்து ஆத்மாவிடம் ஆனந்தம் கொள்பவன் எதையும் வேண்டாமல் மௌனமாக இருப்பான்.

அப்படிப்பட்டவனுக்குப் பிராரப்த கர்மாவின் தாக்கம் இருக்கும்வரை பிராணனுடன் கூடியதாக இந்த உடல் காணப்படும். யோக மார்க்கத்தில் ஏறிச் சென்று சமாதியடைந்து பரம்பொருளிடம் விழிப்பை அடைந்தவன் மீண்டும் பஞ்ச பூதங்களோடு கூடிய இந்த உடல் மீது நாட்டம் கொள்ளமாட்டான்.

சனகாதி முனிவர்களே, உங்களுக்கு இந்தத் தர்மத்தை விளக்கிக் கூறிய என்னை யக்ஞப் புருஷனாகிய விஷ்ணு என்று அறிவீர்களாக என்று நான் கூறினேன்.

உத்தவா, முனிவர்கள் சந்தேகம் தீர்ந்தவர்களாய், என்னைக் கொண்டாடி பரமப் பக்தியுடன் ஸ்தோத்திரம் செய்தார்கள். பின்னர், பிரம்மா பார்த்திருக்கும்போதே நான் என் இருப்பிடம் திரும்பினேன்" என்று உரைத்தார் ஸ்ரீகிருஷ்ணர்.

தியான யோகம்

"கிருஷ்ணா, வேதத்தில் பலவிதச் சாதனைகள் கூறுகிறார்களே. அவற்றுள் எது சிறந்தது?" என்று உத்தவர் மேலும் கிருஷ்ணரிடம் கேட்டார்.

"உத்தவா, ஆதியில் பிரம்மதேவருக்கு ஒருமித்த மனதுடன் என்னை நினைக்கும் பக்தியோகம் உபதேசிக்கப்பட்டது. பிரம்மா அதனைத் தன் முதல் புதல்வரான ஸ்வாயம்புவ மனுவுக்கு உபதேசம் செய்தார். அவரிடமிருந்து பிருகு முதலான ஏழு பிரம்மரிஷிகள் உபதேசம் பெற்றனர். அவர்களிடமிருந்து அவர்களின் புத்திரர்களான தேவர்கள், அசுரர்கள், மனிதர்கள் அனைவரும் உபதேசம் பெற்றார்கள். என்னிடம் மனதை அர்ப்பணம் செய்தவன் என்னைத் தவிர, பிரம்ம பதவியோ, இந்திரப் பதவியோ லோகங்களை ஆளும் பதவியோ, யோக சித்திகளோ, மோட்சமோ எதையும் விரும்பமாட்டான். விஷயப் பற்றுகளை நீக்கி என்னையே நினைப்பவனுடைய மனம் என்னிடம் லயிக்கிறது" என்றார் கிருஷ்ணப் பகவான்.

"தாமரைக் கண்ணா, மோட்சத்தில் விருப்பமுள்ளவன் உன்னை எந்த வடிவில் தியானம் செய்யவேண்டும்?" என்று உத்தவர் கேட்டார்.

"உத்தவா, புன்னகை பூத்த என் முக மண்டலத்தைத் தியானம் செய்யவேண்டும். இந்திரியங்களை வென்றவனும் சுவாசத்தை வென்றவனும் என்னிடம் மனதைத் தாரணை செய்தவனுமான யோகிக்கு ஸித்திகள் உண்டாகின்றன. அஷ்ட மகா ஸித்திகளும் என்னுடைய தியானத்தால் இயற்கையாகவே ஏற்படுகின்றன. என்னைவிட எதையும் மேலாகக் கருதாத யோகி, சத்திய சொரூபனான என்னிடம் மனதை நிறுத்தி எந்தச் சமயத்தில் எவ்வாறு எண்ணுகிறானோ அதை அவ்வாறே அடைகிறான். ஆனால், என்னை அடைய விரும்பும் உத்தம யோகிக்கு இவையும் இடையூறுகளே" என்றார் பகவான்.

"அளவற்ற ஐஸ்வர்யங்களுக்கு இருப்பிடமான அச்சுதா, பரிசுத்தத்திற்கு உறைவிடமான உன் பாதங்களைப் பணிகிறேன். உன்னுடைய பெருமைகளாகக் கருதப்படுபவை யாவை?" என்று கேட்டார் உத்தவர்.

"உத்தவா, கேள்வி கேட்பதில் சிறந்தவரே, குருக்ஷேத்திரப் போர்க்களத்தில் மனிதர்களில் சிறந்தவனான அர்ஜுனனும் இதையே கேட்டான். மந்திரங்களில் பிரணவமாகிறேன். அக்ஷரங்களில் அகாரமாகிறேன். இவ்விதம் என் விபூதிகள் கணக்கற்றவை. பூமி, வாயு, ஆகாசம், ஜலம், தேஜஸ் இவற்றின் தன்மாத்திரைகளும், அகங்காரம், மஹத் தத்துவம், ஐந்து மகா பூதங்கள், பதினொரு இந்திரியங்கள் ஆகிய

பதினாறு விகாரங்கள், ஜீவன், பிரக்ருதி என்ற இருபத்தைந்து தத்துவங்கள், சத்வம், ரஜஸ், தமஸ் என்ற பிரக்ருதியின் குணங்கள், பரப்பிரம்மம் எல்லாம் நானே. நானில்லாமல், என்னைத் தவிர அசையும் பொருளோ அசையாத பொருளோ எதுவுமில்லை. பிரமாண்டங்களைக் கோடிக்கணக்கில் சிருஷ்டிக்கும் என்னுடைய விபூதிகளைக் கணக்கிட முடியாது. ஆற்றல், செல்வம், புகழ், ஐஸ்வர்யம், லஜ்ஜை, கொடை, மனதிற்கும் கண்களுக்கும் ஆனந்தமளிக்கும் பாக்கியம், வீரியம் பொறுமை விஞ்ஞானம் ஆகியவை எந்த எந்த இடங்களில் இருக்குமோ அவை எல்லாம் எனது விபூதியாகும். உனக்கு என் இந்த விபூதிகள் சுருக்கமாகக் கூறப்பட்டன.

நாவையடக்கு. மனதையடக்கு. பிராணன்களையும் இந்திரியங்களையும் அடக்கு. சுவாசத்தையும் மனதையும் வென்றவன் மறுபடியும் பிறப்பு இறப்பு என்ற சம்சாரச் சக்கரத்தில் சுழலமாட்டான்" என்றார் பகவான்.

"ஹே பூபதே, மதுசூதனா, மனிதர்கள் அவரவர் ஸ்வதர்மத்தை எப்படி அனுசரித்தால் உன்னிடம் பக்தி உண்டாகும். அதை எனக்குக் கூறியருளவேண்டும்" என்று உத்தவர் கேட்டார்.

"மகா பாக்கியசாலியே, ஆதியில் திரேதாயுகத்தில் என் மூச்சுக் காற்றின் மூலம் வேதம் உண்டாயிற்று. அதிலிருந்து நான் மூன்று வகையான யக்ஞச் சொரூபியானேன். அவரவர் ஸ்வதர்மத்தைக் கடைப்பிடிக்கவேண்டும். சத்தியம், அஹிம்சை, களவின்மை, உயிர்களின் நலனைக் கோருதல் ஆகியவை எல்லா வர்ணத்தாருக்கும் பொதுவானவை.

உத்தவா, ஞானத்துடன் கூடி நிற்கும் வகையில் ஆத்மாவை ஆராய்ந்தறிந்து பக்தியால் பரிசுத்தனாகி என்னை அடைவாயாக. மனிதர்களின் நலன் கருதி பக்தி, ஞானம், கர்மம் என்ற மூன்று யோகங்களைக் கூறினேன். இவை தவிர வேறு உபாயம் இல்லை. யோகியானவன் பிராணனை ஜெயித்தாலும் புலன்களை வென்றாலும் மட்டும் போதாது. மனதை அதன் போக்கில் விடாமல் சத்துவப் புத்தியோடு அதனை வசமாக்கவேண்டும். மனதை அடக்குவதே சிறந்த யோகம். யோகியானவன் இழிவான காரியத்தைச் செய்ய நேர்ந்தால் யோகத்தாலேயே அதனைப் பொசுக்கவேண்டும். பிராயச்சித்தத்தால் அதனை நீக்கிக்கொள்ளக் கூடாது. அவரவர் ஸ்வதர்மத்தில் நிற்றலே குணம். அதற்கு மாறானது

குற்றம். இவ்விதம் என்னால் கூறப்பட்ட என் வழியைப் பின்பற்றுபவர்கள் நலமாக என் இடத்தை அடைவதோடு ஒப்புயர்வற்ற பரப்பிரம்ம சொரூபத்தையும் அறிகிறார்கள்" என்று எடுத்துரைத்தார் கிருஷ்ணப் பரமாத்மா.

"ஹே சர்வ ஸ்வரூபியே, பகவான், அசத்துகளால் செய்யப்படும் அக்கிரமங்களை மனதில் பொறுக்க முடியாததாகக் கருதுகிறேன். அவற்றைப் பொறுத்துக் கொள்வதற்கான உபாயத்தை உபதேசித்தருளவேண்டும்" என்று உத்தவர் வேண்டினார்.

பிக்ஷு கீதை

"ஹே உத்தவா, பிருஹஸ்பதியின் சீடரே, முன்னொரு சமயம், துஷ்டர்களால் அவமதிக்கப்பட்ட துறவி ஒருவர் அதனைத் தன் முன்வினைப் பயன் என்று கருதி தைரியத்துடன் வாழ்ந்தார். அவருடைய கதையைக் கூறுகிறேன்."

அவந்தி தேசத்தில் விவசாயமும் வியாபாரமும் செய்து செல்வச் செருக்கு மிகுந்த அந்தணன் ஒருவன் இருந்தான். காமியாகவும் பொருளாசை கொண்டவனாகவும் கஞ்சனாகவும் லோபியாகவும் வாழ்ந்தான். உறவினரையோ அதிதியையோ உபசரிக்க மாட்டான். தானும் அனுபவிக்க மாட்டான். அவனிடம் வெறுப்படைந்த மனைவியரும் பிள்ளைகளும் பணியாட்களும் அவனுக்குத் துரோகம் செய்தனர். அறமும் இன்பமும் இல்லாத அவனிடமிருந்து பாடுபட்டுத் தேடிய செல்வம் நீங்கியது. அந்த நிலையில் அவனுக்கு மிகுந்த வைராக்கியம் ஏற்பட்டது.

ஸ்ரீஹரியை வணங்கி மன அமைதியோடு துறவறம் மேற்கொண்டான். ஆனால் வயது முதிர்ந்த அந்த பிக்ஷுவைத் துஷ்டர்கள் அவமதித்தனர். கமண்டலத்தையும் தண்டத்தையும் பிடுங்கிக் கொண்டனர். ஆடையையும் ஆசனத்தையும் பறித்தனர். 'வயிற்றுப் பிழைப்புக்காகத் துறவி வேடம் போடுகிறான்' என்று நிந்தித்தனர். கொக்கைப் போல் தவம் செய்கிறான் என்று பரிகசித்தனர்.

'என்னுடைய சுக துக்கங்களுக்குப் பிறர் பொறுப்பல்ல. உண்மையில் ஆத்மாவைத் தவிர வேறெதுவுமில்லை. வேறொன்று இருப்பதாகத் தோன்றினால் அது பொய். அப்படியிருக்கையில் யாரிடம் கோபித்துக்கொள்வது? இந்த விழிப்பு ஏற்பட்டால் எதிலும் பயம் இல்லை. முனிவர்கள் கடைப்பிடித்த இந்தப் பரமாத்ம நிஷ்டையை நான் அடைந்து

முகுந்தனின் பாத சேவையால் பிறப்பு இறப்பு என்ற ஆழங்காண முடியாத சம்சாரக் கடலைத் தாண்டுவேன். மூவுலகங்களும் ஈஸ்வரர்களான தேவர்கள் என்னை அனுக்கிரகிப்பார்கள். கட்வாங்கன் என்ற அரசன் ஒரு முகூர்த்தக் காலத்தில் பிரம்மலோகத்தை அடைந்துவிட்டான் அல்லவா. மகரிஷிகளால் கடைப்பிடிக்கப்பட்ட பரமாத்மாவின் தியானத்தை மேற்கொண்டு முக்தியளிக்கும் ஸ்ரீகிருஷ்ணரின் திருவடிகளைச் சேவித்து மறுகரையற்ற சம்சாரச் சாகரத்தைத் தாண்டுவேன்' என்று சிந்தித்த பிக்ஷு தன் ஸ்வதர்மத்திலிருந்து வழுவாமல் மௌனமாக அமைதியாக தவத்தில் ஈடுபட்டார்.

"உத்தவா, என்னிடம் புத்தியைச் செலுத்தி முழு முயற்சியுடன் மனதை அடக்குவாயாக. யோகத்தின் சுருக்கம் இவ்வளவேதான்" என்றார் பகவான்.

பலன்

பிக்ஷுவால் பாடப்பட்ட பிக்ஷு கீதை எனப்படும் இந்தப் பிரம்ம நிஷ்டையை மனதில் சிரத்தையுடன் நிறுத்திப் பாடுபவரும் கேட்பவரும் பசி தாகம், சுகம் துக்கம் போன்ற இரட்டைகளால் பாதிப்படைவதில்லை.

யோக நிஷ்டை

"அச்சுதா, மனம் வசப்படாதவர்களுக்கு நீ கூறும் யோகாப்பியாசம் கடினம் என்று தோன்றுகிறது. எளிதான உபாயம் கூறுவாயாக" என்று உத்தவர் கிருஷ்ணரிடம் கேட்டார்.

"பிரேமை மிக்க மனமுடைய உத்தவா, சிலர் திறமை வாய்ந்த இளம் வயதாகவே உடலை வைத்திருக்கப் பெருமுயற்சி செய்கிறார்கள். ஆனால் மரத்தில் தோன்றும் பழம்போல உடல் நிலையற்றதாகையால் அந்தச் சிரமம் அர்த்தமில்லாதது. மனதையும் சித்தத்தையும் என்னிடம் அர்ப்பித்து என்னைச் சார்ந்த தர்மங்களைச் செய்து என் பொருட்டே செயல்களைச் செய்துவந்தால் பொய்யான இந்தத் தேகத்தைக்கொண்டு மெய்யான என்னை அடையலாம். அன்பான உத்தவா, தெளிந்த யுக்தியுடன் இந்த ஞானத்தை உனக்குக் கூறினேன். இதை உள்ளத்தில் கொண்டவன் பரப்பிரம்மத்தை அடைகிறான். நண்பரே, மனதிலிருந்த சந்தேகங்களும் துயரங்களும் தீர்ந்தனவா? உம்மிடம் பிரம்ம ஸ்வரூபம் திடமாக நிலைபெற்றதா?"

இவ்விதம் யோக மார்க்கம் உபதேசிக்கப்பட்ட உத்தவர் கைகூப்பிக்கொண்டு அன்பினால் தொண்டையடைக்கக் கண்ணீர் பெருக பேசாமலிருந்தார்.

"ஸ்ரீ கிருஷ்ணா, மகாயோகியே, சரண்புகுந்த எனக்கு உன் பாதத்தில் நீங்காத அன்பிருக்கும்படி அருள் புரியவேண்டும்" என்று பிரார்த்தித்தார்.

"உத்தவா, என்னிடம் விடைபெற்று பதரி க்ஷேத்திரத்திற்குச் செல்லுங்கள். அங்குக் கங்கையின் ஸ்நானத்தாலும் அலகனந்தாவின் தரிசனத்தாலும் புனிதமடைந்து, சுகம் துக்கம் வெயில் குளிர் என்ற இருமைகளைப் பொருட்படுத்தாமல் மன மாசுகளைக் களைந்து என் உபதேசத்தைப் பின்பற்றுங்கள். முக்குணங்களின் வழியைக் கடந்தபின் என்னை அடைவீர்" என்றார் பகவான் ஸ்ரீகிருஷ்ணர். பகவானை மும்முறை வலம் வந்த உத்தவர் பதரிகாசிரமம் சென்று தவம் செய்து பகவானை அடைந்தார்.

பலன்

பக்தி மார்க்கம் என்ற ஆனந்தச் சாகரத்திலிருந்து ஒன்றாகத் திரட்டி எடுக்கப்பட்டு உத்தவருக்கு ஸ்ரீகிருஷ்ணரால் உபதேசிக்கப்பட்ட இந்த ஞான அமிர்தத்தைப் பக்தி சிரத்தையுடன் சிறிது அருந்தினாலும் முக்தியடைவது நிச்சயம்.

யதுகுல சம்ஹாரம்

"பரமப் பாகவதரான உத்தவர் பதரி வனம் சென்றபின் ஸ்ரீகிருஷ்ணர் துவாரகையில் என்ன செய்தார்?" என்று பரீட்சித் சுக யோகியிடம் கேட்டான்.

சுக யோகி கூறினார் —

"சுவர்க்கத்திலும் பூமியிலும் அந்தரிக்ஷம் எனப்படும் வெற்றிட இடைவெளியிலும் ஏற்பட்ட பெரும் அபசகுனங்களைப் பார்த்த பகவான் ஸ்ரீகிருஷ்ணர், சபையிலிருந்த யாதவப் பெரியோர்களிடம், 'மரணத்தைக் குறிக்கின்ற இந்த துர்நிமித்தங்கள் மிகக் கொடுமையாக உள்ளன. இனி இரண்டு நாழிகைப் பொழுதுகூட இங்கு இருக்கவேண்டாம். பெண்கள், குழந்தைகள், வயதானவர்கள் எல்லோரும் சங்கோத்தாரம் என்ற இடத்திற்குச் செல்லட்டும். நாம் சரஸ்வதி நதி மேற்கு நோக்கிப் பாயும் பிரபாசத் தீர்த்தம் செல்வோம். அங்கு ஸ்நானம் செய்து உபவாசமிருந்து

ஒருமித்த மனதுடன் தேவதைகளைப் பூஜை செய்வோம்" என்று கூறினார்.

யாதவர்களிடையே கலகம்

அவர்களும், 'அப்படியே ஆகட்டும்' என்று ஓடங்களில் கடலைக் கடந்து பிரபாச க்ஷேத்திரத்தை அடைந்தார்கள். அங்குப் பகவான் கட்டளையிட்டபடி வழிபாடுகளைச் செய்தார்கள். பிறகு தெய்வத்தால் கெடுக்கப்பட்ட புத்தியுடன் கர்வத்தை உண்டாக்கும் மதுபானத்தைப் பருகினார்கள். கள்ளருந்திய மயக்கத்தில் ஸ்ரீகிருஷ்ணரின் மாயையால் அந்த வீரர்களிடையே கலகம் மூண்டு ஒருவருக்கொருவர் சண்டையிட்டனர். ஆயுதங்களால் அடித்துக்கொண்டனர். பிரத்யும்னன், சாம்பன், அக்ரூரர், போஜன், அனிருத்தன், சாத்யகி, சுபத்திரன், சங்கிராமஜித் சுமித்திரன், சுரதன் ஆகியவர்களும் ஆத்திரம் மிகக்கொண்டு கடுமையாக மோதிக்கொண்டனர். புத்திரர்கள் பிதாக்களுடனும் சகோதரர்கள் சகோதரர்களுடனும் மாமனும் பாட்டனும் அண்ணன் தம்பிகளும் நண்பர்களும் அறிவிழந்தவர்களாய் சிநேகத்தையும் உறவையும் மறந்து அடித்துக்கொண்டனர். மிகக் கொழுப்படைந்த அவர்கள், ஆயுதங்கள் தீர்ந்தபின் சமுத்திரக் கரையில் முளைத்திருந்த நாணற்புற்களைப் பிடிப்பிடியாகப் பிடுங்கி ஒருவரையொருவர் தாக்கிக் கொண்டார்கள். ரிஷிகளின் சாபத்தால் அந்தப் புற்கள் வைரம் போன்ற இரும்புத் தடிகளாயின. ஸ்ரீகிருஷ்ணர் அவர்களைத் தடுத்தபோது அவரையும் அடித்தனர். பலராமரையும் விரோதி என்று கருதி அவரையும் அடித்தனர்.

"பரீட்சித் மன்னா, மூங்கில் புதரில் உண்டான நெருப்பு வனத்தை எரிப்பதுபோல யாதவ வீரர்களிடையே உண்டான பகை யது குலத்தையே அழித்தது."

பரமபத யாத்திரை

தனியாக எஞ்சி நின்ற கிருஷ்ணப் பரமாத்மா, 'பூமியின் பாரம் குறைந்தது' என்று எண்ணினார். பலராமர் கடற்கரையில் புருஷோத்தமத் தியானத்தில் அமர்ந்து தன்னை பரமாத்மாவில் லயிக்கச் செய்து மானுடவுடலை உகுத்தார்.

ஸ்ரீகிருஷ்ணர் மௌனமாக ஓர் அரசமரத்தின் அடியில் தரையில் அமர்ந்தார். நான்கு புஜங்களுடன் கூடிய வடிவத்தை

எடுத்துக்கொண்டு இருளைப் போக்கும் புகையில்லாத அக்னிபோல் பிரகாசித்தார். இரண்டு பட்டு வஸ்திரங்கள், ஸ்ரீ வத்ஸம், மேக ஷ்யாமள நிறம், உருக்கிய பொன்போல் ஒளிவிடும் திருவுருவம், கறுத்த சுருட்டை முடி, புன்னகை மாறாத தாமரை போன்ற முகம், புண்டரீகம்போல் மனதைக் கவரும் கண்கள், மகர குண்டலங்கள், கிரீடம், கங்கணம், தோள்வளை, கௌஸ்துபமணி, வனமாலை, உருப்பெற்ற ஆயுதங்கள் இவற்றோடு கூடியவராய் செந்தாமரைபோல் சிவந்த இடது பாதத்தை வலது தொடைமேல் வைத்துச் சாய்ந்து அமர்ந்திருந்தார்.

அப்போது ஜரை என்ற பெயர்கொண்ட வேடன் உலக்கையில் எஞ்சியிருந்த இரும்புத் துண்டை பாணத்தில் பொருத்தியவனாய், தொலைவில் தெரிந்த ஸ்ரீகிருஷ்ணரின் பாதத்தை மானின் முகம் என்றெண்ணி அம்பை விடுத்தான்.

சமீபத்தில் வந்து பார்த்துத் தன் தவற்றை உணர்ந்து கிருஷ்ணரின் பாதங்களில் விழுந்தான். "மதுசூதனரே, பாவியாகிய நான் அறியாமல் தவறு செய்துவிட்டேன். பொருத்தருளவேண்டும். இனிமேலும் இவ்விதம் செய்யாமல் இருக்கும்படியாக எனக்குத் தண்டனை அளியுங்கள்" என்று வேண்டினான்.

"ஜரை, அஞ்சாதே. நீ தெரியாமல் செய்த இச்செயல் எனக்கு விருப்பமானதே. புண்ணியசாலிகள் செல்லும் சொர்க்கத்திற்குச் செல்வாயாக" என்று கூறியருளினார் கிருஷ்ணப் பரமாத்மா.

வேடன் கிருஷ்ணரை மும்முறை வலம் வந்து விமானம் ஏறிச் சுவர்க்கம் சென்றான். கிருஷ்ணரைத் தேடி வந்த சாரதி தாருகன், தேரிலிருந்து இறங்கி, திவ்யாயுதங்கள் சூழ அமர்ந்திருந்த கிருஷ்ணரைப் பார்த்துக் கண்ணீர் விட்டான். அவன் பார்த்துக் கொண்டிருக்கும்போதே கருடக் கொடியுடன் கூடிய அந்தத் தேர் ஆகாயத்தில் கிளம்பியது. தெய்விகமான ஆயுதங்களும் தேரைப் பின்தொடர்ந்தன.

ஆச்சரியமடைந்த தாருகனைப் பார்த்து, "சாரதி, நீ துவாரகைக்குத் திரும்பிச் செல். இங்கு நடந்தவற்றை எல்லாம் ஜனங்களிடம் சொல். துவாரகை கடலில் முழுகப் போகிறது. நீங்கள் யாவரும் மனைவி மக்களுடன் அர்ஜுனனால் காக்கப்படும் இந்திரபிரஸ்தம் செல்லுங்கள். இந்த என் உடல் யோக மாயையால் உண்டானதென்று அறிந்து அமைதியடைவாயாக" என்று கூறி அவனை அனுப்பி வைத்தார் ஜனார்த்தனன்.

வைகுண்டம் சென்றது

பிரம்ம தேவரும் பரமசிவனும் இந்திரனும் தேவர்களும் பிரஜாபதிகளும் முனிவர்களும் பூமாரிப் பொழிந்து பக்தியுடன் ஸ்ரீகிருஷ்ணரிடம் வந்தார்கள். அவர்களுடைய விமானங்கள் ஆகாயத்தில் நிரம்பி நின்றன. தன் அம்சமான அவர்களைக் கடாட்சித்துவிட்டு, எங்கும் நிறைந்தவரான பகவான் மனதை ஆத்மாவில் சேர்த்து கமலக் கண்களை மூடிக்கொண்டார். ஸ்ரீகிருஷ்ணர் மங்களமானதும் உலகிற்கு மகிழ்ச்சியூட்டுவதுமான தன் உடலை அக்னியால் எரிக்காமல் தன் ஸ்தானம் சென்றார்.

சுவர்க்கத்தில் துந்துபிகள் முழங்கின. பூமியிலிருந்து சத்தியம், தர்மம், தைரியம், கீர்த்தி, ஸ்ரீ எல்லாம் அவரைத் தொடர்ந்து சென்றன.

"பரீட்சித் அரசனே, யாதவர்களுடைய பிறப்பு, வாழ்க்கை, மறைவு எல்லாம் புருஷோத்தமனுடைய நாடகம் என்று அறியவேண்டும். தம்மைச் சேர்ந்தவர்களுக்கு ஆத்ம கதியைக் காட்டிய பகவான் ஸ்ரீகிருஷ்ணர், தன் அவதாரத் திருமேனியால் இனி ஆகவேண்டியது ஒன்றுமில்லையென்று எண்ணி, தேகத்தைப் பூமியில் விட்டுச்செல்ல விரும்பவில்லை."

பலன்

காலையில் எழுந்ததும் யார் தூய்மையோடு பகவானின் இந்த வைகுண்ட யாத்திரையைப் பக்தியுடன் கீர்த்தனை செய்வாரோ அவர் வைகுண்டத்தை அடைவார்.

"பரீட்சித் ராஜனே, ஸ்ரீகிருஷ்ணரைவிட்டுப் பிரிந்த தாருகன், துவாரகை சென்று வசுதேவர், உக்கிரசேனர் ஆகியோரின் பாதங்களில் விழுந்து கண்ணீரோடு நடந்ததைக் கூறினான். கிருஷ்ணரைப் பிரிந்ததால் ஜனங்கள் மனமுடைந்து அழுதனர். உறவினர்கள் சண்டையிட்டு இறந்த இடத்திற்குச் சென்றனர். தங்கள் பதிகளுடன் பெண்கள் அக்னியில் பிரவேசித்தனர். கிருஷ்ணரும் பலராமரும் மறைந்தனர் என்றறிந்து தேவகி, ரோகிணி, வசுதேவர் மூவரும் மூர்ச்சித்து உயிரை உகுத்தனர். பலராமருடைய பத்தினிகள் அவருடைய தேகத்தைத் தழுவிக்கொண்டு அக்னியில் பிரவேசித்தார்கள். ஸ்ரீகிருஷ்ணரின் மருமகள்கள், பிரத்யும்னன் முதலான தம் கணவர்களின் உடல்களைத் தழுவிக்கொண்டு அக்னியில் பிரவேசித்தனர். ருக்மிணி முதலான ஸ்ரீகிருஷ்ணரின்

பத்தினிகள் கிருஷ்ணரையே மனதில் தியானித்துக்கொண்டு அக்னியில் பிரவேசித்தார்கள்.

கிருஷ்ணரின் பிரிவால் வருந்திய அர்ஜுனன், கிருஷ்ணரின் சொற்களை நினைத்து மனதைத் தேற்றிக்கொண்டு, மரணமடைந்த உறவினர்களுக்கு ஈமக் கிரியைகளைச் செய்தான்."

துவாரகை மூழ்கியது

"பரீட்சித் அரசனே, பகவானின் அரண்மனை நீங்கலாக, கிருஷ்ணரை இழந்த துவாரகை முழுவதிலும் ஒரு நொடிப் பொழுதில் கடல் வியாபித்தது. அங்குப் பகவான், மதுசூதனர் என்ற பெயரில் என்றும் இருக்கிறார். அவ்விடம், நினைத்த மாத்திரத்தில் மங்களங்களை அருளக் கூடியது.

இறந்தவர்கள் போக, மீதியிருந்தவர்களை அர்ஜுனன் இந்திரபிரஸ்தம் அழைத்துச் சென்றான். அங்கு அனிருத்தனின் புதல்வன் வஜ்ரனுக்குப் பட்டாபிஷேகம் செய்வித்தான். அரசே, உன் பாட்டனார்கள் ஸ்ரீகிருஷ்ணரின் மறைவை அர்ஜுனன் மூலம் அறிந்து உனக்குப் பட்டாபிஷேகம் செய்துவிட்டு, யாவரும் மகா பிரஸ்தானம் என்ற கடைசி யாத்திரைக்குச் சென்றார்கள்."

பலன்

தேவதேவராகிய விஷ்ணுவின் பிறப்பையும் செயல்களையும் சிரத்தையுடன் கானம் செய்பவர் உடனடியாகப் பாவங்களிலிருந்து விடுதலை பெறுகிறார். மங்களமானதும் நன்மை பயப்பதுமான ஸ்ரீஹரியின் அவதாரத்தையும் லீலைகளையும் கீர்த்தனம் செய்பவர் பகவானிடம் பராபக்தியைப் பெறுகிறார்.

பதினோராம் ஸ்கந்தம் நிறைவுற்றது

பன்னிரண்டாம் ஸ்கந்தம்

கலிகால வர்ணனை

"சுக முனிவரே, ஸ்ரீகிருஷ்ண பகவான் தனது உலகத்திற்குச் சென்றபின் பூமியில் அரசாண்ட அரசர்கள் எத்தகையவர்?" என்று பரீட்சித் கேட்டான்,

சுகயோகி கூறினார், "அரசே, கடைசியாக ப்ரஹத்ரத வம்சத்தில் பிறக்கப்போகும் புரஞ்சயன் என்ற அரசன் அரசாள்வான். அவனுடைய அமைச்சன் சுனகன் என்பவன், அரசனைக் கொன்று பிரத்யோதன் என்ற தன் மகனை அரசனாக்குவான். இதுபோல் குணக்கேடுள்ள பலர் அரசாளுவார்கள். கலிகாலத்தில் அற்பக் குணம்கொண்ட அரசர்களால் பூமி ஆளப்படப்போகிறது. பெரும் கோபமும், பொய்யிலும் அதர்மத்திலும் விருப்பம்கொண்ட அரசர்கள் மக்களைத் துன்புறுத்தப் போகிறார்கள்."

"கலிகாலத்தில் என்னென்ன நடக்கும்?" என்று பரீட்சித் கேட்டான்.

"ஓ அரசே, கலிகாலத்தில் தர்மம், உண்மை, தூய்மை, பொறுமை, கருணை, பிராணச் சக்தி, ஆயுள், வலிமை எல்லாம் நாளுக்கு நாள் குறைந்துகொண்டே போகும். பணம் ஒன்றுதான் மனிதர்களுடைய மேன்மைக்குக் காரணமாகப் போகிறது. பண பலமும் உடல் பலமும் கொண்டவனே வெற்றி அடைவான். திருமணம், வியாபாரம் முதலான எல்லாவற்றிலும் வஞ்சனை பெரும் பங்கு வகிக்கப் போகிறது. அந்தணர்கள் வெறும் பூணூல் அணிவார்களே தவிர வேதம் படிக்க மாட்டார்கள். ஓயாமல் பேசுபவரே அறிஞர் என்றறியப்படுவார்.

லஞ்சம் கொடுக்க சக்தியில்லாவிட்டால் நியாயத்தில் தோல்வி ஏற்படும். அலங்காரத்திற்காகக் குளிப்பார்களே தவிரத் தூய்மைக்காக அல்ல. புகழுக்காகவே தர்மத்தை அனுசரிப்பார்கள். இவ்விதம் துஷ்டர்களான மனிதர்களால் பூமண்டலம் நிறையும்போது பலமுடையவன் அரசனாகக் கருதப்படுவான்.

அறமற்றவர்களும், பேராசை கொண்டவர்களும் கருணையற்றவர்களும் பிறர் மனைவியையும் பிறர் செல்வத்தையும் திருடுபவர்களும் அரசாளத் தொடங்குவார்கள். மக்கள் பசி, தாகம், நோய் கவலை இவற்றால் வருந்தி இருபது, முப்பது வயதிலேயே மடியத் தொடங்குவார்கள். வீடுகள் தர்மமின்றிச் சூனியமாகவும் மக்கள் பொறுக்க முடியாத துஷ்டர்களாகவும் மாறுவார்கள்.

இவ்விதம் கலி முற்றும்போது பகவான் திருவவதாரம் செய்வார். விஷ்ணுவின் அவதாரம் தர்மத்தைக் காப்பதற்கும் நன்மக்களின் மோட்சத்திற்குத் தடையான செயல்களை அழிப்பதற்கும் ஏற்படுகிறது."

கல்கி அவதாரம்

சம்பலம் என்ற கிராமத்தில் மகாத்மாவான விஷ்ணுயசஸ் என்னும் அந்தணருடைய இல்லத்தில் கல்கி என்ற பெயரில் பகவான் அவதாரம் எடுப்பார். அஷ்டமா ஸித்திகளோடும் சத்தியச் சங்கல்பத்தோடும் உலகைக் காப்பவரான கல்கி பகவான், தேவர்கள் அளித்த மிக வேகமுள்ள குதிரைமேல் ஏறி பூமியில் சஞ்சரித்து, மன்னர் வேடத்தில் மறைந்திருக்கும் கோடிக்கணக்கான திருடர்களைக் கத்தியால் வெட்டிக் கொல்லப்போகிறார்.

கிருத யுகம்

திருடர்கள் அனைவரும் அழிந்தபின் மக்களின் மனம் தெளிந்து தர்மத்தில் நிலைகொள்ளும். சத்துவ மூர்த்தியான பகவானின் அருளால் நன் மக்கட்பேறு உற்பத்தியாகும். தர்மத்தைக் காப்பவரான கல்கி பகவான் அவதரிக்கும்போது கிருத யுகம் தோன்றும். சாத்விகக் குணம்கொண்ட மக்களால் பூமி நிரம்பும். சந்திரனும் சூரியனும் குருவும் பூச நட்சத்திரத்தில் ஒரே ராசியில் கூடுகையில் கிருத யுகம் தோன்றும்.

ஸ்ரீகாந்தனான கிருஷ்ணர் தன் பாதங்களால் பூமியைத் தொட்டுக் கொண்டிருந்தவரை கலியால் பூமியை ஆக்கிரமிக்க

இயலவில்லை. ஸ்ரீகிருஷ்ணர் என்ற பெயர்கொண்ட சுத்த சத்துவச் சொரூபம் எப்போது வைகுண்டத்தை அடைந்ததோ, அப்போது உலகில் கலி புகுந்தது. மக்கள் மனம் பாவத்தில் இன்பம் காணத் தொடங்கியது.

கலிகாலத்தில் மக்களின் இயல்பு

"பரீட்சித் மன்னா, பூமாதேவி தன்னை ஆள முயற்சிக்கும் மன்னர்களைப் பார்த்து நகைத்து, 'யமனுக்கு விளையாட்டுப் பொருள் போன்ற இந்த அரசர்கள் என்னை வெல்ல விரும்புகிறார்கள். ஆச்சரியம். கடல் சூழ்ந்த என்னை வென்றுவிட்டு பராக்கிரமத்தால் மற்ற தீவுகளையும் ஜெயிக்க ஆசைகொண்டு சமுத்திரத்தில் பிரவேசிக்கிறார்கள். ஆத்மாவை வென்றால் அல்லவா முக்தி கிடைக்கும். சாவுக்குட்பட்டவர்கள் சாவில்லாத என்னிடம் உரிமை கொண்டாடி எண்ணம் நிறைவேறாமல் காலத்தின் போக்கில் கதையில் மட்டுமே மீதியுள்ளார்கள்' என்று பூதேவி பரிகசித்தாள்" என்றார் சுக யோகி.

"முனிவரே, கலிகாலத்தில் கலியின் தோஷங்களை மக்கள் எந்த உபாயத்தால் நாசம் செய்ய முடியும்?" என்று பரீட்சித் கேட்டான்.

"அரசே, கலியில் மனிதர்கள் விஷயச் சுகங்களை அனுபவிப்பதிலும் வயிறு வளர்ப்பதிலும் ஈடுபடுவார்கள். வயதான தாய் தந்தையரையும் சமர்த்தரான புதல்வர்களையும் கலியுக மனிதர்கள் பாதுகாக்க மாட்டார்கள். பாஷாண்டப் பிரசாரத்தால் மனம் சிதறியவர்களாய் லோக குருவான அச்சுதனைப் பெரும்பாலும் பூஜிக்க மாட்டார்கள். சாகும் தறுவாயில் இருப்பவனும் இடறி விழுபவனும் பகவானுடைய நாமத்தை உச்சரித்தால் கர்மத் தளையிலிருந்து விடுபட்டு மோட்சத்தை அடையலாம். ஆனால் கலியுக ஜனங்கள் பகவானைச் சற்றும் நினைக்க மாட்டார்கள். அக்னியானது தங்கத்திலிருந்து தாமிரம் முதலான மலினங்களை நீக்குவதுபோல பகவான் விஷ்ணு, யோகிகளின் மனதிலிருந்துகொண்டு பாவங்களை நாசம் செய்கிறார்.

அதனால் குழந்தாய், பரீட்சித், மரணமடையப் போகும் நீ ஒருமுகப்பட்ட மனதோடு கேசவனை மனதில் நிலைக்கச் செய். அதன் மூலம் உத்தம கதியை அடைவாய். மன்னா, மரணமடையும் நேரத்தில் சர்வேஸ்வரனான பகவானைத் தியானிக்கவேண்டும். அரசனே, குற்றங்களுக்கு

இருப்பிடமான கலிகாலத்திற்கு ஒரு சிறந்த குணம் உண்டு. ஸ்ரீகிருஷ்ணரின் கீர்த்தனை ஒன்றினாலேயே வினைத் தளைகளில் இருந்து விடுபட்டு பரமாத்மாவை அடைய முடியும்" என்று கூறிய சுக யோகி, கல்பங்களில் ஏற்படும் பிரளயங்களைப் பற்றிக் கூறத் தொடங்கினார்.

பிரளய வர்ணனை

"மன்னா, ஆயிரம் சதுர்யுகங்கள் சேர்ந்தது பிரம்மதேவருக்கு ஒரு பகல். அதில் பதினான்கு மனுக்கள் இருப்பார்கள். அது ஒரு கல்பம் எனப்படுகிறது. அந்தப் பகலின் முடிவில் ஆயிரம் சதுர்யுகங்கள் கொண்ட பிரம்ம தேவரின் இரவு வருகிறது. அதுவே பிரளயம் எனப்படுகிறது. மூவுலகங்களும் பிரளயத்தில் மூழ்குகின்றன. அப்போது ஸ்ரீமன் நாராயணன் உலகங்கள் அனைத்தையும் தன்னுள் ஒடுக்கிக்கொண்டு ஆதிசேஷன்மேல் நித்திரை கொள்கிறார். பிரம்மதேவரும் உறங்குகிறார். ஆயிரம் சதுர்யுகங்கள்கொண்ட இரவுக்குப்பின் மீண்டும் பகல் உருவாகிறது. சிருஷ்டி உற்பத்தியும் தொடங்குகிறது. பிரம்ம தேவர் முதல் சகல பிராணிகளுக்கும் தோற்றமும் பிரளயமும் உண்டென்று ரகசியம் அறிந்தவர்கள் தெளிவாகக் கூறுகின்றனர்.

பரீட்சித் மன்னா, குரு வம்சத்தில் சிறந்தவனே, உலகங்களைப் படைத்தவரும் உயிர்கள் அனைத்திலும் உறைபவருமான நாராயணனின் லீலைகளைச் சுருக்கமாக உனக்கு எடுத்துக் கூறினேன். முழுவதும் விவரிப்பதற்குப் பிரம்ம தேவராலும் இயலாது.

மகாராஜா, காட்டுத் தீ போன்ற பல விதத் துன்பங்களில் சிக்கித் தவிப்பவனுக்கும் கடத்தற்கரிய பிறவிக் கடலைத் தாண்ட விரும்புபவனுக்கும் பகவான் புருஷோத்தமனின் லீலைகள் பற்றிய கதைகளின் இன்ப ரசத்தைப் பருகுதல் என்ற ஓடத்தைத் தவிர வேறு மார்க்கம் இல்லை.

மகா பாக்கியசாலியான பரீட்சித் மன்னா, முதன் முதலில் அழிவில்லாதவரான ஸ்ரீமன் நாராயணன் இந்தப் பாகவத புராணத்தை நாரதருக்கு உபதேசித்தார். அவர் வியாசருக்கு உபதேசித்தார்.

மகாராஜா, சர்வக்ஞரான வியாசர் வேதத்திற்கு ஒப்பானதும் பகவானின் சரித்திரத்தைக் கூறுவதுமான இந்த சம்ஹிதையை சந்தோஷத்தோடு எனக்கு உபதேசம் செய்தார். இதோ இங்கிருக்கும் இந்தச் சூத முனிவர்

நைமிசாரண்ய க்ஷேத்திரத்தில் நீண்ட காலம் நிகழப் போகும் சத்ர யாகத்தில், சௌனகர் முதலான முனிவர்களின் விருப்பத்திற்கிணங்கி அவர்களுக்கு இந்தப் பாகவதத்தை உபதேசிக்கப் போகிறார்.

ஸ்ரீஹரியின் ரஜோ குணமான மகிழ்ச்சியிலிருந்து பிரம்ம தேவர் தோன்றினார். தமோ குணமான கோபத்திலிருந்து ருத்ரன் உற்பத்தியானார். அனைத்துயிர்களுக்கும் அந்தராத்மாவாகப் பிரகாசிக்கும் பகவான் ஸ்ரீஹரி பாகவதத்தில் அடிக்கடி வர்ணிக்கப்படுகிறார்."

பரீட்சித்துக்குப் பிரம்மோபதேசம்

"பரீட்சித் மன்னா, 'நான் மரணமடையப் போகிறேன்' என்ற விவேகமற்ற எண்ணத்தை விட்டொழி. நீ பிறக்கவும் இல்லை, உனக்கு மரணமும் இல்லை. அக்னி எவ்வாறு கட்டையைக் காட்டிலும் வேறானதோ நீயும் உடல் முதலானவற்றிலிருந்து வேறானவன். கனவில் ஒருவன் தன் தலை வெட்டப்படுவதைக் காண்பதுபோல விழித்திருக்கும் ஒருவன் தன் உடலுக்கு மரணம் நேர்வதையும் காண்கிறான். அதனால் ஆத்மாவிற்குப் பிறப்பும் இறப்பும் இல்லையென்று உணரவேண்டும். பானை உடைந்தபின் அதில் தனித்திருந்த ஆகாசம், மகா ஆகாசமாகி விடுவதுபோல உடல் மரணமடைந்ததும் ஜீவன் பரப்பிரம்மமாகி விடுகிறான். மனம்தான் ஆத்மாவிற்கு உடலையும் குணங்களையும் செயல்களையும் உண்டாக்குகிறது. மனதை மாயை உற்பத்தி செய்கிறது. அதனால் ஜீவன், சம்சாரம் எனப்படும் பிறப்பிறப்புச் சக்கரத்தில் சுழல்கிறான்.

மன்னா, இவ்விதம் ஆராய்ந்து தெளிந்த அறிவாலும் வாசுதேவரிடத்தில்கொண்ட பக்தியாலும் ஆத்மாவுக்கும் உடலுக்குமான தொடர்பை ஆராய்ந்தறிவாயாக. முனி குமாரனின் சாபத்தால் ஏவப்பட்ட தக்ஷகன் ஆத்மாவைத் தீண்ட முடியாதல்லவா.

'அனைத்திற்கும் ஆதாரமான பிரம்மம் நானே' என்று பரப்பிரம்மத்திடம் ஆத்மாவை நிறுத்திக் கொள். ஆத்மாவைத் தவிர வேறொன்றையும் காணமாட்டாய். விஷமுள்ள வாயால் உன் காலைத் தீண்டும் தக்ஷகன் என்னும் பாம்பையும் உன் உடலையும் நீ காணப்போவதில்லை.

அன்பிற்குரிய மன்னா, சகல பிரபஞ்சத்திற்கும் அந்தர்யாமியாக உள்ள ஸ்ரீஹரியின் லீலையைப் பற்றி

ஆத்மாவாகிய நீர் கேட்ட எல்லாவற்றையும் உனக்கு உரைத்தேன். மேலும் என்ன கேட்க விரும்புகிறாய்?" என்று வினவினார் சுக யோகி.

பரீட்சித் மோட்சம்

சூத மாமுனிவர் கூறினார் —

ஸ்ரீகிருஷ்ணரால் காத்தளிக்கப்பட்ட பரீட்சித், சுக யோகியின் பாதங்களைத் தலையால் சேவித்துக் கை கூப்பி வணங்கி, "மகரிஷி, கருணா மூர்த்தியான தங்களின் அருளைப் பூரணமாகப் பெற்றேன். முதலும் முடிவும் இல்லாத ஸ்ரீஹரியைத் தாங்கள் நேரில் உபதேசித்தீர்கள். பரப்பிரம்ம சொரூபத்தில் பிரவேசித்த நான் பாம்பு குறித்து அச்சம் கொள்ளவில்லை. பரப்பிரம்ம சொரூபியே, எனக்கு அனுமதி அளியுங்கள். நான் வாக்கை அடக்குகிறேன். செயல்களையும் அதன் வாசனைகளையும் விடுத்து மனதைப் பரமாத்மாவிடம் செலுத்தி உயிரை விடுகிறேன். என் அஞ்ஞானத்தை விரட்டி நன்மை பயப்பதும் மேலானதுமான பகவானின் சொரூபத்தைக் காட்டியருளினீர்கள்" என்று கூறி சுக யோகியைப் பூஜித்தான் பரீட்சித். எல்லாமறிந்த சுக மகரிஷி அரசனுக்கு அனுமதியளித்துவிட்டு சன்யாசிகள் தொடர அவ்விடம் விட்டகன்றார்.

ராஜரிஷியான பரீட்சித், மனதைப் புத்தியால் ஆத்மாவிடம் சேர்த்து மூச்சையடக்கி மரம்போல் அசையாமல் இருந்து பரமாத்மாவைத் தியானித்தார். கங்கைக் கரையில் கிழக்கு நுனியாகப் பரப்பிய தர்ப்பப்பையின்மேல் வடக்கு நோக்கி அமர்ந்து சந்தேகமும் பற்றும் அற்றவராய் அந்த மகா யோகி பிரம்மமேயானார்.

பாம்பு கடித்தது

"முனிவர்களே, கோபம்கொண்ட முனி குமாரனால் அனுப்பப்பட்ட தக்ஷகன், அரசனைக் கொல்ல விரும்பிப் போகும் வழியில் கஸ்யபன் என்ற விஷ வைத்தியரைக் கண்டான். அவருக்கு மிகுந்த செல்வத்தைக் கொடுத்துத் திருப்தியடையச் செய்து திருப்பியனுப்பிவிட்டு தக்ஷகன் அந்தண வேடத்தில் தன்னை மறைத்துக்கொண்டு சென்று அரசனைக் கடித்தான்."

பிரம்மமாகிவிட்ட ராஜரிஷியின் உடல் எல்லோரும் பார்த்துக் கொண்டிருக்கும்போதே தக்ஷகனின் விஷ அக்னியால் உடனுக்குடன் சாம்பலாயிற்று. பூமியிலும்

ஆகாயத்திலும் திசைகளிலும் 'ஹா ஹா' என்ற சப்தம் உண்டாயிற்று. தேவ துந்துபிகள் முழங்கின. கந்தர்வர் கானமிசைத்தனர். அப்சரஸுகள் ஆடினர். தேவர்கள் பூமாரிப் பொழிந்து 'நன்று நன்று' என்று வாழ்த்தினர்.

சர்ப்ப யாகம்

பரீட்சித்தின் புதல்வனான ஜனமேஜயன் என்ற மன்னன், தன் தந்தையைத் தக்ஷகன் கடித்ததை அறிந்து மிகவும் கோபமடைந்தான். சர்ப்ப யாகத்தை முறைப்படி நடத்தி அதில் பாம்புகளை ஹோமம் செய்தான். ஜ்வலிக்கும் ஹோம அக்னியில் பொசுக்கப்படும் பெரிய பாம்புகளைக் கண்டு தக்ஷகன் பயத்தால் நடுங்கி இந்திரனைச் சரணடைந்தான்.

ஹோமத்தில் விழும் பாம்புகளில் தக்ஷகனைக் காணாத ஜனமேஜயன், "சர்ப்பங்களில் மோசமானவனான தக்ஷகன் ஏன் எரிக்கப்படவில்லை?" என்று ஹோமம் செய்யும் வேதியர்களைக் கேட்டான்.

"தக்ஷகன் இந்திரனிடம் சரணடைந்துள்ளான்" என்று வேதியர்கள் தெரிவித்தனர். ஜனமேஜயன், "இந்திரன் மற்றும் தேவகணங்களோடு தக்ஷகன் இந்த அக்னியில் விழட்டும்" என்று ஹோமத்தில் அழைக்கச் செய்தான். ஆகாயத்திலிருந்து இந்திரனோடு விமானத்துடன் தக்ஷகன் விழுவதைக் கண்ட அங்கீரசரின் புதல்வரான பிருஹஸ்பதி, ஜனமேஜயனிடம் வந்தார்.

"அரசே, இந்தத் தக்ஷகன் உன்னால் அழிவதற்கு உரியவனல்ல. இவன் அமிர்தம் குடித்திருக்கிறான். இவனுக்குப் பிறப்பும் இறப்பும் கிடையாது. ஜீவர்களுக்கு ஜனனமும் மரணமும் முக்தியும் அவரவர் செயல்களாலே உண்டாகிறது. ஒருவன் இன்னொருவனுக்குச் சுகத்தையோ துக்கத்தையோ அளிப்பதில்லை. எல்லாம் முன் வினைப் பயனால் அமைகிறது. அதனால் ஹிம்சையை உண்டாக்கும் இந்தச் சர்ப்ப யாகத்தை முடித்துவிடு. குற்றம் செய்யாத பாம்புகள் பொசுக்கப்பட்டன" என்று அறிவுறுத்தினார்.

பிருஹஸ்பதியின் அறிவுரையை ஏற்று, சர்ப்ப யாகத்திலிருந்து ஓய்வடைந்த ஜனமேஜயன் அவரைப் பூஜித்து வணங்கினான். இவையனைத்தும் விஷ்ணுவின் மாயையே.

யாரையும் அவமதிக்கக் கூடாது. பிறர் கூறும் வசை வார்த்தைகளை மன்னிக்கவேண்டும். உடல் மீதுகொண்ட பற்றினால் யாருடனும் பகைகொள்ளக் கூடாது. நான்,

எனது என்ற பற்றுகளை விட்டொழித்து ஐம்புலன்களையும் அடக்கியவர் ஸ்ரீஹரியின் சொரூபத்தை அடைகிறார்.

"சௌனகாதி முனிவர்களே, வியாசப் பகவானின் திருவடித் தாமரைகளைத் தியானித்து இந்தப் பாகவத புராணத்தை அறிந்தேன். குறைவுபடாத அறிவுச் செல்வம் படைத்த வியாச முனிவரை வணங்குகிறேன்" என்று சூத முனிவர் நைமிசாரண்யத்தில் சௌனகர் முதலான முனிவர்களுக்கு எடுத்துரைத்தார்.

மார்க்கண்டேயச் சரித்திரம்

சௌனகர் கேட்டார் –

"சூத முனிவரே, பேச்சாற்றலில் சிறந்த சாதுவே, எங்களுக்கு மேலும் உரைப்பீராக. முடிவற்ற சம்சார இருளில் சுழலும் மனிதர்களுக்கு வழிகாட்டியாக இருக்கிறீர். தாங்கள் நீடூழி வாழ்வீராக. பிரளயத்தில் உலகம் விழுங்கப்பட்டபின் எஞ்சியிருந்த மிருகண்ட முனிவரின் குமாரர் மார்க்கண்டேயரை சிரஞ்சீவி என்று கூறுகின்றனர். பிருகு வம்சத்தில் உதித்தவர்களில் சிறந்தவரான அவர் இந்த கல்பத்தில் எங்கள் குலத்தில் பிறந்தார். இப்போது பிரளயம் எதுவும் உண்டாகவில்லையே. அப்படியிருக்க, கடலில் தனித்துச் சுற்றிக்கொண்டு ஆலிலையில் படுத்திருந்த ஓர் ஆச்சரியமான குழந்தையைப் பார்த்தாராமே... ஹே மகா யோகியான சூத முனிவரே, எங்களுக்கு இது பெரிய சந்தேகமாக உள்ளது. புராணங்களில் நுண்ணறிவு பெற்ற தாங்கள் இந்த ஐயத்தைத் தீர்க்கவேண்டும்" என்று சௌனகர் வேண்டிக்கொண்டார்.

சூத முனிவர் கூறினார் –

"சௌனக மகரிஷி, மார்க்கண்டேயரின் சரித்திரம் கலி தோஷத்தைப் போக்கக்கூடிய பகவானின் கதையுடன் தொடர்புகொண்டது. மார்க்கண்டேயர் தந்தையிடமிருந்து முறைப்படி வேதங்களைப் பயின்று தவத்தில் சிறந்து விளங்கினார். நைஷ்டிக பிரம்மச்சாரியாக மரவுரி தரித்து மௌன விரதம் பூண்டு பிச்சை ஏற்று உண்டார். அவ்விதம் ஒரு கோடி வருடங்கள் அமைதியாக ஸ்ரீமஹாவிஷ்ணுவை ஆராதித்து வெல்ல முடியாத மரணத்தை வென்றார். அவருக்கு அருள் செய்ய நர நாராயண சொரூபரான விஷ்ணு அவர்முன் தோன்றினார்.

மார்க்கண்டேயர் எழுந்து வணங்கி ஆனந்தப் பெருக்கால் நாத்தழுதழுக்க 'நமஸ்காரம்' என்றார். நர நாராயணர்களுக்கு

ஆசனமளித்து பூஜை செய்து உலகங்களை எல்லாம் படைக்கும் பகவான் விஷ்ணுவின் மாயையைக் காண விரும்புவதாகக் கூறினார். அவர்களும் 'அப்படியே ஆகட்டும்' என்று வரமளித்துவிட்டு பதரிகாசிரமம் சென்றனர்.

ஆலிலைமேல் கிருஷ்ணர் – வடபத்ர சாயி

மார்க்கண்டேயர் மாயையைக் காணப்போகும் ஆவலில் பஞ்ச பூதங்களிலும் பகவானையே தியானித்து மானசீகமாகப் பூஜை செய்தார். அப்படி இருக்கையில் ஒருநாள் மாலை மார்க்கண்டேயர் புஷ்பபத்ரா நதிக்கரையில் அமர்ந்திருந்தபோது பயங்கரச் சத்தத்தோடு பெருங்காற்று வீசியது. அதைத் தொடர்ந்து மின்னல்களுடன் உரக்க இரைந்துகொண்டு பெருமழை பெய்தது. அப்போது காற்றின் வேகத்தால் முதலைகளும் சுழிகளும் நிறைந்த நான்கு சமுத்திரங்களும் அலைகளைக்கொண்டு பூமியை வேகமாக விழுங்குவதுபோல் வந்தன.

பூமி, ஆகாயம், அந்தரிக்ஷம், நட்சத்திரங்கள் எல்லாம் நீரால் விழுங்கப்பட்டன. மாமுனிவரான மார்க்கண்டேயர் மட்டுமே தனியாக ஜடை முடிகளைச் சமுத்திர நீரில் அலையவிட்டு குருடனைப்போல் சுழன்றார். பசியாலும் தாகத்தாலும் பீடிக்கப்பட்டார். முதலைகளும் பெரிய மீன்களும் அவரைத் துரத்தின. அலைகளும் காற்றும் அடித்தன. களைப்படைந்த அவருக்குப் பூமியோ ஆகாயமோ தென்படவில்லை.

விஷ்ணு மாயையால் சூழப்பட்ட அவருக்கு அவ்விதம் பல கோடி ஆண்டுகள் கழிந்தன. ஒரு சமயம் பூமியில் அழகிய இலைகளோடும் பழங்களோடும் கூடிய ஆலமரத்தைக் கண்டார். அதன் வடகிழக்குக் கிளையில் ஒரு இலைமேல் தன் ஒளியால் இருளை விழுங்குவதுபோல் ஒரு குழந்தை படுத்திருந்ததைக் கண்டார். மரகத மேனியும் சங்குபோல் கழுத்தும் சிறந்த மார்பும் மூச்சுக் காற்றில் அசைகின்ற முடிக் கற்றைகளும் அழகிய முகமும் பவளம்போல் சிவந்த உதடுகளும் அமிர்தம் போன்ற புன்சிரிப்பும் கொண்டதாக அந்தக் குழந்தை விளங்கியது. அழகிய கை விரல்களால் பாதக் கமலத்தை இழுத்து வாயில் வைத்து அருந்திக் கொண்டிருந்ததைக் கண்ணுற்று வியந்தார்.

அந்தத் தரிசனத்தால் களைப்பெல்லாம் நீங்கியவரானார். அந்தக் குழந்தையிடம் பேசுவதற்கு அருகில் சென்றார். அதற்குள் அதன் மூச்சுக் காற்றினால் அதன் உடலுக்குள் ஒரு

கொசுவைப்போலவே புகுந்துவிட்டார். அங்கே இந்த உலகு முழுவதும் முன்பிருந்ததைப் போலவே இருக்கக் கண்டார். அதனால் மிகுந்த வியப்பும் மோகமும் அடைந்தார். ஆகாயத்தையும் பூமியையும் நட்சத்திரங்களையும் சுவர்க்கத்தையும் கடல்களையும் தீவுகளையும் மலைகளையும் இன்னும் எல்லாவற்றையும் ஒன்று விடாமல் குழந்தையின் வயிற்றில் கண்டார். இமயமலையையும் புஷ்பவஹை என்ற நதியையும் அங்குத் தன் ஆசிரமத்தையும் ரிஷிகளையும் பார்த்தார். பார்த்துக் கொண்டிருக்கும்போதே குழந்தையின் மூச்சுக்காற்றால் வெளியில் எறியப்பட்டு பிரளயக் கடலில் விழுந்தார். பிரளய நீரில் உயரமான ஓரிடத்தில் இருந்த ஆலமரத்தையும் அதன் ஓர் இலையில் படுத்திருக்கும் குழந்தையையும் பார்த்தார். அதன் அழகான புன்சிரிப்பும் அன்பான கடைக்கண் பார்வையும் மார்க்கண்டேயரின் இதயத்தில் புகுந்தன. குழந்தை வடிவிலிருக்கும் பகவானைக் கட்டி அணைப்பதற்காக அருகில் சென்றார். அதற்குள் யோகீஸ்வரனான பகவான் அவர் கண்களிலிருந்து மறைந்தார். அவரோடு சேர்ந்து ஆலமரமும் பிரளயமும் ஒரு நொடியில் மறைந்து போயின. மார்க்கண்டேயர் முன்போலவே தன் ஆசிரமத்தில் இருந்தார்.

மார்க்கண்டேய முனிவர் நாராயணனால் உண்டாக்கப்பட்ட யோக மாயையின் வைபவத்தை அனுபவித்து அவரையே சரணடைந்தார். 'பகவானே, சரணமடைந்தவர்களுக்கு அபயமளிக்கும் உன் பாத மூலத்தையடைந்தேன். ஞானம்போல் பிரகாசிக்கும் உன் மாயையால் சிறந்த பண்டிதர்களும் மயங்குகிறார்கள்' என்று போற்றினார்.

சிவபெருமானின் வரம்

"சௌனக முனிவரே, அவ்விதம் ஒன்றுபட்ட மனம் கொண்டிருந்த மார்க்கண்டேயரை, பிரமத கணங்கள் சூழ பார்வதியோடு விருஷ வாகனத்தில் ஆகாயத்தில் சஞ்சரித்துக் கொண்டிருந்த ருத்திரர் பார்த்தார்."

உமாதேவி மார்க்கண்டேய ரிஷியின் தவத்திற்கு மகிழ்ந்தாள், பரமேஸ்வரனிடம், "சுவாமி, உடலையும் மனதையும் புலன்களையும் அடக்கிய இந்த முனிவருக்கு அவருடைய தவத்தின் பலனை அளிப்பீராக" என்றாள்.

"பவானி, பகவானிடம் சிறந்த பக்தியை அடைந்த இந்தப் பிரம்மரிஷி எந்த வரத்தையும் விரும்பவில்லை. மோட்சத்தைக்கூட விரும்பவில்லை. நல்ல மனிதரான

இவருடன் உரையாடுவோம், வா" என்று கூறி மகாதேவர் மார்க்கண்டேயரின் அருகில் சென்றார்.

புத்தியின் செயல்களை அடக்கிய மார்க்கண்டேயர், மகாதேவரின் வருகையை அறியவில்லை. பார்வதியோடும் ஜடாமுடி, முக்கண், புலித்தோல், சூலம், உடுக்கை, கபாலம் போன்றவற்றோடும் கூடிய தன் திவ்ய சொரூபத்தோடு மார்க்கண்டேயருக்கு இதயத்தில் தரிசனம் அருளினார். அதைக் கண்டு வியந்த மார்க்கண்டேயர் சமாதியிலிருந்து விழித்தெழுந்தார். மூவுலகங்களுக்கும் ஒரே குருவான ருத்ர பகவானை மார்க்கண்டேயர் கண்களைத் திறந்து தரிசித்தார். உமையுடன் கூடிய அவருக்கு வரவேற்பு அளித்து பூஜை செய்தார்.

மகிழ்ந்த பரமேஸ்வரன் விருப்பமான வரத்தைப் பெற்றுக் கொள்ளுமாறு கூறினார். "தங்களிடத்தில் இருப்பதைப்போலவே பகவான் அச்சுதனிடத்திலும், அவருடைய அடியார்களிடத்திலும் அழியாத பக்தி இருக்கும்படி அருளவேண்டும்" என்று மார்க்கண்டேயர் பிரார்த்தித்தார்.

அவ்விதம் அழகாகப் பேசிய முனிவரிடம் மகிழ்ந்த சிவபெருமான், "மகரிஷி, நீர் விரும்பும் அனைத்தும் பெறுவீர். கல்பத்தின் முடிவுவரை புகழோடும் புண்ணியத்தோடும், மூப்பும் மரணமும் அண்டாமல், முக்கால ஞானத்தோடும் வைராக்கியத்தோடும் சிரஞ்சீவியாக விளங்குவீர்" என்று வரமளித்தார்.

மார்க்கண்டேயருக்கு வரமளித்துவிட்டு சிவபிரான், பார்வதி தேவிக்கு முனிவருக்குக் கிடைத்த யோக மாயையின் தரிசனத்தை விவரித்துக்கொண்டே திரும்பிச் சென்றார்.

பலன்

சக்ரபாணியின் மகிமையை விளக்கும் இந்த மார்க்கண்டேயச் சரித்திரத்தைச் சொல்பவரும் கேட்பவரும் கர்ம வினையால் ஏற்படும் பிறவித் தளையில் சிக்கமாட்டார்.

விராட் ரூபம்

சௌனகாதி முனிவர்களின் வேண்டுகோளுக்கிணங்கி சூத மாமுனிவர் பகவானின் விராட் சொரூபத்தை வர்ணித்தார்.

"பிரபுவாகிய புருஷோத்தமனுக்கு பூமி பாதங்களாகவும் ஆகாயம் தலையாகவும் அந்தரிக்ஷம் நாபியாகவும்

சூரியன் இரு கண்களாகவும் வாயு மூக்காகவும், திசைகள் காதுகளாகவும் உள்ளன. பிரஜாபதி ஆண் குறியாகவும், மிருத்யு அபானனாகவும், லோகப் பாலகர்கள் கைகளாகவும், சந்திரன் மனசாகவும், யமன் புருவங்களாகவும், வெட்கம் மேலுதடாகவும், லோபம் கீழுதடாகவும், நிலவு பற்களாகவும், பிரமை புன்னகையாகவும், மரங்கள் ரோமங்களாகவும், மேகங்கள் கேசமாகவும் விளங்குகின்றன. பிறப்பும் இறப்புமற்ற பகவான் ஜீவ சைதன்யத்தை கௌஸ்துப மணியாகவும் அதனின்று பரவும் ஒளியை ஸ்ரீவத்சமாகவும் மார்பில் அணிகிறார். பல குணங்கள் நிறைந்த தன் மாயையை வனமாலையாகவும் வேதங்களைப் பீதாம்பரமாகவும் மூன்று மாத்திரைகளுடைய பிரணவத்தைப் பூணூலாகவும் அணிகிறார். சாங்கியத்தையும் யோகத்தையும் மகர குண்டலங்களாகவும் உலகெலாம் வணங்கும் பிரம்ம லோகத்தைக் கிரீடமாகவும் கொண்டுள்ளார்.

பிரக்ருதியே அனந்தன் என்ற பெயரில் அவர் எழுந்தருளும் ஆசனமாகிறது. தர்மம், ஞானம் இவற்றோடு கூடிய சத்துவ குணமே பத்மமாக உள்ளது. பிராணத் தத்துவம் கதையாகவும் ஜலத் தத்துவம் சங்காகவும் தேஜஸ் தத்துவம் சுதர்சனமாகவும் ஆகாயத் தத்துவம் கத்தியாகவும் தமோ குணம் கேடயமாகவும், கால ரூபம் சார்ங்கம் என்ற வில்லாகவும், கர்ம மயம் அம்பறாத்தூணியாகவும், இந்திரியங்கள் அம்புகளாகவும் சர்வேஸ்வரனான பகவானிடம் விளங்குகின்றன.

கிரியா சக்தியுடன் கூடிய மனதைத் தேராகவும் ஐந்து தன்மாத்திரைகளைத் தேரின் வெளித் தோற்றமாகவும் முத்திரைகளை வரதானம், அபயதானம் அளிக்கும் அடையாளங்களாகவும் கொண்டுள்ளார். வைகுண்டத்தைக் குடையாகவும் ஒரு [illegible]மும் இல்லாத கைவல்யத்தை இருப்பிடமாகவும் கொண்டுள்ளார். மூன்று வேதங்களும் கருட வடிவில் யக்ஞுப் புருஷனைத் தாங்குகின்றன. ஸ்ரீஹரியின் இணைபிரியாத சக்தியே ஸ்ரீதேவி. பஞ்சராத்ரம் முதலான ஆகமச் சாஸ்திரமே விஷ்வக்சேனர். பகவானின் அஷ்ட மகா ஸித்திகளும் நந்தன் முதலான துவார பாலகர்கள். பரமாத்மா ஒருவரே வாசுதேவன், சங்கர்ஷணன், பிரத்யும்னன், அநிருத்தன் என்று மூர்த்திகளின் கூட்டமாகக் கூறப்படுகிறார்.

முனிவரே, வேதங்களுக்குக் காரணமானவரும் சுயம்பிரகாசரும் எங்கும் நிறைந்திருப்பவருமான பகவான்

ஒருவரே தன் மாயையால் பிரபஞ்சத்தைப் படைத்தும் காத்தும் அழித்தும் வருகிறார். பிரம்மா, ருத்ரன், விஷ்ணு என்ற பெயர்களால் வேறுபட்டவர்போல் தோன்றினாலும் வேறுபடாத ஒரே ஆத்மா என்று அறியப்படுகிறார். அர்ஜுனனின் தோழரும் யாதவ விருஷ்ணிகளில் சிறந்தவரும் பூமிக்குப் பாரமான வம்சங்கள் என்ற மூங்கிலுக்கு அக்னியானவரும், பசுக்களைக் காத்தவரும் கோபிகைகளாலும் நாரதராலும் போற்றப்பட்ட புண்ணிய கீர்த்தியுடையவரும் சிரவணத்தால் மங்களத்தை அளிப்பவருமான ஹே கிருஷ்ணா, பக்தர்களைக் காத்தருள்வீராக."

பலன்

விடியற்காலையில் எழுந்து தூய்மையோடு, பகவானிடம் மனதைச் செலுத்தி இந்த விராட்புருஷ வடிவத்தைச் சிந்திப்பவர் இதயத்திலிருக்கும் பிரம்மத்தை அறிகிறார்.

சுக யோகிக்கு வந்தனம்

"முனிவர்களே, ஸ்ரீஹரியின் குணங்களைக் கேட்பதாலும் கீர்த்தனம் செய்வதாலும் லட்சுமிபதியின் திருவடி மலர்களின் சிந்தனை உண்டாகிறது. ஸ்ரீஹரியின் பாத ஸ்மரணை அமங்களத்தைப் போக்கடித்து அமைதியையும் உள்ளத் தூய்மையையும் அளிக்கிறது. பக்தியையும் வைராக்கியத்தையும் வளர்த்து ஆத்மஞானத்தை அருளுகிறது.

முன்னொருநாள் பரீட்சித்தின் பிராயோபவேச காலத்தில், சபையில் மகரிஷிகள் கேட்டுக் கொண்டிருக்கும்போது சுகபிரம்ம ரிஷியுடைய முகத்திலிருந்து வெளிவந்த ஆத்மத் தத்துவத்தை நானும் கேட்டேன். அதனை உங்களுக்குக் கூறினேன்.

முனிவர்களே, வாசுதேவனுடைய மகிமையே போற்றத்தக்கது. கீர்த்தனம் செய்யத்தக்கது. வேறெதிலும் மனதைச் செலுத்தாமல் சிரத்தையுடன் கேட்பவரும் சொல்பவரும் தம் ஆத்மாவைப் புனிதமாக்கிக் கொள்கிறார். கலி தோஷத்தைப் போக்கும் சர்வேஸ்வரனின் மகிமைகள் பிற சாஸ்திரங்களில் மிகுதியாக வர்ணிக்கப்படவில்லை. இங்குக் கதைகளின் மூலமாக சர்வச் சொரூபியான பகவான் அடிக்கடி கூறப்படுகிறார்.

ஆத்மானந்தத்தில் நிறைந்து வேறெதிலும் பற்றில்லாமல் இருந்தாலும், ஸ்ரீகிருஷ்ணரின் மதுரமான லீலைகளால்

வசீகரிக்கப்பட்டு பகவானுடைய புராணமான ஸ்ரீமத் பாகவதத்தைக் கருணையால் கூறியருளிய, பாவத்தை எல்லாம் போக்கவல்ல அந்த வியாசரின் புதல்வரான சுக யோகியை நான் நமஸ்கரிக்கிறேன்."

'ஸ்ரீ கிருஷ்ணாய பரப்பிரம்மனே நம:'

புராணங்களின் எண்ணிக்கை

சூத மகரிஷி கூறினார் –

"பிரம்ம புராணம் பத்தாயிரம் சுலோகங்கள் கொண்டது. பத்மப் புராணம் ஐம்பத்து ஐயாயிரம் சுலோகங்கள். விஷ்ணு புராணம் இருபத்து மூன்றாயிரம் சுலோகங்கள். சைவ புராணம் இருபத்து நான்காயிரம் சுலோகங்கள். ஸ்ரீமத் பாகவதம் பதினெட்டாயிரம் சுலோகங்கள். நாரத புராணம் இருபத்தைந்தாயிரம். அக்னிபுராணம் பதினைந்தாயிரத்து நானூறு சுலோகங்கள். பவிஷ்ய புராணம் பதினான்காயிரத்து ஐநூறு சுலோகங்கள். பிரம்ம வைவர்த்த புராணம் பதினெட்டாயிரம் சுலோகங்கள். லிங்க புராணம் பதினோராயிரம் சுலோகங்கள். வராஹ புராணம் இருபத்து நான்காயிரம். ஸ்காந்த புராணம் எண்பத்து ஓராயிரத்து நூறு சுலோகங்கள். வாமனப் புராணம் பத்தாயிரம் சுலோகங்கள். கூர்ம புராணம் பதினேழாயிரம். மத்ஸ்யப் புராணம் பதினான்காயிரம். கருட புராணம் பத்தொன்பதாயிரம். பிரமாண்ட புராணம் பன்னிரண்டாயிரம் சுலோகங்கள். இவ்வாறு புராணங்களின் தொகை நான்கு லட்சம் சுலோகங்கள் என்று கருதப்படுகிறது.

பாகவத புராணம் பகவானின் நாபிக் கமலத்திலிருப்பவரும் சம்சாரத்திலிருந்து பயந்தவருமான பிரம்ம தேவருக்குக் கருணையால் பகவானால் நன்கு விளக்கப்பட்டது. ஸ்ரீமத் பாகவதம் முதலிலும் நடுவிலும் முடிவிலும் வைராக்கியத்தை உபதேசிக்கக்கூடியது. மோட்சம் ஒன்றையே முக்கியமாகக்கொண்டது. பாகவத ரசம் என்ற அமிர்தத்தில் திருப்தி அடைந்தவனுக்கு வேறொன்றிலும் விருப்பம் உண்டாகாது.

பாத்ரபத மாத (ஆவணி, புரட்டாசி) பௌர்ணமியில் தங்கச் சிம்மாசனத்தில் ஏற்றிவைத்த ஸ்ரீமத் பாகவதத்தை யார் தானம் செய்கிறாரோ அவர் உத்தம கதியடைகிறார். நதிகளுள் கங்கையும், தேவர்களுள் அச்சுதனும் விஷ்ணு பக்தர்களுள் பரமேஸ்வனும் எல்லாக் க்ஷேத்திரங்களுள் காசியும், புராணங்களுள் பாகவதமும் சிறந்தவை.

நிர்மலமான பாகவதத்தைப் படிப்பவனும் கேட்பவனும் சொல்பவனும் கிடைத்தற்கரியதான முக்தியை எய்துகிறான். மோட்சத்தை விரும்பிய பிரம்மதேவருக்குக் கருணையால் உபதேசித்த சர்வக்ஞனும் சர்வ சாட்சியுமான ஸ்ரீகிருஷ்ணருக்கு நமஸ்காரம். சம்சாரமாகிய பாம்பால் தீண்டப்பட்ட பரீட்சித் மன்னனை முக்தியடையச் செய்த சுக மகரிஷிக்கு நமஸ்காரம்.

தேவதேவா, எங்களுக்கு ஒவ்வொரு பிறவியிலும் தங்களின் திருவடிகளில் பக்தி உண்டாகும்படி அருளவேண்டும். யாருடைய நாம சங்கீர்த்தனம் எல்லாப் பாவங்களையும் போக்குகிறதோ, யாருக்குச் செய்யும் நமஸ்காரம் துன்பங்களைத் தணித்து அமைதி அளிக்கிறதோ அந்தப் பரமாத்மாவான ஸ்ரீஹரிக்கு நான் வந்தனம் செய்கிறேன்."

ஸ்ரீமத் பாகவத மகாபுராணம் நிறைவுற்றது

'நாம சங்கீர்த்தனம் யஸ்ய சர்வ பாப ப்ரணாஸனம் ப்ரணாமோ து:க்க சமனஸ்தம் நமாமி ஹரிம் பரம்.

ஸ்ரீ க்ருஷ்ணாய வாசுதேவாய தேவகி நந்தனாய ச நந்தகோப குமாராய கோவிந்தாய நமோ நம:

கிருஷ்ணா வாசுதேவா நாராயணா முகுந்தா மாதவா ஸ்ரீஹரி கோவிந்தா வாசுதேவா.

சர்வம் ஸ்ரீ க்ருஷ்ணார்ப்பணமஸ்து.
ஹரி: ஓம் தத் சத்.'